गाभुळगाभा

सदानंद देशमुख यांचे प्रकाशित साहित्य

कादंबरी

तहान (१९९८)
बारोमास (२००३)

कथा

लचांड (१९९३)
उठावण (१९९४)
महालूट (१९९५)
रगडा (२००६)
खुंदळघास (२००८)

कवितासंग्रह

गावकळा (२००५)

ललितगद्य

मेळवण (२००८)

गाभुळगाभा

सदानंद देशमुख

पॉप्युलर प्रकाशन, मुंबई

गाभुळगाभा
(म-११७५)
पॉप्युलर प्रकाशन
ISBN 978-81-7185-618-3

GABHULGABHA
(Marathi : Short Stories)
Sadanand Deshmukh

पहिली आवृत्ती : २०१२/१९३३

मुखपृष्ठ व आतील चित्रे : भ. मा. परसवाळे

प्रकाशक
हर्ष भटकळ
पॉप्युलर प्रकाशन प्रा. लि.
३०१, महालक्ष्मी चेंबर्स
२२, भुलाभाई देसाई रोड
मुंबई ४०००२६

अक्षरजुळणी
एच. एम. टाइपसेटर्स
११२०, सदाशिव पेठ
निंबाळकर तालीम चौक
पुणे ४११०३०

वैदर्भीय अस्मितेचे प्रतीक
सहकारनेते मा. श्री. वसंतरावजी धोत्रे
आणि
माननीय श्री. गिरीश गांधी
यांना —

स्नेहनिर्देश

प्रा. गोविंद गायकी
प्रा. धीरज मेश्राम
डॉ. गणेश गायकवाड
डॉ. दामोदर खडसे
डॉ. विलास साळुंके

अनुक्रम

लोकमत, दीपोत्सव, अंतर्नाद, मुक्त शब्द तरुण भारत, ॲग्रोवन, इत्यादी, अनुभव, या दिवाळी अंकांतून पूर्वप्रसिद्धी

पळस पापडी

“आता सनासुदीचीबी जाती का काय तू वावरात? आजचा लक्ष्मीपुजनाचा दिवस हाये नं. एवढा सनासारखा सन अन् तू वावरात जाती का दाडासाडासारखी?”

तिनं साडीचं फडकं आणि विळा ओसरीत आणून ठेवला तसा तो म्हणाला. भिंतीशी टेकून बसला होता. एक पंजा तुटलेला उजवा पाय त्याने लांब केला होता. दुसरा पंजा शाबूत असलेला पाय टोंगळ्यातून मोडून मांडी-पोटरी शेजारी आणली होती.

“ लक्ष्मीपुजन हाये त कुठी लगे आपल्या घरातून लक्ष्मी उतू चालली तिची पूजा करायले? हायेच काय घरात? दोन जर्मनचे टकरं अन् चार पितळीचे चमचे.”

“जे आसंल ते आपल्या परीनं... दगडाच्या देवाचीबी पूजा करून. लक्ष्मी पूजन करत येते जसं म्हन्तो मी. पुन्ना सनासुदीच्या निमतानं काही गोडधोड नाही करावं लागनार?”

“करते नं मी. पानाचा गट्टा घेऊन सवसंध्याकाळीच घरी येते. आल्यावर शिरा भाजते. पुऱ्या करते. जमलं तं भज्याचा घानाबी काढील एकदोन डिशा. दोघायचा सयपाक करायले असा टैमच काय लागते लगी? आता नवु त वाजले आसतीन. तिसऱ्या पहारालोक त घरी येईल मी रानातून, घरातले पानं सरले. एकदा गट्टा आनून टाकला की पुन्ना फिकीर नाही मग पंधरा दिवस... उद्यापासून मले पाथीतल्या बायासवे जावावं लागील कामाले. मग पाथीचं मजुरीचं काम बुडवून का जायाजे पुरते का पानं आनायले रानात?”

“ऐरी का जात नाही का मग पाथीचं काम बुडवून. आजच कावून हाटखोरपना करा लागली?”

"हाटखोरपना नाही करून राह्यली वं मी. मले त माह्या कामाचं टिपन लावा लागील नं आता... सुवर्नाचं पत्र आलं होतं, तिच्यासाठी काही पैसे संगळून ठेवा लागतेत. लेकराले पाह्यजे नाही का खर्चाय आर्चायले. पुन्ना दाळदाना भरा लागनार हाय. पैशाले हजार पाय आस्तात... घरी बसून कसं भागील? आधीच एकटीच्या कमाईवर घर धकवावं लागते. एकटीची कमाई कुटंकुटं पुरी पडनार हाये? खायापीयाचा दाळदाणा, तेलमीठ करू? का अंगावरचे कपडे करू? का आवषिधपाण्याची सोय करू... कुठी कुठी पूरी पडनार हाय --- कमाई?..."

ती वैतागून बोलतच होती. तर त्याने हात पुढे करून तिला बोलणं थांबवायची खूण केली.

"बरं बाई... बस्स कर आता... नको आऱ्या टोचू. बस्स कर तूहं अराण्या दुराण्यानं बोलनं, आन् टोमने-टामने देणं. आधीच पंख छाटेल पाखरासारखा घायाळ गोळा झालो मी. तिच्यात तूबी नको रक्तबंबाळ करू. आता देवाची आवकुरपा झाली त्याच्यानं आसा भुईभीतीले चिकटलो मी. मी कमावता होतो तवर कुटं कमी पडू देल्लं म्या? पन आता माहे पायच थपकले अन् टाळक्यात भुईरिंगन झालं. त्याले मपला तरी काय इलाज हाये? देवाची आवकुरपा झाली म्हणून आसे भवाडे आले माह्या नसिबात!!"

"देवाची नाही, तुमचीच आवकुरपा झाली तुमच्यावर! चांगलं त्या दिवशी म्या म्हनलं होतं, चिखलीले जाऊ नका. अन् गेले त बिअरबार वर जाऊन त्या जुगल्यासंग मुताड पिवू नका. अन् पिलं त मोटारसायकलवर बसून येऊ नका... आसं मांगंबी घल्डं नव्हतं का? म्हणूनच तुमाले सावध केलं होतं. पण आईकलं तव्हा? अन् आता बसता लोळत-घोळत भुईवर. तुमचे हाल. अन् तुमच्यासंग आमीबी बेहाल. मुताड पिवून मोटारसायकलीवर बसल्यावर तोल जानार नाही त काय? आता बसा जलमभर असेच लंगड्या पायानं. माह्या उरावर बसून खा. मानसानं बाईले पोसावं त बाईलेच मानसाले पोसावं लागनार हाये आता... या घरात. पदरी पल्डं अन् वाजवणं घल्डं... हौशीनं केला पती... न त्याले फुटली रगतपिती, आशी गत झाली माही..."

"बरं जाय बाई... डोक्सं नको पिकवू माहं. आता लयेच तोंड फुटलं तुले. कढईत लाह्या तडकल्यावनी कधीबी तडतड बोलत राह्यती. एकबी माहं आयकून घेत नाही. साली मेणघुणी होती इतक्या दिवस. तोंडावरची माशी उठत नव्हती. 'बस' म्हन्लं बसा जाय, 'उठ' म्हन्लं उठा जाय... आता लयेच शिरजोर झाली. कावून का मी आसा घायाळ झालो म्हणून... म्हणगुतच हाये नं. मांजर म्हतारी झाली की उंदरं तिले हेपल्या मारतात..."

बोलता बोलताच त्याचा आवाज चिरकला. त्याच्याच नकळत रडल्यासारखा झाला. त्याच्या आवाजात झालेल्या बदलाने तिचं त्याच्याकडे लक्ष गेलं. तेव्हा तिला दिसलं, जसा त्याचा आवाज झाला होता, तसेच डोळेही.

तिला जाणवलं, आपल्याकडून खरंच आलगप्त्या मोठी चूक झाली. आपण बोलता बोलता त्याचं मन दुखावलं.

"एवढं मनावर घेतलं का काय तुम्ही? खरंच लयेच हाळवे झाले या बिमारीपासून. लगे बातच्या सात डोळे वल्ले होतात तुमचे. आलगप्त्या बोलले मी. कावं कावं, कावरल्या कुत्रीवानी गत झाली माही. या नशिबाच्या भवाड्यानं. म्हनून अनपसनप काहीच्या काही पडते तोंडातून बाहीर... एवढं मनाले लावून घ्यावं का पन तुमीबी..."

असं म्हणून ती त्याच्याजवळ बसली. त्याच्या डोक्यातून हात फिरवू लागली, तसे त्याने तिचे दोन्ही हात धरले. डबडबल्या डोळ्यानं पाहत तो म्हणाला-

"निर्मला... तुले माही शप्पथ हाये वं, मले अंतर नको देऊ... तुया बगर कोणीच नाई मले या दुनिवेत. एक तू... अन् दुसरी आपली सुवर्ना. तुमी दोघीच हाये मले..."

"नाही देत हो अंतर... तुम्ही काही घोर करू नका... काही गोष्टी आशा त काही गोष्टी तशा... आसं घडतच आस्ते आयुष्यात. सगळ्यावरच बेकार टैम येते. पन येते तसा निघूनबी जाते. आता हेच पहा नं, आपून जरी असे दळभद्रे आसलो तरी सुवर्ना कशी नशिबवान निगली आपली. समद्या तालुक्यातून तिचा एकटीचाच नवोदय विद्यालयासाठी नंबर लागला. एकटीच परीक्षा पास झाली ती. लय हुशार निंगणार हाये पोरगी. हापिसर होणार हाये पुढी ती. तिच्याकडी पाहूनच आपून आपलं दुःख गिळाचं, भोग भोगाचे..."

"बरोबर हाये तुहं म्हननं... पानी दे मले गिलासभर..."

तिने समोरच्या माठातून ग्लास भरून आणला. त्याने दोन घोट पाणी घेतलं. खरमळून गुळणा केला. त्याच ग्लासातलं उरलेलं बुडपाणी घेऊन आपल्या डोळ्यांवर लावलं.

"मंग जाऊ का मी आता... आहो आत्ता येते. जांभुळखोऱ्यात माळाच्या बगनं लय पळस हिरवेगार होयेल हायेत. संध्याकाळ लोक त घरी येते मी. पहा नं तुमचे पानं सरत आले आता... पहा बुवा, तुम्ही म्हनसाल त जाते मी... तुम्हाले दुखवून नाही जात..." ती हसून म्हणाली.

"जाय. संबाळून जाजो... कावून की सनासुदीच्या दिवसात रानाशिवारात मानसंबाया कमी राह्यतात."

"नाही हो. कोनी ना कोनी राह्यतेच अडपझडप वावरात. सारेच कास्तकार लगे कुठी घरी बसत्यात? काही ना काही काम सुरूच राहतात कोनाचे ना कोनाचे! आता मलेच का लय शोक हाये का एकलीनं वावराशिवारात फिरायचा..."

"बरोबर हाये तुहंबी. पन महा सभाव लय संशयी झाला या मानगीपासून. लय भित्रा झाला. अन् या दुनियेत त कोनाचाच भरोसा ठेवायचा लाग नाही राह्यला या जमान्यात. एकलीदुकली पाहून मानसंच काय जनावरंबी बाई धरायले मागंपुढं नाही पाहत आता... पाह्यलं नाही गेल्या मह्यन्यात किशोर मोरेच्या बायकोचे काय हाल केले वावरात आस्वलानं... तिच्या मांड्या रक्ताळल्या. थान बोचकारले..."

"आहो बस्स झालं हो! मले भिती नका दाखवून देऊ मायबाई. काहीच्या काही अनपसनप नका आनू माह्यापुढी..."

असं म्हणून ती झोपड्यात गेली. भिंतीच्या देवळीत ठेवलेल्या चपला हातात धरून बाहेर आणल्या. अंगनात फेकल्या. साडीचं फडकं आणि विळा घेऊन ती बाहेर आली. पायाला चपला देऊन समोरच्या बोळीतून पांदणवाटेकडे चालू लागली.

"कोनी आनमानधपक्या आंगावर चाल करून आलं त त्याले इळ्यानं खापलजो... मानूस असो का जनावर..." त्याने मागून तिच्या पाठीवर शब्द फेकले.

"हाव... हाव... गुपचुप बसा आता..." ती पुढं चालत म्हणाली.

आणि तशीच पुढे चालत गेली.

ती गेल्यावर तो एकदम उदास झाला. कानाच्या झापडीतून की मस्तकातून कुठून तरी सन्सन् सुसु... सन्न्न्न् असा आवाज येऊन त्याला खूपच एकाकी खूपच उदास वाटू लागलं. नकळत बाजूच्या पत्र्यावळ्याच्या घडवंचीवर नजर गेली. तर सगळ्याच्या सगळ्या पत्रावळ्या अंगावर येत आहेत. पुन्हा मागे जात आहेत, असा लागपाठी भास व्हायला लागला. आणि त्याने डोळे मिटून घेतले.

ती आपल्या वस्तीतून बाहेर पडली, सुपडीचा नाला ओलांडून पांदणवाटेला लागली. पांदीच्या दोन्ही कडेने हिरवीगार झाडी होती. आणि झाडात पाखरं किलबिलत होती. आज सणाचा दिवस असल्यामुळे गावातून शेतावर जाणाऱ्यांची वर्दळ कमी होती. त्यामुळे उभी पांद सामसूम होती. कोणत्याच बाईमाणसाचा आढळ नव्हता. आजूबाजूच्या झाडीत मात्र किडामुंग्यांची, सरड्यांची, बारक्या पाखरांची जाग होती. मधूनच एखादी खारुटी, एखादा सरडा किंवा बारकं पाखरू इकडचं तिकडे सरसरत जायचं, त्यामुळे काळजावर बारीक काटा उठायचा आणि

चालत्या पावलांच्या लगबगीत पानावरचा थेंब निसटल्यासारखा निसटून जायचा.

इकडच्या जांभुळखोऱ्यातल्या शिवारात जायचं म्हणजे एकमारीच्या शेताजवळून जावं लागायचं आणि एकमारी जवळ आलं की तिच्या काळजाला बारीक कंप सुटायचा. तसा तिचा आणि या शेताचा प्रत्यक्ष संबंध आलेला नव्हता. पण आयाबायासोबत ती कुणाच्या तरी इकडच्या किंवा याच शेतावर रोजमजुरीने जायची तेव्हा तिच्या सोबतच्या बायका तिला हमखास या एकमारी नावाच्या शेताशी असलेलं तिच्या घराण्याचं नातं उजळ करायच्या. एकदा एकमारीत ती डाळिंब तोडण्याच्या कामासाठी मजुरीने आली होती. त्यावेळी जोहरेची सिंधुबाई म्हणाली होती-

"या तांबटानं तुपल्या सासऱ्याले फसवलं नसतं त आज या मळ्याची मालकीन तू आस्ती..."

"हाव न बया! इच्या सासऱ्यानं, मेणघुण्यानं जाऊ देलं हे आठ एकर वावर. गांडमस्तीनं गमावलं त्यानं. निऱ्हा लुळ्या चोमण्याचा होता इचा सासरा- एखादा ठामेठोक आस्ता त इथोल्या इथं चुरा केला आस्ता तांबटाचा... धतुऱ्या खुपसला आस्ता त्याच्या भोकात..."

"म्हन्जे... आसं कसं घेऊ शकते कोनी कोनाचं वावर? जबरदस्ती... ज्याले त्याले पेरीपत्रक आस्ते. सातबारा असते..."

पहिल्या वेळेस तिच्या कानावर ही गोष्ट आली तेव्हा तिला खूपच आश्चर्य वाटलं होतं. कारण तिच्याही बापाच्या घरी जमीनजुमला होता. त्यामुळे सातबारा, पेरीपत्रक, हक्कनोंदणी या गोष्टी तिला कळायच्या. ऐकून माहीत होतं सगळं.

"तांबटानं फसवलं त्याले. इसारपावतीवर सह्या घेतल्या अन् शून्यावर शून्य वाढवून कराराखरेदीची पक्की पावती करून घेतली... काय करामत केली त्याचं त्याले माहीत. कराराखरेदीच्या बोलीवर जमीन तांबटाच्याच ताब्यात होती. तू म्हन्ती तसं पेरीपत्रक हक्कनोंदणी, पटवाऱ्याले म्हना, कोनाले म्हना, पैसे खाऊ घालून त्यानं त्याच्या नावी करून घेतलं वावर. अन् देला झाबू तुह्या सासऱ्याले..."

"पन एवढा कसा काय घाव सन केला? कसा काय एवढा झाबू बसू देला?"

"काय करंल? कोनीच नव्हतं त्याच्यामागं, भावकीवाले म्हनत, बरी थंडी झाली. आमाले जमीन करारी द्यायची त बिराऱ्याले देली. अन् तुहा सासरा त काय, म्हताराच झाला होता पोरीयचे लगन करू करू... तुहा नवरा पाच नंबरचा. चार पोरीच होत्या. कोन्या कोन्या देवाले नवसं करू करू पोरगं झालं. वंशाले दिवा, इस्टेटीले मालक... अन् आखर शेवटी मालकालेच इस्टेट नाही राह्यली. त्याचीच हापकी खाऊन तुहा सासरा झुरू झुरू मेला. अन् त्याच्या मरनाची हापकी खाऊन तूही सासू मेली..."

"काग बारा-तेरा वर्षांचा त होता रमेश, हा तुहा नवरा! कसा मोठा झाला त्याचं त्याले माहीत. या बहिनीच्या घरी राह्य, त्या बहिनीच्या घरी राह्य... पण कुठी निभाव लागते का या दुनियेत. आखर शेवटी ज्याचं त्यालेच निपटाव लागते."

पहिल्यांदा अशी कथा समजल्यावर ती खूपच उदास झाली होती. खूप राग आला होता तिला तांबटाचा. पण काही इलाज नव्हता. तेव्हा ती कुठं होती. किती वर्षांची होती? तिचं तिलाही सांगता आलं नसतं. पुन्हा तिचं लग्न झालं तेव्हा असं काही माहितीच नव्हतं कोणाला. त्याची बोराखेडीची बहीण तिकडून बापाच्या काही नात्यात येत होती. बापाशी तिचं बोलणं झालं काय? पंधरा दिवसात सोयरीक जुळली काय? ती लग्न होऊन इथं आली काय? सगळं एखाद्या विचित्र भयाकूल स्वप्नासारखं घडलं होतं. तिच्या डोळ्यांत तर लग्न ठरलं तेव्हा! लग्न झालं तेव्हा! लग्न होऊन इथं आली तेव्हा! आसवंच होती. त्याच्या बहिणीनं पोरगा ड्रायव्हर हाये... राहायले सोताची जागा हाये... आसं सांगतलं होतं. ते खरंच होतं. आपला नवरा जुगलशेठच्या मेटॅडोरवर ड्रायव्हर होता. खामगावास शेतकऱ्यांच्या शेतमालाच्या टिरपा नेत जाय... कंधी कंधी मंग दारू पिवूनबी येत जाय. रातभर दांगडो. वकावकी. अन् डकाडकी... फेकाफेकी अन् शेकाशेकी... हा फडा उचलाजाय की तिकडं फेकाजाय... त्याले कोन काय चुगली सांगतली होती त्याचं त्याले माहीत...

"सांग तू कोनाशी लागू होती..."

"सांग तुले लगनाच्या आधी कोनं करेल हाये?"

"सांऽऽग तुले लगनाच्या आधी कितीदा करेल हाये... साली उष्टी पत्रावळी... माह्या पुढं येऊन पल्डी... निंग... घराच्या बाहीर निंग..."

रातभर कधी कधी भिंतीच्या वळचणीले धरून बसावं लागायचं. बारबोड्या आतून कडी लावून घ्यायचा. बापाले समजलं तव्हा बाप गळ्यात पडून रल्डा. म्हने मोठीच चूक झाली... पन तसीच नांदलो... ह्या वावराचं तव्हा कुठी माहीत होतं? जागेचं माहीत होतं. पोरगा कमावता धमावता हाये. सोताची जागा हाये... त्याच्या बहिणीनं सांगितलं होतं. ते खरंच होतं. त्याची सोताची जागा होती. हमरस्त्यावर होती. पण तिबीन गेली. मुताड पिवून गांड उतानी करून मोटारसायकलीवून पल्डा... पायाचा पंजा तोडा लागला. अन् जुगलशेठनं जागा इकत घेऊन त्याच्या बिमारीत पैसा लावला... तिथं गॅस एजन्सीचं, मोबाईलचं कार्ड अन् कायनू बायनू इकायचं झकपक दुकान लावलं. आता कंधीमंधी त्याच्या ह्या दुकानाशेजारच्या त्याच्याच दुसऱ्या किराणा दुकानावर तेल-मीठ आनायले जावावं त आपली जागा दिसती. सम्दं आठवते. आपून लगन होऊन आलो तव्हा इथं आपलं धाबल्याचं

घर होतं. इथंच आपलं वटभरण... सुहागरात झाली होती. इथंच आपल्याले तो रातरातभर घराच्या बाहीर काढून देत होता.

फक्त आठवते. आठवत बसा... अन् जीव झुरनी लावा. ह्या जागा अन् हे वावरंबी कसे कोनाकोनालेच लाभी ठरतात...

आधीच्या मालकाच्या ताब्यात भंगारून जायेल ती जागा नव्या मालकाच्या ताब्यात कशी सिमिटाची, झकाझक झाली. तिथं जावावं त मोबाईलच्या बोर्डावरची बाई जशी काही हासती आपल्याले. कानाशी फोन लावून हाप चड्डी घालून मांड्या उघड्या टाकून चलवादी कोनाशी तरी बोलत आसती. बोलता-बोलताच हास हासती. पण मोकळ्या केसाची, चष्मा लावेल, आखूड सदऱ्याची, मोठ्या थानाची, लहान चड्डीची ती छिनाल रांड आपल्यालेच पाहून हासती, असं वाटत राह्यते. अन् जीव कातावते... इकडी यावं त हे डाळिंबाचं वावर... आयाबायानं सांगेल आठवते. कधीकाळी हे वावर-तुह्याच सासऱ्याचं होतं. आज तू वावराची मालकीन राह्यली आसती... आठवते, अन् जीव कातावते.

गावात जीव कातावते... वावरात जीव कातावते. घरात जावावं त तिथीबी जीव कातावते. आपल्या नशिबात सगळी कातवाकातवीच...

त्याने बराच वेळ डोळे मिटून घेतले. एका हाताच्या तळव्याने मस्तक थोपटले आणि एक दोन वेळा डोळे उघडून पाहिले. अशाच एका उघडझापीत त्याला डोक्यातल्या भोवळा कमी झाल्याच्या जाणवल्या. दूरच्या पत्रावळ्या दुरून जवळ येऊन पुन्हा दूर जायच्या कमी झाल्या. तेव्हा तो कुडाच्या भिंतीला टेकून सरकता बसला.

"काहीतरी मिस्टिक बाकी ठेवली गड्या तुझ्यावर उपचार करणाऱ्या डॉक्टरनं. आता औरंगाबादला जाऊन सिटीस्कॅन केल्याशिवाय तुझ्या ह्या आजाराचं कारण कळणार नाही. तू पडला तेव्हा जसा चैनीत गुंतून पाय चिरफाळला गेला, तसंच तुझं मस्तक डांबरी सडकेवर आपटून मेंदूत काहीतरी बिघाड झाला. पण तुझ्या पायावरच इलाज केले गेले. अन् मस्तकातलं दुखणं तसंच कायम राहिलं, असा अंदाज आहे माझा. तुझ्या अपघातात झाला तेव्हा मस्तकाशी संबंधित काही झालं होतं का?"

गावातल्या डॉ. अनिल देशमुखकडे तक्रार घेऊन गेला तेव्हा डॉ. अनिलने त्याला विचारलं होतं.

"हाव डॉक्टरसायेब. पल्ड्यावर मी जवा उठून उभा राह्यलो. तव्हा दूरचं आभाळ जवळ या जाय... अन् पुन्हा दूर जा जाय... असं वाटलं होतं मले. पन

जवा पायाकडी लक्ष गेलं... पायाच्या धांडा तोल्ड्यावानी चिवट्या उठेल दिसल्या... भळभळभळ रक्ताच्या चिरकांड्या पाह्यल्या. तव्हा सुदीतूनच गेलो होतो. जुगल्याशेठनं दवाखान्यात नेलं. अर्धा पाय कतरला. तव्हाच मले समजलं होतं की आपून दवाखान्यात हाये म्हणून...''

त्याला तो संवाद आठवला. आणि मग मनात विचार आला की, साली आता आपली ही टाळक्याची बिमारी कधी थांबावं? पुन्हा कधीकधी भलकसं उदास वाटते. झ्यॅण झ्यॅण जीव घायबरते. त्याच्यावर आता काय इकून उपचार करावं? पायाचं ऑपरेशन झालं, एकतिथी दिड मह्यना दवाखान्यात राह्यलो. त्याची फी चुकवायसाठी राह्यती, मेनरोडची जागा जुगल्याशेठले इकाव लागली. आता समजा आपुन औरंगाबादले मोठ्या दवाखान्यात गेलो अन् आडमाप खर्चा आलात काय इकून पैसे द्यावं? आता काय राह्यलं आपल्याजवळ इकायले. मनात येते कधी कधी किडणी इकावं, डोळा इकाव, पण मंग कशी गत होईल, पायोले थंडी वाजती म्हणून पांघरून खाली वढावं, तवर टाळक्याले थंडी वाजती... टाळक्याले थंडी वाजती म्हणून पांघरून वर वढावं, पायाले थंडी वाजती... इकडचं झाकावं त तिकडचं उघडं पडते... तिकडचं झाकावं त इकडचं उघडं पडते... इथोलचा खड्डा दाबायले तिकडी खड्डा खंदाव त इकडी खड्डा पडते. इकडचा भरायले जावावं त तिकडी खड्डा पडते... इकडी-तिकडी, तिकडी-इकडी, वर-खाली, खाली-वर...

त्याला पुन्हा चक्रावल्यासारखं झालं, तसा त्याने निग्रहपूर्वक डोक्यातला विचार थांबवला आणि निग्रहपूर्वक पळसाची पाने हातातल्या चिवटीने एकावर एक जोडत तो पत्रावळ्या विणू लागला.

जेमतेम दहा पत्रावळ्या विणून झाल्यावर त्याने त्या मोजून पाहिल्या. दहाच भरल्या. पुन्हा एकदा मोजून पाहिल्या. एखाददोन शिल्लक भरावी अशी वेडी आशा त्याच्या मनात होती. पण काही फरक झाला नाही. दुसऱ्या गिणतीतही त्या दहाच भरल्या... माय मी झो या पत्रावळ्याच्या... आशा शंभर पत्रावळ्या आपुन इनू, तव्हा पंचवीस रुपये भेटतील. अन् दररोज आपल्याकून फक्त पन्नास पत्रावळ्या इनून होतात. जास्तच जिद्दीले पल्डो त साठ होतात... पंच्याहत्तर होतात. पण पंच्याहत्तरच्या वर शेंडी फुटत नाही... म्हन्जे दिवसाचं आपुन किती गांड तानून काम केलं त केवढ्याचं करू शकतो? पंधरा ते इस रुपयांचं.. काय बेकार टैम आला साला हा आपल्यावर? आपल्यापेक्षा त धंदा करणारी फुलझेल्याची चंपी बरी... एका टैमाचे कमस्कम शंभर रुपये घेती. पुन्हा पायाले कळा लागायचं काम नाही. दिवसभर दाताचं पानी गिळत बसायचं काम नाही. पुन्हा नगदी रोख

व्येव्हार... पह्यले दाम... मंग काम... दोन मिनिटात चाल सटक् तिकडी नळी साफ. पड कुठं नालीत जाऊन पाल्था. आसं बोलती. ठसनीत. जुगल्यासंग आपुन घेतला होता एकदा तिचा अनुभव...

विचाराविचारात त्याच्याच नकळत डोळे लागले. मागच्या कुडभिंतीला डोकं टेकवलं. तर एकदम निर्मलाची आठवण झाली... आता नेमकी कुठं आसंल आपली बायको... जांभुळखोऱ्याच्या माळाच्या बगंशिवाय इथंतिथं परमुगसं पानं सापडत नाहीत. कावून की तिथं खरबडी नदीच्या काठानंच पळसाचे नवीन बद हायेत... तरी बरं झालं, आता तिले पानंच आनावं लागतात. पह्यले त पळसाचे मुळंबी खंदून आने. मुळी बांधून. टाळक्यावर. पोळ्याच्या वक्ती या पळसाच्या झाडाले भारी मान. मानोळ्याचंच झाड. वाड्याच्या दाराशी पळसाच्याच मेढी ठेवून त्याची पूजा केली जाते. सजवेल बैलाले पळसाच्या मुळापासून बनवलेलच गेठे, मोरक्या, दोरखंड पाह्यजे. नाथणा मोरक्या पाहिजे. डवरपाळीले मुसकेबी या पळसाच्या मुळापासून बनवेल दोरीचेच. यावर्षी पळसाचे मुळं खंदून आणता-आणता तिले पाचपानी डगळे सापल्डे. पोळ्याच्या आंधल्या दिवशी, म्हन्जे खांदमळनीच्या दिवशी या पाच पानी डगळ्याचा लय मानोळा. हळदी लोण्यात बुडवून बैलायचे खांदे मळण्यासाठी. त तिनं पंधरा पाच पानी डगळे आणले होते. मोजून दीडशे रुपये आले, तव्हा त्या डगळ्याचे लय कमाई झाली. पण एकच दिवस... खांदमळनीचा मानोळा होता म्हनून. ऐरी कोनी हुंगत नाही... मंग त्यो पाचपानी डगळा असो, का दहापानी डगळा असो. काही मानोळा नाही.... ह्या पोळ्याच्याच सनाले कावून आसंल म्हनावं बुवा मानोळा? कान्नू बुवा कावून आसंल त...

पायाने लंगडा झाल्यावर तो खुरडत- खुरडत चालायचा. गावात इथंतिथं कुठंही बसायचा. ती बायकांसोबत शेतकामावर जायची. तिच्या मजुरीत घर चालवायची. एक ती एक तो. आणि एक शाळेत जाणारी सुवर्णा नावाची मुलगी.

असंच एक दिवस त्याला रामन्नाने दारू विकायचा सल्ला दिला.

"लंगडा हाये नं तू... अपंग... अपंगाले पोलीस पकडत नाहीत. कर धंदा. आपल्या इकडच्या वडारायले ऐरी तंगड्या तोडत तोडत लय दूर जावं लागते. इस्टानावर. तू सावरगावावून दारूच्या बाटल्या आणत जाय. तिथी पिवर भेटती. काही हरनीचे आदिवासीबी देवू शकतात तुले. गावरान. हातभट्टीची. तिच्यावरबी नफा कमावू शकतू तू..."

एकदा दारू पिताना वडाराच्या रामन्नाने त्याला सल्ला दिला. त्यानेही तो अमलात आणला. घराची दारूभट्टी केली. आडमृतडम् लोकं घरात येऊ लागले.

अनपसनप बोलू लागले. दारू पिल्यावर तिथंच वकूडकू लागले. तेव्हा ती कंटाळून माहेरी निघून गेली.

मग एक दिवस निरोप आला. गावातल्या देशी दारुवाल्या पोपटशेठ जैस्वालने त्याच्यावर पोलीस पाठवले. पोलिसांनी त्याला पकडून नेलं. कोणीच जमानत घ्यायला गेलं नाही. काही दिवस कस्टडीची हवा खाऊन गावात आला. उपासमार होऊ लागली. तसा तिच्या माहेराला आला. हात जोडून पाया पडू लागला. तेव्हा तिचा बाप म्हणाला-

"आहो जावईबुवा, तुम्ही म्हणता नंबर दोनच्या धंद्याबगर माणूस पुढी जाऊ शकत नाही. पण ते नंबर दोनचे धंदे आपल्यासारख्या झिंजोल्ड्या लोकायचे हायेत का? यूवं पिकातला झिंजोल्डा उपटून फेकल्यासारखे उपटून फेकून देतात हे लोक आपल्याले... म्हणून तुम्हाले म्हणतो, काही बर्कतीचा धंदा करा."

"पन काय धंदा करू? मी त आसा बश्या ठाकूर झालो, या पायाच्यानं..." त्याने तुटका पाय दाखवला.

"एक धंदा हाये. तुमाले पटते का पहा. मीबी त माही चार एकराची कुणबिक करताना जोडधंदा म्हणून त्योच करतो."

"कोन्ता पन." त्याने विचारलं.

"वळखलं म्या, पत्रावळ्या इनायचा?" निर्मला हर्षभरित होऊन म्हणाली.

"बरोबर वळखलं. आता माहंच पहा नं, आखाड तोंडापासून पळसाच्या पानात जीव येते. दसऱ्या दिवाळीले त पानं पक्के होतात. मजबूत झडीपडीचा येळवखत मिळंल तसा मी पोळ्यापासूनच पानं तोडून आणतो अन् पत्रावळ्या करून त्याची थप्पी मारून ठेवतो. तुळसीच्या लगनापासून आपल्या गावाखेड्यात लगनसराई सुरू होते.लग्नकार्याच्या पंगतीसाठी मानसं घरपुसत येऊन पत्रावळ्या इकत घेऊन जातात. त्याच्यातच महा घरखर्चा, कपडालत्ता, लावलागवड होती. वावरातला माल तसाच्या तसाच कायम राहते. त्याच्यानंच त बर्कत आली माह्या संसाराले... आता निर्मलाले का माहीत नाही. ती त लय तरबेज होयेल हाये माह्या हाताखाली..."

"पण मी आसा लंगडा मानूस. मी कसे काय आनत जाऊ बाप्पा पळसाचे पानं तोडून? माळाखाळावर गेलो त बताबत् की पडत जाईन मी खाली घसरू-घसरू... ते कुठी आवाक्यातलं काम हाये माह्या?"

"त्याची पर्वा तुमी नका करू. मी आनून देत जाईन पळसाचे पानं जंगलातून, अन् काहो बा, ते पळसाचं मूळ खंदून आनलं त्याचा ठेसून-ठेसून लगदातागा केला त त्याच्याबी मोरक्या, मुसके, गेंडे करता येतील नं? पावसाळी दिसात, तशा मुळाथोंबाबी आनत जाईल मी खंदून..."

“हिंग आसं, आवं निर्मला, करणाराले हजार धंदे हायेत. न करणाराले काईच नाई. अन् जवाईबुवा कामाची काय लाज? लाज वाटावं फक्त दोनच गोष्टीची. एक चोरीची, अन् दुसरी छिनालकीची... बाकी काही करा...”

“अहो, पन मी पह्यल्यापासून मोटारलाईनचा मानूस, नाकळत्या वयात क्लिनर होतो. कळाय लागल्यावर डायव्हर झालो. क्लच, ऑक्सिलेटर, गेअर, स्टेरिंग आशा साऱ्या गोष्टी माहीत हायेत आपल्याले. एक आता आसा पंजा तुटला म्हनून. नाहीत काय तगडी कमाई राह्यली असती माही. अन् तुम्ही त हे काही धंदे सांगाय लागले बुवा... महा त कधी संबंधच नाही आला ढोरावासरायशी अन् दोर-दोरखंडाशी. साधं बैलाच्या येसनीचं का गाईच्या गळ्याचं बिल्डं नाही फोडता येत मले... अन् तुम्ही मुळथोंबाचा ताग करून त्याचे दोर-दोरखंड वळायचे सांगता मले? मले कुठी येते ते काम? मले त लय अवघड वाटत्यात बुवा ह्या गोष्टी...”

गळ्यात फसलेला गवताचा भारा दोन्ही हातांनी ओचकारून वर काढावा आणि गळाठ्यातून मोकळं व्हावं तसा तो म्हणाला.

“आहो तिच्यात काय अवघड हाये. मी शिकवीन तुम्हाले. चार दिवसात ट्रेन करीन... त्याले काय व्याज-मंतर लागते का, वही पेन लागते शिकायले... पुन्हा निकालोसे लाभ...”

यावर तो काही बचावात्मक बोलणारच होता, तर निर्वाणीचं बोलावं, सांगावं. तसं पाय आपटत अन् हाताचं बोट त्याच्यावर रोखून धरत निर्मला म्हणाली.

“आता तुमाले सांगून ठेवते. या कानानं आईका का त्या कानानं आईका. तुमाले घरात बसल्या बसल्या हा धंदा करावंच लागंन. पत्रावळ्या इनायचा. अन् पोळ्याच्या सीझनात दोरदोरखंड इनायचा. हो म्हणत आससाल त येते मी तुमच्या संग... नाहीत जा बोंबलत. सुखढाळ घ्या. पोसते मी माह्या पोरीले इथीच. अन् इथीच राह्यते बापाशेजारी खोपडं बांधून... बळकट आधार हाये मले बापाचा. अन् काम कुठीबी गोड आसते. इथी सगळे पहा कसे कचाकच काम करत्यात. अन् तुम्ही पहा नं कसे, उरावर बसून खाता. कमाई नाही घेल्याती अन् टिप्पस मनसबदाराची...”

कचाकचा हाताची बोटे मोडत त्याच्यावरून हात ओवाळून पुढे फेकत, थयाथया नाचत ती बोलत होती.

आणि तोंडाचं बोळकं करून तो तिच्याकडे पाहत होता.

पाहता पाहता त्याच्या मनात आलं... काय जुलाल झाली ही गोगलगाय? लग्नाच्या वक्ती पहायले आलो तव्हा किती हेंबळी-चेंबळी होती. आपुन आपल्या

बहिनीच्या नवऱ्यासंग इले पहायला आलो होतो, तव्हा कशी भेदरली होती. कावरीबावरी झाली होती. निरानाम बकरी झाली होती इची, बकरी. फक्त म्यँऽऽ म्यँऽऽ करून वरडत नव्हती. त्योच काय फरक! पोरगी दाखवायचा कार्यक्रम करायसाठी इच्या मायनं आपल्यापुढी पाटावर आनून बसवलं. तव्हा आपल्या मेव्हन्यानं काही प्रश्न विचारले होते. सिक्सन? वय? वावरातलं काय काय काम येते? खारोड्या; मुंगोड्या करता येतात का? घरातलं काय काय येते? सयपाक कोन्ता येते? त त्या प्रश्नांची उत्तरं देता देता इले घाम फुटला होता. घायबरली होती. खाली बसा जाय. पुन्हा उभी रहा जाय... पुन्हा बसा जाय... पुन्हा उठा जाय... पुन्हा बसा जाय... अन् आता काय तोंड फुटलं इले. कशी लाह्या भाजल्यावानी तडतड तडतड बोलती?...

कुडाच्या भिंतीशी तो डोळे मिटून बसला होता. एवढ्या कमाईत काय उद जळते? या विचाराने दिक् झाला होता. तर त्याच्या मनात आलं की साला पोळ्याचा सन दर मह्यन्याले येतं जावावं, मानोळ्याचा पाच पानी डगळ्याचा भाराच आना लावू आपुन तिले बांधून. इथोलच्या, या गावच्या शिवारात नाही भेटला त माहेरी जाय... तुह्या बापाकून आन. खांदमळनीच्या पाच पानी डगळ्याचा भारा. आन कालीपिलीच्या टपावर टाकून... इथं मी आल्डू आल्डू इका जाईल? पाच पानी डगळा... दहा रुपयास एक! पण सालं; पोळ्याच्या दिवशी खांदमळनीच्या सनाले बैलाचा खांदा मळायले हळद्या लोन्यातुपाचा अन् पाच पानी ढगळ्याचाच कावून मान आसंल? कसं समजावं? आपल्याले त काहीच शेंडाबुडूख माहीत नाही कुनबिकीतलं...

कानात एकदम सर्कन वाजलं. तसा तो चर्रकन् चरकला. भेदरल्या डोळ्यांनी इकडं तिकडं पाहू लागला. तर समोरच्या कुडभिंती जवळ खाटल्या घडवंचीवर सरसर जाणवली. पत्रावळ्यांच्या पानावर... 'हुसूक... हुसूक...' त्याने टाळ्या वाजवत तिकडे पाहिलं. मनात भीती... घुसला का काय बाप्पा पुन्हा पत्र्यावळ्यात नागोबा...? त्याच्या पायाला कापरं भरलं. तसाच थरथरत कुडभिंतीचा टेका घेऊन उभा राहिला. आता पत्रावळ्यावरची सरसर बंद झाली होती. तसा खाली बसणारच तर तेवढ्यात पुन्हा आवाज... पुन्हा भयदग्ध... मोठमोठे डोळे टवकारून नजर पत्रावळ्यांच्या पानावर स्थिर... तर तिकडे आता सामसूम...

त्याला आठवलं, मागच्या वर्षी या दिवसात विणलेल्या पत्रावळ्यांची थप्पी मारून ठेवली होती. जमिनीवरच. तर त्या रात्री घरात नाग घुसला. काळाशार.

पोटरीसारखा जाडा. लांबच्या लांब... निर्मलानेच ढळढळ डोळ्यांनी जीभ बाहीर काढत जाताना पाहिला होता. ती अंगणात बसून भांडं घासत होती. आपुन खाटेवर लवंडलेले होतो. तर पांदीकडच्या दगडी पवळीवरून आला. अन् धांदाईत दाराच्या उंबरठ्यातून घरात घुसला.

"आहो सरप... सरप... सरप निंगला आपल्या घरात. आता जीभ काढत घरात गेला. तुम्ही तसेच बाजीवर पडून रहा. मी मानसं बलावून आणते..."

असं म्हणून ती बोळात जाऊन ओरडली. तसे चार-सहा माणसं आजूबाजूच्या झोपडघरातून पळत आले. धोब्याचा माधो, भोयाचा पांडू, केवट्याचा कोंडू, वडराचा धोंडू.

मग दारात घरात तोबा गर्दी... माणसं-बायका, चिल्ले पिल्ले. कोणीतरी मोबाईलची बॅटरी उजळून पाहिलं.

"बाजीखाली त काही दिसत नाही गड्या...."

"पह्यले रमेसभाऊले भाईर घ्या. मंग करू त्याचा खातमा."

कोणीतरी हात देऊन त्याला बाहेर आणलं.

"केवढाक हाये वह्यनी? तुम्ही पाह्यलं का?"

"हावं न पांडुभाऊ... धांदाईत या डोळ्यानं पाहिला. पोटरीएवढा जाडा हाये, काळा-काळाशार... चिचुक्यासारखे डोळे. निब्बरदडक नाक."

"कोणाच्या पोटरीएवढा? माणसाच्या का पोराच्या...? तुमच्या का माह्या?" असं म्हणून पांडू हसला.

"हसीमजाक नको करू. बांड्या पंचायती नको करू. काळाशार हाये म्हन्जे असली नाग हाये. केवटाच्या कोंडूबालेच पाठवा पुढी... झांबल तू पत्रावळ्यात..." धोब्याचा माधो म्हणाला.

तसा कोंडूबा पुढे झाला. हातातल्या काठीने पत्रावळ्या खालीवर करीत शोधू लागला. बाजूच्या डब्यावर घासलेटची चिमणी फडफडत होती.

"किसान टार्च आना गड्या दसरथभाऊ लेकुरवाळ्याच्या घरून. तद्‌लोक थांबा. नाईत आपुन द्यायले जायाचो वरून झपका. अन् त्यो द्यायचा खालून दणका..."

"दणका देला त पाणीबी नाही मागू देत. ऑन द स्पॉट खलास व्हायचे धंदे..."

"आवं माय वं... पळा रे पोरायहो तिकडी... आसली जनावर हाये- त्यो काही खेळन्यातला सरप नाही."

"पण मारल्याबगर सोडू नको रे भाऊ - गेला तरी इथीच राहील..."

"राच्चइराच्चं इराकतीले जाव लागते मायबाई..."

“आली आली... किसान टार्च आली...”

“आली नाही. आनली म्हण... आनली... आनली...”

“सरका बाजूले... पाहू द्या कोंडुबाले...”

“आरे दिसला... त्यो त्यो पत्रावळ्याखाली...”

“हाना... हाना.. सोडू नका आता...”

जमलेली माणसं रपारप काठ्या मारू लागले. अन् पत्रावळ्याचा चुरा-चुरा होऊ लागला. करडीचे पेटे बडवल्यासारखे माणसं पत्र्यावळ्या बडवत होते.

“आरे पत्रावळ्या नका मोडू रे माह्या... लय मेहनतीनं लावेल हायेत म्या त्या... गेली, माही मेहनत बोंबलत गेली बाप्पाऽऽ...”

एका पायावर लंगडी खेळत तो ओरडू लागला. पण त्याच्याकडे कोणाचं ध्यानच नाही.

त्याच्याकडं पाहून तिच्याही काळजात लपलप. पण जमलेले माणसं बेभान. त्यांच्यापुढे पत्रावळ्याचा ढीग म्हणजे कचऱ्याचा ढीग. बरीच उलथापालथ करून-पत्रावळ्याच्या ढिगात काठ्या वरखाली करत. एकदाचा नाग मारला गेला. कोणीतरी दोन काठ्यांवर धरून तो बाहेर नेला आणि हा घरात येऊन गडाबडा तुटलेल्या पत्रावळ्याच्या पानावर लोळू लागला.

“माही मेहनत वाया गेली रे बाप्पा...”

मग दुसऱ्या दिवशी निर्मलाने एक युक्ती केली. पुन्हा साप निघाला, तर त्याला मारतेवेळी अशी पत्रावळ्यांची मोडतोड होऊ नये म्हणून तिने लाकूडफाटा जमा केला. चार लाकडं कुडभिंतीशी खाटून त्यावर पुन्हा आडवे उभे बारके लाकडं टाकले. दोरीने गच्चे आवळून बांधले. खाटी घडवंची केली.

आता पत्रावळ्यांचे गठ्ठे घडवंचीवर ठेवू लागली. खालची जागा मोकळी झाली.

पण आता पुन्हा पत्रावळ्यांवरच नागोबा गेला का काय बाप्पा- तो करवादून भेलकाडून पाहायला लागला.

तसाच भिंतीला धरून पुढे जाऊन पहायला लागला तर मग मनात विचार आला की, सालं, यायचा अंगावर धावून. द्यायचा दणका ठेवून. आपल्याले का पळता येते का काय? म्हणून नजर तशीच पत्रावळ्यावर ठेवून मागे सरकू लागला. तेव्हा दिसलं की साप नाही, सरडा आहे. मान उंच करून थरथरत्या मानाने आपल्याकडेच पाहत आहे. तसा तो पुढे झाला. हासहुस करत टाळ्या वाजवत त्याने सरड्याला हाकलायला सुरुवात केली.

बऱ्याच दमछाकीनंतर सरडा एकदाचा बाहेर गेला. आणि तो कुडभिंतीचा टेकू घेऊन धापा टाकत बसला.

पत्रावळ्यांच्या गठ्ठ्यावरचा सरडा तरतरत मान वर करून, शेपटी भुईला घसाटत बाहेर पळून गेला. पण मनाच्या पानावरचा सरडा डोके वर उचलून मान हलवू लागला. कुठं आसंल आता निर्मला. कोनाच्या वावरातून जाताना कोनं पाह्यलं, पाळत ठेवून मागं गेला. अन् लवनाखवनात धरझव केली त?

सरड्याच्या डोक्यावरचा काटाळ करवतीसारखा तुरा लालभडक झाला. काटेरी करवत त्याचं काळीज कापू लागली. आधीच लोकाईच्या नियता चांगल्या नाईत. खाल्ल्या ताटात हागून ठेवतात. एकदा आपुन चांगले धडके होतो तव्हा जुगलशेठ जेवायले बोलावला होता. आधी एक क्वार्टर दारू पिली. मग कोंबड्याचं मटन बोट्यालोक वगळ येवस्तावर खाल्लं. खाऊन पिऊन तर्र झाल्यावर इथीच, आपुन बसेल हाये तिथी टेकून बसला. निर्मला अंगनात बसून भांडे घासत होती. चांदन्याची रात आसल्याच्यानं चांगला उजेड होता. सारखा तिच्याकडेच टक लावून पाहत होता. तसं पाहता पाहताच गडी एकदम उठला... तिच्याकडे हेलकावं खात गेला. अंगाले झटके देत सारखं म्हनू लागला.

"वह्यनी काय हँडसम दिसता तुम्ही? विवाह पिच्चरातल्या हिरोईनवानीच... आमच्या घरी कालच पाहात होते घरचे लोकं पिच्चर... म्या जरसाक भाग पाह्यला गानं म्हनतानाचा... त तिच्यावानीच दिसता हुबेहूब तुम्ही... मजाक नाही करत. तुम्ही जरूर पाहा. मी सी.डी. पेअर अन् डी. वी. डी. समदं पाठवून देईल याच्यासोबत..."

"आहो शेठ, आमच्या घरी लाईन नाही हो..." आपुन त्याला आत ओढत म्हणालो.

"काई हरकत नाही. वह्यनीले आपल्या घरी पाठवून दे... आपल्या घरी पाह्यतील. आपुन का बिराने हावोत? घरचेच लोकं हावोत... दोस्त हावोत... येऽऽ दोस्ती... दोसऽऽती हम नही छोडेंगे..."

"चला चला बरं तुम्हाले नेऊन सोडतो घरी..."

"नही... आरे थांब रे! एखादी सिगारेट वढू दे आजून."

तो धडपडत आत आला. दुसरी सिगारेट पेटवली. झुरके घेतले. मग म्हणाला -

"काय भाजी बनवली होती हायकलास वह्यनी... आजून हाताचा वास नाही चाल्ला... हे पाहा, हे पाहा हात हुंगून राह्यलो मी... बोटं चाटू चाटू जेवलो मी. हे पाहा अजून बोटं चाटतो मी... च्यूक... च्यूक... च्यूक... आमची भदाडी बायको आशी नाही करत भाजी. काही बी करती ढकूलूकून... टाक पानी अन् कालच्यावानी... ह्यॅ ह्यॅ... अन् काय हँडसम दिसता वह्यनी तुम्ही... कितीकबी पाहा, मनच नाही

भरत. दुरून पाहिलं की जवळ येऊन पाहावं वाटते. जवळ येऊन पाहिलं की ऊजूक जवळून पाहावं वाटते. आमची बायको आशी नाही दिसत. साली खाऊ खाऊ सठ्ठ झाली. कणग्यावानी... त्याच्यानं कणग्याले साडी गुंडाळल्यावानी दिसती. तुम्हाले त दुरून पाहावं त जवळ येऊन पाहा वाटते... ऊजूक जवळ येऊन पाहा वाटते. मागून पाह्यलं की पुढून पाहा वाटते.''

त्याची बडबड सुरू होती. त्याच्यानं आजुबाजूले राह्यणारे डोकावून गेले एकदोनदा. तशी निर्मला चिल्डी होती.

''नेऊन घाला नं व हे भणकं त्याच्या घरी... मेले मुताडं पितात अन् नस्ता धिंगाणा घालतात...''

तवा आपुन खवाटे धरून त्याले वर उचललं. घराकडी चालवलं. त्याची बडबड चालूच होती.

''तुम्हाले राग आला का वह्यनी?... सवारी... आय यम सवारी...''

त्या दिवसापासून निर्मलाने कधीच घरी पार्टी करू देली नाही.

...पण जुगल्या म्हणत होता ते काही खोटं नव्हतंच. नाहीच. आजूनबी... तशीच दिसती आपली बायको. दुरून पाह्यलं की जवळून जाऊन पाहा वाटती... त्याच्यानंच ती डोळ्याआड झाली की जीव लागत नाही. सारखी तिचीच हेतू येत राह्यती...

तांबटाच्या मळ्याचं समजल्यापासून नाही म्हटलं तरी तिचा जीव या मातीत गुंतलाच होता. गोष्ट जरी तिच्या लग्नाच्या आधीची होती, तरी इथं आल्यावर तिच्या मनात यायचं की आपण या मळ्याच्या मालकीण होतो, हा मळा आपल्या सासऱ्याच्या मालकीचा होता. त्यामुळे आतून ओढ निर्माण झाली होती.

डाळिंबाच्या बागेजवळून चालत ती विहिरीकडे निघाली. डाळिंबाच्या पलीकडे पपईची बाग... उंचच उंच झाडं आणि पपयांचे घड. उभार उंच तालीवरून पडलेल्या येण्याजाण्याच्या पाऊलसगरेने ती जात होती. पलीकडच्या शेतातलं सोयाबीनचं पीक काढून ती जमीन नांगरून वखरून काढली होती. काडीकचरं वेचून काळीखाप केली होती. काडीकचरं वेचल्यावरही पुन्हा काल-परवाच वखराची पाळी दिलेली होती. त्यामुळे बाकीच्या हिरव्या पिकाच्या पार्श्वभूमीवर ही वखरलेली गव्हाळीची जमीन खूपच देखणी, उजळ, शोभिवंत दिसत होती. एक बाळातपण होयेल पहिलटकरीण बाई दिसते तशी. एक खरीपाचं पीक काढलेली भुई... दरवर्षी या आऊडात तांबट गहू पेरायचा. त्यामुळे एवढ्या आऊडाला गव्हाळी असं म्हणायचे. हे तिला रोजंदारीने ती इथे कामाला यायची म्हणून माहीत होतं.

चालता-चालता, जमिनीचं सकवार रूप पाहता पाहता तिला एकदम तांबटाच्या पोराचं बोलणं आठवलं.

त्या दिवशी दुपारच्या भाकरी खायला म्हणून पाथीवरच्या बायका पलीकडच्या वढीवर रामकाटी खाली बसल्या होत्या. तिला एकादशीचा उपास असल्यामुळे भाकर खायची नव्हती. म्हणून बायकांना पाणी आणण्यासाठी कळशी घेऊन ती विहिरीवर आली. विहिरीच्या काठाच्या पाठथरावर बसून तांबटाचा पोरगा पाण्यातल्या मासोळ्या पाहत बसला होता.

पाणी शेंदून झाल्यावर तांबटाच्या पोराने उगीच गप्पा उकरून काढल्या. सुवर्णाचं विचारलं. नवोदयाला नंबर लागला. सोप्प्याचं काम नाही. हुशार हाये पोरगी... असा पोरीचा; काळजातला विषय निघाल्यामुळे तिलाही बरंच वाटलं होतं. कारण सगळ्या तालुक्यात तिचा एकटीचाच नवोदय विद्यालयासाठी नंबर लागला होता. त्या वेळी शाळेत शाळेच्या वतीने तिचा सत्कारही झाला होता. कारण तिच्या नवऱ्याची अनेकदा विनवणी करून तो जायला तयार नव्हता. मी लंगडा हाये, चालता येत नाही... असं सांगितल्यावर शाळेच्या हेडमास्तराने त्याच्यासाठी मोटारसायकल पाठवली होती. मोटारसायकल घेऊन सुवर्णाचा मास्तर दारात आला होता.

"चालता येत नाही त मोटारसायकलीवर बसा..."

"अरे मोटारसायकलीवर त मी कसाच बसत नाही रे बाप्पा!" तो केवढ्यादा तरी ओरडला होता.

"त्या मोटारसायकलीनंच त आसे हाल केले माहे..."

"मग तुम्ही तरी चला बाई... सुवर्णाच्या पालक म्हणून, आम्ही विद्यार्थ्यांच्या अन् पालकाच्या सत्कारासाठी इ. ओ. साहेब बोलावले आहेत."

"म्हन्जे?"

"म्हणजे तुमच्या अन् तुमच्या पोरीच्या सत्कारासाठी शिक्षण अधिकारी आलेले आहेत."

"काय पैसे देणार हायेत का ते?" त्याने विचारलं.

"नाही. पैसे नाही देणार, पण शाल, श्रीफळ अन् पुष्पगुच्छ देऊन तुमचा सत्कार करणार आहेत..."

"आरे फेक तिकडं, नारळ घ्याले का मी मतारा झालो."

"तसं नसतं ते. शाल देण्याचा उद्देश असतो की दु:खावर पांघरूण घातलं जावं, नारळ देण्याचा उद्देश असतो की तुमच्या प्रगतीचा आलेख उंच उंच वाढत जावो... अन् पुष्पगुच्छ..."

"आहो बस्स झालं हो गुरुजी. इथी शाळा नका भरवू... आमाले नाही पाह्यजे पुचप गुचप... अन् फिच्च... काही पॅकेज आसंल... पैसे आस्तील त बोला..."

निर्मला दोघांचा संवाद ऐकत होती. दोघांकडे पाहत होती. त्याने नकार दिल्यावर मग तिच्याकडे पाहून शिक्षक म्हणाला-

"वडील येत नाहीत तर आई म्हणून तुम्ही तरी चला..."

"हो येते मी... आपल्या पोरीचं कवतूक आपुन नाई त मंग कोन पहावं..."

"तेच म्हन्तो मी... आहो सत्काराची बातमी गावभर दाखवली जाणार आहे. केबल टी. व्हीवर... चला तुम्ही. बसा मोटारसायकलवर..."

"ओ... मास्तर, तुमच्या फटफटीवर बसून येनार जसं ती. माही बायका हाये जसं ती. तुमच्या बायकोले बसवा तुमच्या माग. येईल ती पायी पायी. लयेच तिले सतकाराचा कंड हाये त..."

"बरं या मग तुम्ही..."

त्याचे ते रगेल बोलणं ऐकून शिक्षक सटपटला होता.

त्या दिवशी पोरीसंग आपला सत्कार झाला. सगळ्या गावानं पाह्यला. केबल टी. व्ही वर, सायेब लोकायचे भाषनं झाले. लय कवतूक झालं. तव्हापासून आपलीबी इज्जत वाढली. यावर्षी... कोनीबी म्हन्ते की सुवर्नाची माय हाये. हुशार पोरीची माय...

त्या दिवशी तांबटाचं पोरगंही तेच म्हणालं होतं.

"वह्यनी... जिथून उगवण होते नं, तिथोलच्या झाडाझुडपासबी मातीचा गुण अन् रग उतरते पाहा. तुमची सम्दी हुशारी तुमच्या पोरीत झिरपत गेली पाहा... जी माती कसदार तिचं पीक बहारदार..."

पुन्हा हसून तांबटाचं पोरगं असंही म्हणालं होतं-

"जशा बुद्धिवान, गुणवान, तशाच रूपवानही हाये वहिनी तुम्ही... कशा दिसता सांगू? ह्या एक खरीपाचं पीक काढेल गव्हाळीच्या शेतीवाणी... हिचंबी खरीपाचं एवढंच पीक काल्डं... तुमच्याबी पोटी एकाच पोरीचं पीक आलं... दोन्ही सारख्याच... सकवार... कसदार..."

असं तो म्हणाल्यावर कळशी घेऊन घाईने ती बायकांकडे निघून गेली.

या लोकायले हे सुचतेच कसं काय लेकाचं मायबाई...

तिच्या मनात विचार आला आणि ती मनाशी हसली.

"कावून मुरक्या मुरक्यानं मनाशीच हासा लागली... अन् सणासुदीची एकलीच इहिरीवर कशासाठी आली बाप्पा पाह्यटी पाह्यटीच? का जीव देती का काय? काय लंगड्याशी भांडन झालं का काय? पन जीव देणारी बाई कुठी मनाशी

हासत आस्ती. रडत रडत जीव देणाऱ्या बाया भेटतील बुवा. पन हासत हासत जीव देणारी तू दिसली बुवा एका नव्हाळीची...''

मळ्याच्या राखणीला असणारा आयाजी बुढा तिला विचारत होता.

बोलायची भारी सवय. पण बऱ्याच वेळा कोणी भेटायचं नाही. कोणी बोलायला भेटलं नाही तर तो वाऱ्याशी बोलतो, झाडाशी बोलतो, ढोरावासरांशी, पशुपक्ष्यांशी, आभाळाशी, उन्हाशी, थंडीशी कशाशीही बोलतो. स्वत:शीच बोलतो, अशी त्याची ख्याती होती.

त्यामुळे त्याचं मूळचं नाव मागे पडून 'बोलका बुढा' या नावानेच सगळे त्याला ओळखायचे. तो बोलू नये, त्याचं बोलणं ऐकावं लागू नये म्हणून बायका-माणसं त्याच्या जवळून सटकायचे.

पण आता अनमानधपक्या आपण त्याच्या तावडीत सापडलो आहोत या जाणिवेने निर्मला खजील झाली.

''नाही हो आबा, तसं काही नाही. आज मजुरीचं काम नाही म्हणून तुमच्या लेकाले पळसाचे पानं आनून द्यायले चालली जांभुळखोऱ्यात... सहज म्हनून आली इकडी...''

''हावं, दे पानं नेऊन... बटकीचा पुरा आहारी गेला होता त्या जुगल्याच्या. पल्डा आता गांड उतानी करून... काय देलं त्या जुगल्यानं... घेतली नं जागा नावी करून बिमारीच्या पैशात... मी त आसं आईकतो की त्यानं बिलंबी वाढवून घेतलं होतं डाक्टरकून, लाख रुपये लागले त पावने दोन लाख सांगले जनू...''

''काय सांगावं आता, खरं खोटं त्याचं त्याले माहीत...''

''आरे खरंच आसनार हाये ते. ऐरीच बोंब झाली का तशी? पादल्याचा वास कुठी झाकत आसते का आवाज दाबला तरी? लय हरामी लोकं राहत्यात हे... तवाच माना मोडू मोडू शिरीमंत शेठ सावकार होतात. घामाच्या कमाईनं मानूस सुदरते का? किती गांडीत घाम जावस्तोवर राबा आपुन. आपल्या पळसाले पानं तीनच... त्याह्यच्याच पळसाले लागतात पाच पाच पानं... त्या चलवाद्यानं तुह्या नवऱ्याकुन राह्यती जागा बळकावली. अन् ह्या तांबटानं तुह्या सासऱ्याकून हे वावर... मळा केला त्याचा आता... तालेवार मळा. जमिनीबी आशा अस्तात चलवाद्या, आपल्या गरिबाजवळ आस्तात तव्हा कुंदा-हराळीनं बंजाडतात, अन् मोठ्या लोकायच्या पाथाशी गेल्यावर आशेमळे होतात... पण त्याले आपलाबी इलाज नस्ते म्हना... भागभांडवल नस्ते नं आपल्याजवळ. बँकेवालेबी त्याह्यलेच कर्ज देतात. आपल्यासारख्याकडी डुकूनबी पाहत नाहीत. नाकर्त्याले नका देऊ म्हना पण कर्त्याले त द्या...''

"जाऊ द्या आबा... नसत्या गोष्टीचा विचार करून काय फायदा? जाते मी... उशीर होऊन राह्यला..."

"आवं थांब आमाशी. किती कातोडा करती? किती धावली तरी तू माडी नाही बांधू शकत. तुले म्हणून सांगतो म्हणगुतच आहे नं... हौदो से गई तो बूँदों से कहाँ आणेवाली हाये... पन नशिबाचाबी फेरा पाह्य... ज्या वावराची तू मालकीन राह्यली आस्ती, त्या वावरात मजूरदारीन म्हणून कामाले येती..."

"जाऊ द्या आबा... खपली नका काढू त्या जखमीची. आग आग होती मनाची..."

ती व्याकूळ व्याकूळ झाली. डोळ्यात ओल दाटून आली. आणि शेतीमाती धूसर धूसर झाली...

"लय जखमा हैत... लय जखमा हैत... तुपल्यामपल्यासारख्या इचार करनाराले त लयेत हैत बाप्पा! आपल्या नवऱ्याले अन् सासऱ्याले दोष देला म्या. पन माहीतरी काय गत हाये? आंधळं उरावर घ्या अन् भवताली पाहा, आशी गत झाली माही त. माह्याबी बापानं तशीच खरमस्तीले येऊन गमावली कास्तकारी. सम्दा जमीनजुमला. त्या तुह्या नवऱ्याच्या दोस्ताच्या बापानं हाडपली न आमची कुनबिक... हा या गावात आला तव्हा काही धतुऱ्या नव्हता याच्या जवळ. पन गावात कास्तकार लोकात भांडनं लावले. माह्या बापाचा पैसा महा बाप याच्या जवळ ठेवाले देये. माल इकला की. कावून की तव्हा बँका नव्हत्या न खेड्यापाड्यात. त त्या पैशावर सावकरी करे जुगल्याचा बाप. व्याज कमावे. अन् बायकोची भाड खाये. लपेल गोष्ट नाही. दादाराव पाटलानं म्हन्जे माह्या बापानं ठेवली होती त्याची बायको... लोक सांगत न म्हतारेकोतारे. माह्या बापाचे खेटरं दारात दिसले त जुगल्याचा बाप वापस फिरे. महा बापबी लयेच नांदिक झाला होता. कावून की गोरीगोमटी बाई. घरात बसनारी. लाडीगोडी लावनारी. भाळला बिचारा. बरबाद झाला. कवाशीच त्याची इस्टेट जुगल्याच्या बापाच्या नावी झाली त्याचा पत्तबी नाही लागला. अन् मेला हातपाय खोरून. तेव्हा जुगल्याचा बाप याच्या मौतीवरबी नव्हता आला. तसे आम्ही आमचं घरानं जुन्या काळापासून खानदानी शेतकरी होतो. पन एका नाकर्त्या मानसापायी वडिलोपार्जित इस्सेट खाक झाली. अन् मले आसं राखणीचं काम करा लागून राह्यलं. म्हन्तात न् गिली को झ्याक कहते है... जली को राख कहते है... राख झालो आम्ही... राख झालो... आता आशा हाळाकाळा अन् शिव्यासराप द्याय लागलो की लोकं मले हासत्यात... म्हन्तात बुढा म्याड झाला... बुढा म्याड हाये..."

म्हणताना त्याच्या डोळ्याच्या कडांनी आधीच चिकट असलेले चिपडं ओले

झाले. डोळ्यात घाणद फेदरी आली. आणि ती हादरली. आता जास्त वेळ इथं थांबलो, तर आपणही जोरात हंबरडा फोडू, असं तिला वाटू लागलं. कारण फक्त डोळ्यांनीच नाही, तर तिच्या काळजाचीही ओल तिला स्पष्टपणे जाणवत होती.

म्हाताऱ्याला काही कळायच्या आतच ती लगबगीने बधगावर आली. पांदीत उतरण्यापूर्वी तिने एकदा मागे वळून पाहिलं. 'बोलका बुढा' काहीतरी बोलतंच होता. ती आपल्या बाजूलाच उभी आहे, असं समजून तो तिच्याशी बोलत होता.

कोणीतरी आपल्याशी आपण त्याच्याजवळ उभे आहोत असं समजून बोलत आहे आणि आपण तर अशा त्याच्यापासून दूर आलो आहोत, या जाणिवेनेच मग तिचं तिलाच ओथंबून आलं. हुरहुरल्यासारखं वाटायला लागलं. आपुन बुढ्याले फसवलं. त्याची नजर अधू हाये हे माहीत असल्याच्यानं नजरेले गुंगारा देऊन सटकलो. आपुन जवळच उभ्या हावोत हे समजून बुढ्ढा आजूनबी बोलतच आसंल का? झालं, हे काही बरं झालं नाही. केलं ते काही बरं नाही केलं. निदान 'मी चाल्ली' म्हणून सांगायले तरी पाह्यजे होतं...

जांभुळखोऱ्यात खरबडी नदीच्या काठाकाठाने उभार चोळात कुठं-कुठं पळसाचे झाडं होते. आपल्या जवळचा कपडा एका मोठ्याशा पळसाशी अंथरून ती पानं तोडू लागली. उंच झाडाचे, हात पुरतील तिथपर्यंतचे पानं देठातून खुडू लागली. काही डगळे तोडून पानं वेगळे करू लागली. उन्हाळ्यात छाटलेल्या पण पावसाळ्यात तुरंबे फुटलेल्या पळसाचे बंद झुडुपासारखे होते. तिथले पानं तोडायला सोपे होते. एकाच झाडाचे पानं तोडून त्याला भुंडं, उजाड-बोडखं करावं असं तिला कधीच वाटायचं नाही. त्यामुळे काही या झाडाचे, काही त्या झाडाचे असे रुंद-रुंद पानं तोडून ती जूडी करायची. अशा सगळ्या जुड्या एकत्र करून त्याचं गाठोडं डोईवर घेऊन माळरानं, पांदणवाटा तुडवत घरी यायची.

पानं तोडता-तोडता तिच्या मनात पुन्हा तो विचार आला की यावर्षी आपण एखादी बी घरापुढच्या अंगणात रुजवूच. तसा प्रयत्न तिने यापूर्वी दोन वेळा करून पाहिला होता. पण साधलं नव्हतं. आताच नाही, तर लग्नाच्या आधीही तिने तसं केलं होतं. बापासाठी पानं तोडून आणायची तेव्हा. उन्हाळ्याच्या दिवसात फुलझड झाली की काही झडत्या फुलांच्या फांदशेंड्यावर चपट्या-चपट्या शेंगा लागायच्या हीतभर-टीचभर लांबीच्या. त्यात शेंगीच्या पुढच्या टोकावर फक्त एकच बी आतल्या भागात असायची. आठाण्याच्या नाण्याएवढी गोल गोल. चपटी शेंग. त्यातली चपटी बी.

तिच्या बापाचं घर गावखोरी आणि स्वत:च्या शेताच्या काठावरच होतं. त्या

घरापासूनच तिकडे गाव सुरू व्हायचं आणि इकडे शिवार. शेताच्या पुढच्या बाजूने पैनगंगेचं वाकडं-तिकडं वळणे घेत गेलेलं पात्र. नदीला जेव्हा मोठा पूर यायचा तेव्हा अशा वळणा-वळणावर पाणी शेतात घुसायचं. त्यामुळे पावसाळ्यात खोंगळ्या पडायच्या. पूर आला की ह्या खोंगळ्या भरायच्या. पूर ओसरला की उतरायच्या. "समुद्राची भरती-ओहोटी म्हणजे आशीच भानगड आसती..." असं तिचा समुद्र पाहून आलेला भाऊ तिला सांगायचा. तेव्हा भलतंच नवल वाटायचं.

ह्या खोंगळातूनच नदीचा गाळ येऊन तुंबायचा. गाळवटाची काळी कसदार जमीन शेताच्या धुऱ्याने आणि नदीच्या काठाने तयार व्हायची. तिथे मग तेल्या बाभळींची उगवण व्हायची. असं मोठच्या मोठं तेल्या बाभळीचं बन तिच्या बापाच्या शेती शिवारात होतं. काठावरचे शेतकरी हटकून हे बन वाढू द्यायचे. अडीअडचणीत चढ्या भावाने मिस्त्रीला- सुताराला ह्या बाभळी विकल्या जायच्या. आणि हटकून बाभळीच्या खाली महामूर वाढायचे, ते पळसाचे झाडं झुडुपं. पावसाळ्यात आपलं आपण उगवून मोठं झालेलं हे पळसबन गावातल्या शेतकऱ्यांसाठी अनेक गोष्टींसाठी उपयोगी यायचं.

नदीकाठच्या या अवकाळी पळसबनात पळसाची मोठी झाडं नव्हती. ती होती पलीकडच्या वळणावर. तिकडे उंच माळ नदीला लागून होता. त्या माळावरचे पळस शिमग्याच्या महिन्यात अंगोपांगी फुलून यायचे. दूरवरून लालभडक दिसायचे.

या वाकाणावरच्या माळावरूनच अशोकने पहिल्यांदा तिच्यासाठी शेंगा आणल्या होत्या. त्या शेंगा घरी नेऊन आठाण्याएवढ्या आकाराच्या पातळ बिया ती घराभोवती लावत होती. ते पाहून माय म्हणाली होती-

"आवं येडाबाई. आसे मानसाच्या हातून शिलगत नाहीत पळसाचे झाडं... वाऱ्याच्या सुतानं वाळेल बिया हेलकावत जातात. जाळवना-काडवनात आडकून बसतात. अन् आपल्या मतानंच शिलगतात... पळसाच्या झाडाले आशी लागवन सोसत नाही."

ही नवीनच माहिती तिला समजली होती.

पळसफुलांचा रगडा करून अशोक रंग करायचा. रंगपंचमीच्या दिवशी तिच्या अंगावर टाकायचा. ती आणि अशोक दोघंजण नदीच्या काठाने पळसवेडे होऊन फिरायचे. प्रत्येक महिन्यात पळसाची वेगवेगळी रूपं पाहायचे. असंच एकदा कोवळ्या पळसाच्या बदात अशोकने तिला आवळून धरलं होतं. तेव्हा पळसाचे पान रठ-जरगट झालेले नव्हते. कोवळी कोवळी मऊसूत रेशमासारखी पळसाच्या नवट्या पानावरची सकवार लव तिने तेव्हाच अनुभवली होती. बारक्या पळसपानांची हुळहुळती कोवळीक...

सुटीच्या दिवशी किंवा शाळा असेल तेव्हा सकाळ-संध्याकाळी बापासाठी पानं आणावी लागायची. तेव्हा तो तिच्यासोबत असायचा. पानं तोडायचा. गाठोडं बांधून द्यायचा. एक तिच्या डोक्यावर. एक त्याच्या. कितीतरी दिवस. दोघांचा वावर नदीकाठी. ओढ्या ओघळीत. जोड पानासारखा.

एक दिवस भावकीतल्या लग्नात ती मायच्या सोबत गेलेली होती. तिथं बायकांसोबत मायने म्हटलेलं वटभरणाचं गाणं तिने ऐकलं-

पहिल्या दिवशी शेजी पुसते काय झालं गऽऽ गोऱ्या म्हाल्हनीले; राधिकेले न्हाण आले ग ऽऽ राधिकेले न्हाण आले... गोऱ्या म्हाल्हनीले न्हाण आले...

"अशोक इथून पुढी तू निर्मलासंग पानं आणायले पळसबनात जात जाऊ नको... जाय घरी. तुपले कामं कर..." बापाने दुसऱ्या दिवशी त्याला सांगितलं.

"पन कावून? येऊ द्या नं बा त्याले. मले हुरहुर वाटीन न एकटीले."

परत वळता वळता अशोकने तिचे शब्द ऐकले. पावलात पावलं घुटमळले.

"तुही माय येत जाईल तुपल्या संग... जाय अशोक तू..."

पुन्हा अशोक तिच्यासोबत पळसबनात आला नाही. काही दिवस माय आली. नंतर ती एकटीच. कधीकधी नदीच्या काठाने अशोक तेल्या बाभळीचं खोड तोडताना दिसायचा एक नजर तिला पाहायचा. आणि पुन्हा तळव्यावर थुंकून आपलं तेली बाभूळ तोडायचं काम करीत राहायचा.

दिवस गेले. महिने गेले. आणि मग एक दिवस सावरगावची मनकर्णा आली. बापाच्या आत्याभावाची बायको. आपल्या भावाला सोबत घेऊन आणि लग्न झालं. बोहल्यावर नवरदेवासोबत बसलेली असताना तिला दिसलं. मांडवात जेवणाच्या पंक्ती बसलेल्या होत्या. आणि अशोक डाव्या हातात पत्रावळ्याची चळत घेऊन जेवायला बसलेल्या माणसांच्या पुढे उजव्या हाताने एक-एक पत्रावळी वाढत होता. जेवण करण्यासाठी.

असेच एकदा कधीतरी पत्रावळ्या जोडताना, की पळसाची पानं तोडताना तो म्हणाला होता-

"निर्मला... या पत्रावळीचं नशीबच लय बेकार. पंगतीत मानसं इच्यावर वरनभात, पोळीभाजी, शिरापुरी घेतात. मारे मटकू मटकू खातात. अन् जेवन झाल्यावर बिचारीले उखंड्यावर, गोदरीत, कुठंबी फेकून देतात. गधे खातात... ढोरं खातात..."

"कमालच हाये अशोक तुही त. खरकटी होती नं ती. म्हनून फेकल्या जाती.

खरकटी पत्रावळी कोन कशाले सांभाळून ठेवीन? आधी पाह्य नं...''

''म्हणूनच म्हन्तो नं मी. या पत्रावळीचं नशीब बेकारच...''

''तसं काही नाही. उलट चांगली आसताना ती जसं मानसाचं पोट भरती, तशीच उखंड्यावर पल्ड्यावरबी अन्नाच्या वासानं तिले ढोरं-वासरं, गधे-डुकरं चावून चावून खातात. सगळीच्या सगळी जित्या जिवासाठी कामी येती जसं ती...''

गाठोड्याची गाठ बांधता बांधता अचानक तिच्या मनाच्या डोळ्यांपुढे अशोकचा चेहरा आला. गाठीत दिसू लागला. पळसाच्या पानावर दिसू लागला. झुडुपाच्या पानावर दिसू लागला... किती वर्षं झाली त्याच्या त्या मनभर भेटबोलीले... आता आपल्यापुढी येते त्यो त्याचा त्या वयातला चेहरा. कसा दिसत आसंल आताचा अशोक? किती वर्षं झाली त्याले डोळा भरून पाह्याले? तेरा, चौदा का पंधरा?...

झकोला देऊन तिने गाठोडं डोक्यावर घेतलं आणि खोलवर कुठंतरी हळवी कळ दाटून आल्याची जाणीव झाली.

जांभुळखोऱ्यातून परत येताना तिची पावलं कमालीची गळाठली होती. मन गळाठलं होतं. आठवणी गळाठल्या होत्या. डोळे गळाठले होते. सगळं शरीरच गळाठा झालं होतं.

दिवाळी झाली. पळसपापडी सारखी धारदार दिसणारी सुवर्णा काही दिवसाच्या सुटीत घरी येऊन गेली. सगळ्या गावात तिच्याबरोबर निर्मलाचंही कौतुक झालं. तिने पोरीचा घरी अभ्यास घेतला म्हणूनच पोरीचा नवोदय विद्यालयात नंबर लागला. आता बारावीलोक फुकट शिक्षण. पुढे ही पोरगी मोठी हाफीसर होणार.

आयाबापांच्या कौतुकाची झड चिंब चिंब सुखावून गेली. तुळशीचे लग्न आले. घरोघरी तुळशीवृंदावन सजले. फटाके फुटले.

तिनेही वृंदावन चुन्याने रंगवले. गेरूने सूर्यप्रतिमा काढली. गोल वर्तुळ त्यात नाक, डोळे, तोंड आणि वर्तुळाभोवती उभट रेषा. त्या सूर्यदेवाचे किरण... उन्ह पाहिजेच. पावसाळ्यात पाऊस पडतो. पेरण्या होतात. पिके बाळसं धरतात. त्यावर सूर्याची लखलखती किरणं पडतात. वर-वर ओढतात. पिकं वाढी लागतात. फुलोरतात. पापड्या धरतात. शेंगा. कणसं. ओंब्या. बोंड्या... दाणे...

कापसाच्या कापूसमाळा करून तिने तुळशीच्या वृंदावनाच्या गळा घातल्या.

बोर-भाजी-आवळा
कृष्ण-देव-सावळा...

“आता लग्नकार्य सुरू झाले. जाय नं एक गठ्ठा घेऊन. हजारेक पत्रावळ्याचा पैसा तरी मोकळा होईल...”

“आधी इचारून येते नं जुगलशेठले.”

“काय इचारायचं त्यात. आपला हामेशाच्याच नियम हाय नं. जाय घेऊन हजारेक... पैसा तरी मोकळा होईल लेकाचा. अन् या वर्षी जरा वाढवून मागजो भाव. पंचवीस रुपये काहीच पुरत नाही म्हणा. लय टोले घ्यावं लागतात... काहीच बरकत राहत नाही. हागलं न पोट गेलं... आशी गत होती.”

“कशाचा बधते त्यो. महा चिंगुस मानूस हाये.”

“पन आपुन खडा टाकून त पहावं. लागला त लागला.”

“पाह्यते म्हनून काय म्हन्ते त...”

तिने पत्रावळ्या फडक्यात बांधल्या. डोईवर गाठोडं घेऊन किराणा दुकानावर आली.

“आ आशा कशा घेऊन आल्या पत्रावळ्या. काही विचारपूस नाही. काही नाही.” जुगलशेठ म्हणाला.

“तुमचे दोस्त म्हनत, तिच्यात काय इचारावं लागते. आता गिऱ्हाईकं सुरू होतील... नेऊन दे म्हनत...”

“कोन?”

“तुमचे दोस्त!”

“मपला दोस्त नका म्हनू त्याले... नोकर होता तो माह्या कामावरचा.” तो तोंड कडू करत म्हणाला.

“तसं का म्हना नं घडीभर...”

“पन पाह्यजेतच नाही न मले आता ह्या बुरं धरेल पत्रावळ्या...” बोलताना कावळा हागल्यासारखं त्याने तोंड केलं.

“नाही? कावून ते?” ती आतल्या आत हादरून गेली.

“आता उठाव नाही राह्यला ह्या पालगटाले... लोकायले चकाचक माल पाह्यजे... थांबा, दाखवतोच तुमाले कसा राह्यते चकाचक माल त... गेल्या हप्त्यातच आनला म्या नवीन माल.”

असं म्हणून तो उठला. दुकानाच्या मागच्या भागात गेला. आणि नमुना म्हणून त्याने आणलेल्या दोन पत्रावळ्या तिच्या हाती दिल्या. ती पाहतच राहिली. केळीच्या पानाच्या आकाराच्या चकचकीत, गुळगुळीत कागदाच्या नवीन पद्धतीच्या कागदी पत्रावळ्या.

“कारखान्यात तयार करेल माल हाये हा. पहा कशी फिनिशिंग हाये.

चकाचक... दीडशे रुपये शेकडा जाते.''

''बाप रे एवढा महाग?''

''लोकायले महागच पाह्यजे... पन पॉश पाह्यजे. पुन्हा मलेबी लय नफा भेटते इच्यावर... तुम्ही त दीडशे रुपये भाव आयकून भेदरल्या. तीनशे रुपये शेकड्यावाली दाखवू... चकाचक हाये चांदीच्या ताटावानी. आमचे शेठ सावकार त तिचाच वापर करत्यात आता. ह्या पळसाडाले कोनी इच्यारत नाही. माय मी... जेवता जेवता पानातली चिवटी तोंडात जायाची भीती...''

''पण आम्ही त लय इनून ठेवल्या. तेवढ्या त घ्या...'' तिच्या जिवाचा घोळसा घोळसा होत होता.

''अन् काय करू घेऊन. काय नाचू तिच्यावर... उचला. उचला ते भनकं.''

''काय आफत झाली माय ही... म्हन्लं बरा मानसाले धंदा लागला. चार पैसे मिळतात. त ही आफत आली.''

तसा जुगल हसायला लागला. बारीक डोळ्यांनी तिला खालवर न्याहाळत छद्मी हसत म्हणाला-

''वह्यनी... पैसाच कमवायचा नं तुम्हाले... त एक धंदा सांगू?... सोपा धंदा हाये... आसे पळसाचे पानं झांबलत रानोमाळी फिरायचंबी काम नाही. लय सोपा धंदा हाये...'' रस्त्यावर आजूबाजूला कोणी नाही याचा अंदाज घेत तो डोळे मिचकावत बोलत होता. अधूनमधून एक डोळा मारत होता.

''सांगा नं कोन्ता धंदा... संसाराले पैसा त पाह्यजेच...''

तसा तिच्या कानाशी तोंड आणत तो म्हणाला, ''ती फुलझेल्याची चंपी करती, त्यो धंदा कावून ना करत तुम्ही?...''

आपण काय करतो आहोत याचं तिला भानच राहिलं नाही. उभ्या उभ्याच तिनं उजवा पाय वर उचलला. उजव्या बाजूने थोडं वाकून पायातली चप्पल हाती घेतली आणि त्याला काही कळायच्या आतच त्याच्या गालावर चपलाचे तडाखे बसू लागले. सपासप... तो गांगरून गेला. काय करावं काही सुचेनासं झालं.

''मेल्या, तू हाये भाडखाऊची पैदास. तसं मले समजतू का? तुह्या आयाभैनी लाव न त्या धंद्याले...''

ती चवताळून पुन्हा पुन्हा तडाखे देत होती. अंगातून खडक्या माळावरचा वैशाखी पळस फुलून आल्याचा भास होत होता. तिचं तिलाच अनावर झालं होतं.

तिचे तडाखे सुरू असतानाच रस्त्याने जाणारे लोक थबकले. धावतपळत दुकानाकडे येऊ लागले.

''काय झालं बाई! कावून चपला मारा लागल्या याले. आमाले सांगा नं काही

आम्हीबी काढतो न टेपारून. घेतो हात मोकळे करून...'' एक म्हणाला.

''आरे तिच्यात बाईले काय आलकं इचारा लागते? एकटी बाई पाहून काही चहाटळपना केला आसंल यानं.'' दुसऱ्याने अंदाज काढला.

''ऐरीबी लय चालू हाये हा बारबाप्या...''

''काही तरी खोडी केल्याबगर एवढी आसराप बाईची जात एवढी आगीवानी भडकती का?''

जमा झालेले लोक बोलत होते. जुगलशेठ काहीच बोलत नव्हता. चपला चुकवण्यासाठी त्याने आपले दोन्ही हात गालावर धरले होते. खूपच भेदरला होता.

''सरका बाई तुम्ही आता. व्हा दुकानाच्या बाहीर, आम्ही काढतो कुचलून याले. चांगला तिंबतो भंडाऱ्याच्या सयपाकाची कनिक तिंबल्यासारखा...''

असं जमलेल्या माणसातून कोणीतरी म्हणालं. तसं तिने आपलं पत्रावळ्यांचं गाठोडं उचललं. आणि रस्त्यावर येऊन उभी राहिली.

दुकानात घुसलेल्या आठ-दहा लोकांनी त्याला अध्धर उचलून बाहेर घेतलं आणि एकएक करून त्याला लाथा मारू लागले. खाली आडवा झालेला जुगलशेठ इकडचा तिकडे होऊन लाथा चुकवायला पाहत होता. पण साधत नव्हतं. गडाबडा लोळत इकडे झाला की इकडची लाथ बसत होती. तिकडे झाला की तिकडची लाथ बसत होती.

... साप दूर हाये तदलोक त्याले हुसकायले पाह्यजे. दनका द्यायच्या इचारानं जवळ आला की त्याच्या मुंडक्यावर पाय द्यायलेच पाह्यजे... त्याच्याकडे पाहून ती मनातल्या मनात बोलत होती...

■

पात्र

“या वर्षी रामाच्या पार्टीचा रेट चार हजार झाला... बोला चार हजार एक, चार हजार दोन... चार हजार दोन... बोला - बोला. कोणी हाये का अजून बोलणारा? जेवढे जास्त जास्त लोकं बोलतील, तेवढा आमच्या नवमीच्या मंडळाले जास्त पैसा येईल. जेवढा जास्त पैसा येईल. तेवढी आमची नवमी रंगीन-संगीन होईल. पाह्यणाऱ्या लोकायच्या डोळ्याचं पारणं फिटीन... समद्या तालुक्यातून- खेड्यापाड्यातले लोकं आपली ही पूर्वप्राचीन नामांकित नवमी पाह्याले येतात. त्याचं आपून समाधान करू शकलो पाह्यजे. पुन्ना आवंदाचं नवीन इषेश म्हन्जे आपल्या नवमीचे शूटिंग होणार हायं. आय.बी.एन. टी.वी.वाले आपल्या या सांस्कृतिक कार्यक्रमावरचा वृत्तांत टी.वी.वर दाखोणार हायेत. त्याच्यानं आपली सम्दी पात्रं सम्द्या जगात फेमस होणार हायेत. राम-सीता, भरत-लक्ष्मण, दशरथ-कैकयी, नरसिंह-हिरण्यकश्यप, भक्त प्रल्हाद, ह्यांच्यापासून त मच्छावतार, कच्छावतार, झाडझुड्या, इनोदी लिंबोळ्या आसी आपली सम्दी पात्रं सम्दीकडं फेमस होणार हायेत. दुसऱ्या दिवशीच्या सकाळचं देवीचं अन् दैत्याचं पात्र त गावभर मिरोणार हाये. ते सम्दं जगजाहीर दिसणार हाय. टी.वी.वर दिसायचं म्हणल्यावर त नवमीबी तशीच झपकेबाज, भपकेबाज झाली पाहिजे. त्याच्यानं कसर ठेवू नका, खंगाळून बोला. देवाचं काम हाये नवमीचं. अन् देवाचं काम म्हन्जे पुण्याचं काम हाये. आयतीच गंगा दारात आली. निमताकारणे, म्हणून माही तुम्हाले हात जोडून- पाया पडून इनंती हाये. पुण्याच्या कामात, देवाच्या कामात हात आखडता घेऊ नका. सढळ हातानं मदत करा... म्हणगुतच हाये, तुम एक लाख दोंगे... ओ दस लाख देंगा... बोला, बोली बोला... चार हजार एक... एक... दोन...” अक्षयतृतीयेला गावात

होणाऱ्या नवमीच्या उत्सवाचा संयोजक असणारा सखाराम काळे बेंबीच्या देठापासून भाषण देत होता.

गोविंदपंत देशपांडेच्या पडक्या वाड्यात गावात होणाऱ्या नवमीच्या तालमी व्हायच्या. देशपांडेचे सगळे वंशज गाव सोडून गेले होते. मुंबई, नागपूर, पुणे अशा मोठ्या गावांतून इंजिनियर, प्राध्यापक अशा पदांवर स्थिरावले होते. त्यामुळे हळूहळू त्यांनी शेतीवाडी विकली होती. गावातला वतनाचा वाडा मात्र अजून कायम होता. मोठं घर, भरपूर खोल्या होत्या. बाकीच्या घरांना कुलपं लावलेली होती. पण वाड्याशी लागून असणाऱ्या दोन खोल्या आणि वाड्याच्या मुख्य दाराच्या कुलपाच्या चाव्या त्यांनी सखाराम काळेजवळ दिलेल्या होत्या. मुख्य घराची आता बरीच पडझड झाली होती. मोठ्या घरात उंदीर-घुशी यांनी ऊकीर आणले होते. कोळ्यांनी जाळं केलं होतं. तरी या दोन खोल्या बऱ्या होत्या. अक्षयतृतीयेला नवमीचा ग्रामउत्सव व्हायचा. त्यासाठी एक दीड महिना आधीपासून सखाराम काळे वाड्याची आणि खोल्यांची साफसफाई करायचा. या कालावधीत का होईना वास्तूची झाडझूड होते, म्हणून नागपूरच्या देशपांडेच्या वारसाने वाड्याच्या चाव्या सखाराम काळेजवळ दिलेल्या होत्या. वाड्यात मोठी रिकामी जागा असल्यामुळे नवमीतली पात्रं तिथं रात्ररात्रभर जागून तालमी करायचे.

अक्षयतृतीयेच्या म्हणजे लोकांच्या भाषेत आखजीच्या दिवशी तर वाड्याची विशेष सजावट व्हायची. लाइटिंग करून रोषणाई केली जायची. इथेच पात्रांची वेशभूषा, रंगभूषा व्हायची. मग समोरच्या चिंचोळ्या गल्लीतून डफड्याच्या तालावर नाचत-नाचत पात्रं समोरच्या मोठ्या पटांगणात जायचे. मुख्य रस्त्याच्या बाजूने संपत पाटलाच्या घरासमोर हे मोठं पटांगण होतं. तिथं मोठमोठ्या, उंचचउंच सागवाणी बल्ल्या रोवल्या जायच्या. त्या बल्ल्यांवर जांभळाच्या, पिंपरणीच्या, आंब्याच्या डहाळ्या बांधल्या जायच्या. केळीची, शिंदीची पानं खालच्या बाजूने बांधली जायची. मधल्या भागातल्या ठुण्या लाकडांना, मधल्या भागात दोरखंड बांधून पार्टिशन केलं जायचं. अशा प्रकारचा हा खुला रंगमंच आणि भोवताली सगळे प्रेक्षक, ऐरवाळी-चेरवाळीच आपापल्या खाटा-सतरंज्या, गोधड्या-घोंगड्या टाकून आपापली बसायची जागा शितून घ्यायचे. रात्रभर तिथं बसून नवमीच्या नाट्याचा मनमुराद आस्वाद घ्यायचे.

वर्षातून एक दिवस येणाऱ्या या नवमीच्या वातावरणाने गावकरी मोहीत झालेले असायचे. म्हातारे-कोतारे, बायका-माणसं, पोरं-पोरी, असे सगळ्या जातिधर्माचे इथं एका रात्रीपुरते विलीन व्हायचे. अशा भरगच्च प्रेक्षकांना आपली अभिनयकला दाखवता यायची म्हणून नवमीत काम करणाऱ्या पात्रांना भलताच उत्साह यायचा.

त्यांच्या अंगात पात्रांचा संचार व्हायचा. त्या रात्रीपुरतेच नाहीतर वर्षभर गावातून चालत फिरताना लहान पोरसोरं मग त्यांना रावणचच्चा महाराज... रामप्रभू सीतामाई, झाडझुड्या... लिंबोळ्या, दैत्या... या नावानेच ओळखायचे. आणि त्यांना त्यांच्या मुख्य नावाबरोबरच पौराणिक काळातील देवादिकाचं, व्यक्तिरेखांचं त्यांनी वठवलेल्या पात्रांचं नाव आपोआपच बहाल व्हायचं. ती धुंदी जगण्याचे सगळे अभाव पचवण्यासाठी अप्रत्यक्षपणे त्यांना बळ द्यायची. पुन्हा त्यांच्या दिसण्याचं, वावरण्याचं, अभिनयाचं, भरदार आवाजात म्हटलेल्या संवादाचं जे कौतुक व्हायचं, तेसुद्धा म्हणजे एक प्रतिष्ठेचंच लक्षण होतं. त्यामुळे ठराविक पात्रांना नवमीच्या दिवसांत बराच हुरूप आलेला असायचा. सीतेचं पात्र करणाऱ्या, देवीचं, सरस्वतीचं पात्र करणाऱ्या माणसांना तर सव्वा महिन्याच्या कालावधीसाठी काही विशिष्ट प्रकारचं व्रतसुद्धा पाळावं लागायचं. म्हणजे या काळात ते दारू-मटन वर्ज्य करायचे. संसारसुख वर्ज्य करायचे. असं सगळं. म्हणूनच त्यासाठी दीड महिना आधीच अशी पात्रनिश्चिती केली जायची. त्यामुळे आपापल्या भूमिकांचे नीतिनियम पाळण्यासाठी पात्रं करणाऱ्या व्यक्ती बांधील असायच्या. बंधनात बांधल्या जायच्या.

"गेल्या वर्षी फक्त पाचशे रुपयात हर्रासी झाली होती. रामाच्या पार्टाची. आवंदा त काही भाव वाल्ढा. आता कसं काय बोलावं आपल्यासारख्यानं?" सखाराम काळे बोलत असताना संतोष इंगळे मनोज डोंगरेला म्हणाला.

"तुहं रामाचं पात्र पाचश्यात अन् माहं लक्ष्मणाचं तीनश्यात... असा अंदाज करून आल्तो आपून. आपले पाचशे अन् तीनशे रुपये त खिशातच चोळामोळा झाले बिट्या..." मनोज डोंगरे म्हणाला.

"या वर्षी टी.वी. वर दाखवला जाणार हाये नं म्हन्त्यात कार्यक्रम! त्याच्यानं ज्याले त्याले वाटते, आपलं थोबाडं तिथी झळकावं..."

"पण काही नियम पाह्यजे का नाई. माह्या बापजाद्यापासून रामाचा रोल करायचा अधिकार माह्या घराण्यात हाये. आधीच्या त्याच्या जमान्यात माहा बाप रामाचं पार्ट करायचा. त्यो म्हातारा झाल्यावर मी करून राह्यलो गेल्या पाच सालापासून अन् आता आपला हक्क हिसकून घ्याया लागले हे नवमीवाले..."

"ज्याच्या हाती ससा ते पारधी झाले साले. ॲक्टिंग गेली बोंबलत. पण पैसा या लागला पूडी. पण मी म्हन्तो, नुस्तं सोंग आसलं त कोणी जावू शकतं मिरवत. म्हन्जे कच्छावतार, मच्छावतार. कोणीबी करू शकतं. कावून की तिच्यात ॲक्टिंग नसती. डफड्याचच्या मागं मागं चालत जावं लागतं पावली खेळत. पण राम अन् लक्ष्मणाचे पार्ट कुठी तसे हायेत? या पात्रासाठी सम्दं बरोबर पाह्यजे. पयली गोष्ट म्हन्जे ते काम करणारा तरणाताठा पाह्यजे. लंबालचका पाह्यजे. दिसायले स्मार्ट

पाह्यजे. अन् जरा शिकेल सवरेल बी पाह्यजे. कावून की संवाद पाठ करा लागतात. गाणे म्हणा लागतात. धनुष्यबाण दोन्ही हातात धरून डफड्याच्या तालावर नाचता याले पाह्यजे. सोपा खेळ हाये का राम-लक्ष्मणाचं पार्ट रंगवणं म्हंजे? ...हुबेहूब रंगलं पाह्यजे नं ते!''

सखाराम काळे वाड्यात लाकडा-दगडावर वर्तुळाकार बसलेल्या सगळ्यांकडे पाहत हाताचं बोट उंचावून मान वाकडी करून पुन्हा-पुन्हा विचारीत होता. विशेषत: संतोष इंगळे पुढे आल्यानंतर त्याचा आवाज अधिकच उंच, कर्कश आणि धारदार होत होता.

कर्कश, लोखंडी खिळा भांड्यावर घासल्यासारख्या त्याचा तो आवाज संतोष इंगळेला अधिकच व्याकुळ करीत होता. त्याच्या डोक्यात होकार आणि नकार या दोन जाणिवांचा जणू लढा सुरू होता. एक जाणीव आपण इतकी वर्षे उभं केलेलं रामाचं पात्र उजागर करीत होती, तर दुसऱ्या जाणिवेत चार हजार रुपयांचा आकडा खेकडा होऊन मेंदू टोकरीत होता. एक मन चार हजारांच्या वर बोली बोलण्यासाठी पुढे झेपावत होतं. तर दुसरं मन आनंदा पगाराची मान आवळायला पुढे झेपावत होतं. कारण त्यानेच हा बोलीचा आकडा चार हजारावर नेला होता... आपुन कशी वाढवावं बोली? चार हजार? तीन हजार एकशे एक बोललो तव्हाच आपल्या अंगावर भीतीचा बारीक काटा दाटून आला होता. आता चारच्या वर बोली बोलायची म्हंजे कुठून तरी व्याजानं पैसे काढावं लागणार. नाईतं मंग हे गाळ काढायचं, इहिरी खंदायचं, टोळीतलं बर्कतीचं काम सोडून कोण्यातरी कास्तकाराच्या घरी सालानं राहावं लागणार. त्याच्याकडून उचल घ्यावी लागणार... आजच्या महागाईच्या जमान्यात त कितीबी धावा, पुरतच नाही. शंभर रुपये किलो तुरीची डाळ... पंचवीस रुपये किलो साखऱ्या. पन्नास रुपये किलो तेल... नवरा बायको कितीबी धावलो तरी दीडशे रुपयाच्या वर आपली रोजची कमाई जाऊ शकत नाही. कितीकबी धावा, पुरतच नाही. सल्ड्याची धाव फक्त कुपाटीलोकच... का सोडावं पिच्छा? पण किती मान वाढते गावात. किती शान वाढती. नवमी पाह्याले येल बायका-पोरी राम समजून आपल्याले हात जोडतात. वावाई होती. पण, आवंदा आपून कच खाल्ली तं त्या सम्द्या गोष्टीवर पाणी फिरणार... कसं करावं? इकडं आड अन् तिकडं इहीर झाली. साली, या जमान्यात आता कलाबी काही असली कलाकाराची राह्यली नाही. पैश्यावाल्याची झाली. म्हणूनच मंतऱ्यासंतऱ्याचीच पोरं लग्गापिकेशन करून सिनेमात हिरो होतात. आपल्यासारखे गावठी कलावंत संसाराच्या लावतोडीपायी संसाराच्या रामरगाड्यात आसे कुचमरून-कुचमरून मरतात...

डोक्यातले विचार वावटळ झाले होते. आणि वावटळीतलं कचरं चिरकल्यासारखे सखाराम काळेचे शब्द कानांवर येत होते...

"आजच्या जमान्यात चार हजार रुपये म्हणजे काहीच नाही. देवाचं देवपण देणारं रामाचं पात्र हाये. सालभर गावात मानपान वाढंल... पुण्य मिळंल... वाढवा बोली... कमिटीलेबी लाभ होऊ द्या. इतक्या सस्तात बोलून सोन्यासारख्या पार्टाची माती करू नका. आधीच आपल्या गावात नामांकित नवमीचं मंडळ तोट्यात चालू हाये. आजकल खर्चा लय वाल्ढा. परतेक कामासाठी पैसे दुपटीनं मोजावं लागतात... आपल्या गावाची शान, आपली लोककला, आपली लोकसंस्कृती जागृत ठेवाची आसंल तर खिशाले झळ लावल्याबगर इलाज नाही. कावून की आपल्याले गावात घरपिच्छी वर्गणी लय कमी भेटली. आजकाल बलावू गेलं तरी कोणी नवमी पाह्याले येत नाही. सम्दे हिडगे धंदे टी.वीवर घरी पाह्याले भेटतात. लोकं टी.वी. पाहून मनोरंजन करतात... पण एक लक्षात ठेवा, आता आपलीबी ही कला टी.वी.वर दिसणारच हाये. त्याच्यासाठी पार्ट करणारानं आता मागं हाटू नाही. शिंग मोडून पुढं घुसावं. त्याच्यासाठी पैशाची सुस्ती करू नाही. आता सस्ताईचा जमाना नाही अन् सोप्यात काही भेटत नाही. सस्त्यात घरची म्हैसबी दूध देत नाही. आता तिलेबी फक्त चारा चारून भागत नाही. ढमढम दूध भेटायसाठी चाऱ्यासंगं आपलबी दाखवा लागते, हे इसरू नका..."

सखाराम काळे घसा खरवडून बोलत होता. तर ऐकता ऐकता संतोष इंगळेला त्याचंही ते बोलणं खरंच वाटत होतं... खरंच बोलतो सखाराम काळ्या... त्याच्याजागी आपून डायरेक्टर आसतो नवमीचे, त आपूनबी आसंच बोलला आसतो.

"जवा आपल्याच्या नवमीचा कार्यक्रम वृत्तान्त टी.वी.वर येईल, तव्हा मुंबई-पुणे-हैद्राबादचे नामांकित सिनेमावाले अन् टी.वी. सिरियलवाले त्यो पाह्यतील. तुमचे गुण पाह्यतील. तुमची ॲक्शिन, तुमची कला, तुमची अदाकारी पाह्यतील. कोण्या गुणवंताले पटली तुमची ॲक्शिन त तुम्हाले सिनिमातबी काम मिळू शकते. मराठीच काय, तुमी हिंदी सिनिमातबी झळकू शकता. हिरो होऊ शकता. अशा लोककलेतूनच लय हिरो झाले. तुमचं तकदीर खुलायची संधी हाये. सोडू नका. बोला, रामाचं पार्ट... चार हजार एक... चार हजार दोन..."

"आपले पाच हजार बोला... पाच हजार..." समोर उभ्या असणाऱ्या टोळक्यातून तीरासारखे शब्द आले अन् तीरासारखेच ते संतोष इंगळेच्या काळजात घुसले... बाप रे बाप... पाच हजार... आता ते आटपलंच आपलं, गेलं आपल्या हातातून पात्र...

त्याने शब्द आले तिकडं पाहिलं, मासेमारीचा धंदा करणारा गुलाब नेमाडे बोलला होता.

"पाच हजार एक... पाच हजार दोन... शाबास रे पठ्ठ्या... याले म्हन्त्यात वाघाचं काळीज... याले म्हणतात बोली बोलणं... याले म्हन्तात कलेसाठी जीवन बहाल करणं... पाच हजार एक... पाच हजार दोन..."

आता सखाराम काळेला चेव आला होता. त्याची मान वेगात इकडची तिकडे आणि तिकडची इकडे होत होती. पायाला गती आली होती. चेहऱ्यावर थबथबून आलेला घाम खांद्यावरच्या रुमालाने पुसत तो ओरडत होता. भांड्यावर खिळा घासल्यासारखे त्याचे शब्द संतोष इंगळेला कुठंतरी रगडल्यासारखे होत होते. काळजाला बोचत होते.

"आपले दहा हजार... बोला... दहा हजार..."

वाड्याच्या दारातून आवाज आला. सगळ्यांनी तिकडं पाहिलं. दारू दुकानदार असलेल्या मन्नू आरमोडेचा पोरगा पिंटूशेठ दारात उभा होता. त्याच्यासोबत तिरमख धोब्याचा पोरगा तडक्या होता.

सगळे दाराकडे पाहत होते. तडक्या आतापर्यंत इथंच तर होता. पार्टीची बोली बोलणं सुरू झाली, तसं त्याने धावत पळत जाऊन पिंटूशेठला बोलावून आणलं होतं. हे सगळ्यांच्या लक्षात आलं.

"बाप रे एवढे मोठे पैसे? एका घंट्याच्या पार्टीसाठी?" संतोष इंगळे त्याच्याच नकळत ओरडला.

"हौसेले मोल नसते संत्या... तुमच्यासारखे चिरगुटचोके बोलतात शेकड्याची बोली. आपुन हजारात बोलत असतो."

असं म्हणून त्याच्याकडे हर्षोल्हासाने झेपावत येणाऱ्या नवमीच्या डायरेक्टरला -सखाराम काळेला त्याने विचारलं, "पण खरंच टी.वी.वाले शूटिंगसाठी येऊन राह्यलेत नं सखारामबुवा? तरच पडतो आपुन या झमेल्यात; नाही तं लय धंदे हायेत आपले आपल्याले."

"हाव पिंटूशेठ; खरंच येणार हायेत. आपल्या या वाड्याचे मालक हायेत न देशपांडेसाहेब; जे नागपूरच्या बँकेत हायेत, त्याह्यनंच सांगतलं मले फोनवरून. म्हणत, आपल्या गावाची नवमी लय आवडायची मले लहानपणी. ही लोककला एकदा टी.वी.वर दाखवायचीच. तसं बोलणंबी झालं त्याह्यच्या वळखीच्या टी.वी.वाल्याशी. पक्की खात्री हाये. लागलं त तुम्ही मोबाईल लावून इचारू शकता त्याह्यले... त्याह्यांचा नंबर हाये माह्याजवळ. देऊ का?"

असं म्हणून सखाराम काळे आपल्या पँटीच्या खिशात डायरी शोधायला लागला.

"राहू द्या... राहू द्या... ते बोलू आपून उद्या-परवा. तुम्ही काही बंडला मारणारे बंडलबाज नाही... पण बोली त बोला... याच्यापेक्षाबी कोणी जास्तीचा

सरसा बोलणारा आसंल त आपून त्याचीबी खरमस्ती जिरवू शकतो...''

''हाव; बरोबर हाये तुमचं...''

असं म्हणून सखाराम काळे पुन्हा मान इकडची तिकडे फिरवत बोलू लागला...

''दहा हजार एक... दहा हजार दोन... हाये का कोणी चढीचं आजून?... बोला... बोला... दहा हजार एक... दोन...''

तो पुन्हा पुन्हा ओरडत होता. पण आता वाढवून बोली बोलायला कोणीच तयार नव्हतं. चार-पाच वेळा ओरडून झाल्यावर पिंटूशेठपुढे नतमस्तक झाल्यासारखा होत तो म्हणाला-

''कोणी बोलणार नाही याच्या चढीचं... कोणाची हिंमत हाये तेवढा पैसा पार्टावर लावायची... झालं आता फिक्स... दहा हजार एक ऽऽ... दहा हजार दोन ऽऽ... दहा हजार तीन ऽऽ... बोलो रामप्रभू भगवान की ऽऽ जय ऽऽ''

''जय ऽऽ'' सगळे पिंटूशेठला खुश करण्यासाठी ओरडले.

पण दरवर्षी रामाचं पात्र करणाऱ्या संतोष इंगळेने त्या जयजयकारात आपला जय मिळवला नाही. कारण मनातून त्याचा भलताच हिरमोड झाला होता. हिरमोडी होऊन आतल्या आत तो उदास-उदास झाला होता.

''चला आता बाकीच्या पार्टाची बोली बोलून पार्ट फिक्स करून टाकू... उद्यापासून तालमीले सुरवात झाली पाह्यजे... आता लक्ष्मणाचं पार्ट... रावणाचं पार्ट... हनुमानाचं पार्ट... अश्या तीनच पार्टाची बोली बाकी हाये...''

तो बोलत असतानाच संतोष इंगळे वाड्यातून बाहेर आला. चेहऱ्यावर आलेला घाम तो रगडून पुसत होता. त्याच्यासारखेच उदास झालेले काही नेहमीचे गावठी कलावंत त्याच्यामागे आले होते. ते वाड्याबाहेरच्या चिंचोळ्या बोळात उभे राहून तिरस्काराने वाड्याकडे पाहत आपापली खंत व्यक्त करू लागले...

''काही झालं बुवा हे तं... खऱ्या कलावंताले आता महत्त्वच राह्यलं नाही. पण हा पिंट्या किती काळाडक अन् गबदुल्ला हाये? याले शोभते तरी का रामाचं पार्ट? दैत्याचं काम करायले पाह्यचे होतं यानं. दैत्याचं पार्ट शोभले बुवा याले.''

''आता देवबी खऱ्याच्या पाठीशी नाही म्हणायचा. देवबी पेशावाल्याच्या बाजूनं झाले आजकालच्या जमान्यात. पण जरा नवमीच्या मंडळावाल्यानंबी त इचार करावं नं? का पैसे देते म्हणून कोणालेबी काही कामं द्यावं? लाज वाटायले पाह्यजे याह्यले... काही हागायले बसणारानं लाजावं- काही पाह्यणाऱ्यानं लाजावं... ही त काही गोष्ट झाली झाली साली. दीड दिसात अन् माकड उसात...''

''बरोबर हाये नं रे नवमीवाल्याचंबी. किती खर्चा येते आता नवमीले... टोप करणारे जिनगर. एका एका टोपाचे पाच-पाचशे रुपये घेतात.''

"कशाचे पाचशे रे! पन्नास रुपयात त टोप बनते. हे नवमीवालेच पैसे खातात. टोपाचं काय, बनवला तसा बनते. बनवला त पन्नासातबी बनते. अन् तुम्ही सोन्याचांदीनं मढवला त पन्नास हजारबी कमी पडतात..."

"पण तरीबी खर्चा- येतेच गड्या... डफड्यावाले, लाईटिंग डेकोरेशनवाले, बल्ल्यावाले."

"त्याह्यचाच खर्चा हाये बुवा खरा. वेशभूषा तं आपली आपली करावं लागते नं. मागच्या वर्षी म्याच त कपडे आणले होते माहे रामाचे. च्युस पायजमा, रेशमी अंगरखा... हार... टोप... हजार-दीड हजार रुपये खर्चा- झाला मांगच्या वर्षी महा. आता त्या कपड्याचं काय करू? पार्टीचे कपडे घालून का इहिरीवर जाऊ इहिर फोडायले? तळकटातला खरप शिबडीत भरायले?"

संतोष इंगळेला भलतंच ओथंबून आलं होतं. डबडब डोळ्यांनी तो आपल्या मित्रांशी बोलत होता. त्याच्यासोबत रोज कामाला जाणारे किंवा त्याला रोज आपल्यासोबत उधड्याच्या कामाला नेणारे त्याचे मित्र त्याची अवस्था पाहून हबकले होते. समाधान हरकाळ मनात विचार करीत होता की, असा हिरमोड झाला तर लेकाचा हा नांदिक गडी पडायचा हापकी खाऊन बिमार. कावून की ह्या नवमीच्या पार्टीचा लय बेकार नाद राह्यते. म्हणगुतच हाये की, नवमीचं डफडं वाजाय लागलं की त्यात भाग घेणाराचे बरोबर उभ्या जागीच पाय नाचाय लागतात. तसं झालं तर मंग कसं? आधीच हिवरा बाजीच्या इनायकरावची इहिर भलती खाट लागली. निरानाम पक्का पाषाण. होल घेऊन ब्लास्टिंग केली त नुस्त्या टोपलंभर चिपकांडा उडतात. अन् तिच्यात पुन्हा टोळीतला एक-एक माणूस आसा कमी व्हाय लागला त नसला त्यो वांधा...

"बरं झालं आवंदा ही तुह्यामागची हबक मिटली. आपल्याले दिवसभर मरणाचं काम करावं लागते. निरानाम खडकाशी धडका घ्यावं लागतात. त्यानंच त आपून टणकून जातो. भरीतभर तुहं रात-रातभर तालमीचं जागरण झालं आस्तं त इहिरीत काय काम केलं आसतं तुवा. टोपले भरून शिबडी भरून देताना गपागप डोळे लागले आसते तूहे. जमलंत आपेघातबी झाला असता एखाद्या दिवशी." समाधान हरकाळ त्याची समजूत घालत म्हणाला.

"हावं न त काय? आधीच तू तुझ्या बायकोचा एकटाच नवरा हाये." वातावरण विनोदी होण्यासाठी गोविंदा जाधवाने विनोद केला. त्यावर सगळे हसले.

"आखजीलोक तू नाचला असता तालमीत धनुष्यबाण घेऊन अन् घरी वह्यनी बसल्या आसल्या टिनाच्या नळ्या मोजत राततातभर." समाधान हरकाळ.

"टिनं नाहीत रे त्याच्या घरावर... झोपड्याचे येळू मोजत बसल्या आसत्या,

आसं तरी म्हण बिट्या...''

''पण हा पिंट्या... हा दिसते तरी का रामासारखा. सालं गबदुल्लंच्या गबदुल्ल... काळंडुक अन् मोधाडतोंडे हाये लेकाचं... याले दैत्याचं पार्ट शोभलं आस्तं बुवा देवीपुढं ढाल-तलवार घेऊनच नाचायचं. काही गुण सोन्याचा अन् काही सवागीचा अस्ते बिट्यायहो. एवढे थोर रामप्रभू भगवान... सोन्यासारखं पार्ट हाये ते ह्या पितळाच्यानं सोन्याचीबी आब जाणार आता. याचा काही मंडळावाल्यायनं त इचार करावं का नाही? अन् पुन्हा रातभर जागूजागू संवाद-गाणे सम्दे पाठ केले होते म्या गेल्या चार सालात. हे टेंपं, मॅट्रिकच्या परीक्षेत चारदा नापास होयेल हाये. याचं कुठं पाठांतर एवढं तगडं हाये...''

संतोष इंगळेच्या मनात दाटून रेंदा झालेला राग तो शब्दांच्या माध्यमातून बाहेर फेकत होता. तेवढंच त्याला समाधान मिळते म्हणून सगळे हो-हो करीत त्याचं ऐकून घेत होते.

तेवढ्यात दारातून निलेश सोनोने ओरडला, ''आरे आता यारे आला बाहीरचे. सस्तातल्या पार्टाची बोली सुरू हाये. हिरण्यकश्यप, भक्त परलाद, नरसिंहा, इंद्रजित, रावण... आसे सम्दे झाले. आता वानर टोळीतल्या वानरायची अन् रावण टोळीतल्या राक्षसायच्या पार्टाची बोली सुरू हाये. तुमच्या अवकातीतलं काम हाये... या या आत या... सम्दे आत या...''

असं त्याचं बोलणं ऐकून बाहेर उभे असलेले आत जायला लागले आणि नवमीची पात्र निश्चिती झालेले हसतमुखाने बाहेर यायला लागले. त्यातच पिंट्याही होता. त्याच्याकडे पाहून संतोष इंगळेच्या मनात विचार आला... 'पहा नं सालं काय भेसूर दिसते. गोबरे गोबरे गाल... मडक्यासारखं तोंड... मडक्यावर रेघा वल्ढ्यासारखे याचे मिचमिच डोळे. खाऊ खाऊ ढेबरं होयेल पोट. याले त खरंच दैत्याचंच पार्ट द्यायले पाह्यजे. मले किती शोभाजाय रामाचं पार्ट. डिक्टो रामानंद सागरच्या रामायण मालिकेतल्या रामासारखाच सुंदर-सुकुमार दिसाजाव मी... पण पैशापुढे माही कला ढिल्ली पल्डी... आपली उडी पाचशेच्या वर पडायले तयार नव्हती. त्याच्यानं हातातला रोल गेला आपल्या...

''बोला... बोला... दैत्याचं पार्ट कोण घेते सांगा? पुण्याचं काम आस्ते... फक्त तव्याच्या बुडाचं तोंडाले काळं लावायचं. काळे कपडे घालायचे. अन् सकाळपाह्यटी गावात देवीच्या पुढं ढाल-तलवार घेऊन नाचायचं. मिरवणुकीचं विसर्जन व्हायच्या वक्ती डुईल्याच्या आडाजवळ पल्ड्यासारखं करायचं. देवीमाता कट्यार मारल्यासारखं करील तव्हा मेल्यासारखं करायचं... संवाद म्हणायचं काम नाही. गाणं म्हणायचं काम नाही. लय सोपं काम हाये. पुन्हा गावातल्या सम्द्या

रस्त्यावून मिरवायले भेटते. रात्री जे म्हातारे-कोतारे, बाल-गोपाळ नवमी पाह्याले नसतील तेबी या पात्राले पाहू शकतात... या या... बोला... बोला... सुरुवात आपून हजारापासून करू... एक हजार एक... एक हजार एक...''

सखाराम काळे बेंबीच्या देठापासून ओरडत होता; पण कोणीच पुढं सरसावत नव्हतं.

"आरे काहून बोलत नाही कोणी? यानं पुढी...''

"..............''

"आरे बांगड्या भरल्या का तुमी? आतालोक कसे सम्दे मिठूवाणी बोलत होते. काती आल्यावाणी मले-मले करत होते. आताच का वाचा बसली का? बोला न कोणी?''

सगळे गुमसुम होते. आपसात कुजबुज सुरू होती. कोणीच धजावत नव्हतं.

"आरे फुसू-फुसू काय करता? सपष्ट बोला नं?''

"आता उलटी बोली सुरू करा सखारामबुवा...''

"उलटी बोली म्हन्जे?''

"तुम्हीच आता दैत्याचं पार्ट करणाराले पाच-सहा हजार द्या... मंडळाकडून...'' जयराम पाटील म्हणाला.

"याचा अर्थ काय? गुळणी सोडा नं तुमी? गुळणी दाबून कावून धरली?'' सखाराम काळे कातावून म्हणाला.

"आता तुम्हाले का माहीत नाही का सम्ध्या गावात काय बोंब झाली ते!'' शंकर टाले म्हणाला.

"काय बोंब झाली?''

"आहो, गेल्या दोन वर्षांपासून दैत्याचं पार्ट घेणारा नवमी झाल्यावर सहा महिन्याच्या आत मरून राह्यला. गुदस्ता ज्यानं दैत्याचं पार्ट केलं त्यो रायभान इंगोले फाशी घेऊन मेला. तिगस्ता ज्यानं दैत्याचं काम केलं त्यो वसुदेव वारे सडकनं येताना टरकाची धडक लागून मेला. चौगस्थाचा धरणाच्या गाळात फसून मेला. त्याच्यानं लोकात अशी आवाई उठली की, इथून पुढीबी ज्यो दैत्याचं पार्ट करील त्यो सहा महिन्यात मरील...''

"आशी गोम हाये की ती? म्हणून त म्हणलं कावून वाचा बसली बुवा मिठूवाणी बोलणाराची. कसे काय शिशीले बुच्चन बसवल्यासारखे कलावंताचे थोबडे बंद झाले बुवा?''

असं म्हणून सखाराम काळे घाम पुसत खाली बसला. बसल्या-बसल्या त्याने हातातल्या घड्याळात पाहिलं. रात्रीचे दोन वाजले होते. सगळं गाव सामसूम झालं

होतं. फक्त गावाशेजारच्या डांबरी सडकेने जाणाऱ्या ट्रकचे आवाज तेवढे येत होते. तालमीच्या वाड्यात बसलेले लोकही आता अबोल झाले होते. सगळे सखाराम काळेच्या चेहऱ्याकडे पाहत होते. आणि तो वैतागून कातावल्यासारखा सगळ्यांच्या चेहऱ्याकडे पाहत होता.

‘‘आरे आटपा बावाच्या नानायहो लवकर... सुक्राची चांदणी निघली... सम्दे पार्ट झाले अन् एकासाठी आडून बसले का?... मूठभर घुगऱ्या अन् सारी रात मचमच चालू हाये लेकाची ही...’’ असं म्हणून त्याने तंबाखूचा बार भरला.

‘‘ही मचमच थांबवायची आसंल त एक इलाज हाये सखारामबुवा?’’ शंकर टाले म्हणाला.

‘‘कोन्ता इलाज? सांग नं फटशिरी...’’ सखाराम काळे तोंडात दाटून आलेली गुळणी तोंडातल्या तोंडात घोळवत म्हणाला. त्यामुळे त्याचा आवाज सर्वांना ओलसर जाणवला.

‘‘हे दैत्याचं पार्ट तुम्हीच करा नं आवंदाच्या साल...’’

असं शंकर टाले बोलला. त्यावर सगळे खळखळून हसले आणि सखाराम काळे कातावून गेला.

‘‘आरे हासू नका... दाताडं काढू नका... चेंडाळणी करता का देवाच्या कामाची... कोप होईल नं गावावर...’’

‘‘कोपच झाला नं दैत्याच्या पार्टावर... म्हणून त पटापट मरा लागले दैत्याचं काम करणारे दोन सालापासून. अनुभवाचे बोल हायेनं... दिसती गोष्ट हाये नं राजेहो! हातच्या काकणाले आरसा कशाले पाह्यजे?’’

‘‘आफतच झाली साली आता ही...’’

असं म्हणून नवमीच्या मंडळाचा सचिव कोषाध्यक्ष असणारा कालिदास ठोंबरे सखाराम काळेजवळ येऊन बसला.

हे दोघे जण गावात होणाऱ्या या नवमीच्या उत्सवाचे म्होरके, कर्तेकरवते म्हणून ओळखले जायचे. ते नवमीचे आयोजक होते. गावात आखजीच्या दिवशी होणाऱ्या नवमीच्या नाट्याचे आयोजन करणे, पात्रांची विभागणी करणे, पात्रनिश्चिती झाल्यानंतर महिनाभर तालमी घेऊन पात्रांना त्यांच्या भूमिका समजावून सांगणे, संवाद-गाणी पाठ करून घेणे, योग्य ते दिग्दर्शन करणे, वर्गणी जमा करून खर्चाची जुळवणी करणे, नाच्या पात्रांना नाच शिकवणे, जिनगराकडून टोप-मुखवटे बनवून घेणे, टेलरकडून कपडे शिवून घेणे, योग्य वेशभूषा जुळवणे, डफडेवाले, लाईटिंगवाले, डेकोरेशनवाले अशा सगळ्या कामांची जबाबदारी या दोघांवर होती. बाप-आजोबा-पणजोबा- खापरपणजोबा- टापरपणजोबा... अशी

वंशपरंपरेने आपल्यावर ही जबाबदारी आहे, याचा दोघांना अभिमान होता. ही बाब त्यांना भूषणावह वाटत होती. आपली ही नैतिक आणि पारंपरिक जबाबदारी म्हणजे एक प्रकारची वतनदारीच आहे असं त्यांना वाटत होतं. त्यामुळे त्यांचा सगळ्या नवमीनाट्यावर वचक होता. गावकरी त्यांना मानत होते. कोणी हिशेब विचारायचं नाही. कोणी कशाला विरोध करायचा नाही. पण आज आपल्या दिग्दर्शनाच्या कामाचा हंशा झाला, याचा सखाराम काळेला भलताच राग आला. तो त्याला घनघोर अपमान वाटला. त्यामुळे तो चिडून उठला.

"काही झाली साली ही त... गावउत्सवाचं काम कराच्या करा, अन् असा आपिमानबी सहन करून घ्या... होबंळीत गेली साली ही नवमीनं गिवमी..."

"आहो मजाक करत होतो मी... मी का खरोखर बोललो का?" शंकर टाले म्हणाला.

"आशी कशी मजाक? जीवघेणी मजाक... देवाच्या कामाची मजाक?... मजाक समजता का काय तुम्ही देवाच्या कामाले? एखांदी रोगराई येईल, देवाचा कोप होईल तव्हा समजल कशी मजाक अस्ती त..."

"जाऊ द्या मॅनेजरसायेब... देवपण भोगायचं म्हन्जे टाकीचे घाव सनच करावं लागतात. इथी काय, बारा घरचे बारा तोंडं येतात. कोणी काईबी बोलते. ते का एवढं मनावर घ्याचं आस्ते का मोठ्या माणसानं? लेकरू मांडीवर हागलं म्हणून का मांडी कापून टाकत आस्तात का?" जयराम पाटील त्याची समजूत घालू लागला.

तसा त्याच्याकडे पाहत गंभीरपणे कालिदास ठोंबरे म्हणाला,

"आता तुम्हीच इचार करा पाटील. रातभर चालणाऱ्या नवमीचा समारोप आपून सकाळपाह्यटं देवीची मिरवणूक काढून करतो. डुईल्याच्या आडाजवळ देवी दैत्याचा वध करते तव्हाच उत्सवाची समाप्ती होते. आता आवंदा दैत्याचं पार्टच नसलं त कशी होईल समाप्ती... देवाचं काम कुठी आसं आध्यांवर टांगून ठेवता येते का?"

तसा त्याच्याजवळ येऊन त्याच्या खांद्यावर हात ठेवत जयराम पाटील सगळ्यांकडे पाहत म्हणाला,

"म्हणूनच तुम्हाले सांगतो. माहा इचार सिरियसली घ्या. हासण्यावारी नेऊ नका... आता गावात आवाईच उठली तशी त त्याच्यावर इलाज एकच हाये. उलटी बोली बोला. म्हन्जे दैत्याच्या पार्टाचा रेट पाच हजार करा. जो कोणी पार्ट करील त्याले पाच हजार मिळतील म्हणा... अन् मग पार्ट करणारानं कमी कमी करत आणा दर... जो कमीत कमी पैशात करीत त्याले द्या पार्ट... मंडळाजवळ येवढे पैसे जमा होतात. कधी कधी आसाबी वखत आला त साजरा करावाच लागते..."

"बरोबर बोलून राह्यले जयराम पाटील... आसंच करा..."

"आसंच करा!"

जमलेल्या लोकांनी एकच कल्लोळ केला. बहुमतच असं आल्यावर मग वंशपरंपरेने नवमीचे आयोजक असणारे दोघेही तयार झाले.

"बोला मंग बोली. पह्यला धर्माचा आकडा कोणता?" कालिदास ठोंबरेंने विचारलं.

"त्योच; जयराम पाटलानं सांगतला त्यो... म्हणा सखारामबुवा... दैत्याचं पार्ट करणाराले रुपये मिळतील मंडळाकडून नगदी रोख... पाच हजार एक ऽऽ"

शंकर टाले जोरात ओरडून म्हणाला, "पाच हजार एक..."

सखाराम काळे त्याच्याच नकळत उठून ओरडला, "पाच हजार एक..."

"..............."

"बोला बोला... कोण हाये तयार? मंडळ नगदी रोख देईल रुपये पाच हजार एक ऽऽ"

सखाराम काळे पुन्हा-पुन्हा ओरडून म्हणत होता. पण कोणीच पुढे धजावत नव्हतं. जमलेले सगळे एकमेकांना ढोसढास करत होते आणि आपण मात्र समोर यमदूत दिसत असावा तसे भेदरून मागे-मागे सरकत होते. काहींचे स्वत:च्याच नकळत वाड्याच्या दाराकडे पाय वळत होते. एकाला-एक करून हळूहळू वाड्यात जमलेले सगळे पसार होऊ लागले.

"आरे संतोष तू व्हय न पुढी. बोल नं बोली. मघाशी त लय पुढी-पुढी करत होता. आता कावून मागं सरकायले लागला?" सखाराम काळे संतोषला म्हणाला.

"म्हन्जे, आमच्या दोस्ताले रायभान इंगोलेवाणी अन् वसुदेव वारेवाणी रस्ता दाखवता वाटते येरवाळी-येरवाळी वरचा... चाल रे संतोष, जे द्यायचं ते नाही देत. अन् हे भलतंच राक्षेसाचं सोंग मस्तकी मारता का बावायच्या नानायहो आमच्या... चला रे इथून... आशे जीवघेणे मरायचे धंदे कोण करणार हाये?" समाधान हरकाळ म्हणाला.

"आरे पण गावाचं काम हाये नं? कोणाले त पुढी व्हाव लागलं न?"

"मोठे हिकमती लोक हायेत संतोष हे... चाल घरी! आपल्या हातानं आंगावर बिमारी वढून घ्यायची का?"

असं म्हणून विहीर खोदायचं काम उधड्यानं करणाऱ्या संतोष इंगळेच्या दोस्तांनी त्याला ओढत रस्त्यावर आणलं. सगळे कलकलत आपल्या घराच्या रस्त्याला लागले.

संतोष इंगळे आपल्या घराशी आला. अंगणातल्या रांजणावर जाऊन त्याने

पाण्याचा गुळणा केला. माठातलं पाणी प्याला. भांड्याचा आवाज आला तसं त्याच्या झोपड्याचं दार उघडलं गेलं.

"आले काहो घरी?... तुमीच हाये का?" दारातून नागीताचा आवाज आला.

"ऐरी कोण आसणार हाये?"

असा त्याचा आवाज आल्यावर नागीताने पूर्ण दार उघडलं.

"आहो चारदा गधडे हाणले रांजणावरचे, पाणी प्यायसाठी काती येतात. रांजणावरचं झाकणं चारदा पाल्डं होतं त्याह्यनं?"

असं म्हणून ती अंगणात आली. आजूबाजूला पाहिलं. समोरच्या झोपडीपुढे दारका म्हातारीचा नवरा खाटेवर पडून खोकलत होता. त्याला खोकल्याची उबळ दाटून आली होती. इतका वेळ त्याचं खोकलणं नागीताला चांगलं वाटत होतं. कारण ती एकटीच झोपडीत तळमळत होती. भीतीही वाटत होती. पण दारका म्हातारी अन् तिचा म्हातारा समोरच्याच झोपडीत. त्यामुळे त्यांचा आधार वाटत होता. नवऱ्याला रात्री यायला कितीही वेळ झाला तरी ती निर्धास्त असायची.

झोपडीच्या समोर तोटी लावलेला उंच माठ होता. त्यावर पाटी. पाटीवर ठेवलेला ग्लास उचलून संतोषने तोटीखाली लावला. पाण्याची बारकी धार ग्लासात पडू लागली.

"काय झालं मंग?"

"कशाचं?"

"ते तुमच्या पार्टीचं बोलले का बोली? आले का पाचशे रुपये गमावून?"

"थांब जरा. पाणीत पिऊ दे... लेकाचं आल्या आल्या लावलं भणकं...' असं म्हणून त्याने ग्लास तोंडाला लावला.

"आला का रे संतोष घरी? किती रात झाली बाप्पा. तरणीताठी बायको घरात ठेवून कसंच फिरावं वाटते बाप्पा याह्यले. आधीच आपून राह्यतो इकडी गावाच्या बाहीर. मसणखाईत. बाईची जात घरात असल्यावर जरा लवकर-लवकर येत जावावं माणसानं घरी..."

म्हाताऱ्याच्या खोकल्याच्या उबळीला तडा देत दारका म्हातारी कुरकुरल्यासारखी थरथरत्या आवाजात बोलत होती.

"आता तुम्ही आसल्यावर काय फिकीर हाये?"

"आमी काय कामाचे हावोत रे वाळले लाकडं? पाळत ठेवून दोन-चार आटारणे येऊन बसले तिच्या उरावर त आमी काय करणार हाये? आधीच दिवस आसे बेकार आले. माहीत नाही का सुभाना आरगळेच्या कोठ्यावर काय परकार घडला... चार-चार झणायनं त्या शेतघरावरल्या बायका नासवल्या."

"अन् आता त याह्यच्या नवमीच्या तालमी सुरू होतील आत्याबाई... आसेच आर्ध्या आर्ध्या राती या जातील इथून पुढी हे..."

नागीता घरासमोरच्या मोडक्या ताटव्याच्या न्हाणीत इराकतीला बसली होती. तिथूनच ती धडधडत्या काळजानं बोलली.

"काई जात नाई व हाटकणलावे... काळजीभे... जातानाच तुवा किती तंटा केला होता. नाट लावली होती. त्याच्यानं इचकला महा पार्टाचा गेम... दहा हजारात बोली बोलल्या गेली त्या पार्टाची. माही काय टाप होती एवढे पैसे द्यायची... आलो बोंबलत वापस..."

त्याचं बोलणं ऐकून ती खुष झाली. उड्या मारतच मोरीकडून दारात आली. दारातून घरातल्या चिमणीच्या उजेडाचा पट्टा अंगणात थरथरत होता. त्यात तिला त्याचा चेहरा दिसला. भलताच उदास वाटत होता. मनातल्या मनात ती आनंदित झाली होती... म्हणजे आता हा रातरातभर घराच्या बाहीर राह्यणार नाही. इहिरीच्या कामावून टणकून आला की ऐरवाळी चेरवाळी लोळागोळा होऊन पडा जाईन. त्याच्यानं आपल्यालेबी डोळा भरून झोपता येईल. पुन्ना आपल्या मजुरीचे पाचशे रुपये नेले होते, तेबी वाचलेत.

"माहे पाचशे रुपये आणले वापस?" तिने अधीर होऊन विचारलं.

"हाव आणले... ठेव तुझ्या हांडक्यात संबाळून..."

असं म्हणून त्याने पाचशे रुपये तिच्या अंगावर फेकले. शंभर रुपयाच्या पाच नोटा. तिने काळजीपूर्वक पैसे जवळ घेतले. पोलक्यात छातीशी ठेवले.

"इतक्या महाग कसी काय गेली आवंदा पार्टाची बोली? दरवर्षी त पाचशेच रुपये... "

"बस कर! काही विचारू नको. साल्या नसत्या बांड्या पंचायती करत राह्यती..."

असं म्हणून तो गोधडीवर जाऊन आडवा झाला.

"भांडण नका करू रे पोरायहो..."

थरथरत्या आवाजात पलीकडून दारका म्हातारी म्हणाली.

"नाही करत आत्या. झोपा आता तुमी..."

असं म्हणून नागीता आत आली.

झोपडीचं दार आतून लावून घेतलं आणि ती हळुवारपणे त्याच्या अंगावर कोसळली. तिचा आनंद देहात मावत नव्हता... एक म्हन्जे आता आपला नवरा तालमीच्या निमतानं आर्ध्या-आर्ध्या रातलोक घराच्या बाहीर राह्यणार नाही. अन् दोन म्हन्जे आपले पाचशे रुपये वाचले. देरातून जावूतून आलक निंगल्यापासून

आपुन किती लावतोड करा लागलो. दोघायच्या मजुरीतले टाकता येतील तेवढे पैसे मागं टाका लागलो. कावून की लवकरात लवकर आपल्याले घरावरचं हे झोपडं काढायचं, अन् त्याच्या जागी टिनपत्रे टाकायचे. दहा टिनाचं का होईना; पक्क घर तयार करायचं. बिचारा गोईंदा इंगळे घरात फाशी घेऊन भूत झाला अन् त्याची ही झोपडपट्टीतली पडीत झोपडी आपल्याले आयतीच भेटली. कोणीच राहत नवतं म्हणून आपून राहायले आलो. सारवून-सुरवून तयार करून घेतली. आता वरचं गवताचं छप्पर अन् फुटके खपरेल काढून टिनपत्रे टाकले की झालंच आपलं सपन पुरं...

पिसासारखी हलकी होऊन त्याच्या अंगावर घोळत-घोळत ती मनातल्या मनात विचार करीत होती. मोराचा पिसारा फुलून यावा तसे तिच्याभोवती तिचे विचार फुलून आले होते.

''झोपू देनं वं मुकाट्यानं... सरक तिकडी...''

असं म्हणून त्याने तिला दूर लोटलं. तरी ती पुन्हा चिवटपणे त्याला बिलगली.

''तुम्ही चूप बसानं वं... मले करू द्यान जे करायचं ते...''

असं म्हणून ती पुन्हा त्याच्यावर झेपावली. तो निमूट उताणा पडून राहिला. हलक्या हाताने, मुजोर देहाने ती त्याचा देह हाताळू लागली. देहस्वार झाली. आणि त्याने डोळे मिटून घेतले.

त्याच्या डोळ्यापुढे गेल्या वर्षी, त्याच्या आधल्या वर्षी... त्याच्याही आधल्या दोन वर्षात केलेलं आपलं पार्ट आलं... आणि तो मनातून व्याकुळ झाला.

गावात होणाऱ्या नवमीचं त्याला लहानपणापासून भलतंच आकर्षण. दुपारपासून तो आपल्या घरची खाट पटांगणाच्या बाजूला नेऊन टाकायचा. मग त्याची माय, त्याचा बाप, मोठा भाऊ, असं सगळं कुटुंब येऊन बसायचं. मोक्याची जागा भेटल्यामुळे त्याला रात्रभर चालणारं सगळं नवमीनाट्य डोळा भरून पाहता यायचं...

आधी देशपांडेच्या वाड्याकडच्या चिंचोळ्या बोळात नुस्तेच डफड्याचे, ताशाचे आवाज यायचे. चार-चार माणसं पोटावर घेतलेले डफ वाजवायचे... डडांग... चिक्नक... डडांग... चिक्नक... डंग डंग डंग... डंगाग डंग...

मग खुल्या पटांगणात वाजत-गाजत एक एक पात्र यायचं. आधी सरस्वती... मग सोंडेचा, लांब कानाचा मुखवटा लावलेला गणपती. इकडच्या रस्त्यातून तिकडच्या रस्त्यातून अर्धा तास मिरवणूक. गणपतीच्या मागं छत्रचामर धरलेला माणूस. चवऱ्या ढाळणाऱ्या दोन बायका. म्हणजे तरणेताठे पोरंच लुगडे नेसून...

मग सरस्वतीचं पार्ट. हरेक वर्षी इंगळेचा रमेश ते पार्ट करायचा... मग मध्यभागी गणपतीची पूजा. आरती...

त्याच्या डोळ्यांपुढे सगळी नवमीच साग्रसंगीत उभी ठाकली. मंतरमोहिनी घातल्यासारखं होऊ लागलं... मंग कच्छावतार, मच्छावतार... नुसते नृत्य करीत जाणारे पार्ट... मग हिरण्यकश्यप... भक्त प्रल्हाद... प्रल्हादला बाप म्हणायचा... "मी नारायण हाये... मले नारायण म्हण..." प्रल्हाद म्हणायचा, "नाही तुम्ही नारायण नाही... तुम्ही माणूस हात. मपला नारायण आलक हाये."

मग भक्त प्रल्हादाला मारण्याचे अनेक उपाय. पण परतेक वेळी त्याला देव वाचवतो. शेवटी कातावून हिरण्यकश्यप इचारतो, "सांग तूहा नारायण कुठी हाये?"

"जळी काष्ठी पाषाणी... सम्दीकडं महा नारायण हाये..."

"या खांबात हाये का?"

"हाव! हाये!" प्रल्हाद ठामपणे हात जोडून म्हणतो.

तसा हिरण्यकश्यप राजा उठतो. रागाने खांबाला लाथ मारतो. त्यातून हरी नारायण प्रकट होतो.

"हरी नारायणा धाव... हरी नारायणा धाव..."

भक्त प्रल्हाद हात जोडून उभा... अन् पाहता पाहता हरी नारायण नरसिंहाच्या रूपात... राजाला मांडीवर घेऊन त्याचं पोट फाडतो. वीस-पंचवीस लोक धावतात. हिरण्यकश्यपाला डोक्यावर आडवं घेतात. पाच-पंचवीस लोक नरसिंहाला डोक्यावर उभं घेतात. सिंहाचा भयानक मुखवटा घातलेले ते पार्ट-सिंहगर्जना करते. मिरवणूक निघते. पटांगणात चार फेऱ्या होतात. समोर भक्त प्रल्हाद हात जोडून... हरी नारायणा धाव... हरी नारायणा धाव... त्याचा धावा, नरसिंहाच्या डरकाळ्या, हिरण्यकश्यपाचे व्याकुळ विव्हळणे... आडवा झालेला राजा... मागून त्याच्यावर झेपावणारा नरसिंह.

संतोष इंगळे टक लावून छताकडे पाहत असतो.

त्याला भानच नाही.

नागीता थकून धापा टाकत असते बाजूला.

रात्र बरीच झालेली असते.

ती डोळे मिटते. झोपते. हल्के हल्के तिच्या घोरण्याचा आवाज येऊ लागतो. पण संतोष इंगळेला झोप नाही. तो डाव्या कुशीवर वळतो... पुन्हा डोक्यात डफड्याचे आवाज. इंद्रजिताची फौज. नाचत, तलवारी हालवत जाणारी, इंद्रजिताने धनुष्याला बाण लावून आकाशाकडे धरलेला, तालात ठेक्यात तो आपल्या फौजेच्या मागून जात असलेला आणि सभोवार हजारो डोळे पाहणारे...

लहानपणापासून त्याची इच्छा रामाचे पार्ट करण्याची. पुढे तरुणपणी ते स्वप्न पूर्ण झालं. वनवासात जातानाचं गाणं... खडे कंकर रुततील पायी... कशी कैकयीला दया आली नाही...

... कशी सखारामबुवाले दया आली नाही... आवंदा नवमीतलं पार्ट देलं नाही... कशी सखाराम काळेले दया आली नाही...

पाहता पाहता त्याच्या नकळत डोळ्यातून आसवं गळू लागली. आपल्या हातातून फार फार काही निसटून गेलं. आतून निरानाम पोकळ पोकळ झालो... त्याला गरगरल्यासारखं होऊ लागलं. तो घाबरला... तटकन उठून बसला. नाकातोंडातून मोठा सुस्कारा बाहेर पडला. फडफडणारी घासलेटची चिमणी गपकन विझली.

ब्लास्टिंग मशीन बार उडवून गेली.

क्रेन मशीन सुरू झाली.

शिबिडीत बसून चार मजूर विहिरीत उतरले. खणाखण टोपल्या फावड्याचे आवाज घुमू लागले. सत्तर फूट खोल विहिरीच्या तळात गेलेले पंधरा टोपले टाकून खडकाचा खरप शिबडीत टाकायचे 'हं, उचला वर' म्हटलं की क्रेन मशिनवर बसलेला क्रेन ड्रायव्हर हायड्रोलिक दाबून शिबडी वर ओढायचा. शिबडीच्या कडीला बांधलेला आटीव तार खिराडीच्या राफ्टरवर जमा व्हायचा. शिबडी विहिरीच्या तोंडातून वर आली की बरोबर वळण देऊन स्टेरिंग उजव्या बाजूला घुमवायचा. तिथं उभे असणारे दोघे जण शरीराला वाक देऊन शिबडी पालथी करायचे. विहिरीची डावी बाजू खरपाने गच्च झाली होती. त्यामुळे आता उजव्या बाजूला खरपाचा ढीग वाढत होता. खेपी परत वरवर चढत होता. उक्तं काम असल्यामुळे संतोष इंगळे, समाधान हरकाळ, मनोज डोंगरे आणि बाकीचे सगळे कामात कसर ठेवत नव्हते. त्यामुळे काम जेवढं जास्तीचं झालं, तेवढी मजुरी जास्तीची पडत होती. कधी-कधी तर प्रत्येकी तीनशे रुपये रोज पडायचा. मजुरी चांगली परतल द्यायची. त्यामुळे सगळ्यांचा हुरूप वाढायचा. एरवी कुण्या शेतकऱ्याच्या कुणाबिकीत सालाने, किंवा महिन्याने राहिलं तर पन्नास रुपयाच्या वर रोजची मजुरी पडायची नाही. त्यामुळे गावातल्या बहुतेक नव्या तरुण मजूरदार पोरांनी आता साला महिन्याने राहायचं सोडूनच दिलं होतं.

आता उन्हाळ्यात टोळीच्या कामाला तोटा नव्हता. विहिरीची खोली वाढवणे, ट्रॅक्टरने लहान मोठ्या पाझर तलावातला गाळ भरून नेणे, खत वाहणे, कुणाच्या बांधकामासाठी दगडा-मुरुमाच्या ट्रिपा वाहणे, अशी कामे हमखास मिळायची. बराशी घेण्याचे काम बहुतांशी शेतकरी जे.सी.पी.ने करून घ्यायचे. पंधरा-वीस

फुटापर्यंतची विहींरसुद्धा जे.सी.पी. किंवा फोकलँडने खोदली जायची. शेतातली नांगरणी, पेरणी, वखरणीसुद्धा भाड्याच्या ट्रॅक्टरने व्हायची. त्यामुळे शेतीच्या कामाचे संदर्भच गेल्या पाच-दहा वर्षांत बदलून गेले. पहिल्यासारख्या बायकांच्या निंदणाच्या पाथीही राहिल्या नव्हत्या. कारण शेतकरी पेरणी होऊन पीक तासी लागल्यावर उगवलेल्या तणकटावर टर्गा सुपर, परसुट, ट्विक ट्वेण्टी अशा तणनाशकाची फवारणी करायचे.

शेतीवाडीच्या कामात असं अपरिहार्य यांत्रिकीकरण झालं असलं तरी गाव-खेड्यातल्या शेतकऱ्यांची परिस्थिती मात्र फारशी सुधारली नव्हती. कारण शेतमालाचे भाव खर्चाच्या तुलनेत कमीच होते. आणि महागाई महामूर वाढली होती. म्हणूनच संतोष इंगळेला आपल्या भावातून वेगळं निघायला काही वर्षे झाली होती, तरी तो आपल्या झोपडीचं खपरेल बदलू शकला नव्हता. दरवर्षी आखाडतोंडी म्हणजे रोहिणी नक्षत्रात आभाळ अंडे गाळायला लागलं की तो नवीन गवत-काड्या आणून पळसाचे पान आणून झोपडीत छत शाकारून घ्यायचा.

त्याची बायको दरवर्षी म्हणायची- "हे झोपडीचं घर काही बरं वाटत नाही. या वर्षी घरावर टिनपत्रे टाकूनच घेऊ."

पण काही साधायचं नाही. दोघे नवरा-बायको बारोमास मोलमजुरीला जायचे. बायकांचा बचत गट होता. त्यातही नागीताने बरेच पैसे साठवले होते; पण ते अजून घरावरचे टिनपत्रे विकत घेता येतील एवढे झाले नव्हते.

कामाला गेल्यावर बायका कधी-कधी म्हणायच्या- "कावं नागीता, तुह्या लग्नाले पाच वर्षं झाली; पण अजून कसा तुह्या घरात पाळणा हलला नाही? का वांझोटी हाय तू, का चंगणा हाये तूहा नवरा? का झोपडं पडायची भीती वाटते पाळणा बांधल्यावर... काय भानगड तरी काय हाये?"

"नाही वं, एकदा राह्यले होते दिवस. पण पाडून टाकलं म्या... कावून की म्या 'पण' करेल हाये. घरावर टिनपत्रे पल्ड्याबगर लेकरू होऊ द्यायचं नाही. झोपड्याच्या घरात बाळातीण व्हायचं नाही. जावू लय हसतीनं मले. आम्ही झोपड्यात राह्यतो म्हणून."

"आवं पण ते का आपल्या हाती आस्ते का? देवाची देणं आस्ते लेकरं होणं..." एखादी म्हातारी म्हणायची.

"देवाची देण नस्ती आत्याबाई ती. आपल्या रात्रीच्या कार्यक्रमाची देण आस्ती..."

असं नागीता म्हणायची. तेव्हा सगळ्या बायका मनभरून उल्हसित होऊन हसायच्या.

"काय कार्यक्रम करा वाटत आसंल व त्या झोपड्यात... चांगलं सुदंमुदं घर पाह्यजे टिनाचं... सुदया गोष्टी करायले..."

"मग तुपला बंद आस्ते का काय राच्चा कार्येक्रम? एवढ्या नयतुरण्यापणात?"

"नाही वं... चालूच राहत आसंल तिचा धडाका... ब्लास्टिंग उडवायचं काम करते नं तिचा नवरा... दिवसा वावरातल्या इहिरीत अन् राच्चा झोपडीतल्या इहिरीत..."

कोणीतरी चिडवायचं. हसण्याचे एकावर एक लोट उठायचे.

"पण मंग पाणी कसं लागत नाही. काय गुपीत घाला हाये? हिची शेती कशी पिकत नाही पोटाची. पोट पहा नं कसं नरमचुटूक पुरणाच्या पोळीवाणी दिसते. मलेत मुक्काच घ्याव वाटले त्याचा. पण - नगारा कावून होत नाही पोटाचा..."

"आवं आत्याबाई कॉपर टी बसवून घेल हाये तिनं नर्साबाईकडून..."

"म्हन्जे काय?"

"कॉपर टी बसवली की लेकरू होत नाही. काढून टाकली की होते. त्याच्यानं आपल्या मनावर हाये आता पोटी पिकणं, देवाच्या मनावर नाही."

नागीता समजावून सांगायची. तिच्या शिणंच्या नव्या बायकांना ते माहीतच असायचं. प्रत्यक्ष अनुभव नसला तरी जुन्या बायकांना त्याचा काय तो, ऐकून पाहून अंदाज बांधता यायचा.

"तुह्याएवढी होती तव्हा मले तीन लेकरं झाले होते बाई...."

"आता डझनभर लेकराचा जमाना नाही. 'हम दो हमारा एक'चा जमाना हाये... काय फायदा, खायाची नाही सोय... अन् लेकराचा भरला पेव..."

अशा हंसीमजाकीत जसा तिचा दिवस सरून जायचा, तसा त्याचाही.

दुपारी जेवणाची वेळ झाल्यावर विहिरीतून शिबडीत खरप भरून देणारे, खरप होऊनच शिबडीत बसून विहिरीच्या तळातून वर जमिनीवर आले. धुऱ्यावरच्या लिंबाखाली सगळे भाकरी खायला बसले.

"बरं झालं रात्रीच्या बोलीत आपल्या संतोषले पार्ट भेटलं नाही. नाही त हा बसला आस्ता रातरातभर तालमी करत. अन् घरी आमच्या नागीता वहिणीला वनवास झाला अस्ता... त्याह्यचं पार्ट खवळणी आलं आस्तं..."

भाकरी खाता खाता समाधान हरकाळाने विनोद केला.

"पण आजून चानस गेला नाही न. याले लयेच शोक हाये ॲक्टिंग करायचा तं दैत्याचा रोल करू शकते नं हा नवमीत. पुन्ना वर पाच हजार रुपयेबी भेटू शकतात."

"काय करायचे ते पैसे... हातानं अंगार वढून घ्यायची का, पाहून नाही राह्यले. कसा भग जाते त! सहा महिनेबी लागत नाही वरचं तिकीट भेटायले. जाणून-बुजून इषाची परीक्षा कोण घ्याव बाप्पा!"

"आता कसं होईल रे या नवमीवाल्यायचं? देवीचं पार्ट मिरवायसाठी त पुढं दैत्या पाह्यजेच. त्याच्याबगर त आधुरीच राहील नं नवमी..."

"मले लय आवडा जाय इतक्यांदी दैत्याचं सोंग. मस्त एका हातात तलवार, दुसऱ्या हातात ढाल... काळे कपडे, हेल्याच्या शिंगाचा टोप... मस्त लगे कंबरेले मागून धोतराचा पिळा. मागचा माणूस मागं पिळा धरून वढा लागला अन् हा पावली घेत पुढं देवीशी युद्ध खेळा लागला. महिषासूर राक्षस होऊन... पुन्हा संवाद म्हणायचं काम नाही. गाणं म्हणायचं काम नाही... नाचत राहायचं पायातले घुंगरं वाजवत... किती इंप्रेसिव वाटते..."

म्हणताना मनोज डोंगरेंच्यापुढे साक्षात दैत्याचं पार्ट उभं राह्यलं.

"पण सोपं काम नाही बाबू ते! सगळ्या गावातल्या रस्त्यावून नाचत फिरा लागते. युद्ध खेळू खेळू. तलवार अन् ढाल धरू धरू हाताचे खवाटे दुखून येतात. त्याले टॅंगो पंचचा डोस घेतल्याबगर ताकदच टिकत नाही अंगात."

"एक पारगीचं काम होते. पण चार दिवस मानगी येती. हातरुण धरूनच पडावं लागते."

"पुन्हा देवीचा कोप... देवी कायम त्याच्याकडीच पाहत राह्यती नं. कधी त्याच्या पोटात कट्यार खुपसते नं कधी नाही असं होते तिले... जुन्या काळात देवीमातेनं महिषासुर राक्षसाचा वध केला होता. ती कथा हाये म्हन्तात जसं ती..."

"पण हे जाणून-बुजून नाटकच राह्यते नं. दाटूमुटूचा खेळ... खरंच थोडी काही कट्यार खुपसू देतात लोकं. मिरवणुकीच्या समाप्तीच्या वक्ती मराव लागते, तेबीन दाटूमुटूचंच आस्ते..."

"ते सम्द खरं, पण मंगसन्या मरते नं दैत्यानं काम करणारा. पाह्यलं नाही का गेल्या दोन-तीन सालात कसे मरणी मरा लागले दैत्याचा रोल करणारे!"

"त्याच्यानंच धास्ती घेतली सम्घा गावानं, कोणीच धजून नाही राहिला त्या कामासाठी."

आखजीला होणारे नवमीनाट्य म्हणजे असा गावलोकांच्या कायम चर्चेचा विषय होते. नवमी व्हायच्या आधी, आणि नंतरही असेच विषय रंगायचे. बायकात, माणसात, लेकरा, बाळात जिथं चार-सहा मुंडके जमा व्हायचे. तिथं याच विषयावर चर्चा. कितीतरी वर्षापासून... आधी कोणी कोणी कोणते पार्ट घेतले यावर चर्चा...

नंतर कोणी कोणी कसे-कसे रंगवले किंवा कसे रंगवले नाही यावर चर्चा.

संध्याकाळी विहिरीवरच्या कामाने टणकून टोपले-फावडे घेऊन संतोष घराशी आला. तेव्हा त्याला दिसलं, झोपडीच्या समोर बसून त्याची बायको नागीता रडत

आहे आणि शेजारची दारका म्हातारी तिची समजूत घालत आहे. बऱ्याच दिवसानंतर तो तिला असं रडताना पाहत होता. मोठ्या भावात एकत्र राहायचा. त्यावेळी नेहमीच जावा-जावात कटकटी व्हायच्या. मोठ्याची बायको सतत नागीताची रॅगिग करायची तेव्हा ती कसमसून रडायची. पण दोन वर्षाआधी एका जीवघेण्या भांडणानंतर तो भावातून- आणि वहिनीतून वेगळा निघाला. संशयाच्या भुताने पछाडून आधी बायकोला मारून नंतर आपल्याच झोपडीत फाशी घेऊन मेलेल्या गोविंद इंगळेच्या या झोपडपट्टीतल्या झोपडीत राहायला आला. त्यावेळी त्याला सगळे सांगत-

"आरे बाबा जाऊ नको तिकडी राहायले. आधीच ती मसाणखाईची जागा. गावातल्या भणकल्या लोकायनं कर्ज फेडायसाठी आपल्या गावातल्या जागा इकून तिकडी माणसं पुरायच्या मसाणखाईत वस्ती केली. आधीच भुताखेताचं भेव. तिच्यात हे त ताजे भुतं. गोईंदा इंगळेचं अन् त्याच्या बायकोचंबी... पणपणार नाई तिथं तुपला संसार..."

तेव्हा रागातमाने माहेरी गेलेल्या बायकोकडे जाऊन त्यानं तिला त्याबद्दल विचारलं होतं. तेव्हा नागीता म्हणाली होती, "भुतं न खेतं करणीन् कवटाळ काई खरं नस्ते. कोणी राहायले गेलं नाही, कोणी ताब्यात घेतली नाही म्हणून आपल्याले नशिबानं ती झोपडी भेटाय लागली. अन् पुन्ना रोज-रोज छळणाऱ्या या जावूबोडीच्या जित्या भुतापेक्षा ते भूतं परवडतील मले... राजाराणीचा संसार उभा करील मी त्या सोताच्या घरात..."

असं म्हणून तिने त्याला हिंमत दिली होती आणि झोपडीच्या भिंतीची, छताची डागडुजी करून, सारवण गिलावा करून भकास झोपडीची झकास झोपडी तयार केली होती. घरातल्या भिंतीला देव्हारा, देवादिकांचा विशेषत: राधाकृष्णाचे, शंकर पार्वतीचे, सीतारामाचे फोटो लावले होते. अंगणात तुळशीवृंदावन तयार केलं होतं. तुळशीवृंदावनापुढच्या समोर छोटा ओटा करून त्यावर महादेवाची पिंडी बसवली होती. नंदी बसवला होता. पिंडीवरच्या शिवलिंगाची ती दररोज अंघोळ केल्यावर पूजा करायची. राजाराणीच्या संसारात आनंदी राहायची.

तरी तिची जाऊ कधीतरी येऊन... मोठी टिप्पस करून वायली निंगली. पाह्यलत झोपड्यात त राह्यली, असं हिणवून जायची. हे त्याला समजल्यावर तो नाराज व्हायचा. वैतागून जायचा. तेव्हा ती त्याची समजूत घालायची. त्याच्या अंगलटी येऊन त्याच्या गळ्यात पडायची. अंगाला विशिष्ट ठिकाणी हात लावून त्याचे मुके घ्यायची. सतत मोलमजुरी करून घरच्या कामातही हसतमुख राहायची. शेजारी कोणाशी भांडण नाही, तंटा नाही. मिळून मिसळून राहायची.

बऱ्याच दिवसानंतर तिच्या हसमुख चेहऱ्याला तडा जाऊन ती अशी रडत होती. म्हणून तो मनातून चरकला.

"काय झालं? कावून रडापडी चाल्ली?" हातातलं टोपलं आणि फावडं त्याने भिंतीशी ठेवत विचारलं.

"काही नाही..." असं मानेनं बोलून तिने आपले डोळे पुसले. नाक वर ओढलं. सावरा-सावर केली.

"आरे वान्नरायनं दुपारी तुमच्या घरावर उड्या मारल्या. झोपड्याच्या बंधाट्या तुटल्या. खापरेल फुटले. वरून सम्दी चाळणी-चाळणी केली. बुहाऱ्यायनं पाह्यनं जाऊन कसे भोकाडं पाडले पाह्य... महारुखाच्या झाडावून थेट तुमच्या झोपड्यावरच उड्या... पंचवीस-तीस वन्नेरायचा कळप होता. त्याह्यचा सम्दा कातोडा तुमच्या न्हाणीजवळच्या रांजणातलं पाणी प्यायसाठी चालते... तिच्यात पुन्ना तुमच्या घरी कोणीच नाही. तू मजुरीले जायेल. नागीता मजुरीले जायेल. आम्ही दोघं मतारा-मतारी... आमले त इ्याट् भीत नवते ते... पाहय घरात जाऊन कसा धिंगाणा केला त..."

दारका म्हातारीचं बोलणं ऐकून त्याच्या जिवात जीव आला. त्याच्या मनात भीती होती ती वेगळीच. त्याला वाटलं होतं मोठ्याची बायकोच येऊन नागीताशी भांडली की काय...

"जावू देणं मंग... तिच्यात काय रडायचं. ऐरी-तेरी आखाडतोंडी शेकारूनच घ्याव लागणार होती झोपडी. तवा धारण, नव्या बंधाट्या नवे लाकूडफाटे याच्या बंदोबस्तासाठी तयार होतोच मी..."

असं बोलत तो घरात आला. दारका म्हाताराने वर्णन करून सांगितलं, हुबेहूब तसंच वातावरण होतं. पालापाचोळा, गवतकाड्या, बंधाट्या, फुटके कौलं, अशी सगळी पडीघाण झाली होती घरातल्या जमिनीवर आणि वर भोकं, भगदाडं...

"तरी किती दिवसाची मी सांगते... घरावर टिनं टाका म्हणून, पण माहं कोण आईकते... एकदा टिनं टाकू द्या आत्याबाई घरावर. मंग पाहा कसं टापटिपीचं ठेवते मी घर..."

"आरे पण पैसे नाही पाह्यजे का तेवढे? चालूच हायेन आपली जुळवाजुळव. कुठून आणू येवढे पैसे? का चोरी करू कुठं... बरं टिनाचे भाव हे आसे महाग झाले. दहा टिनं आणायचे म्हन्जे आपल्या जवळच्या पैशात आजून पाच-सहा हजार रुपयाची भर पाह्यजे... कुठून आणून एकदम एवढा पैसा?... कुठून आणू...?"

असं तो कातावून म्हणाला. तशी ती धास्तावली. भेदरून त्याच्याकडे पाहत म्हणाली,

“जाऊ द्या... नका घोळसा करून घेऊ जिवाचा... शेकारू आपून आवंदाबी झोपडी. लागलंच पुढं-मागं काहीना काही मेळ...”

असं ती बोलतच होती. त्याच्याकडे पाहतच होती. तर पाहता पाहता तिच्या लक्षात आलं. त्याचा वैतागला चेहरा, त्याच्या मनातल्या कोणत्या तरी विचाराने एकदम उजळ-उजळ होत आहे.

“आरे होऊ शकते येवस्था... होवू शकते पाच हजाराचा मेळमाळ... पण त्याच्यासाठी जिवावर उदार व्हावं लागते...”

अंगात तरतरी आल्यासारखा, ओरडल्यासारखा तो असं म्हणाला.

“आता माय बाई! कशानं हारिक झाला येवढा. कोणती युगत सुचली बाप्पा एवढ्या बातच्या सात...”

तिने हरखून विचारलं.

म्हातारी इथं बसलेली नसती अन् गडी अशा खुषीत घरात आसता त आपून त्याच्या गळ्यातच पलडो आस्तो. गळ्यात लोंबकळून पटापट त्याचे मुक्केच घेतले आस्ते... असा विचार तिच्या मनात हेलकावला.

“युगत हाये. घरावर टिन घ्यायसाठी पैसे येऊ शकतात... दैत्याचं पार्ट घ्यायचं... त्याची उलटी बोली लावणं सुरू हाये नवमीच्या मंडळाकडून. बाकीचे पार्ट घ्यायसाठी घेणाराले पैसे भरा लागतात. दैत्याचं पार्ट घेणाराले नवमीच्या मंडळावाले पैसे देतात... अन् पुन्ना तालमीत राती जागवायचं बी काम नाही...”

“आरे ते दैत्याचं पार्ट नको घेऊ रे बाप्पा. भग जाई तुपला! कावून हराममौतीनं मरतू? गुदस्ता रायभान इंगोले मेलानं दैत्याचं पार्ट घेणारा. अन् तिगस्ता वासुदेव वारे! नवमीत काम केल्यावर सहा मह्यण्याच्या आत मेले नं पटापट... माईत नाही का तुले? साऱ्या गावात पसरेल हाये ती बोंब... अन् तू कावून चाटून इषाची परीक्षा घेऊन राह्यला बाप्पा!”

थरथरत्या आवाजात भयाकुल झालेली दारका म्हातारी भेदरून म्हणाली. बोलतानाही तिच्या काळजाला आतल्या आत कापरं भरलं. अन् ती थरथरी तिच्या सुरकुतल्या कातडीवर उमटली.

“पण पाच हजार भेटतात त्या पार्टाचे; पाच हजार!!” तो उत्साहात ओरडला.

“आसं? आहो तेवढे भेटल्यावरत आपल्या घरावर ताबडतोब टिन पडू शकतात. आपल्या जवळच्या पैशाची भर टाकून... घ्या तुमी ते पार्ट... आता आपल्या भागात लाईनबी येऊन राह्यली... इलेक्ट्रिकचे खंबे येऊन पडले... अंबादास डुलेच्या झोपड्याजवळ... टिन टाकले की आपून इलेक्ट्रिकचं कनेक्शनबी घेऊ जोडून... किती नादर दिसंल आपलं घरकुल...”

मोठे मोठे डोळे करीत, एकदा आपल्या झोपड्याकडे आणि एकदा त्याच्याकडे पाहून ती म्हणाली,

"बरोबर हाय तुपलं? जाऊ मंग मी? सखाराम काळेले अन् कालिदास ठोंबरेले जाऊन सांगतो. जमलंत पैसेबी घेऊन येतो. रातीच म्हणत ते की पार्ट घेणाराले नगदी रोख पैसे देऊ म्हणून..."

"जाणं मंग; काय सगुण पाह्यता?"

"आवं त लगी एवढीबी उतावळी का बावळी नको होऊ... देवाचा कोप होईल नं..."

दारका म्हातारी थरथरत म्हणाली.

"तुमी ज्यो इचार करता नं आत्याबाई. त्याच्या उलटा इचार मी करते. देवाचा कोप नाही, देवाची कुरपा झाली, आसं मी समजते. अन् दोघं तिघं पार्ट करणारे मेले त्याचं कारण हेच नाही काही. अन् नसूच शकते ते. त्याह्यच्याच मरणी मेले ते. अन् पुन्ना सांगते, इथं कोण लगे अमृत पिवून आलं? सम्दे मरणारच हायेत एक ना एक दिवस... पण जे जगायचं ते त्यातल्या त्यात सुखात जगाव आसं म्हन्ते मी. आली संधी, ती सोडू नाही... जा हो तुमी. काही नाही होत. अन् तसं काही झालं तर मंग मीबी मरू लागली तुमच्या संगतीनं... एकट्याले नाही जाऊ देणार... मंग त झालं?"

"तू संग असल्यावर त आपून कुठंबी जाऊ शकतो गड्या... जाऊ मंग?"

"जा, पह्यले जा. कोणी हो म्हणायच्या आत तुम्हीच हां म्हणून या... नाही त मंग तुमची गत व्हायची; येळ गेली निंगून अन् सोंग आलं मांगून... जा. पळा!"

असं ती म्हणाली. त्याला हाताने धरून खुषीत त्याचं तोंड मागे रस्त्याला वळवलं. पाठीमागून थोडं लोटल्यासारखं केलं. तसा तो झपझप पावलं उचलू लागला.

बसलेली दारका म्हातारी दोघांकडे काहीशी नवलाने, काहीशी भयभरल्या डोळ्यांनी पाहत होती, पण नागीताचं तिच्याकडे लक्षच नव्हत. ती अंगणात उभं राहून डोळे भरून आपल्या झोपड्याकडे पाहत होती... तिच्या मनात विचार येत होते... आता हे झोपडं जाणार... गवताड जाणारं... घरावर टिनं पडणार... किती नादर दिसील माहं घर... मग कोणी मले हिणवणार नाही... झोपड्यात राह्यती म्हणून... कोणी मले हिणवणार नाही... मी झोपड्यात राह्यती म्हणून...

■

गाभुळगाभा

शेवटी ज्याची भीती होती, तेच झालं. बेंदाळीच्या काठावरचा एवढा मोठा चंदनाचा फोक दुमता होऊन जमिनीवर पडलेला दिसला. कालपर्यंत जे झाड डौलात उभं होतं. डौलात उभं राहून आपल्या हजारो पानांच्या डोळ्यांनी सगळा परिसर डोळ्यांत घेत होतं, ते डोळेच आता जमीनदोस्त होऊन खालच्या मातीत घोळत पडले होते. झाडाची तोड रात्री किंवा अर्ध्या रात्री झाली होती. त्यामुळे तोडलेल्या फांद्यांवरच्या पानांचे ताजेपण अजून कायम होते. तुटलेल्या फांद्यांनी अजून सुकवा धरला नव्हता.

तोडलेल्या फांद्यांना एक फेरी मारून मदनराव हताशपणे खाली बसला. आपल्या जिवलगाच्या प्रेताजवळ बसावा तसा. कपाळावर हात देऊन टक-टक डोळ्यांनी तुटलेल्या फांद्यांकडे पाहत राहिला. काळजाचा ओला गलबला झाला होता. मन भरून रडावं वाटत होतं. तर दुसरीकडे मनात रागाचा आगडोंब उसळला होता. हे झाड तोडून नेणारा हरामखोर जर भेटला तर त्याचं नरडं दाबून जीव घेतल्याशिवाय राहणार नाही मी... लेकायहो, पोटच्या पोरासारखं आम्ही या झाडाले जीव लावतो. रोपाचे झुडपं, अन् झुडपाचे झाडं करतो अन् फुकट्याहो, तुम्ही रातोरात त्याची तोड करून झाडाचा बुंधा लंपास करता... एवढे खून होतात झाडाचे रातोरात, तरी हे पोलीस खातं, फॉरेस्टी कुठं काय करतात समजत नाही लेकांचे अन् या हरामाच्या औलादीलेबी कसा पत्ता लागते सम्दा? कोणाशी सागेदोरे जुळवतात हे चोट्टे? आपून आज गावात नाही, परगावी मुक्कामी हाये, असा पत्ता देते तरी कोण? नक्कीच या भानगडीत कोणीतरी आपल्या जवळचा माणूस सामील असला पाह्यजे... पण त्यो आसंल तरी कोण? कसं समजावं?

मदनराव विचार करीत बसला होता. चंदनाची खोड हरवलेली पानं त्याच्याकडे व्याकुळ नजरेने पाहत होती. मनगटाएवढ्या, गाभा न धरलेल्या भुरकट काळ्या फांद्या-पानांचा हा डोलारा आडवा करून आपणही आडव्या पडल्या होत्या. प्रत्येक फांदीला लदबदून आलेले हे पानांचे हिरवे घोस-भरगच्च. महादेवाला वाहिल्या जाणाऱ्या बेलाच्या पानांच्या आकाराएवढे. काही त्यापेक्षा लहान अशी असणारी मुसमुशीत चंदनाची पानं, मऊ कोवळ्या हिरव्या देठाला झोंबलेली. देठापाशी निमुळती असणारी पानं मधल्या भागात थोडी रुंदावलेली आणि पुन्हा पुढच्या बाजूंनी निमुळती होत गेलेली. दाट-दाट एकमेकांत गर्दी करून एकमेकांत मन भरून गुरफटून गेलेली. जिवाची जिवलग पानं-आता बिचारी किती दिवस अशी घोळका करून एकमेकांत राहणार? आठ-दहा दिवस. मग आपोआप सुकवा धरून फांद्यांची गळून जाणार. पाचोळा होणार अन् मग नुस्त्या नुस्त्या काळ्या फांद्या उरणार. आगीतून, होरपळीतून काढल्यासारख्या काळ्या फांद्या...

"माह्याबी वावरतला मांडीएवढ जाडा फोक रातोरात नेला मदनभाऊ... मीबी असाच बसलो होतो इतका येळ झाडाच्या मढ्याजवळ रडत... काल हकनाक आपून तिरमख पाव्हण्याच्या पोराच्या लग्नाले गेलो. कोणतरी पाळत ठेवून डाव साधला भाऊ हा..."

पलीकडच्या बाजूने बेंदाळी नदीच्या काठावर शेत असलेला शेतशेजारी भगवान जाधव मदनरावच्या पाठीमागे उभा राहून बोलत होता.

"आतालोक माझ्या वावरातले चौदा फोक लांबवले चोट्ट्या-चोरायनं... काय करावं तरी काय? हे तुमच्या वावरातलं गेर पाडून नेलेलं झाडबी सहज पन्नास किलोच्या वरच गाभुळगाभा देणारं होतं भाऊ. मी पाहत होतो न येता जाता..."

"आता चोट्ट्यानं चोरून नेलं झाडाचा आपून हिशेब लावून काय फायदा भगवानराव..."

"तरीबी मनात रुखरुख दाटून येतेच न भाऊ, पन्नास किलो गाभूळगाभा निघला असंल त् चार हजार रुपये किलोच्या भावानं किती होतात पन्नास किलोचे? लावानं हिशोब? पाच चोकू वीस... दोन लाखाचं चंदन नेलं चोरून तुमचं... अन् माह्या वावरातला गेरबी आसंल वीस-पंचवीस किलोचा..."

"नका आठवण काढू आता..." म्हणताना मदनरावाच्या घश्यातच हुंदका दाटून आला.

"माय मी झो या चोट्ट्यायच्या सापडलेत पायच खापलून काढतो साल्यायचे कुऱ्हाडीनं..."

"पण हे सापडतीलच कव्हा? साधे सरपणाचे लाकडं तोडून नेतात; त्याह्यचा हे फारेस्टीबरोबर पत्ता लावतात, त्याह्यले दंड करतात, पण हे चंदनाचं खोड चोरून नेणारे कसे काय सापडत नाही याह्यले?"

"सम्दं साटंलोटं आस्ते मदनभाऊ... पोलिसाले, फारस्ट्याले हाप्ते देतात जसं हे चोट्टे... अन् चोरून नेला चंदनाचा गाभा रातोरात थोडीच काही आपल्या शिवाराच्या बाहीर जाते? शिवारातल्याच कोणाची तरी साथ आसली पाह्यजी याह्यले."

"पण कोण आसंल याच्या मागं?"

"नक्की काही सांगता येत नाही. अन् सांगतलं त् मोठ्या तोंडी घास घेतल्यासारखा होईल आपल्या. पण नागझरीच्या अन् आपल्या गावाच्या शिवेवर जो हौशीलालचा फार्महाऊस हाये, तिथंच रफा-दफा केल्या जाते या चोरीच्या चंदनाचा. नागझरीवर आठ एकर वावर घेतलं, हौशीलालनं, त्याचं कारण दुसरं तिसरं काही नाही. हेच हाये... तिथं चोट्टे चंदनाचे गेरं नेऊन रातोरात ते जमिनीत पुरले जातात... चोरी होती त्यो शेतकरी चार दिवस काव काव करते. आठ दिवसानं आपल्या कुणबीकीच्या कामात बुडून जाते. मंग इसमरा पल्डा, वातावरण शांत झालं, की संगळा होयेल चंदनाचा गाभुळगाभा पोत्यात भरून पुढं पाठवल्या जाते..."

"चला मंग जाऊन पाहू आपून त्याच्या फार्म हाऊसात..."

"त्याचा फार्म-हाऊस म्हणजे का आपल्यावाणी मोकाट कारभार हाये का भाऊ? कडीचोट पहारा असते तिथी. समद्या वावराले सिमिटाचे खांब रवून वरून काटेरी तारा हायेत अन् मुख्य रस्त्याले फाटक. कधी जायेल आठवते तुम्हाले त्याच्या वावरात?"

"नाही. एकदाच गेलो होतो, त्यो खासदार आला शेतकरी मेळाव्यासाठी तव्हा, जेवायले गेलो होतो. शेपन्नास शेतकऱ्यांसंगं. काय जलवा होता त्याचा. संतऱ्याचे झाडं काय? आवळ्याचे झाडं काय? आपून तू हबचक झालो होतो त्यो जलवा पाहून अन् नवल वाटलं होतं, की लेकाचं यालेच कसं हे साधते, आपल्याले काहून साधत नाही म्हणून..."

"साधते त्याचं कारण त्यो खरा शेतकरी नाहीच. खोटे धंदे लपवायसाठी करेल डोलारा हाये त्याची शेती म्हणजे. ते काय सीताफळ, मोसंबी अन् आवळे आल्या-गेल्या टिकोजीरावाले वानोळा देण्यातच त् सरून जातात राजेहो! खरं असं हाये, की नंबर दोनचा माल लपवायसाठी करेल गोडाऊन हाये त्याचं वावर म्हंजे. टाकरखेड हेलग्याच्या अन् बोथ्याच्या जंगलातून आणेल सागवानाच्या रिपा, चंदनाचे गाभुळगाभे, भुरट्या चोट्ट्यायचा कापूस अन् त्याच्या धंद्यातला

येगयेगळा माल... सगळा लपवला जाते. हाय-वेपासून पक्का रस्ता काहून करून घेतला मंग त्यानं वावरलोक. त्याचं कारण हेच...''

''कठीण हाये लेकाचं... ज्याचे माल त्याचे हाल अन् चोट्टे पल्डे तांबडेलाल... आशी गत झाली ही.''

''चला उठा. आणखीन करामती दाखवतो मी तुम्हाले या चोट्ट्यायच्या. हे दोन झाडं त नेले त्याह्यनं तोडून. आणखीनबी काही निशाण्यावर हायेत त्याह्यच्या. त्याह्यची जपोणूक डोळ्यात तेल घालून करा लागंल बरं भाऊ... चला उठा...''

असं म्हणून भगवान जाधवाने मदनरावचा हात धरून त्याला वर उठवलं. उभं राहिल्यावर त्याला जाणवलं. बराच वेळचं गुडघ्यात कळा आल्या आहेत आणि पायाच्या पंज्यात दाट मुंग्या. त्यामुळे उजवा पाय अस्तित्व हरवून बसला होता. बधिर झाला होता. कमरेपासून आपला एक पायच गायब झाला आहे, अशी विचित्र जाणीव झाली आणि तो बोलला... ''का होते लेकाचा अंगाच्या एका आडोंगानं अर्धांगवायू? तोडून टाकल्या या चंदनाच्या झाडासारखेच आपूनबी आर्धे-आर्धेच उरतो का काय लेकाचं?''

वखरून टाकलेल्या गव्हाळी नावाच्या आऊडाच्या काठाने मधल्या वढीवरून तो पुढे चालत होता. भगवान जाधव पुढे. मागून चालता चालता मदनरावने दोन-तीन वेळा आपला पाय वढीवरून पडलेल्या कडक पाऊलसगरेवर आदळून घेतला. त्यामुळे पायाला आलेल्या मुंग्या गेल्या. बधिरपण कमी झालं. पायाच्या मुंग्या गेल्या तरी आपल्या मेंदूला पण मुंग्या आल्या आहेत आणि तो आतल्या आत बधिर झाला आहे, अशी जाणीव त्याला होत होती.

''या लोकांचा पायटाच मोल्डा पाह्यजे- मव्हळं हुलकायच्या निमित्तानं म्हणा, काड्या झोडायच्या निमित्तानं म्हणा, आधी दिवसा हे पाळत ठेवून पाहून ठेवत असतील म्हणायचे अन् मंग रात्री डल्ला मारत असतील.''

''तसं काही नाही म्हणा. लय पावरफूल अवजारं राह्यतात त्याह्याच्या जवळ, पॉवरफुल बॅटऱ्या मारून रात्री-बेरात्री हुडकून काढतात ते झाडं अन् चंदनाचं झाड म्हणजे सांदी कोपऱ्यातलं दगडाकराडीले झोंबेल मव्हळ आस्ते का वारुळा-झुडपात घुसेल घोरपड आस्ते निरखू निरखू पाह्याले? आहो, टाळसर दिसते न गपकन उघड्या डोळ्याले हे झाड... मी त म्हंतो, चांदण्या रात्री दुरूनबी वळखू येते. काहून की आंगीच गोंडाळेल आस्ते न चंदन. आपले बाकीचे लिंबा-बाभळीचे झाडं कसे बंडाळेल अन् डंगाळेल दिसतात दुरूनबी. फताड्या फांद्या, वाकडे तिकडे खोडं! तसं या झाडाचं नसते. जाणून बुजून चारांगी कवळ्यालस्सं

पानानं कसं भारणसूद रूप घेऊन उभं आस्ते ते. बरोबर वल्ड्या जातात चोट्टे त्याचायाकडी चांदण्याच्या माहोलात...''

पुढे चालता-चालता भगवान जाधव बोलत होता आणि वढीवरून त्याच्या मागोमाग चालत मदनराव हुंकारा भरत ऐकत होता.

बोलत बोलत ते बेंदाळी नदीच्या चोपणात आले. खोलगट गाळवटाची जमीन. पावसाळ्याच्या दिवसात नदीला जेव्हा पूर यायचा तेव्हा बराच गाळ इथे थांबून राहायचा. शेताच्या धुऱ्याचा बराच मोठा भाग नदीच्या काठाने होता. पावसाळ्यात निर्माण झालेली दलदल इथे दसरा-दिवाळीपर्यंत कायम राहायची. त्यामुळे शेतावरच्या औताफाट्याच्या बैलांना चारण्यासाठी आपोआपच चराऊ कुरण तयार व्हायचं. त्या गवताला धरूनच बरंच जाळवणही आपलं आपण वाढायचं. त्यात पळस, बाभूळ, लिंब, सालई, कवठं अशी बरीचशी झाडं-झुडपं आणि वेल-वेलोटी यांचा समावेश असायचा. रानजाळ्यांच्या आधारानेच चंदनाच्या झाडाचा लवलवता तरणा फोक उगवून यायचा. तो डोक्याएवढ्या उंचीचा झाला, की इतर झाडा-झुडपांतून बरोबर आपलं अस्तित्व जाणवून द्यायचा. या झाडाचं सर्वांत मोठं वैशिष्ट्य म्हणजे त्याचं रसरशीत आणि लुसलुशीत डेरेदारपण. काळं कुळकुळीत खोड, खोडावर आलेल्या भुरकट काळ्या फांद्या आणि फांद्यांना बुडापासून शेंड्यापर्यंत लदबदून असणारे कोवळीलस्स घोसदार पानं. पानांचे गोळपेच्या गोळपे घोस प्रत्येक फांदीवरून खाली लोंबलेले दिसायचे. आषाढ महिन्यात पावसाच्या आधी आभाळाच्या पोटाला भरून आलेले काळे मेघ लोंबलेले दिसावेत, तशाच पद्धतीचं भारणसूद असं हे झाड असायचं.

मदनराव आणि भगवान जाधव चालता-चालता आपल्या शेताच्या बंधाऱ्याने उगवून आलेलं हे वैभव जवळून पाहत पुढे चालत होते.

तसा चंदनाच्या झाडाचा पूर्वी या मुलखात काही संबंध नव्हता. पण गेल्या दहा-बारा वर्षांपासून ही झाडं शेतशिवाराच्या बांधाने, इतर रानजाळ्याच्या आणि रानझुडपांच्या गर्दीत जागा करून आपली आपण उगवून येत होती. बी टाकायचं काम नाही. रोप लावायचं काम नाही. आपली आपण पाखरांनी टाकलेल्या विष्ठेतून उगवायची. आपल्या भरदार अस्तित्वाने भोवतालच्या शिवारालासुद्धा तालेवार, भारणसूद करायची.

झाडं वाढत असताना भविष्यात या झाडांच्या तोडीपासून आपलं काहीतरी भलं होईल, याची अपेक्षा शेतकरी मनात बाळगत असतानाच, मग हे असं नवं संकट उभं राहिलं, जसे चंदनाचे झाड भुईतून उगवून तयार झाले. बुलढाणा, अकोला, वाशीम, जालना अशा जिल्ह्यांतील बहुतांशी गावात हा नवा आधार

गवसत असताना नवेच संकटही उभे राहिले आणि हजारो गावातले शेतकरी या चंदनचोरांनी त्रस्त झाले.

झाड तोडलेलं दिसायचं. बुंधा तोडून, त्याचं गेर पाडून तोडून नेलेलं दिसायचं आणि बिचारा शेतकरी हताश व्हायचा. हळहळत राहायचा. आपल्या स्वत:च्या शेतातलं, मालकीचं झाड तोडून त्याला स्वत:ला मात्र कधीच फायदा व्हायचा नाही. कारण झाड तोडण्याची सरकारची आणि वनखात्याची बरीच जाचक बंधन होती. त्यामुळे शेतातलं चोरा चिलटांपासून, ढोरा-वासरांपासून, शेळ्या-बकऱ्यांपासून रोपटेपणी वाचवलेलं आणि झाडपणी वाढवलेलं झाड, न तोडता येण्याची त्यांची कायदेशीर गोची होती.

साधं घरच्या औतफाट्यासाठी किंवा घरकामासाठी जरी त्याने एखादं झाड तोडलं तरी ताबडतोब भुरट्या भामट्याकडून लावालावी व्हायची. महसूल विभागाचा तलाठी लुचायचा. वनविभागाचा वनपाल लुचायचा. आणि पोलीस केस करतो म्हणून या दोघांनीच एखादा पोलीससुद्धा हाताशी जुळवलेला असायचा. अशी विरोधातली कायदेशीर साखळी आपोआप तयार व्हायची. कायदेशीर दंडुक्याची भीती शेतकऱ्याला दाखवली जायची. त्यातून वाचण्यासाठी मग त्याला जमेल तेवढी लाच दिली जायची आणि शेतकऱ्याला त्याच्याच शेतातलं जीवजतन झाड मग असं विकत घेतल्यासारखं पडायचं.

हे झालं इतर झाडांच्या संदर्भात. म्हणजे रामकाटी, बाभूळ, लिंब, बोर, बेहाडा, साग अशा झाडांचा उपयोग तोड करून तो स्वत:साठी करू शकायचा. पण चंदनाच्या झाडाचं तसं नव्हतं. त्याची तोड करून त्याचा गाभुळगाभा बाहेर काढावा लागायचा. खोडाच्या आतल्या बाजूला निघणारी, ही शुभ्र रंगाची गाभुटी, खोडाला वाकसाने तासून बाहेर काढली जायची. तिचा उपयोग औषधाच्या कारखान्यात, सौंदर्यप्रसाधने बनविण्याच्या कारखान्यात आणि चंदनगोळा म्हणून विकण्यासाठी केला जातो, असं इथल्या शेतकऱ्यांना ऐकून माहीत होतं. म्हणूनच मोठमोठ्या जंगलांतून चंदनाची विक्री होते. ते तस्करी करून चोरट्या बाजारातून थेट परदेशातही विकले जाते. हे त्याला ऐकून माहीत होतं. म्हणजे फक्त ऐकूनच माहीत होतं. या बाजारपेठेशी त्यांचा कुठलाच संबंध येत नव्हता. येऊही शकत नव्हता. त्यामुळे तस्करीच्या माध्यमातून जगभरातील महागड्या बाजारपेठा काबीज करणाऱ्या या झाडाबद्दल त्याच्या मनात भीतियुक्त आदर आणि मनस्वी कळवळा होता. अशा अनेक त्रस्त आणि ग्रस्त शेतकऱ्यांपैकीच मदनराव आणि भगवान जाधव हे दोघे होते.

"हे पाहा त्या हैवानाची करामत दाखवतो मी तुम्हाले. या इकडी माह्या मागं... संबाळून, उतार हाये. घसरगुंडी होऊन पाय घसरंल अन् रपकन आपटसाल,

ढुंगण ठेसू शकते ढुंगणावर पडून... हां... हां... एकदम आस्ते आस्ते... आरामान...''

बेंदाळी नदीत उतरणाऱ्या घसरटवाटेवरून पुढे जात, मागे मदनरावाला सावध करीत चालत भगवान जाधव नदीशी पडलेल्या खंगाळ्यात उतरला. वरच्या शेतातील पावसाळ्यात बांधाने येणारं पाणी इथेच एकजीव होऊन नदीला मिळत होतं. त्यामुळे विशिष्ट प्रकारचा आकार घेऊन खंगाळा तयार झाला होता.

खंगाळ्याच्या कचपनात बरीच झाडे होती. हे म्हणजे मदनरावला माहीत नव्हतं असं नाही. माहीत होतंच. पण इथेही रात्री चंदनचोरांनी झाड तोडून गाभूळगाभा निपजू आलेलं मोठं खोड तोडून नेलं की काय? पण तोडून नेलं म्हणावं त कुठं तुटलेला फांदोळा दिसत नाही. मग निशाण्यावर झाड आहे म्हणजे काय? भगवान जाधवाच्या बोलण्याचा अर्थ कळत नव्हता आणि उत्सुकता ताणली गेली होती. एवढं मात्र खरं.

भगवान जाधवाच्या मांडीएवढ्या जाडीचे खोड येईल अशा चंदनाच्या बांधेसूद दिसणाऱ्या एका तालेवार झाडाजवळ येऊन तो उभा राहिला.

''पाहा चांगलं निरखून. मंग समजंल कसा निशाणा लावला ते...'' तो म्हणाला.

मदनराव झाडाकडे निरखून पाहू लागला. झाडाचं तेच चिरपरिचित गोंडस, गोंडाळ मोहक रूप. मांडीएवढ्या आकाराचं. काळपट-भुरकट गच्च भरलेलं खोड. मजबूत. दिमाखदार. तोऱ्यात एखाद्या पंचविशीतल्या बाईने ठाकून उभं राहावं तसा त्याचा सकवार तोरा. दहा-अकरा फुटाचे उंच सलग खोड संपल्यानंतर तिथून पुढे वर-वर चढत गेलेला रुपया-आठाण्याच्या नाण्यांच्या आकाराचा, पण मागे-पुढे चिंचोळ्या आकाराचा पानांचा भरघोस डोलारा. लसलस तुकतुकीत हिरवट-पोपटी पाने. या पानांचे घोस लागलेल्या खोडाच्या वरच्या काळपट-भुरकट चंदेरी झाक असणाऱ्या, तेजस्वी फांद्या... एकातून एक, एकातूनएक करत वर-वर झेपावत गेलेल्या. झाडाकडे पाहताना नकळत त्याच्या काळजावर मधागळ जाणीव तरतरीत तरवा झाली. एकदा त्याची बायको मयुरा त्याला गच्च गच्च मिठीत आवळून घेत म्हणाली होती. तुम्ही कसे चंदनाच्या झाडावाणी दिसता... मजबूत तरीही मधागळ... ते दोघे तेव्हा ज्वारीच्या पोटरक्यात आलेल्या पिकात उभे होते. भर दुपारीच चंदनाच्या गारेगार सावलीत असंच बोलता-बोलता देठातली वासना उजागर, अनावर झाली होती. ही सगळी बांधावर उभ्या असणाऱ्या चंदनाच्या गारेगार सावलीची करामत होती. मग त्यानेही तिला गच्च-गच्च कवळून धरले होते. म्हणाला होता, बाईसाहेब मी नाही, तुम्हीच दिसता तालेवार चंदनी झाड. लसलस नवतीचं रूप तुमचं. मी नाही, तुम्हीच चंदन झाड... मग दोन

मानवी देहाची एक चंदनसावली होऊन भुईला पाठ आणि पोटाला पोट देऊन ओठाला ओठ भिडले होते.

त्या आठवणीने रोमांचित होऊन मदनराव आतल्या आत झुलत होता. विसरला होता सोबत भगवान जाधव आहे ते. विसरला होता, आपण कुठे आहोत ते... पुन्हा टोचत होती. फुलाच्या खाली काटा असावा तशी ती जोड आठवण... एक मऊसूत मधागळ मोरपीस काळजावर फिरवणारी आणि दुसरी वाकडा काटा होऊन त्याच काळजात सलणारी... नंतरच्या उन्हाळ्यात ते ज्वारीच्या आऊडातलं देववढीवरचं चंदन झाड असंच रात्रीच्या वेळी चोरट्यांनी खापलून नेलं होतं. त्याच्या तोडलेल्या फांद्या मयुराने राजारामच्या हाताने अंगणात गोठ्याच्या भिंतीशी रचून ठेवल्या होत्या. सरपण म्हणून जाळताही न येणाऱ्या! कचपन म्हणून फेकूनही न देता येणाऱ्या!

मधागळ आठवणींचं सरण रचावं तशा त्या फांद्याचं काळं काडवन येता-जाता दिसत राहते. मन कासावीस करते. आज मयुराला समजलं की ती पुन्हा राजारामला सांगेल... राजारामबुवा त्या डांगाळी आणून टाका आता या आधीच्या काडवनावर! काय करणार हाये मयुरा त्या काडवनाचं? सरपण म्हणून जाळताबी येत नाही. कारण चंदनाच्या सरपणावर केलेला स्वयंपाक खाणं अशुभ असतं. शेतकरीच काय मजूरदारही सरपणासाठी कधी चंदनाचा लाकूडफाटा तोडून नेत नाहीत. कारण चंदनात जाळलं जातं ते फक्त माणसाचं प्रेत... अन पवित्र समजल्या जाणाऱ्या चंदनाच्या खोड-काड्याची हेळसांडही करता येत नाही. कारण ते देवाठायी पवित्र असतं. झाड नाही, एक देवरूपच असतं. म्हणूनच... म्हणूनच सरपण म्हणून जाळताही येत नाही. कचपन म्हणून फेकताही येत नाही.

"समजलं आता? कसा निशाना लावताल ते?" डोक्यातला गरगरणारा आठवणींचा, चिंतनाचा भोवरा भगवान जाधवाच्या या प्रश्नाने आधी तिरपा तारपा झाला. इकडचा तिकडे हेलकावला आणि मग पडत-झडत आडवा झाला. त्याचाही मदनरावाला बराच मोठा त्रास झाला.

"कसं काय? काय?" मदनराव भगवान जाधवाकडे प्रश्नार्थक पाहू लागला.

"तसं नाही दिसणार. तुम्ही वरल्या आंगी पाहून राह्यले. खालच्या आंगी पाहा... लवणं पल्ड्यावर बरोबर दिसते..."

असं बोलता-बोलता भगवान जाधवाने त्याच्याच नकळत चंदनाच्या भुरकट-काळ्या बुंध्याकडे बोट दाखवलं. जमिनीपासून तीन फूट अंतरावर... आणि मग तिथेच डोळे खिळून राहिले. डोळे अवाक् झाले. डोळे कासावीस झाले. डोळे

रागाने रक्तबंबाळ झाले. डोळे त्वेषाने रौद्ररूप झाले... डोळे गदगद दुःखाने, डोळे डबडब भरून आले... चंदनाच्या पोटात आठाण्याच्या आकाराएवढं गोल छिद्र होतं. गिरमिटाला फिरवून पाडलेलं छिद्र आणि पोटातील पांढरं मास लोळ्या-लोळ्या गोल लांबट गोळण होऊन भुईवर पडलेलं होतं. खोडाच्या पायथ्याशी.

पाहता पाहता चंदनाच्या खोडावर दोन्ही हात टेकवून हातनेटा घेऊन मदनराव गुडघ्यात वाकून खाली बसला. दोन्ही पायांवर उकिडवा बसून नीट निरीक्षण करून पाहू लागला. सुताराच्या कामठ्यावर लाकडी वस्तूंच्या सांधाजोडी गिरमिट वापरलं जाते. वरतून दाब देऊन गिरमिटाचं हँडल गोल फिरवलं की आत खोल-खोल छिद्र पडत जातं. त्यापेक्षाही आधुनिक पद्धतीचं गिरमिट वापरून खोडाला आडवं, आरपार छिद्र पाडलेलं दिसत होतं. त्याने छिद्राजवळ डोळे नेले. एक-दोन इंचावरच शुभ्र असा खोडातला गाभुळगाभा दिसत होता.

"आपली पोरगी वयात आली की वायली बसते. म्हणजे ती संसाराच्या लायकीची झाली असं आपून समजतो. गोऱ्याची होठाळी वासाडून त्याचे दात पाहून गोऱ्हं वाह्याले आलं का नाही हे समजू येते. पहिला पाऊस पल्ड्यावर हितभर उकरून जमीन वाफऱ्यावर आली का नाही हे आपून ठरवतो. तसे हे चंदनचोर चंदनाच्या पोटाले भोक पाडून आतल्या गाभुटीचा ठाव घेतात अन् गाभुळगाभा काढता येईल का नाही हे ठरवतात... माय मी झो त्याह्यच्या, या बाबतीत तरी ते इमानदारी दाखवतात. कवळ्या फोकावर बलात्कार करत नाहीत..."

असं तुच्छतेने हसून भगवान जाधव बोलला. पुन्हा तेवढ्याच त्वेषाने थुंकत म्हणाला,

"तसं कशाले करतील म्हणा, त्याह्याले माहीत हाय. झाड वाल्ढं की आपल्याच कामी येणार हाये. काहून की शेतकरी ते तोडूच शकत नाही. सरकारी परवानगीच नसते नं... टिपरू सारायसाठी हे वनभक्षक तयारच अस्तात नं..."

"म्हणजे भगवानराव... आज म्हणा, उद्या म्हणा, या झाडाची कत्तल होणारच म्हणायची. काल त्या झाडाची झाली तशी..."

"त्यात वादच नाही काही. बेलाशक. डाऊटच नाही काही. का पंचांग वाचून भविष्य पाहायचीबी गरज नाही."

"करावं लागंल, काहीतरी बंदोबस्त कराच लागंल. अति झालं आता हे."

"काय करता पण?"

"रिपोट देऊ ठेसनात. फॉरेस्ट्याच्या हाफिसात..."

"तदलोक होती कत्तल या झाडाची. मंग आपून काय सरप गेल्यावर फरकांडीवर काड्या मारत बसता का? अहो, रिपोर्ट द्यायचा तव्हा देऊ. पण आज या

चोट्ट्याच्या पाळतीवर राहू. लागंल तर उद्या दिवसभर झोपू. पण आज रातभर जागू. कास्तकारास करावंच लागतात आसे रातपाळीचे कामं... डोळ्यात तेल घालून जागू... काहून की हे काही लेकाचे कुऱ्हाडीचे घाव घालून तोडत नाहीत चंदनाचं झाडं... म्हणून आपल्याले आवाज येणार हाये.''

''मंग कसे तोडतात तं?''

''शिरिमंत लोकायच्या घरात त्या रंगीत फरशा बसवतात त्याह्यले काय म्हंतात?''

''टाइल्स... कडप्पा...''

''हाव, बरोबर हाये, त्या टाईल्स कापायच्या करवती भेटतात. आंगीच गोल गुंडाळेल करवती. ज्या लाइनीवर चालतात, बॅटरीवर चालतात, त्या करवती लावतात ते खोडायले. सर्रकन पाच मिनिटात खोड अंगाच्या वायलं होतं. ते कापत आलं की बरोबर आडवे होऊन वरच्यावर दोन-चार जण झेलतात. भुईवर आडवं पाडून त्याचे ढिबरं-ढिबरं तयार करतात... रातोरात माल चुंभळा घेऊन लंपास... लय पाच-सहा झणायचा ग्रुप राह्यते न... डोक्स्यावरच रफादफा करतात. रातोरात.''

''बरंच बारीक लक्ष राह्यते तुमचं!''

''पण काय फायदा? एकदा चांदण्याराती सायसंगीत, धादाईत या डोळ्यानं पाह्यला होता म्या त्याह्यचा कारनामा... झाडाआडी खोंगळीत लपून. पण हिंमत नव्हती झाली आडवं व्हायची. काहून की त्याह्यच्याजवळ अवजारं होते अन् मी रिकाम्या हाताचा. कुऱ्हाड-भाला काही आस्तं हाती त धजावलो आसतो. पुन्हा ते पाच-सहा झण अन् मी एकटा. टर्र गांड फाटली माही.''

''म्हंजे आता पुन्हा जुन्या काळातल्यासारखे आपल्याले भाले; फरशी कुऱ्हाडी आसे अवजारं जुळवा लागतात म्हणायचे.''

''टेंमच तसा आला. तुम्हाले सांगतो भाऊ, चोरंबी आता भारीच चोरी करतात. बदबद पैसा देणारी तुम्ही पहा नं. थ्रेशरजवळ रातभर कशाचेबी पोते बेवारस पडू द्या... गव्हाचे, सोयाबीनचे, हरभऱ्याचे, कोणी चोरी नाही करत. काहून की पोतंभर चोरून न्या तव्हा हजार दोन हजार भेटतात. कोण टोले घेते? म्हणूनच आता थ्रेशरच्या खळ्यावरच्या जागली कमी झाल्या. चोरायलेबी जसं आता कमी कामात जास्त मोबदला पाहिजे...''

असं बोलत चालत दोघेही खोगंळीच्या वर आले. वढीवर आल्यावर भगवान जाधव आपल्या शेतातल्या वस्तीकडे वळला. पळसाचे, जांभळीचे फांदोरे तोडून गोठा तयार केला होता. तिथेच तो गुराढोरांसोबत झोपायचा. मदनरावचं घर शेताच्या शेजारीच होतं. गावाचा सगळ्यात शेवटचा भाग. तिथूनच मदनरावची ही

गावखोरची शेती सुरू व्हायची. म्हणून त्याने आता शेताच्या धुऱ्यावरच हे नवीन घर बांधलं होतं. मध्ये सिमिटाच्या चार-पक्क्या खोल्या आणि घराच्या आधाराने समारे टिनपत्रे टाकून गवत टाकून तयार केलेलं छपरी छायवान. तिथंच गुरंढोरं बांधले जायचे. घराच्या गच्चीवर उभं राहिलं तर सगळं शेत नजरेच्या टप्प्यात यायचं, कोण कोणत्या आऊडात आहे, हे दिवसाउजेडी उभ्या-उभ्याच कळायचं. पण रात्री असे घाले बसायचेच... मंग आपून वावराशी घर बांधून काय फायदा? मदनरावाच्या मनात विचार आला.

"अन् म्या सांगतलं ते लक्षात ठेवजाहो भाऊ..." दूर गेलेला भगवान जाधव ओरडून म्हणाला.

"काय?"

"रिकाम्या हातानं येऊ नका... काही भाला, फरशी कुऱ्हाड, निदान मोठी काडी, काहीतरी घेऊन येजा अन् सोबतीन राजारामलेबी आणजा. एकट्या दुकट्याचं काम नाही जसं चोर पकडणं. मीबी माह्या भावाले नाही तर पोराले घेऊन येतो..."

"हाव! हाव!"

असं म्हणून मदनरावने हात वर केला. भगवान जाधव पाठमोरा झाल्यावर पाठीवर हात उलटे आवळून तो वढी-वढीने आपल्या घराकडे जाऊ लागला.

मयुराला चंदनतोडीची बातमी समजल्यावर ती खूप अस्वस्थ झाली. कामावरचा गडी राजाराम अन् त्याची बायको सिंधूबाई त्यांच्या शेजारीच झोपडीत राहायचे. ते तिच्या माहेराहून काम शोधत इकडे आले होते. त्यामुळे त्यांची राहण्याची व्यवस्था करावी लागली होती.

राजारामने गाडी जुंपून चंदनाच्या तुटल्या झाडाशी नेऊन कुऱ्हाडीने तोडताड करून चंदनाच्या फांदोऱ्या भरून आणल्या. दोन काडे कचपन भरलं. ते आधीच्या वाळून गेलेल्या कचपनावर चढून त्याने रचून ठेवलं. खालून सिंधूबाई फांदोऱ्याच्या कवळ्या देत होती. तो रचून ठेवत होता. आता फांद्यावरच्या पानांनी माना टाकल्या होत्या. त्यांचा टवटवीत, ताठसपणा नाहीसा होऊन लुकूमुकूपण आलं होतं. पानांनी सुकवा धरला होता. तशाच सुकलेल्या मनाने मयुरा त्या ओलट, हिरवट ढिगाकडे पाहत होती. भरीत भर म्हणजे मघाशी बेंदाळी नदीच्या खोंगळीकडून आलेल्या मदनरावने तिला जो वृत्तांत सांगितला, तो ऐकून तिच्या काळजातच गिरमिट फिरवल्यासारखं झालं. काळजालाच भोक पडलं होतं. काळजाचा गाभूळगाभा ओली ठसठस धरून ठणकत होता.

गाडीतल्या फांदोऱ्याचा गळाठा आधीच्या वाळल्या ढिगावर रचून झाला.

सिंधूबाई नेसल्या लुगड्याच्या पदराने घाम पुसत इकडे आली. मयुरा छपरीच्या धारणदुणीशी उभी होती. तिच्याजवळ येऊन बसली.

"काय गर्मी होऊन राह्यली माय... झाडंबी जसे काही आतून बांधून ठेवले... एकबी पान हालून नाही राह्यलं...", असं म्हणून पुन्हा तगमगत उठली. जवळ तोटी लावलेली पाण्याची खापरी टाकी होती. तिथं बसून तिने तांब्या भरून घेतला. हातावर पाणी टाकून एक सपका आपल्या घामाळल्या तोंडावर मारला. पुन्हा पदराने तोंड पुसलं. मग अर्धा तांब्या पाणी घश्शाखाली रिचवल्यावर तिला बरं वाटलं. तांब्या हाती घेऊन तिने आधीच्या वाळल्या आयचनावर नवीन डहाळ्या चोपून-चोपून बसवणाऱ्या नवऱ्याकडे पाहिलं. नव्या ओल्या फांद्यांना जुन्या वाळक्या चंदनी काळ्या फांद्या आपल्यात जुळवून घेत नव्हत्या. त्यामुळे चोपून बसवताना त्याला बराच त्रास होत होता.

"पाणी देऊ का हो तुम्हाले?" तिने उंच आवाजात विचारलं.

"राहू दे आता. खाली उतरल्यावरच पिईल मी..." असं म्हणून तो फांदोऱ्याच्या ढिगावर कुदत राहिला. स्प्रिंगच्या गादीवर कुदावं तशी त्याला मजा वाटत होती म्हणून कुदत होता, की सहजच लयीत त्याची हालचाल होत होती, त्यालाही सांगता आलं नसतं.

"सिंधूताई, आज गेला पुन्हा चंदनाच्या होत्या झाडाचा बळी..." मयुरा उदासपणे ढिगाकडे पाहत म्हणाली. "बरं, मयुरावहिनी मले तुमाले एक इचारयचं होतं. म्हंजे आपलं मनात आलं म्हणून सहज इचारायचं होतं जी..."

"विचार नं!"

"चंदनाचे झाडं जर आसे अपघाती तोल्डे नाहीत किती मोठे होतील जी? या लिंबाच्या नाही त् त्या आंब्याच्या झाडा एवढाले होतील का जी ते?"

जवळच्या लिंबाच्या आणि दूरच्या आंब्याच्या झाडाकडे बोट दाखवत तिने विचारलं.

"काय सांगावं बाई, खतेशा वाणाचे लोकं वाढूच नाही देत नं ते! शेतकऱ्याने झाड जगवले अन् चोट्ट्यानं रातोरात तोल्डे... हाच त् अनुभव हाये नं आपला. तुह्यासारखीच माहीबी उत्सुकता हाये किती वाढते झाड ते समजून घ्यायची."

असं म्हणून मयुरा पदराने वारा घेत राहिली.

तिला आठवलं, आपली झाडाची ओढ पूर्वीपासूनची. कोणतंही झाड लावायचं. वाढताना पाहायचं किंवा बांध बंधाऱ्याने वाढत असेल तरी आठ-पंधरा दिवसांनी उगीच जाऊन नजर टाकून यायचं. दोन-चार फांद्या वाढलेल्या दिसल्या की तिला

किती आनंद व्हायचा. म्हणून शेताला फेरी मारताना, शेतात काम करताना फुरसतीच्या वेळी ती आवर्जून बांध-बंधाऱ्याचे ओढ्या वघळातले झाडं पाहून घ्यायची. त्यामुळे शेतावरच्या बहुतेक झाडांबद्दल तिला बुडापासून तर शेंड्यापर्यंत माहिती होती. आपल्या शेतातल्या सगळ्या शेतात सगळे मिळून पंचेचाळीस चंदनाचे फोक उभे होते. मात्र त्यातले किती मोठे होऊ शकतील याची धास्ती तिच्या काळजात खड्डा पाडायची आणि कासावीस व्हायची. आताही तसाच खड्डा जाणवला. ती कासावीस झाली.

सहज नजर समोरच्या निलगिरीच्या झाडावर गेली. निलगिरीच्या झाडाच्या खोडावर दहा-बारा फुटानंतर दोन फांद्या फुटतात, मध्ये बेचका आहे. त्या बेचक्यात एक पिंपळाचं रोपटं उगवलेलं आहे. दोन वर्षांपूर्वी पहिल्यांदा जेव्हा तिला हे रोपटं दिसलं तेव्हा ते दोन डगळी सोळा पानी अंदाजे दहा इंची उंच होतं. आता तेवीस-चोवीस पानी अंदाजे पंधरा इंच झालं होतं. रोपटं पाखराच्या विष्ठेतून बी पडून उगवलं होतं. यात वादच नाही काही. कारण अशी वडा-पिंपळाची, चंदना-उंबराची झाडं उगवण्याचं मशिन म्हणजे पाखराचं पोटच आहे. हे तिला माहीत होतं. पाखरं कुठं कुठं झाडावर पिकली फळं खातात. दुसऱ्या झाडाशी, जमिनीवर बसतात. तिथं हगतात आणि त्यातूनच मग अशी पोटाची उष्णता मिळवलेलं बियाणं रुजून रोपं सांदी कपारीत उगतात. आपली आपण वाढतात. मोठी झाडं होतात. पाखराच्या पोटातून बाहेर पडल्यावरच या बियाणाची उगवण शक्ती वाढते. तसं झाडाचं फळ तोडून बी टाकलं तर ते तग धरत नाही. उगवतच नाही. याचा तिला अनुभव होता. हे पिंपळाचं झाड जमिनीवर मातीतून उगवून आलं असतं तर इतक्यांदी किती टर-टर वाढलं आसतं. बाळसेदार झपकेच्या झपके पान मिरवत झपकेच्या झपके झालं असतं. पण बिचाऱ्याचं जिणं झालं परस्वाधीन... निलगिरीच्या झाडाच्या खोडात मुळ्या रुतवून बसलं. कसा शोषत असंल तिथून अन्नरस? पुढं खोड निलगिरीचं झाड पिंपळाचं, असं तयार होईल...

पुन्हा तिच्या मनात आलं, या रोपट्याचं भविष्य काय? होईल ते मोठं? होईलबी. काहून की असे किती झाडं दिसतात, दुसऱ्या झाडात उगवून मोठे झालेले. लिंबात वड. वडात लिंब, लिंबात पिंपळ, पिंपळात लिंब. गोमेधरच्या महादेवाच्या दर्शनाला जाताना मध्ये एक खडकाळ ओढा लागते. फक्त पावसाळ्यात वाहणारा. त्या ओढ्यात मध्यभागी एक मोठा खडक हाये. फक्त खडक. माती आजेबात नाही. तर त्या खडकातच एक पिंपरणीचं झुडुप हाये. आठ-दहा फूट उंचीचं. घेरदार. लसलस पानाचं. आपलं लगन झालं, अन् या गावात आलो

तव्हापासून हारहारल्या आपून सरावण महिन्यात गोमेधरच्या महादेवाच्या दर्शनाले जातो. दर सोमवारी. तव्हा हमखास ती पिंपरण थांबवून धरती. डोळे भरून पाहून घेती. तशी ही पिंपळ-पिंपरणीची जातच लय चिवट, तग धरून जगणारी. आस्ते आस्ते. वाढणारी.

...तसंच, त्या पिंपरणीसारखंच हे पिंपळाचं रोपटंबी दिसामासी नाही, तरी सालामासी मोठं मोठं होईल, किती खास दिसंल पण त्यो सीन... खाली खोड निलगिरीचं अन् वरती झाड पिंपळाचं... पुन्हा पानाचाबी तसाच गुतोळा होईल, वरच्या भागात... निलगिरीच्या लांबट पानांत गोल पानं पिंपळाचे अन् पिंपळाच्या गोल पानांत लांबट पान निलगिरीचे... पण आडमंधातच समजा निलगिरीच्या झाडाले उधळी लागली तर मंग कसं? वरवर चढत गेलं भिरूड अन् वाळलं झाड, तर मंग कसं?

तिचे डोळे निलगिरीच्या खोडाच्या खालच्या बाजूने स्थिरावले. तिथं काही दिवसांपूर्वी दोन बोटांची उभी चीर पडली होती. मध्ये खोल चीर आणि दोन्ही बाजूंनी दोन उभार मासाळ उंचवटे. कवडीच्या पोटासारखी जागा भेगाळी. तिच्याच नकळत त्या भागावरही तिची पहिल्यापासून नजर होती. पाहावं वाटायचं, म्हणून ती तो भाग पाहायची. तर पूर्वी मासाळ असणारा तो खोलगट भाग आता कोरडेपणी खूपच खोल गेला होता. तिथला भाग खंगर खळगा झाला होता. आणि त्यात किडे तरतरत होते.

तिचं मन उगीचंच व्याकुळ झालं आणि मोठा सुस्कारा बाहेर पडला.

"काहून दुचित झाल्या जी एवढ्या? कशाच्या इच्चार करून राह्यल्या जी माय..."

सिंधूने विचारलं. तशी ती कसंबुसं हसली. सावध झाली.

"चंदनाच्या झाडाचाच इच्चार करून राह्यल्या नं जी तुम्ही? बरोबर हाये. ते झाड लय पैसा देऊ शकते म्हंतात शेतकऱ्याले. एका झाडाचं खोड लाखाले इकल्या जाऊ शकते. पण हे खतेशे लोकं ठेवतील तव्हा नं? साखऱ्याची गोणी पाठीवर हाये. पण तिथवर तोंड पुरत नाही. आवतण देलं साऱ्या गावा अन् बावधन सुटलं घरीच जेवा... आशी गत करतात हे चोट्टे... कसे हैवानाच्या पोटचे हायेत कान्नू माय. माणसात ना कुणसात अन् भुताच्या जिनसात. किती टर-टर वाढतात हे झाडं या गव्हाळ्या जमिनीत... अन् ते खानाखराबा करतात..."

"बरोबर हाये तूहं. आपल्या शिवाराले देवानं देणं देली, पण या भूतायनं खुडून नेली."

"झाड गंज हैत... पण आपल्या नदीकाठच्या वावरातल्यावाणी ते खपखप वाढत नाहीत. तिकडच्या बल्डाखल्डावरचे चंदनाचे झाडं. त्याच्यानं झाडा-झाडातबी फरक राह्यते. आपले कसे लसलस, तल-तल दिसतात. तिकडचे खेंडूक-बेंडूक होऊन अवघडत वाढतात. त्याच्यानं इकडचं दोन वर्षाचं दिसते तसं तिकडचं, दहा वर्षांचंबी दिसत नाही झाड. त्याच्यात गाभुटीबी आशी भारणसूद निघत नाही. म्हणूनच त्याले हाडक्या चंदन अन् याले मासाळ्या चंदन म्हणतात..."

एवढं बोलून सिंधू थोडंसं खुदकन हसली.

"काहून हासली?" मयुराने विचारलं.

"नाही, झाडायचंबी कसं माणसावानीच आस्तेनं जी. आता तुमच्यातला अन् माह्यातलाच फरक पाहा नं. तुम्ही खात्या-पित्या घरातल्या; चाणाचुना खाता, चिकनं चोपडं खाता, पुन्हा काम कमी. तू पाहा नं कशा मासाळेल दिसता. अन् मी पाहा उनातानाची कामं करू करू कशी काळीडूक, हाडकी हाडावळी झाले. हाडक्या चंदनासारखी. अन् तुम्ही गाभुळगाभा. पिवळ्याधम्मक..."

"काही म्हंती तू त्..."

"खरंच बोलते जी वह्यनी मी. आहो तुम्ही काहीच नाही. आशा शेठ सावकाराच्या बायका राह्यतात. सठ खातात अन् मठ बसतात. त्याह्याच्या अंगावरचं कसं मास लोंबते. रंगबी कसा राह्यते शिमिटाच्या घरातल्या पांढऱ्या पालीसारख्या... भोऱ्या भसाड पांढऱ्या पाली..."

"हा तिरमख काय म्हणून राह्यला वह्यनी... जाय सांग रे वह्यनीले..."

असं म्हणून राजारामने तिरमखला मयुरापुढे येण्याची खूण केली. तसा तिरमख पुढे आला. भयाण भकास दिसत होता. रडतही असावा. कारण डोळ्यातली ओल स्पष्टपणे जाणवत होती.

"काहून रडा लागला रे भाऊ?" सिंधूने चौकसपणे विचारलं.

त्यावर तिरमख काहीच बोलला नाही. फक्त एकदा त्याने सिंधूकडे पाहिलं आणि एकदा मयुराकडे. मग मयुरावर डोळे स्थिर ठेवून त्याने सर्रकन नाक ओढलं. त्याचा ओला, चिरका आवाज उठला आणि मग त्याने हुंदकाच फोडला.

"आरे, आरे काय झालं? काहून रडा लागला?"

मयुराचं काळीज अनामिक भीतीने उगीच थरकापून गेलं.

"म्हातारी गेली त्याची..." राजारामने सांगितलं.

"अरे, आरे, वाईट झालं. कधी मेली?"

"पाह्यटीच... आता जाळायचे न्यायचं तिले मसणात..."

असं म्हणून तिरमख डबडबडोळ्याने मयुराकडे पाहायला लागला. ती कासावीस झाली.

"जाय नं मंग तुबी... पाणी धरा लागलं न तुले? इकडी काहून आला?"

मयुराची तगमग पाहत सिंधू घाई करत त्याला असं म्हणाली.

"माह्या मायनं मरायच्या आंधी आमाले सांगतलं होतं, मी मेल्यावर मले मयुराबाईसाहेबाच्या घरच्या चंदनाच्या लाकडातच जाळा..."

"आसं का? त्याच्यासाठी आला का तू? पण लाकडं त् नाही गड्या... आधीच ते मुडदे तोडून नेतात रातोरात. त्या काड्याची थप्पी लागेल हाये गड्या..." सिंधू म्हणाली.

"काड्याबी चालतात... द्या एक भारा बांधून... तेवढ्याच सरणावर नेऊन जाळतो. शांती तरी भेटील माझ्या बुढीच्या आत्म्याले... अन् पुन्हा तिनंच सांगतलं होतं, मरायच्या आंधी... खोटं नाही बोलत. तुमची शप्पथ..."

"आता खरं न खोटं काय करत बसतू गड्या... काजी वह्यनी, कसं करायचं?" तिने मयुराकडे पाहिलं.

"द्या राजारामबुवा एक भारा बांधून... खालच्या खालच्या ओढून बाहीर काढा अन् द्या भारा बांधून."

असं मयुराने म्हटल्यावर राजाराम काड्यांच्या ढिगाशी गेला आणि खालच्या वाळलेल्या काड्या बाहेर ओढून काढू लागला. आलेला तिरमखही त्याच्यामागे गेला.

"मोठी सांगून गेली मरणाच्या आधी. चंदनाच्या काड्यात जाळायचे. पह्यल्यापासून हिचा लोकायच्या डल्ल्यावरच डोळा होता." सिंधू संतापत म्हणाली.

"पण तू काहून चिल्डीले आली. खरंच पुण्य मिळते म्हंतात नं चंदनाची एक काडी सरणात आसली तरी!"

"हिले काय पुण्य मिळणार हाये? हिचा आत्मा काय स्वर्गात जाणार हाये? जवानपनात केले चाळे अन् म्हातारपणात उप्परवाळे... मुलखाची छिनाल होती ही बाई. चवचाल चालीची. म्हाताऱ्या बायका सांगतात नं, चालत्या माणसाले खेटाजाय ही अन् वाऱ्याले हेपल्या माराजाय. त्यो तुमचा संपतराव देशमुख होता नं, त्याले चावू-चावू खाल्लं तिनं... मजूरदारणीची सहा एकराची मालकीण झाली. काय कामाची आशी बाई... नवरा बाहेर अन् धगड्याले आहेर..."

"बर; बसं कर बाई! कसंतरी होते मले. आसं लोकायचं खरकटं चिवडून काय फायदा? आपलेच हात गचाळून जातात..."

"हावं, तेबी खरंच हाये म्हणा... पण आता हा आसाच पायटा पडणार हाये, कोणी गावात मेलं की तुमच्या घरी चंदनाच्या काड्यासाठी येतच जातील लोकं.

लोकायले काय, एकदा माहीत झालं देतात म्हणून, की मंग काय जाते मागणारायचं... जगरं पेटलं न् भिकारी उठलं...''

ठरल्याप्रमाणे रात्री चौघेजण पाळतीवर गेले. पलीकडच्या गाडवाटेने जाऊन ते खोंगळीत उतरले. सालईच्या झुडपाआडून पाहिलं आणि चहाळ लागला. चंदनाच्या झाडाशी माणसं बसलेले होते. टाईल्स कापायच्या मशिनचा सूर्र सूर्र!! असा आवाज येत होता.

''हायेत रे भोसडीचे...''

असं कुजबुजत मदनराव वेगाने पुढे निघाला. तसा भगवान जाधवाने त्याचा हात धरला.

''आहो, एकदम पुढं जाऊ नका. किती माणसं हायेत अन् किती नाहीत. पुन्हा त्याह्यच्याजवळ हत्यारं आसतील...''

''पण पकडायले त पाह्यजेतच नं? किसान टॉर्च मारून पाहू का?''

असं विचारता- विचारताच राजारामने हातातल्या किसान टॉर्चचं बटण दाबलं. त्या प्रकाशाच्या पट्ट्यात दिसलं. दोन माणसं खाली बसून करवत चालवत आहेत आणि दोघांनी उभं राहून तुटत्या खोडाला आधार दिला आहे.

''कोण हाये रे?''

''आहो चौघं झण हायेत...'' असे दोन्हीकडचे आवाज एकमेकांत मिसळून दोन आवाजाचा एक पिळा झाला.

''आरे चला पुढी. चौघंच झण हायेत. काढू टेपारून...''

असं जोरात ओरडून भगवानचा तरणा पोरगा काठी घेऊन पुढे सरसावला. खालच्या पाचोळ्यावर दगड-मातीवर त्याच्या पायाचा भयानक आवाज येऊ लागला.

''कोण हाये रे तुम्ही?'' चंदनाच्या झाडाकडून दोन चिरके आवाज चिरकले.

''तुमच्या मायचे नवरे हायेत रे...''

''खापलून काढ राजू कुऱ्हाडीनं...''

''भाला खूपस राजाराम पोटात... हाण... सुस्ती करू नको...''

''चला भाऊ तुम्ही... चौघंच झणं हायेत आज खतमच करू लेकायले...''

असं म्हणत जोरजोरात ओरडत हे चौघे पुढे सरसावले. तसा चंदनाच्या झाडाजवळून भेदरला आवाज आला.

''आरे भाग सुलतान्या... गावमेके बहुत लोक आये...''

''आरे पळ हिटलऱ्या... जीव वाचवा आपला...''

आणि समोरच्या बाजूने ते पळत निघाले. हातातल्या बॅटरीच्या हेलकावत्या

प्रकाशात आपल्या जवळचे औजारं सावरत, पाठीवरची थैली हेलकावत चौघे पळत जाताना दिसू लागले. राजारामची बॅटरी त्यांचा मागून वेध घेत होती. बूट घातलेले. हाप् चड्ड्या नेसलेले पावलं. दडादडा पळत होते.

"आपल्या गावतले नाहीत हो भाऊ... साले ढुमा-आवढळीचे दिसतात... पळा पळा... पकडा पकडा..."

पायाच्या आडव्या तिडव्या भुताच्या पायासारख्या मोठमोठ्या सावल्या कधी पुढे, कधी मागे हेलकावत होत्या. चोर मात्र पुढेच पळत होते. मध्येच त्यांनी मागून पळत येणाऱ्यांच्या डोळ्यावर बॅटऱ्या चमकावून त्यांचे डोळे दिपवून टाकले.

अशी एकच पळापळ, आरडाओरड झाली आणि पुढच्या पळणाऱ्या चोरांनी आपल्या पळण्याची गती खूपच वाढवली. वाऱ्याच्या वेगात अंतर पार करू लागले. बेंदाळीच्या पात्रातून पिराच्या टेकाडावर ते चढून गेले. तिथं कारबेटीच्या रानजाळीच्या झुडपामागे थांबून त्यांनी आपल्या हातातला पसारा खाली ठेवला आणि तिथून पळत येणाऱ्या मागच्या लोकांवर भयानक गोटमार सुरू केली. एकामागे एक दगडं सणाणत येऊ लागले.

राजारामने उजव्या हातात बॅटरी छातीशी समांतर धरली होती आणि दुसऱ्या हाती काठी घेऊन तोंडाने शिव्या देत गतिमान पायाने तो अडखळत पळत होता. तेवढ्यात पिराच्या टेकडीवरून सूऽऽ सूऽऽ. करत दगड त्यांच्या अंगावरून जायला लागले आणि एक दगड खाड्कन राजारामच्या हातातल्या बॅटरीच्या काचेवर आदळला. ताड् करत समोरचा काच आणि आतला लाईट असे दोन्ही एकदमच खळ्करून फुटले. समोर गच्च काळोख झाला. डोळ्यात बोट घातलं तरी दिसू नये, असा गच्च काळोख.

बॅटरी फुटल्याबरोबर त्या प्रकाशात पळणारे हे चौघेही एकमेकांच्या अंगावर हेलपाटले. मदनराव हाताने भुई धरून हेलपाटत असताना एक दगड त्याच्या कपाळावर येऊन आदळला.

"मेलो रे बाप्पा... टाळक्यात दगड लागला..."

असं म्हणून मदनराव डोकं धरून पटकन खाली बसला. तसे राजाराम, भगवान जाधव आणि त्याचा पोरगा राजू तिघेही मदनरावभोवती जमा झाले "लय लागलं का?" असं विचारत भगवान जाधवाने खिशातून काड्याची पेटी काढली.

"चांगलीच खोक् पल्डी रे... राजाराम..." काडीच्या थरथरत्या उजेडात कपाळ पाहत तो म्हणाला. रगतबी गळा लागलं टपंटपं..."

"चला... चला आता वापस..."

"रुमाल आसलंत पक्का आवळून बांधा कपाळाले..."

धडपडत आवाज मागे पळाले. मागून एक दुसरा दगड अंधारातून सू... सू... करत येत होता. कुठेतरी धप् करून जवळपास पडत होता. परतून येणाऱ्या चौघांची काळजं आता आतून जोरदार धडधडत होती. सगळे मागे-पुढे पाहत, नांगरटीच्या ढेकळातून, तगमगत धडपडत चालत होते. घर जवळ करत होते.

दुसऱ्या दिवशीची सकाळ :

मदनरावच्या अंगणात बायका माणसांच्या गर्दीची थोपची थोप दाटली होती. बायका कुजबुजत होत्या. हळहळत होत्या. सर्वांच्या चेहऱ्यावरचा दुखवटा धुरासारखा दाटला होता. दुरून पाहणाऱ्याला तर या घरी मर्तीकच झाली असावी, असं वाटावं, असं तंग ताणलेलं वातावरण होतं. गर्दीच्या मधल्या भागात डोक्याला पांढरी दवाखानी शुभ्र पट्टी बांधलेला मदनराव बसला होता. डॉक्टरने इंजेक्शन देऊन त्याच्या डोक्याला ही शुभ्र दवाखानी पट्टी बांधली होती. रात्रीच्या पळापळीत परत येताना राजाराम एका झाडाच्या खोडावर आदळला होता. त्याचं कपाळ भप्प सुजलं होतं. सूज तोंडावर उतरून एक डोळा सुजीत आटला होता. मिटलेल्या त्या डोळ्यामुळे आणि कपाळसुजीमुळे राजारामाचा चेहरा विचित्र भयाकूल धोदरल्यासारखा दिसत होता. भरीत भर म्हणजे त्याच्या कपाळावर आंबेहळद, भुईलोणाचा थर दिला होता. त्यामुळे त्याचं कपाळ काळी मळवट भरल्यासारखे, काळपट चंदनाच्या झाडाच्या खोडासारखे दिसत होते.

बायका-माणसं आपसात कुजबुजत बसले होते. बायका हातांची बोटं मोडत चंदन चोरांना शिव्या देत होत्या. त्या अज्ञात चोरांच्या सात पिढ्यांचा उद्धार करीत होत्या. एकात एक अनेक आवाज मिसळून तिथे संमिश्र आवाजाचा एक गंभीर-भारदस्त पिळा निर्माण झाला होता.

"आले आले... बबनराव गिऱ्हे आले..."

अनेक आवाजातून एक टाळसर आवाज उमटला. तसं वातावरण शांत झालं.

इकडे तोंड करून बसलेल्यांच्या तिकडे माना वळल्या. गावातून येणाऱ्या रस्त्याने बबनराव गिऱ्हे येत होते. त्यांच्यासोबत राजू आणि पुन्हा दोन-तीन शेतकरी होते.

बबनराव गिऱ्हे म्हणजे गावचे राजकीय पुढारी आणि तालुक्याच्या कृषी उत्पन्न बाजार समितीचे सभापती. शेतकऱ्यांविषयी कळवळा असणारे नवे, तरणे-ताठे प्रभावी व्यक्तिमत्त्व.

बबनराव गिऱ्हे आले आणि मदनरावाजवळ बसले. कपाळाचा मार पाहिला. राजारामाचा भप्प सुजला चेहरा पाहिला.

"सांगा हो भगवानराव रात्रीच्या तुमच्या आबदा..."

असं सिद्धेश्वर पवार बोलल्यावर मग भगवान जाधवाने रात्रीचा सगळा वृत्तांत कथन केला. आतापर्यंत नवा माणूस आल्यापरत विचारीत होता. त्यामुळे सांगून सांगून भगवान जाधवाचा गळा चिप्प बसला होता. एकदा सगळी चोरकथा टेप करून कॅसेट काढावं अन् आल्या गेल्या माणसाले ऐकवावं, असं त्याला वाटत होतं. बोलू बोलू आवाज बसला होता. ओल्या गवताच्या गंजीखाली दबलेल्या किंवा गळा दाबलेल्या माणसाचा घुसमटता आवाज यावा तसा घोगरा आवाज विचित्र वाटत होता. धीर-गंभीर होऊन त्याची सगळी कथा ऐकून झाल्यावर बबनराव गिऱ्हेंनी मोठा सुस्कारा सोडला.

"अति झालं सालं आता हे." ते म्हणाले.

"अति, अहो गळ्यालोक पाणी आलं." एक आवाज.

"ज्याचा माल त्याचे हाल... चोट्टे झाले तांबडे लाल..."

तिसरा अभिप्राय.

"बोहल्यावर नवरी रंडकी करा लागले हे रंडके..."

"आता काय करता?"

"ठेसनात कैफियत देऊ ..."

"नुस्ती कैफियत नाही... चक्का जाम करा... मोर्चा काढा... आंदोलन करा... त्याच्याबगर ठार बहिऱ्या शासनालोक आपला आवाज जाणार नाही."

"तसंच करायचं... तसंच करायचं..."

अनेक आवाज उठले.

आवाजासोबत बसलेले माणसंही उठले. बबनराव पुढे आणि माणसं मागे असा घोळकाच्या घोळका गावातल्या मुख्य रस्त्यावर आला. कुजबुज, कोलाहल, शिव्या, घोषणा, पायात पाय... अनेक पाय. आवाजात आवाज... अनेक आवाज! गर्दी गावातल्या पोलीस स्टेशनकडे जायला लागली.

"चंदनचोरांचा बंदोबस्त झालाच पाह्यजे...

झालाच पाह्यजे... झालाच पाह्यजे...

घोषणांनी गावरस्ता, गाव दुमदुमून गेलं.

माणसं निघून गेल्यावर मयुराचं अंगण बरंच रिकामं झालं होतं. बायका कलकलत होत्या. हळूहळू एक-एक करत त्याही निघून गेल्या.

बाहेरच्या ओट्यावर दुचित होऊन मयुरा गुमसूम बसली होती. सिंधूबाई घरातल्या कामाची वारसार करीत होती. अंगणाशी झालेला धिंगाणा झाडूने सावरत पुंजा करीत होती.

मयुराच्या मनातले विचार, आठवणी उसळ्या मारत होते. तिला आठवलं : आपलं एक स्वप्न होतं. चंदनाची भरघोस शेती करण्याचं. त्याच वेडापायी तिने गेल्या पावसाळ्यात चंदनाच्या बऱ्याच बिया राजारामाकडून जमा केल्या होत्या. पावसाळ्यात पोळ्याच्या वेळेला चंदनाच्या फांदीच्या शेंड्यावर भरघोस फुलोरा यायचा. नंतर तिथे अर्धदेठाळ मोहरीच्या आकाराचे फळघोस लदबदून यायचे. आधी गर्द हिरव्या रंगाचे असणारे हे फळघोस काही दिवसात कडकपणा घ्यायचे. मग त्यांचा रंग बदलायचा. जांभळ्या रंगाच्या या देशीपुरल्या बिया ती स्वत: शेतात फिरून, राजारामाकडून शक्य त्या पद्धतीने तोडून घ्यायची. घरात मडक्यात साठवायची. दोन वेळा या बियाण्यापासून रोपे तयार करण्याचा तिने प्रयत्न केला होता. पण यश आलं नव्हतं.

"चंदनाचं झाड आपलमत्त्याचं उगवतेजी, बांध-बंधाऱ्यानं. पाखराच्या पोटातच उबवल्या जाते ते बी... म्हणून पाखरानं हागेलंच बिया पाह्यजे त्याले... आता त्या कशा काय सापडावं आपल्याले? पण जाऊ द्या नं... बांध-बंधाऱ्यानं का कमी उगून राह्यले हे रोपं... त्याह्यलेच जीव जतन करून वाढवू..." सिंधूबाई म्हणाली होती.

"कावं सिंधे. मले एक नवलच वाटते..." भगवान जाधवाची म्हातारी माय अजून अंगणात बसलेली होती. छपराच्या ठुणीला पाठ टेकून. कपाळाला हात देऊन नुस्ती-नुस्ती पाहत होती. तिच्या मनात प्रश्न उसळला होता.

"काय वं आत्याबाई?"

दोघींच्या आवाजाने मयुराची आठवण खंडित झाली.

"आवं, या चंदनाच्या झाडावर साप आस्तात नं व? एकदम असली नाग!

पोथ्या पुराणात... आयकेल हाये आम्ही... चंदनाच्या झाडावर डांगोडांगी सरपाचे गोळेच्या-गोळे लटकेल आस्तात नं बया... तेबी असली नागाचे... कसे डसत नाहीत या चोट्ट्यायच्या हातापायाले?"

"राहत असतील सरपाचे गोळे... म्या इच्चारल होतं एकदा मदनरावले हेबी... त ते म्हणत; सापाचा न् सुगंधाचा काही संबंध नसते. सम्दे चेऱ्याचे वारे अन् मनाचे भारे हैत ते... पुन्हा चंदनाच्या आंगी सुवास असला तरी वरल्या आंगी नस्ते. आतल्या आंगी गाभुटीत आस्ते त्याचा सुगंध. त्याच्यासाठी चंदनाच्या झाडाच्या खोडाचं पोट चिरा लागते. काय आसलं ते आसो माय... कोणी म्हंते; त्याची कॅन्सरावर औषधी तयार होते. लय महाग इकली ती. कोणी म्हंते, हिरो-हिरोईनी अन् शहेरगावचे शिरिमंत लोकं तोंडाले जे इस्नो-पावडर लावतात. आंगावर चांगला सुवास यावं म्हणून जे फवारे मारतात... ते भारी भारी तयार होते

या गाभुळगाभ्यापासून... काय होत आसंल त होवो माय, पण महाग इकल्या जाते. म्हणून त राच्चेइराच्चे येऊन झाडाचे लोळे तोडतात नं हे बाराच्या पोटचे. बारबोडे...''

अशी बायकांची चर्चा सुरू होती.

दुपारची वेळ : बसस्थानकावर लोकांची गर्दी उसळली होती. पोलीस स्टेशनमध्ये बरीच झकाझकी होऊन मोर्चा इकडे आला होता. चक्का जाम करण्यासाठी. पण ठाणेदाराने तहसीलदाराला फोन केला होता. गाडी निघाली होती. तोपर्यंत सगळ्या लोकांना रस्त्याच्या कडेने थोपवून धरलेलं होतं.

बाजूच्या एका कृषिसेवा केंद्राच्या दुकानात बसून बबनराव गिऱ्हे आणि त्यांच्या सहकाऱ्यांनी आपल्या मागण्यांचे निवेदन तयार केले होते. निवेदनाचा कागद हाती घेऊन बबनराव गिऱ्हे पुढे आले. ते लोकांना वाचून दाखवू लागले. गर्दी बरीच जमली होती. त्यामुळे मागच्या शेतकऱ्यांना ऐकायला येत नव्हते. निवेदन वाचणाऱ्या बबनरावचे तोंड दिसतही नव्हते. म्हणून मग भगवान जाधव धावत पळत एका हॉटेलपुढे गेला. तिथला एक टेबल त्याने उचलून टेबलाचे पाय वर करून अन् पाठ आपल्या डोक्यावर ठेवून इकडे आणला. बबनरावच्या पुढे टेबल ठेवून तो म्हणाला-

''याच्यावर उभं राहून बोला भाऊ... म्हंजे समद्या लोकायले आयकू जाईन...''

बबनराव टेबलावर उभं राहून भाषण दिल्यासारखे बोलू लागले.

... ''शेतकरी बंधूंनो, मी निवेदनातले मुख्य मुद्दे वाचून दाखवतो. आणखी कोणाले काही सांगाव वाटलं तर त्यानं सांगाव... त्याच्यात अॅड करून घेऊ... ह्या निवेदनाले आपून डी.टी.पी. करून घेऊ. मंग झेरॉक्स काढून आपले आमदार, खासदार, कलेक्टर, मुख्यमंत्री, वनमंत्री, तहसीलदार अन् समद्या पेपरले पाठवून देऊ... तुमचे वनखात्याचे कायदे हायेत. पण ते आमच्या शेतकरी बांधवासाठी लय जाचक हायेत. बळिराजाले पाताळात घालणारे हायेत. म्हणून काही मागण्या हायेत आमच्या. त्याच्यावर सहानुभूतिपूर्वक विचार व्हावा... पहिली मागणी - चंदनाचा गाभुळगाभा चोरून नेणाऱ्या चोरायचा ताबडतोब बंदोबस्त व्हावा, नंबर दोन-शेतकऱ्याच्या शेतात उगवून येणारे चंदनाचे झाड, पीक समजले जावे. झाडं तोडण्यासाठी परवानगीची गरज भासू नये. म्हणजे मनाजोगतं झाड झाल्यावर शेतकरी खुल्या बाजारात विक्री करू शकेल. निसर्गाच्या कृपेनं, पाखराच्या पोटातून जर्मिनेशन होऊनच चंदनाचं झाड उगवते, त्याचं सरकारने रक्षण करावं...''

''आणखीन एक कलम जोडून घ्या मदनराव...''

भगवान जाधव म्हणाला, "चंदनाच्या व्यापारावरची बंदी उठवली जावी, काहून की शेतकऱ्याले हे पीक भरपूर पैसा मिळवून देऊ शकेल. त्यामुळे शेतकऱ्याच्या आत्महत्या होणार नाहीत..."

"आरे हाव गड्या... शेतकऱ्यांच्या आत्महत्या हा मुद्दा कुठीबी दडवता येते आजकाल... पेपरवाले, सिनेमावालेबी हाच मुद्दा दडपू-दडपू धरतात. आपूनबी दडपा..."

कोणीतरी बोललं.

"काही लवकर येत नाहीत वाटते शासनाचे लोकं. चला नं सुरू करू चक्काजाम... आडवू रस्त्यावरच्या मोटारी..." कोणीतरी उतावीळ होऊन म्हणालं.

"आरे थांब रे बाबा... उतावळी का बावळी नको करू... आमदार-खासदार येऊ दे... आश्वासन देऊ दे... संप करायले अन् मोर्चे काढायले शेतकरी म्हंजे कुठी सरकार कर्मचारी हाये? कर्मचाऱ्यानं संप केला, की त्याच्या मागण्या ताबडतोब मान्य होतात. आपल्या शेतकऱ्याच्या मागण्या मान्य व्हायलेबी तकलादू हंगामासारखाच टैम लागते... अन् नस्ते उप्परवाळे कुठी करता? कोर्ट कचेऱ्या सुरू झाल्या मोटारी अडवून त वावरं इकून तारखेवर जावं लागील... बसा लागलं वावरातले कामं-धामं सोडून झ्याम-झ्याम करत. म्हणून म्हंतो वाट पाहा. सबुरीनं घ्या..."

असं भगवान जाधव बोलल्यावर उठलेले लोक होकारार्थी माना हलवत पुन्हा खाली बसले. आमदार - खासदारांची गाडी दिसते का म्हणून, माना उंचावत डांबरी सडकेला दूरवर न्याहाळू लागले.

मोर्चा निघाल्यानंतरचा तिसरा दिवस :

घरापुढच्या छपरीत मदनरावच्या कपाळावर मयुरा भुईलोण आणि आंबेहळद लावत होती. तेवढ्यात भगवान जाधवाचा पोरगा राजू आला.

"आनंदाची बातमी हाये मदनराव?"

"कोन्ती?"

मदनरावने डोळ्याची मिटलेली पापणी बोटाच्या चिमटीने वर उचलत त्याच्याकडे पाहत विचारलं.

"चंदनचोर पकडले गेले. चार लोकं हायेत... पोलीस कोठडीत बसेल हायेत... बहुतेक त्या दिवशीचेच आस्तील. आपल्याने दगडं फेकून मारणारे..."

"चंदन जप्त केलं का त्याह्यच्या जवळचं?"

"मुद्देमालासकट आटक झाली का? तुम्ही पाह्यले का लाकडं...?"

"हावं! मनगटासारखे जाडे पाच ढिबरं जप्त केले चोट्ट्याकून... टेशनाच्या व्हरांड्यातच ठेवेल हायेत. सम्दे लोकं पाहून आले गावातले..."

"आसं का? बरं झालं बाई!"

असं कपाळाचा लेप दाट करत मयुरा म्हणाली.

"ते पाहा भगवान भावजीबी आले..."

"काहो भगवानराव? पकडले गेले चोर?"

"आहो काही खरं नाही वह्यनी!" भगवान जाधव वैतागत म्हणाला आणि भुई धरून खाली बसला.

"म्हणजे?"

"आहो मदनराव... त्या दिवशी मोर्चा निघाला. तिकडून तग्गू लागला. म्हणून हे चोर पकडल्याचं नाटक सुरू हाये... दुसरं काही नाही. आता मले सांगा मनगटासारख्या लाकडात कुठी गाभुळगाभा निंगते का? कोणाच्या तरी वावरातल्या फांदोऱ्याचे तुकडे करून आणले अन् ठेवले समजूत घालायसाठी. चोट्टे कशाले ह्या फांद्या नेतील तोडून गांडीत ढिबरं घालायले? त्याह्यलेत आसली माल पाह्यजे... चंदनाच्या खोडाच्या पोटातला गाभुळगाभा... त्योच इकल्या जाते. हे म्हन्जे देखावा हाये, नस्ते झाक झाकायचे धंदे... लोकायले गप करायसाठी. खरं म्हणजे सगळे आंडेपिल्ले माहीत हायेत न यायचे... तुम्ही पाहा, महिना-पंधरा दिवस जाऊ द्या... पुन्हा झपका सुरू होते राच्चे झाड पडायचा... लिहून देतो मी... सगळे सागेदोरे हायेत हे... मी मारल्यासारखं करतो तू रल्ड्यासारखं कर."

"म्हंजे आपल्या निशिबातली ही झवपुदाक काही थांबत नाही. म्हणायची?"

"कशाची थांबती! जन्मालेच पुरणार हाये आपल्या ती..."

असं म्हणून भगवान जाधवाने खिशातून तंबाखूची डबी काढली आणि तळहातावर तंबाखू चुना घेऊन तो रगडून रगडून मळू लागला. मदनराव मिच-मिच डोळ्यांनी, मिटल्या पापण्यांनी त्याच्याकडे पाहू लागला.

कोणीच कोणाशी बोलेना झाले. सगळेच गुमसूम होऊन सुस्कारे टाकू लागले.

आठ दहा दिवसानंतरती संध्याकाळची वेळ : मदनराव शेतात फेरी मारण्यासाठी गेला होता. राजारामबुवा गोठ्यातल्या बैलांना आलप दाखवत होता. मयुरा आणि सिंधू घरापुढच्या छपरात दळण निसत बसल्या होत्या.

"हाये का मदनराव घरी?"

गावाकडच्या रस्त्यावरून आलेल्या बन्सीलालच्या भावाने आणि त्याच्यासोबत आलेल्या माणसाने विचारलं. परक्या माणसांना पाहून मयुराने खांद्यावरचा पदर

उचलून डोक्यावर भरून घेतला.

"नाही, फेरी मारायले गेले वावरात! काहून ते?" सिंधूने विचारलं.

"आम्हाले शेठनं पाठवलं... चंदनाचे लाकडं सांगतले..."

"कोण मेलं रे..." राजारामने पुढं येत विचारलं.

"आजी मेली आमची!"

"पण आता फुकट भेटणार नाही चंदन... मालक म्हणत बन्सीलालची माय मेली आज...त सरपण मागायले कोणीबी येवो... पन्नास रुपये किलो इकायचं सरपण... आम्ही एवढे टोले घेतो... झाडं जगवतो. राच्चे चोराच्या हातचे टपोरे खातो... फांदोऱ्या इकडं आणून रचतो. आता फुकट नाही भेटणार..."

"पण सम्घायलेत फुकट देता तुम्ही... मंग आमच्याकूनच काहून पैसे?"

"तुम्ही देता का तुमच्या दुकानातलं सामायनं फुकट? मंग आम्हीच काहून द्यावं?" सिंधू म्हणाली.

"ऐरी तरी त्या काड्या तशाच वाळून जाणार हायेत नं... काय मढ्यावर जाळता का तुमच्या?"

असं तो म्हणाला. तशी मयुरा चवताळून उठली...

"नाही देत आम्ही... दाडासाडासारखे मेले मरणाचं तोंड घेऊन आमच्या दारात येऊन उभं राह्यतात. गावात कोणीबी मेलं की त्याची अशुभ छाया आमच्या घरावर आणून टाकतात... निंगा इथून..."

असं म्हणून मयुरा तावातावाने घरात गेली. काड्यापेटी आणि वर्तमानपत्राचे दोन पुठ्ठे जुळवून ती घराच्या मागच्या चंदनाच्या फांदोऱ्याशी गेली. तोंडाने शिव्याशाप देत वाळक्या फांद्याशी तिने आग लावली. आगीचे लपेटे वर-वर झेपावले आणि वरच्या आंबट ओल्या फांदोऱ्याशी गुरफटून धिंगामस्ती करायला लागले. पण ढिगावर असणाऱ्या या ओल्या फांद्यांच्या थराने त्या आगलपेट्यांना दाद दिली नाही. त्यामुळे तिथे आगीचा धूर झाला. खालच्या वाळल्या काडवनात आग आणि वरच्या बाजूने धुराचे लोट. धुराचे लपेटे होऊन आकाशाकडे वेगात झेपावू लागले.

"आहो वहिनी, काय केलं हे... आम्हाले सांगायचं आस्तं, कचपन जाळायचंच होतं त इकडं लफाडात-पटांगणात घेऊन जाळलं आस्तं... फाल्तू छपरीले आग लागायचे छंदे..." राजाराम घरामागे जात म्हणाला.

"हाव नं जी.. काही इचार नाही. सांगणं नाही. सवरणं नाही. एकदमच भडका देला उठवून तुम्ही?" आकाशाकडे झेपावणाऱ्या धुराच्या लोटाकडे आणि आजूबाजूला पाहत सिंधू म्हणाली.

आगीची ठिणगी उडून कुठं काही गवत काडी पेटती की काय, अशी तिला

भीती वाटत होती. पण तसा काही धोका नव्हता. आधीच्या वाळक्या चंदनकाड्या खालच्या खाली कडकडत - चिडचिडत जळत होत्या. वरच्या बाजूने नव्याने परवा दिशी टाकलेल्या ओल्या चंदनकाड्यांचा थर होता. त्या फांद्यावरची ओली, पोपटी-हिरवी पाने नुकतीच सुकवा धरून सुरकटू लागली होती. ती जळायला तयार नव्हती.

"त्या भाड्याच्या, त्या कुजक्या बोलण्यानं मनाचाच भडका झाला पाह्य माझ्या... मनातलं बोलायले सवडच नाही भेटली..."

भारीबदक धुरकटल्या आवाजात मयुरा म्हणाली. वर-वर झेपावणाऱ्या धुराच्या लोटात तिचे डोळे हरवले होते. तिला आठवलं, कधीकाळी याच डोळ्यात आपण हिरवे स्वप्न जपले होते. चंदनाची शेती. झाडाशेजी झाड... दाट-दाट झाडवन... दरवर्षी नागरा-वखर. पेरा-पेरी नाही. डवरणी-निंदणी नाही. सोंगा-कापी नाही. एकदाच पाखरांच्या पोटधगीतून बाहेर पडलेल्या, रोपटं होऊन उगवलेल्या चंदन झाडांना जपायचं... पुन्हा फळघोस... पुन्हा पाखरे... पुन्हा चोची... पुन्हा पोटं... पुन्हा उगवणं... झाडाशेजी झाडी... वरच्या बाजूने दाट फांदोरा... आणि खालच्या बाजूने दिसामासी जाडसर होत जाणारे झाडांचे खोड... काळपट रंगाचे. आणि खोडांच्या आत पांढरा गाभुळगाभा. दिसामासी वाढत जाणारा. पोटातल्या गर्भासारखा. गर्भाळ गाभुळगाभा...

पाहता-पाहता तिच्या डोळ्यांतून आसवं ओघळू लागली. तिला रडताना पाहून सिंधूचेही डोळे गळू लागले. तिने डोळ्यांना पदर लावला. धूर अंधूक दिसू लागला.

■

कडी लावा आतली

नरसू जिपड्यातून खाली उतरला. काळीपिवळीच्या क्लिनरने त्याला दाबून दडपून, बाजाराच्या थैलीत एखादा स्वस्तात भेटलेला भोपळा कोंबावा, तसं कोंबून बसवलं होतं. पण येण्याशिवाय इलाज नव्हता. आज दुसरपेठचा बाजार असल्यामुळे या रस्त्याने येणारे वाहनं असेच खच्चून भरून येणार होते. कारण दुसरपेठच्या बाजारासाठी येणारे सगळे मुसलमान व्यापारी टाकरखेडचेच होते. मुळात गावाचं नावच टाकरखेड- मुसलमान. त्यामुळे गावातली अर्धी वस्ती याच समाजाची. आणि याच समाजात सगळे व्यापारी. कांदे, बटाटे, अद्रक येथपासून तर भाजीपाल्याची अडत दुकानंही शेख हमीदचीच. दुसरे स्टेशनरीची दुकानं, पानविड्याची दुकानं, चहा, भांडेकुंडे, मसाला, रेडिमेड कपडे असा सगळा बाजारपेठेला जाणारा व्यापारी वर्ग याच गावात राहायचा.

आसपासच्या पाच-सहा बाजारात बाजाराच्या दिवशी हे सगळे केवटे व्यापारी जायचे. त्यामुळे सकाळीच उठून टाकरखेडच्या बस स्थानकावर यायचे. तेथेच हां-हूं करून तोंड धुवायचे. तिथंच साखरेच्या हॉटेलात छोट्या ग्लासात अर्धाकट चहा प्यायचे. आपल्या बाजारातल्या नेहमीच्या जागेवर कोणी उपटसुंभ येऊन बसू नये त्यासाठी त्यांचा हा आटापिटा असायचा. झोपायला रात्रीच फक्त गावात. कमाईला परगावात. त्यामुळे टाकरखेडच्या बस स्थानकावर सकाळीच ह्या बारक्या व्यापाऱ्यांचे बोचके-बाचके पुटले-पाटले येऊन पडायचे. गाडीच्या टपावर किंवा मागचं फाळकं उघडून हे बाजारमालाचे बोचके टाकले जायचे. आणि वखवखलेले हे चिल्लर व्यापारीही अवघडून, कोंबून कोंबून, कधी गाडीच्या फाटकाला लटकून, कधी टपावर बसून बाजारपेठेत यायचे.

त्यांच्यात नरसू बसला, तेव्हा तोही त्यांच्यापैकीच एक केवटा व्यापारी वाटत होता. कारण त्याच्याहीजवळ युरिया खताच्या थैलीत बांधलेलं बोचकं होतं. रात्री त्याच्या बायकोने आठवून-आठवून सगळ्या जिनसा बांधलेल्या होत्या.

खाली उतरल्यावर नरसूला आवळून बांधलेल्या भाऱ्यातून सुटलेल्या गवताच्या पेंडीसारखं वाटलं. जखडून गेलेले हातपाय त्याने आळस-आंगमोडे देऊन मोकळे करून घेतले.

"आरे इसमेसे तुम्हारी पुटली कोनसी है हो नरसू पटेल? बोलो जल्दी. जानेका हमको।" काळीपिवळीच्या टपावर चढून शप्प्या त्याला विचारीत होता."

"आरे वो पिछेकीच है रे... युरियाके खत की थैली. हा... हा... वो पिली पिली... निचे मत आपटणा. पसारेकी पांगापागी हो जायेंगी सब... थांब जरा, मैच आता उधर..."

बोलता बोलता नरसू टपाजवळ गेला. शप्प्याने दिलेली आपली थैली त्याने खांद्यावर घेतली.

"कैसी क्या तबियत है नरसूभाऊ तुम्हारे बडे भाई की?" गाडीतल्या एकदोघांनी एकदमच विचारलं.

"कुछ गुण नही आ रहा गड्या... इतने दिन हो गये लेकीन तबियत खराबच होते जा रही..." नरसूने ओझं सांभाळत खाली मान वाकवून सांगितलं.

"सुदरेंगी... सुदरेंगी... सातपीर बाबाके ठाणे मे कमसे कम... सात दि... सात म्हैने... और जादासे जादा खतरनाक बिमारी रही तो सात साल रहेना पडता भौ... उसके बिगर गुण नही आता!"

असं काळीपिवळीतला शेख चांद भांडेवाला बोलतच होता, तर गाडी सुरू झाली. भुरभुर करत पुढं जाऊ लागली. मागे फाळक्याला लोंबकळलेल्या बिस्मिल्ला झिंगेवाल्याने, आणि युसूफ मसालेवाल्याने नरसूला उगीच एक हात लांबवून आदाब केला.

"आदाब हो नरसू भौ..."

असे आणखी दहा-पाच तरी आवाज गाडीतून आले.

"आदाब ... आदाब..." नरसूही जोरात ओरडून म्हणाला.

नरसूने भोवताली पाहिलं. सगळीकडे सागवानाचे, पिंपरणीचे आणि अंजनाचे डोंगरी झाडं. हिरवीगार दाट वनराई. डोंगराचे चढउतार. नाले-खोले आणि पुढे पसरलेली दगडाची ओबड-धोबड पांदणवाट. याच पांदणवाटेने आपल्याला दोन कोस पायी चालत जायचं आहे, ही जाणीव झाली आणि नरसूच्या पायाने त्याला

आतून जखडून ठेवल्यासारखं वाटू लागलं.

डोईवरचं बोचकं त्याने खांद्यावर घेतलं. त्याला सावरत खालचे गोलगोटे चुकवत तो पावलं उचलू लागला. दिवस नुकताच उगवला होता. आजूबाजूच्या झाडांवर ऊन चकाकत होतं. त्यामुळे झाडवनाचा आधीचाच हिरवा रंग अधिकच उजळून निघाला होता. डोंगरचोळाने धुक्याची भुरकट झाक अजून तग धरून होती.

ओबड-धोबड नाल्यासारख्या पांदणवाटेने एक चढ चढून तो वरच्या माळावर आला, तेव्हा त्याला दम लागला. खांद्यावरची डाळ, पीठ, तिखट-मीठ, लिंबं आणि गीताने कायनू बायनू बांधून दिलेलं बोचकं त्याने एका हाताने हेलकावा देऊन खाली घेतलं. शेजारच्या कंबरेएवढ्या मोठ्या गोल दगडावर ठेवलं. खिशातली तंबाखूची डबी काढून बार भरला आणि पुन्हा झकोला देऊन बोचकं खांद्यावर घेतलं. झपाझप पावलं उचलू लागला.

समोरच्या क्षितिजावर डोळे ठेवून तो चालत होता. माळाच्या टाळूवर आल्यामुळे आता पहिल्यासारखी दगडधोंड्यांची वाट नव्हती. आजूबाजूचे झाडंही फार मोठे नव्हते. जास्त करून खैरं-हिवरं, कारबेटं, कोराटी अशी झुडुपंच होती. त्या झुडपातच अधूनमधून मोठ्या पानाचे पळसाचे झाड होते, पण तेही झुडपातच जमा झाल्यासारखे वाटत होते. जास्त काही वाढलेले नव्हते.

जांभळाच्या झाडावरचा हिरवा झेंडा, त्याच्या बाजूचा लाल झेंडा नजरेच्या टप्प्यात आला आणि त्याला हायसं वाटलं. जांभळीच्या शेंड्यावरच्या झेंड्यावर नजर रुतवून, खांद्यावरचं बोचकं डोक्यावर घेऊन तो पावलं उचलू लागला. त्याच्यासमोरच एक दाढीवाला फकीर खांद्यावरची झोळी सावरत लंगडत चालत होता. तोंडाने कोणतंतरी अनाकलनीय गाणं म्हणत होता.

बडबडगीत म्हणणाऱ्या फकिराला मागे टाकून तो सातपीरबाबाच्या दर्ग्याजवळ आला. दर्ग्याच्या चोहोबाजूंनी नेहमीसारखी गर्दी होतीच. लांबट आकाराच्या समाधीच्या ओट्यावर टिनपत्र्याचं घुमटाकार छप्पर ठोकलेलं. बाजूलाच जांभळीचं जुनं विस्तीर्ण झाड. झाडाखाली सुकलेले हार, फुलं, नारळाचे तुकडे, कागदाच्या पुड्यांचे कागद, प्लॅस्टिकच्या पिशव्या, कापलेल्या लिंबाच्या असंख्य खापा, कोंबड्याचे भुरभुरणारे पिसं, उदबत्त्यांच्या अर्धवट जळलेल्या काड्या, भारलेले, तुटलेले गंडे-दोरे अशी सगळी सडीघाण होती.

आवारातल्या बेहाड्याच्या आणि मोहाच्या झाडाखाली पुजेचं साहित्य, साखरफुटाणे, फुलांचे हार, फुलं आणि कायनूबायनू विकायला ठेवलेले चार-सहा कापडी पालातले दुकानं होते. मैदानातल्या बुटक्या, बोडख्या झाडांखाली किंवा

जागा मिळेल तेथे पिसाळल्यासारखे दिसणारे बायका-माणसं बेताल होऊन घुमत होते.

समोरच्या एका झाडाखाली दोन बायका केस मोकळे सोडून गुडघे मोडून उपड्या मांड्या घालून बसल्या होत्या. त्यांनी छातीवरचे पदर कंबरेत खोचून घेतले होते. एक साडी नेसलेली तरुण वयाची. दुसरी लुगडं नेसलेली. आणि तिसरी सलवार कुर्ता घातलेली एक एकदम नवटी पोरगी. सगळ्यांनी आपले दोन्ही हात एकमेकात बोटं गच्च रुतवून पाठीमागून ढुंगणाखाली नेले होते. डोळे मिटून आणि मान पुढे काढून, मागचे मोकळे केस तोंडावर ओढून त्या बायका तालात घुमत होत्या. त्यांच्या तोंडातून आंहू ... आंहू... असे लयदार आवाज निघत होते. समोरचे दोन डफडेवाले पोटावरचे उभे डफडे गुडघ्यात वाकून जोरजोरात बडवत होते. घुमणारणीसोबत आपणही नाचत होते.

डफड्यांचा आवाज परिसरात घुमू लागला. तशा आजूबाजूच्या कापडी पालांतून, झोपड्यांतून आणखी काही बायका बाहेर आल्या. उभ्याउभ्याच पायात, गुडघ्यात, कमरेत, मानेत अशा ठिकठिकाणी शरीराला वाकवत घुमू लागल्या. नाचू लागल्या. डफड्याच्या लयदार आवाजाने त्यांना स्फुरण येत होतं. स्फूर्ती चढत होती.

असं वातावरण प्रत्येक मंगळवारी असतं. कारण मंगळवार हा परिसरातील वेगवेगळ्या मानसिक आणि शारीरिक आजारांनी ग्रासलेल्या लोकांचा सातपीरबाबांच्या वारीचा दिवस. आठवड्यातून या दिवशी वेगवेगळ्या आजारांनी ग्रासलेल्या, भूतबाधा झालेल्या, करणीकवटाळाने पछाडलेल्या बायका-माणसांना दिवसभर दर्ग्याजवळ हजेरी द्यावी लागते. त्यामुळे मंगळवारच्या दिवशी सकाळपासून रात्रीच्या बारा वाजेपर्यंत इथे असाच घुमाघुमीचा, आरोळ्या-किंकाळ्यांचा आणि डफड्याच्या भयानक आवाजाचा गदारोळ उठतो. महाराष्ट्रातच नव्हे, तर बाहेरच्या गुजरात, राजस्थान व इतर राज्यातूनही अनेक रुग्ण, मनोरुग्ण येथे भरती झालेले असतात.

नरसू दर्ग्याचं दर्शन घेऊन भावाच्या झोपड्यावर येऊ लागला. त्याने पाहिलं; भाऊ गुडघ्यात मान खुपसून सामसूम बसलेला होता. मागच्या मंगळवारपेक्षा अधिकच हाडाडलेला दिसत होता. हातापायाच्या नुस्त्या काड्या आणि वर रिकामं मडकं असावं, तसं आतून टोकर झालेलं मुंडकं. नरसूच्या मनात आलं, मधलं बोट दुमडून वाजवलं तर ते खणखण वाजेल.

भावाची बायको तीन दगडांनी तयार केलेल्या चुलीवर तशीच भणकल्यासारखी होऊन भाकरी थापत होती. नवऱ्यासोबत जाऊन दिवसभर दर्ग्याजवळ बसावं लागायचं, म्हणून अशी सकाळीच ती भाकरी थापून ठेवायची.

तिच्याकडे पाहत पाहत चालत जाताना नरसूच्या मनात आलं : वहिनीनं

कधी जन्मात अशा तीन दगडाच्या चुलीवर भाकरी थापल्या असतील का कधी? अन् एक वर्षाआधी जर एखांद्या भविष्य पाह्यणारानं आसं भविष्य सांगतलं आसतं की, बाई तुमी डोंगरात राह्यसाल, तीन दगडाच्या चुलीवर भाकरी थापसाल, ते आयकून किती हासली आसती आपली वह्यनी. काय काय माणसावर येळ परसंग येतात आयुष्यात... बुर्राट काम हाये सालं ह्या जिंदगीचं!

त्याने कोणाचंच भान नसलेल्या आपल्या त्या वहिनीला नव्या नजरेनं निरखून पाहिलं. तिच्या गालाची हाडं वर आली होती. मूळची ती खूपच सुंदर, खानदानी रूपाची. उंचीपुरी. धारदार नाकाची... पाहिल्याबरोबर मनात भरावी अशी. पण आता पार रया गेलेल्या पानझड झालेल्या झाडासारखी चारी अंगाने झडून गेली होती. अनोळखी माणसाने तिला पाहिलं असतं, तर ती नवऱ्यासोबत त्याच्या इलाजासाठी आलेली आहे असं न वाटता स्वत:च भूतबाधा झाल्यासारखी वाटली असती. पाहणाराने तिलाच रोगी म्हटलं असतं. एवढं तिचं शरीर झडून गेलं होतं. कोंबडी कापण्यापूर्वी तिच्या अंगावरची पिसं उपटल्यावर जशी दिसते, तशी वाटली नरसूला आपली भावजय. बॉयलर केल्यासारखी.

ती आपल्याच विचारात चुलीच्या जाळावर डोळे रुतवून बसली होती. त्याने खांद्यावरचं बोचकं खाली ठेवलं आणि खाकरला. तसं तिने वर पाहिलं. डोळ्यांच्या भोवती काळी वर्तुळं आली होती. त्या भकास डोळ्यांची नरसूला काही काळ भीतीच वाटली. तो भेदरला.

"आले भावजी..."

"हावं!"

तिच्या विचारण्यातही काही अर्थ नाही आणि आपल्या सांगण्यातही काही अर्थ नाही, हे त्याला आतल्या आत जाणवलं. तसा तो पुन्हा उदास झाला. हे सगळं नेहमीचंच. माहीत असलेलं. बोलायचं म्हणून बोलावं लागणारं.

"भाऊच्या तब्येतीत काई फरक हाये का नाई?"

हेही वाक्य तसंच. जुनाट. मागच्या मंगळवारी हेच विचारलं होतं. त्याच्या मागच्या हेच... त्याच्या मागच्याही हेच... हेच... हेच... हेच... त्याला एकदम रिकामं, गलितगात्र झाल्यासारखं वाटलं.

त्याच्या संवादाने आता गुडघ्यात धडावरचं मडकं खुपसून बसलेल्या भावालाही जाग आली. तसा तो झोपला नव्हताच. फक्त खाली मान घालून बसलेला होता. त्याने मान वर केली. बराच वेळ जखमी पाखरासारखं तोंड वासून त्याने धापावर धापा टाकल्या. नरसूकडे उलंगल्या शेतासारखा पाहत राहिला.

“कसं काय नरसू, झालं का जवारीचं खुडणं?”

त्याच्या घशात चिक्कट बेडका अडकला होता. बराच वेळचा तो नरड्याची घाटी हलवत होता, पण बेडका थुंकताही येत नव्हता, गिळताही येत नव्हता. चिक्कट होता. त्यातच भावाशी बोलावं लागलं. त्यामुळे त्याचा आवाज सादळल्यासारखा झाला.

“जवारी काढूनबी घेतली थ्रेशरवर... आता गोंधणीवाल्या पट्टीत गव्हाचं पेरणं सुरू हाये.”

“गहू लेट होणार नाई का? त्याच्यापेक्षा हारबरंच पेरायचं आस्त...”

“नाई लेट होत... आवंदा थंडी चांगली राहील नं. एका मह्यण्यानं परतेक हंगाम पुढं-पुढं सरकून राह्यला आता. मांगल्या वर्षीसारखंच झालं आवंदाबी... एक मह्यना हिवाळा उन्हाळ्यात घुसला... एक मह्यना उन्हाळा पावसाळ्यात घुसला... सम्दी घुसाघुशीच चालू हाये... त्याच्यानं ठोकताळेच बदलून राह्यले आता कुणबिकीचे...”

“सरपंचाले भेटला होता का नाई पुन्हा? त्यो झेड्पीतून कांद्याच्या शेडसाठी पैसे देणार होता नं मिळवून... वावरात शेड बांधून घ्या. हाये सरकारी योजना त लाभ घ्या तिचा...”

“कशाचा देते त्यो आपल्याले योजना. मोठ्या झाडाची सावली पाहून हागला-मुतला, दगडाले गांड पुसली अन् दगूड फेकून देला. त्या फेकून देल्या दगडावाणी गत केली त्यानं तुमची. तीनचारदा गेलो होतो मी त्याच्याकडी... पण हरामखोर ढुंगणानं गप्पा करत होता.”

“तव्हा त लय लोणी लावत होता. लोण्याची वाटीच घेऊन फिरत होता. अन् आता कावून तोंड लपवते बारझवणं...”

मध्येच वहिनीने तोंड खुपसलं.

“आशेच राह्यतात लोकं वह्यनी. गरज सरो अन् वैद्य मरो. अन् हा किशोऱ्या त लयेच पटाईत हाये. या बोटावरचा थुका त्या बोटावर करण्यात...”

“जावू द्या भावजी तिकडी ते राजकारण. तुम्ही आपल्या शेतीबाडीची बंडाळ करू नका. त्या मायमावलीची हेळणा करू नका... मले त रातंदिवस सारखं वावरच दिसते डोळ्यापुढी. एवढी हाडाचा मणी करून वावरात राबणारी बाई मी. पण देवानं ऐळपरसंग वकटा आणला माह्यावर... या भूतखान्यात येऊन पडावं लागलं मले. पह्यले येडा माणूस नाई त बाई दिसली तरी अंगावर थरथर कापरं भरे माह्या... आता भावताली सगळा येड्यायचाच बजार... रातंदिवस हौदोसधुल्ला घालत राह्यते हा भूतखाना. काय देवानं टैम आणला...”

आजूबाजूला पाहत असं वहिनी म्हणाली. तेवढं बोलल्यानेही तिच्या छाताडात दम दाटाळून आला. दगडाच्या फटक्याने जखमी झालेल्या पाखरासारखी ती धापा टाकायला लागली. खोलखोल डोळ्यांनी भवताल पाहू लागली.

देवानं नाई आणला वं मायगंगे... हा वाईट ऐळपरसंग म्याच आणला तुह्यावर... असं मनातल्या मनात मोठा म्हणाला. कुठलीतरी भूतकाळाच्या ढिगाऱ्यात दडलेली आपली घोडचूक आठवल्यासारखा पश्चातापदग्ध झाला.

मग शेतीवाडीच्या कामाबद्दलच्या बऱ्याच गप्पा झाल्या. मग नरसूने तोंड धुतलं. भराभर चुळा टाकल्या. वहिनीने जर्मनच्या भगुण्यात चहा केला होता. चहाचा कप नरसूच्या हाती दिला. नवऱ्यालाही एक कप दिला. कसाबसा एक घोट घेतला आणि मोठ्याला उबळ दाटून आली. आतडे ढवळून निघाले. खोकता खोकताच तो पकापक बेडके फेकू लागला. तशा शेजारच्या मुसलमानाच्या झोपड्यातल्या कोंबड्या कॉक्-कॉक्, टॉक्-टॉक् करत माना उंचावत पळत आल्या. खपाखपा त्याच्या बेडक्यात चोची बुडवून खायला लागल्या. कोंबड्यांची संख्या बरीच होती. त्यामुळे खाद्य लवकर संपलं. तशा त्या सरळ थेट मोठ्याच्या पायावरच उड्या मारू लागल्या. टॉक्-टॉक् चोची उचलून कपाळावरचे लाल तुरे सांभाळत त्याच्याकडे पाहू लागल्या.

"आवं खूड... आवं, ह्या कोंबड्या हाण वं तिकडी... एखादी झडप मारून महा डोळा फोडती का काय कान्नू बापा..."

मोठा व्याकुळ घरडका लागल्यासारखा आवाजात म्हणाला. त्याचा आवाज बराच पातळ, कंठातला पडदा फाटल्यासारखा नरसूला वाटला. त्याच्या मनात आलं, सालं काय उफराटे दिवस आले. हा मोठा कोंबड्यायचा किती आशीक होता. कोंबडीचं मटन त्याले समद्या मटनात प्यारं. गावातल्या मुसलमान गल्लीत जायचा, तव्हा कोंबडी हातात घ्यायचा अन् भाव करायच्या आधीच उजव्या हातानं मुंडी पिरगाळून, खुडून दुसऱ्या चरत्या कोंबड्यायपुढी फेकून द्यायचा. तव्हा चरणाऱ्या कोंबड्या हा दिसला की त्याले पाहूनच आल्डत, भेदरून पळून जायच्या. जित्त्या कोंबडीची मान खुडते म्हणून भेदरायच्या.

तेवढ्यात मोठ्याची बायको धडपडत, पडतझडत उठली. तिने बाजूचा लांब काडीचा फोक घेतला आणि ती खूड-खूड करत कोंबड्यांच्या मागे पळाली. तशा त्या मागे पुढे पाहत, छाती काढून पुढं पळून गेल्या.

"तुमची तब्येत कवाशी सुदरती काई समजत नाई..." काहीतरी बोलायचं म्हणून नरसू भावाला बोलला.

"तू माह्याकडे ध्यान देऊ नको. माही फिकीरच करत जावू नको. शेतीवाडीच्या कामात ध्यान दे... पिकपाणी कसं हमेशासारखंच गहिऱ्या झडतीचं झालं पाह्यजे..."

असं कण्हत कुथत तो बोलला आणि मनाशी म्हणाला- "आमच्या दोघायचं काय, आता लवकरच तिकीट कटणार हाये वरचं. कोणाचं आधी कटते त्याची वाट पाहायची..." असा विचार मनात आला. तसा आतल्या आत तो भयानक उदास झाला.

"बरं चला आता त्याह्यले घेऊन... हजेरीचा टैम झाला बाबाच्या..."

असं वहिनी बोलली.

तसं नरसूने त्याचं बोचकं केलं. त्याला पाठीवर पाठकुळी घेतलं आणि तो दर्ग्याकडे निघाला. एव्हाना तिने पूजेचं सामान काढलं होतं. अकरा लिंबं, उदबत्त्यांचा पुडा, कापूर, राळ, नारळ असा सगळा पसारा तिने परडीत काढला होता.

ती परडी उचलून त्यांच्यामागे धापाळत चालू लागली. पुढे चालणाऱ्या त्या दोघांकडे पाहून तिच्या मनात विचार आला, थोड्याच दिवसात आता भावजीले आपल्यालेबी आसंच पाठकुळी घेवून जावं लागणार हाये. कावून की आपलाबी पाय आता जड झाला. पण आपल्याले आसं पाठकुळी घेतल्यावर खालून आपले पाय उघडे पडा जातील. त्याच्या साठी आता आपून साडीच्या जागी लुगडंच नेसते जावावं मले वाटते.

जांभळीच्या खाली दर्ग्याजवळ त्याच्या देहाचं बाचकं नरसूने आणून टेकवलं. तिथल्या दाढीवाल्या फकिराजवळ पूजेच्या सामानाची परडी दिली. त्यात आतल्या खिशात हात घालून, घरून येतानाच वेगळे काढून आणलेले एकशे एक रुपये ठेवले. पैसे पाहून फकीर खुश झाला. त्याने हातातला मोरांच्या पिसांचा खराटा त्याच्या अंगावर, डोक्यावर मारून उर्दू भाषेत काहीतरी मंत्र पुटपुटल्यासारखे आवाज केले.

भुईला हात देऊन बसलेला भावाचा मुटकुळा तिथंच सोडून नरसू नाल्यावर गेला. पोटात ढवळून येत होतं. झाडा फिरायला जाणं आवश्यक वाटत होतं.

झाडा फिरायला म्हणून तो नाल्यात गेला, तर तिथं कोंबड्यांची झुंबड! उतरकऱ्यांनी घालून ठेवलेल्या ओल्या-सुक्या गुवाच्या पोवट्यावर कोंबड्या भिडल्या होत्या. याच कोंबड्यांना माणसं कापून खातात... नवसाच्या बळी म्हणून ह्याच कोंबड्या दर्ग्यावर कापल्या जातात. या विचाराने नरसूला मळमळून आलं.

समोर बसलेल्या आपल्या बायकोकडे पाहता पाहता मोठ्याला वाटलं, आपून हिचीबी जिंदगी बरबाद केली...

असा हजेरी द्यायला दर्ग्याजवळ बसला, की त्याचें डोळे आपोआप मिटले जायचे. डोळ्यापुढे भूतकाळाचा भुंगा होऊन अडवातिडवा फिरत राहायचा. भुंगा मोठामोठा व्हायचा. त्याच्या पाठीवर दहा-दहा पंख फुटायचे आणि त्याला पाठीवर घेऊन भुंगा उडून जायचा. कुठं-कुठं... झिरो फाट्यावरचं कलाकेंद्र. तिथला नाच... गोव्याचा समुद्रकाठ... निकर-ब्रेसिअरवरच्या गोऱ्यापान बायका... समुद्राच्या लाटावर लाटा... आवळा-चिवळी.

तेवढा मनाले आवर घातला आसता त आपलं झाड आसं येरवाळी चेरवाळी वाळून कोळ झालं नसतं... पण वासना मोठी वाईट... तरी ती काजळ घालेल पोर्गी इचारत होती. पटेल साब निरोध लगाव न... नहीं... मै... मै ओ पुळचच धंदे नही करता... डायरेक कार्यक्रम होना मेरेकू डायरेक... म्हणगुतच हाये, फुकाचं खाय त्याले सस्त महाग काय? अन् रगच तशी होती तव्हा. निवडणुकीची. पैशाची. धडधाकट मजबूत देहकाठीची.

हा धडधाकट तुरेराव... 'तुरेराव बाप्पू... अहो कुठी चालले होऽऽ तुरेराव बापू? निवडून आले तुरेराव. उपसरपंच व्हायचं भाऊ आपल्याले. गावाचा इकास करायचा. नळाले रोजच्या रोज पाणी... रस्त्यातले डबके डुबके गायब... सम्दे सिमेटाचे रोड... झोपडपट्टीत, वडरपुऱ्यात, बौद्धवाड्यात, मांगवाड्यात, मुसलमानाच्या येटाळीत कितीबी सौचता ठेवा बापू. लयेच गिधाडा करून ठेवतात.

"त्याले कारण हाये किशोरभाऊ. तिकडचा पेरा लय दाट राह्यते."

"आपल्याले इंदिरा गांधी बाईसाहेबाची धडक योजना लय आवडत होती. तव्हातं लगनबी नवतं झालं आपलं. नेमकंच मिसरूड फुटलं होतं. पण कळत होतं. ते व्हायलेच पाहिजे होतं. हम दो हमारे दो. देशाचा इकास करायचा आसंल, गावाचा इकास करायचा आसंल, तर लोकसंख्या एकदम कमी पाह्यजे. आपून मराठे १७६१ साली पानिपतचं युद्ध कावून हारलो माईत हाये किशोरभाऊ? लय कतवारा नेला होता भाऊसाहेब पेशव्यानं अन् शिंदे-होळकरानं सोबत. नुस्ते साले खायाले कार अन् भुईले भार... बायका म्हणत आम्हाले तीर्थयात्रा करायच्या. हिजडे न फिजडे. बाजार बुणगे, कामाच्या ना धामाचे. नुस्ते संगं वझ्याचे."

कुठं कुठं फिरवलं किशोरभाऊ चतरकरानं, ट्रॅक्सच केली होती. गरामप्रचायतीचे पंदरा सदस्य निवडून आले. त्यातले आठ किशोर चतरकराच्या पार्टीचे, सात सुधाकर डोळसेच्या पार्टीचे. सरपंचाच्या निवडीसाठी महिना बाकी. म्हणून फोडाफोडीचे धंदे सुरू केले सुधाकर डोळसेने. अन् मीच गावाचा भावी सरपंच, म्हणून डरकाळ्या फोडाय लागला. तसा चतरकराचा मेव्हना आमदार. खवताळला. आरे बाबा लय खायाले भेटते सरपंच झाल्यावर. लय योजना हायेत सरकारी. पावनेबुवा

पद सोडू नका. आपले मेंबर फुटू देऊ नका... पळवा समद्यायले पंदरा दिवस. गावात तसिलदार अन् बिडो येईल त्याच दिवशी डायरेक निवडणुकीच्या वक्तीच न्या. गरामपंचायतीत बाया हायेत न दोन. त्याह्यले आमच्याकडी आणून सोडा. पंढरपूर, त्र्यंबकेश्वर, वणी समदे तीर्थस्थळं फिरवून आणलं तुमची बहीण. अन् पाच-सहा मान्सं घेवून तुम्ही फिरा. पेशल टाटा सुमो करा. स्वर्ग दाखवा पृथ्वीवरचा. मुंबईचे डान्स बार, बुधवार पेठ, गंगाजमुना, तिकडं परभणी-हिंगोलीकडचे कलाकेंद्र... रोज मुरगा मटन... बाई... बाटली. आताच ह्या आटारण्यावर पैसे लावसाल. सरपंच होसाल त पाच वर्षे वरपू-वरपू खासाल. वगळ येतील खवाट्यावून वरपू-वरपू.

किशोर चतरकराने आपल्या आमदाराचा शब्द पाळला. पैशाच्या थैलीची गाठ निरानाम मोकळी सोडली. पंधरा दिवस टाटा सुमो नुस्ती उधळत होती. घरी फोन करायचो, तीर्थयात्रा सुरू हाये... शिर्डीचे साईबाबा, शिंगणापूरचे शनिदेव, कोल्हापूरची आई. बायको म्हणायची. समद्या तीर्थक्षेत्रावून परसाद आणजा... तीर्थाच्या ठिकाणचं कुकू-बुक्का-माळ... तीर्थाचं पाणी आणजा... लवकर या. तुमी घरी आल्यावर मावंद्या करू.

आरे आपून भुल्लोच न बे सुखदेवा. बायकोनं परसाद सांगतला होता आमच्या पंढरपूरचा.

आसं का? घेणं बे हाटेलातून पेढा. कोणाले काय समजते कुठोलचा पेढा हाये त. अन् इथूनच घ्या बिचलरीच्या बाटल्या. कामी येते येड्यायले तीर्थ म्हणून द्यायले.

तुरेराव बापू, गावात कधी घेतली होती का घोटभर तरी?

आरे नाई रे बावा...

आता कसे दोन-दोन क्वार्टर पचवा लागले. गावात गेल्यावर सोडून देजा बरं. नाईत होसाल पंगाडी महामंडळ...

इतके दिवस झाले, तुमचा डोकड्या गडबड नाई करत का?

करते नाई त काय? पण काय इलाज हाये?

इलाज हाये नं. जा या बिसन्यासंग. याले समद माईत हाये. जाय रे घेवून बिसन्या. या बार मालकाच्याच मालकीच्या हायेत त्या रांडा. जी पसंत पडंल ती घेऊन जाय खोलीत. पैशाची फिकीर नका करू. मी भरून टाकील. चला तुरेराव बापू... कोणती पसंत हाये? ह्या लाईनीत उभ्या हायेत... ही लयेच जाडी हाये. ही ढेबरी हाये. ती कवळीलस्स तुमी न्या. तुमच्या खोलीत. ही मी नेतो. ठेवा ठेवा खांद्यावर हात... ठेवा आसा माह्यासारखा. आरमाननं होवू द्या. जिथी आपून

थांबेल हाये, ती हाटेलबी या मालकाची. ह्या पोरीबी या मालकाच्याच. धंद्यासाठी पेशन बलावून घेते त्यो कुठून कुठून... नेपाळ, बिहार, झारखंड... अन् हो, आत गेल्यावर मांगतले त ताबडतोब देऊन टाकजा आपल्या स्वत:च्या खिशातले पन्नास... शंभर... म्हन्जे आरमाननं होते काम... आन् हो, खोली उघडी नका ठेवू. लावून घ्या आतून... मी नाही त्यातली... कडी लावा आतली! कडी लावा आतली... मी नाही त्यातली... कडी लावा आतली... मी नाही त्यातली... ह्यॅ... ह्यॅ... ह्यॅ... खि खि खि... जाव मॅडम जाव... मै मुरेवा हू, लेकीन हमारे तुरेराव पाटील एकदम नये खिलाडी है. और कभी नवत लेते वो... कोंबाळ-कोंबाळ जादा करना पडेंगी. सब मेहनत करना... जा पाटील जा. पुन्हा चान्स नाही येणार आपल्या टाकरखेड्यात गेल्यावर.

... मेरी मा बहोत बिमार है साब... पाटील, पाटील साब दोनसो रूपे देना.

... दोनसो तो नही मेरे पास! सौ हे अभिके. सौ. काम होनेके बाद दूंगा. वो बिसन्या के पास रहे गये.

...नाही नाही... त्यो फुगा बिगा नाही पाहिजे. तसंच डायरेक. तसंच. सालं पैसे खर्चून काय फायदा? वरवर पाळी काय कामाची? वखर कसा आरपार गेला पाह्यजे भुईच्या पोटात. खरमळून निंगला पाह्यजे... निकालो. निकालो वसाण निकालो... हां. अब आयेंगा मजा. ठैरो जरा. वखर रहेन दो. अब नागरच पकडता. फाळ लै जबरदस्त हाये आपला. खुटखाट मुळ्याफुळ्या दचादच तोडून टाकते...

देऊ देरे गड्या बिसन्या आजून शंभर रुपये. लय गरीब हाये बिचारी. माय बिमार हाये तिची.

आहो खोटं बोलतात त्या. त्याह्यचा धंदाच हाये त्यो खोटं बोलायचा. च्युत्या बनवायचा. याह्यचा धंदाच राह्यते हा. माह्यावालीचीबी माय बिमार होती. म्हन्ल पह्यले तू इंजेक्शन घे. मंग तुह्या मायचं पाहू... ह्यॅ... ह्यॅ... ह्यॅ... खि खि खि... खिक् आपल्या वावरातल्या बाया दिवसभर निंदतात. तव्हा चाळीस रुपये कमावतात. ह्या दिवसाचे चारशे... पाचशे कितीकबीन... तुमच्यासारखे च्युते आले की युं चुना लावतात तुमच्या खिशाले... चला, सोडा पिच्छा! मव्हात नका पडू लय.

पोरगं एकनिमता कारणे तीर्थयात्रा करून आलं. मावंद्या केल्याबगर देव पावत नाई. पुण्य पदरात पडत नाई. समद्या गावाले जेवू घाला. पुन्ना कामाच्या रगाड्यात जाणं होतं, नाई होत.

बरं झालं काकू, एका निमतानं हात धुवायले भेटले आवंदा तुमच्या दारात. नरसू भाऊच्या लगनापासून लोकं जेवलेच नवते न तुमच्या दारात...

बोला... हरी इठ्ठल नामदेव तुकाराम... ज्ञानेश्वर महाराज की जय... वदनी कवळ घेता नाम घ्या हरीचे. दिले मावंद्या भोजन... नव्हे जाणिजे यज्ञकर्म... पुण्य पदरी फुकाचे... वदनी कवळ घेता नाम घ्या हरीचे.

बिसन्या... तूहं कावून आसं होवून राह्यले रे... इरोधी पार्टीवाले ते सरपंच झाले नाई. म्हणून खिजवून राह्यले तुले. तुह्या मानगीचीबी थट्टा लावली त्याह्यनं. निवडणुकीच्या परचारासारखंच म्हणून राह्यले. चंद्र वाढतो कलेकलेने... बिसन्या घटतो किलोकिलोने.

बिसन्याचं वजन मोजून इस किलो भरील तुरेराव बाप्पू आता. कोन्ती तरी मोठी दुरुस्त न होणारी बिमारी झाली म्हन्तात बुवा त्याले. वान्नेराच्या आंगातून माणसाच्या आंगात घुसली म्हन्तात ती. तसं हराम मौतीनंच मरणार होतं ते झवाडीचं. लय झव्वाडं होतं सालं. जिथं नाई तिथं उखारी करायची सवय होती त्याले. हे मेलं त चालते पण बायकोले नाई काई झालं पाह्यजे त्याच्या.

एक करते न् दहाले भवते...
कसा परचार केला यानं,
राती जागू जागू
लागू बाई लागू,
आता साता घरी लागू.

"भग देला रे बाप्पा, माह्या जिंदगीचा भग देला... हा चलवाद्यावाणाचा किशोर चतरकर सरपंच झाला पण त्यानं माह्या जिंदगीचा कानोला केला..."

व्याकुळ होऊन नवरा भुईवर हात आपटू लागला. कसाच्या कसा कापल्या कोंबड्यासारखा भुईवर पडून गडबडा लोळायला लागला. तशी ती गडबडीत उठली. नवऱ्याजवळ बसून त्याला बसतं करायला पाहू लागली. तसं करता करता तिचे व्याकुळ डोळे नरसूला शोधायला लागले. हातापायात लोखंडी बेड्या घातलेल्या एका नयतुरण्या रूपवान बाईला हजेरी आली होती. तिच्या अंगातलं भूत सातपीरबाबाला घाणेरड्या शिव्या देत होतं. नरसू त्या शिव्या कुतूहलाने ऐकत होता. त्यामुळे थोडा वेळ आपल्या भावाचा गदारोळ त्याला कळलाच नाही.

सहज म्हणून बार भरलेल्या तंबाखूची पिचकारी फेकायला गेला आणि ते दृश्य नजरेस आलं. भाऊ गडबडा लोळत होता आणि वहिनी त्याला उठवू पाहत हाती.

तो धावतपळत त्यांच्याजवळ गेला. "काय झालं वहिनी? सवारी आली होती का भाऊच्या अंगात?"

"कायनू बाई? महाबी डोळा लागला होता बसल्या बसल्या. मटामट डोळे मिटत होते. सज पापणी उघडून पाह्यली त गडबडा लोळताना दिसले."

"सरका तुमी बाजूले... घेऊन जाऊ त्याह्यले झोपडीवर!"

असं म्हणून नरसूने बाह्या सारल्या. अस्ताव्यस्त हातपाय ताणणाऱ्या भावाला एकत्र केलं. त्याचे खवाटे धरून त्याचं बोचकं पाठकुळी घेण्याचा प्रयत्न केला. पण यश आलं नाही. कारण तो हातपाय धरायलाच तयार नव्हता. मग त्याने खांद्यावरचा रुमाल काढला. वाळक्या लाकडांची मोळी बांधावी तशी त्याच्या हाडकांची मोळी बांधली. त्याला खांद्यावर टाकलं आणि मधे येणारे झुलणाऱ्या बायका-माणसांचे अडथळे पार करत तो झोपडीकडे निघाला.

सातपीरबाबाच्या त्या परिसरात असलेले सगळेच मनोरुग्ण भयाभिन्न झालेले होते. त्यामुळे कोणाचंच कोणाकडे लक्ष नव्हतं. सगळे आपल्याच मनाच्या आजारात, विक्षिप्तपणात खोलवर बुडून गेलेले. त्यामुळे नरसूचा संकोचही थिजून गोळा झाला होता. उडदाच्या काळ्या राशीवर कोण सरसा? कोण निरसा? कोण काळा? कोण गोरा?

झोपडीत अंथरलेल्या चवाळ्यावर त्याने भावाचे हाडं आणून रिचवले. भावाचं एखादं हाड निखळून तिकडेच रस्त्यात तर पडून गेलं नाही ना? असा विचार त्याच्या मनात आला आणि त्याने भावाला चारी अंगाने हाताने नीट चाचपून पाहिलं.

"काय पाहून राह्यले?" वहिनीने विचारलं.

तसा तो भानावर आला. काय सांगावं वहिनीस? त्याच्या मनाला प्रश्न पडला... आपल्या मनात असा विचारच कसा काय आला? जित्या जागत्या माणसाच्या अंगातले हाडकं कुठी गळून पडत असतात का? सालं, ह्या जागेचा गुणधर्मच आसा बुर्राट हाये वाटते. सुद्या माणसाच्याबी मनात पागलासारखे इचार येतात. आपल्यालेबी भूतबाधा झाली का काय?

"पाणी फेका भाऊच्या तोंडावर..."

खरं म्हणजे त्याला आपल्याच तोंडावर पाण्याचा सपका मारून स्वत:लाच शुद्धीवर आणायचं होतं.

"बिसन्या... बिसन्या... कावून माती केली रे माह्या जन्माची... कावून घेवून गेला मले त्या काजळावालीजवळ..."

वहिनीने तोंडावर पाण्याचा सपका मारल्याबरोबर मोठा असं बताळला.

"काय झालं बिसण्याचं... मेला त्यो मांगलदिसाच... त्याची कशी काय आठोन आली तुम्हाले?"

नरसूने त्याच्या कानात ओरडून विचारलं.

तसा मोठा भानावर आला. डोळे ताणून ताणून ओळख नसल्यासारखा नरसूच्या चेहऱ्याकडे पाहू लागला.

"मी हाये... मी भाऊ हाये तुमचा. नरसू. नरसू. काय पाह्यजे तुम्हाले? कावून भेदरले तुम्ही?"

"तू हाये का? बरं झालं तू माह्याजवळ हाये." असं म्हणून मोठ्याने डोळे मिटले. आणि पुन्हा भेसूर आवाजात तो ओरडला. चिरकल्यासारखा म्हणाला,

"आरे बाप्पा, मले बिसण्याच दिसून राह्यला रे, सरणावर जळणारा बिसण्या...

"भिऊ नका तुमी... भिऊ नका तुमी... आमी हावोत तुमच्याजवळ."

"भावजी, याह्यले बिसण्याचं भूत त नसंल लागलं?"

"नाई वह्यनी, त्याचा खाडानिवाडा झाला नाई का मांगलदिसाच देवाच्या ठाण्यावर? नंगे महाराजानं सांगेल तेच बरोबर हाये. भाऊले त्या सुधाकर डोळसेनंच चकरात आणलं. त्याह्यची पार्टी सोडून भाऊ किशोर चतरकराच्या पार्टीत गेले. याह्यच्या एका मतानं त्यो सरपंच, अन् भाऊ उपसरपंच झाले. तव्हापासून दातच होता सुधाकर डोळसेचा यायच्यावर. त्यानंच काईतरी कोणाच्यातरी हातानं खाण्यात नाई त पिण्यात घातलं भाऊले."

"ते त्या बिसण्याचं नाव घेऊन वसनावून राह्यले. त्या बिसण्यालेबी करणीच केली होती का मंग? त्योबीन त याह्यच्याच पार्टीचा कार्यकर्ता होता नं?"

"त्यो चतरकराच्या पार्टीचा होता. पण त्याले करणी नवती केली. आलक बिमारीनं मेला त्यो."

"कोणत्या?"

"मोकाट चरत होता त्यो. आलकच बिमारी होती ती. जाऊ द्या तिकडी. तुम्ही नका खडणीगुत करू."

"गावातल्या बायका म्हणत, धंदा करणाऱ्या वेसवायले झवल्याच्यानं होते ती बिमारी...

असं वहिनी म्हणाली आणि नरसू विस्मयचकित होवून तिच्याकडे पाहत राहिला... आशी कशी उख्खड बोलली ही मावली? एवढी घरंदाज बाई. वाईट वकटा शब्द कधीच नाई आला इच्या तोंडातून. अन् आज कशी काय बोलली?

"मले एक शंका येऊन राह्यली... भावजी!"

"कोन्ती वह्यनी?"

"यायलेबी त नसंल झाली ती बिमारी?"

"आसं कसं म्हन्ता वह्यनी? भाऊ का तिच्यातले होते का? ते धंदे कधीच नाई केले त्याह्यनं. इतक्या रोजाचा मी पाह्यतो. आपल्या कामावर एवढ्या बाया

राह्यतात. कोणत्या बाईकडं डोळा उचलून त नवते पहात ते.''

''तरीबी मान्साचा काय भरोसा देता येते? कोणं गवाही द्यावं त्याह्यची? नवरा म्हन्जे उशाखालचा साप राह्यते. कवा दणका देईल सांगता येत नाई...''

''त्यो इचार काढूनच टाका बरं तुमी मनातून. तसा माणूस का लपून राह्यते का जगरहाटीच्या नजरेतून? मांजर गंज डोळे मिटून दूध पिती, पण दुनियेच्या त नजरेत येतीच नं ती.''

''मंग कावून नीट होवून नाई राह्यती याह्यची बिमारी?''

''मुदतीचे टोणगे राह्यतात वह्यनी... मी पुन्ना जावून इच्चारून घेतो एकदा महाराजाले. आपल्या टाकरखेड्यातलेबी सम्दे लोकं तेच म्हन्तात... करणीच करेल हाय म्हन्तात. सम्दं गाव गवाही घेते भाऊची या बाऱ्यात.''

''पहा बुवा तुमीच आता काय करायचं ते.''

असं म्हणून ती हलकान झालेल्या घोरत पडलेल्या नवऱ्याकडे एकटक नजरेने पाहू लागली.

पाहता पाहता तिच्या डोळ्यात नवऱ्याचं कधीकाळचं ते राजबिंड रूप उजागर झालं. त्याच्याशी केलेल्या सहवासाच्या रात्री आठवल्या... तसा याच्यावर संशयबी घेताच नाई येणार म्हणा... काईच कमी पडू देली नाई न या भल्या माणसाले आपून. जवा त्यानं म्हणलं तवा त्याच्या पुढी साडी सोडून, झ्यांपर काढून हाजर झालो... एवढू एवढूले पोरं होते. पण त्याह्यले सासूजवळ झोपवून आपून याचाच पलंग गरम केला. गड्याची हौसबी लय भारी. माडीच्या जिन्याचं दार लावून वर गेल्याबरोबर आपून स्वोता नंगे महाराज व्हायचा. अन् आपल्यालेबी तसंच व्हायले भाग पाडायचा. रातभर तसेच बिनकपड्याचे झोपायचो. घरी त रातभर आपून याचा कंड जिरवोच. पण दिवसाउजेडीबी कधी वावरात गेलो अन् गड्याले लटक आली त कामावरच्या बायका माणसायचा डोळा चुकवून एकांती घेवून जात जाय. बरूच्या रानात, कडब्याच्या तासात, तुरीच्या वळीत, पऱ्हाटीत... जिथं नाई तिथं घोळसाजाय. एकदा कामावरच्या जिजाभाभीच्या लक्षातबी आलं होतं, तवा ती म्हणालीबी होती. आसं उघड्या रानात नका करत जावू बाई. गंध्या अंगानं तुमी फिरता. रानवाऱ्यात भुतं फिरतात. एखादं दिशी वारं लागलं आंगाले तर नस्ती आफत येईल. याले तसं म्हणाव त गडी म्हणे, मंग आपून हागत-मुतत नाई का वावरात? हागण्या-मुतण्यात अन् आपून जे करतो त्या करण्यात काईच फरक नाई. येडाबाई... आता दुनिया कुठी चालली, अन् तू कुठी चाल्ली? भुतंगितं काई नसतात कुठी... तसा हिमतीचा गडी लय पक्का. रातचा इराच्या कुठंबी जंगलात फिराजाय...

तेवढ्यात मोठ्याला खोकल्याची भयानक उबळ आली. खोकता खोकताच

त्याने भेदरल्या डोळ्याने त्याला झोपडीच्या बाहेर घेऊन जावं अशा खुणा केल्या. तसं नरसूने त्याला झोपडीच्या बाहेर हेलपाटत आणलं. त्याच्या गळ्यात बेडके खळखळू लागले. घसा खरवडून तो ते बाहेर फेकू लागला. कसातरी वास सुटला.

आवाजाने बाजूच्या उतरकऱ्यांच्या मालकीच्या कोंबड्या सावध झाल्या. टॉक्-टॉक्... क्वॉक्-क्वॉक् आवाज करीत त्याच्याकडे छाती काढून लाल तुऱ्याचे डोके मागेपुढे हलवत, चोची वासत पळत येऊ लागल्या. तशी वहिनी सावध झाली. बाजूला पडलेली कोंबड्या हाकलून देण्याची लांब काठी तिने हाती घेतली आणि 'आवं खूड... आवं खूड...' असं ओरडून ती कोंबड्या पिटाळून लावू लागली.

आ... वं... खू... ड... तिच्या आवाजाला आपोआप उतार पडत गेला. हातातला ओला फोक हातात भारी झाला.

काही वेळ असा तसा गेला. मोठ्याची उबळ कमी झाली. काही वेळ धापा टाकल्या. दम जिरला. तोंड वासून दोन वेळा छातीत मोकळी हवा भरून घेतली गेली.

"आत घे मले. उन्हाचे चटके लागा लागले..."

तुटकतुटक शब्द बाहेर आले.

फरफटत, ओढतताणत आत आणलं. चवाळ्यावर लंबंलाट झोपवलं कधीकाळी गाडलेला. पण आता भुईतून खणून काढून जसाच्या तसा हाडाचा सापळा चवाळ्यावर झोपवल्यासारखा वाटत होता. ढगळ कपडे घातलेला सापळा.

"आजची हजेरी चुकली नाई पाह्यजे वह्यनी. पीरछडी डोक्यावून फिरलीच पाह्यजे. बारा वाजता हजेरी द्यायले जावा लागंल. मी येतो एकदा झाडा फिरून. जरा दूर जातो. मंघवा गेलो. पण आर्धाच झाडा फिरून झाला... लय घाणोडा होता तिथी."

असं म्हणून नरसूने बिसलरीच्या बाटलीत झोपडीबाहेरच्या तुटक्या माठातलं पाणी जर्मनच्या ग्लासाने बरोबर ओतलं आणि नदीच्या विरुद्ध दिशेने मोकळ्या माळावर तो पायउचल झाला. दूरदूर टेकल्या आभाळाजवळ गेल्यावर वहिनीने नजर फिरवली.

झोपडीत त्याला पुन्हा उबळ दाटून आली.

वहिनीने लांब काठीचा फोक हाती घेतला.

कोंबड्या काकावत दूर पळत गेल्या.

ती झोपडीच्या मधल्या धारणाला पाठ देऊन बसली. बसल्या बसल्याच डोळे मिटून घेतले.

"न... र... सू..."

“ते गेले झाडा फिरायले. पडून राहा चुपचाप...” तिने डोळ्यावर पापण्यांचं कातडं ओढून घेतलं.

त्यानेही डोळ्यावर कातडं ओढून घेतलं. तर आत एक बंदच्या बंद विश्व... अंधूक अंधूक धुंकारलेलं.

–केव्हापासून असा त्रास होतो तुरेराव पाटील तुम्हांला? थुंकी, रक्त, मलमूत्र... सगळं तपासावं लागेल. कुठं बाहेर गेला होता का म्हन्जे वेश्याविश्याशी अंगसंग? शक्यता तीच आहे. दबला आजार तर दबून जाईल. उफाळला तर आपल्या पांढरीतल्या गाजरगवतासारखा. आज गुडघा तर उद्या मांड्या... वरती कंबर... तेरवा छाती होईल... जावून या एकदा अकोल्याला... आपल्या गावात इलाज नाही याचा.

– काई जायाचं कामच नाई... सम्दं समजलं मले. आता इलाज एकच. लोकायले, घरच्यायले भरमात ठेवणं, मोठे मोठे भरमाचे भोपळे तयार करून ते घरच्या दारच्याच्या कमरेले बांधणं. हात दाखवून आवलक्षण करून घ्यायचं नाई. डॉक्टरसायेब तुमीबी कुठं सांगू नका. गावाचा परपंच चालवणारा उपसरपंच अशा हराम मौतीनं मेला हे समजलं, उघड झालं, त घराची आब जाईल समद्या गावात. बिसन्याचं ठीक होतं, त्यो दिसल्या डबरात तोंड खुपसणारा होता. ढवळ्या शेजारी पवळ्या बांधला, गुण नाई पण वाण लागला...

घेऊन जाणं भावजी मोठ्या दवाखान्यात. मंमईले न्या... पुण्याले न्या... लागंल त माह्या पाटल्या मोडा. पोथ मोडा.

– आरे नाई रे, मले काईच बिमारी नाई. हकनाक पैसा बरबाद करू नका. मले करणीचं होयेल हाये. त्या सुधाकर डोळसेनंच मसणजोगी आणला होता म्हन्त्यात. त्यानंच मंतर मारले. सम्द्या दुनियेचे करणी-कवटाळावाले सातापिराजवळ भरती होतात. सुदरून जातात. मलेबी त्या डोंगरातच झोपडी बांधून द्या. आपल्या गावातला पिराजी भोई हाये. वच्छला धोबीण हाये... मलेबी नेवून टाक नरसू तिथी. कुडामुडाची झोपडी बांधून दे.

– तुमी एकटेच कसे काय राह्यसाल? मीबीन येते तुमची सेवा करायले. तुमी तिथी न मी इथी! महा जीव लागील का? पोराले न पोरीले संबाळतील त्याचे चुलते न चुलती.

– आता कसे भाडे कोणीच भेटायले येत नाईत? तव्हा निवडून आलो तव्हा काय पोस्टरं लावले सम्द्या गावात. मोटार इस्टानावर. डिजिटल फोटो. काय सत्कार केला झेड्पीच्या अध्यक्षानं. सरपंच सायेब, समद्या झेड्पीच्या अन् पंचायत समितीच्या योजना आता तुमच्या शिवारात आणून वततो. ग्रंथालय, समाज

मंदिर, लोकवर्गणी गोळा होवो न होवो. माह्याजवळचे पैसे भरीन, पण समद्या गावात सिमेंटचे रोड टाकून देईल. याच सर्कलमंधी फळबाग, जवाहर योजना, शेततळे, महिला बचत गट, कर्जपुरवठा, कर्जमाफी... गाव कसं झकास होवून झकास झालं पाह्यजे. एवढं सम्दं करतो पण तुमी साथ सोडू नका. खेडोपाडी तुमचा समाज, गणगोताचा इस्तार मोठा हाये. आता जातीचं राजकारण आलं. लोकं जातीसाठी माती खातात. तुमी आमी सोयरे. एकमेका साह्य करू, आवघे धरू सुपंथ... याच्या मागं महाबी स्वार्थ हाये म्हणा. पुढच्या निवडणुकीत मले खासदारकीसाठी उभं राह्याचं. तुमाले पंचायत समितीत तिकीट देतो. किशोर चतरकरले झेड्‌पीत. पायरी-पायरीनं वर चढा. तुमी एक पायरी, मी एक पायरी, पाय गळून आले माहे आता झेड्‌पीत न्‌ मुंबईत... आता दिल्ली गाठायची. नवी दिल्ली... आपल्या महिलाबी वर चढवायच्या. आरक्षणाचा फायदा घ्यायचा.

काय बढाया मारत होता रे तव्हा. अन्‌ आता त्‌ डुकूनबी पहात नाई. कसं पाहिल म्हणा? डंगऱ्या बैलाले थोडं त्याचं कोणी आलपाच मेळवण देते... त्याले हाये न किशोर चतरकर...

"न... र... सू... नरसिंगराव..."

"न... र... सू..."

"काय हाये? हागायले गेले ते. काय पाह्यजे?"

"मी मेलो गिलो त नरसूले म्हणा? राजकारणात भाग घेजो."

"हाव सांगते त्याह्यले... आल्यावर. मरा आता मुकाट्यानं."

"काय म्हन्ली?"

"झोपा आता मुकाट्यानं म्हन्ली."

"मले वाटलं का मरा आता मुकाट्यानंच म्हन्ली."

"नाई. नाई. तशी कशी म्हनल मी? आवं खूड... याह्यचा होते कोंबड्यायचा धंदा. पण खेव आमाले. काडतच राह्यतात. खोपीवर खोपी. सम्दीकडं मेल्या बुचूक बुचूक करतात. कायनू बायनू खाऊन दारापुढी येऊन पातळ हागून ठेवतात."

"काय बडबड लावली वह्यनी? मनाशीच बोलून राह्यल्या का?"

"नाई! भावासंग बोलत होते तुमच्या."

"मले वाटते घेऊन जावावं आता. किती वाजले?"

"आकरा वाजले आता."

"चला न घेऊन. बाराची हाजेरी नाई चुकली पाह्यजे. जागी हायेत का झोपेल हायेत? डोळा लागला कान्नू बाप्पा! सवच जागे होतात. सवच झोपतात."

तिने ओढ्यातल्या शेवडीवरून पाण्याच्या दोन खेपा आणल्या.

भाकरी चावून, आंघोळी करून दर्ग्याजवळ आले.

जांभळीच्या झाडाखाली करणखेडच्या बुधाजी अवलियाच्या अंगात सातपीरबाबाचा संचार झाला होता. त्याच्यापुढे रोगग्रस्त लोकांची रांग. काहीच्या सोबत घरचे होते. काही एकेकटेच. ढुंगणाने पुढे पुढे सरकत होते. बहुतांशी या दुनियेत बाद झाल्यासारखेच होते. दोरी तुटण्याच्या बेतात आलेले. काहीच्या दोऱ्यांचा पीळ कमी झालेला. काहींच्या अर्धवट तुटलेल्या.

तुंबलेली रांग खूपच संथपणे पुढे सरकत होती. कारण अवलियाचे प्रश्न... उपचार... त्याच्या चेल्याकडून केली जाणारी प्रसाद-पैशाची वसुली. कोणालाच काही घाई नव्हती. संथपणा होता एकूणच वातावरणात. खूपच संथपणा. मध्येच कुठेतरी दहा-पाच कुत्र्यांची एकदम किळवंड लागायची. घोळसाघोळसी, बेताल आरडाओरडी आणि कोंबड्यांच्या थव्याचं दोन हात उंच उडून इथलं तिथे फडफडत जाणं. कुत्रे आणि कोंबडे. परावलंबी... इतक्या कोंबड्या पणपायचं हेच कारण. कारण कुत्रे त्यांचे रक्षण आपणच करायचे, मांजरीपासून. मुंगुसांपासून. कुत्र्याच्या जागरूकपणामुळे परिसरात मुंगूस-मांजर फडकायचेच नाहीत. कुत्र्यांना माहीत होतं, कोंबड्यांचं रक्षण आपणच करायचं. जिवंतपणी. मेल्यावर, म्हणजे माणसांनी कोंबड्यांना मारल्यावर, त्यांच्या हाडांवर आपलाच अधिकार. कुत्रे जगत होते कोंबड्यांच्या हाडांवर. कोंबड्या कुदत होत्या जिवंत कुत्र्यांच्या अंगावर.

अवलियाच्या समोर येईपर्यंत मोठ्याला ढास लागू नये म्हणून नरसूने बेनाड्रिलचे दोन चमचे निघतानाच पाजले होते. आणखी सावधगिरी म्हणून बाटली खिशातच आणली होती. केव्हा ढास लागेल, केव्हा उबळ येईल नेमच सांगता येत नाही.

अवलियाच्या पुढे जेव्हा ढुंगणाने घसरत मोठा आला तेव्हा नरसूने त्याच्या पुढ्यात हातातली दुरडी ठेवली. झेंडूच्या फुलांचे हार. उदबत्त्या, दहापंधरा लिंबं... चेल्यानी दुरडी हाताने चाफलली आणि प्रश्नार्थक नजरेने नरसूकडे पाहिलं.

"सबेरेच दिये थे... एक सौ... एक रुपये..."

"मग आता काय पूजा खाली ठेवता का भौ... और दो एकशे एक..."

त्याने खिशात हात घातला. दहाच्या-वीसच्या मळक्या नोटा जुळवून दुरडीत टाकल्या. चेल्याने घाई करीत त्या उचलल्या.

अवलियाने हात घालून दुरडीतले एकावर एक अकरा लिंबं घेतले. दातानेच कचाकचा फोडले. मोठ्याच्या डोक्यावरून अर्धे इकडे, अर्धे तिकडे फेकले. समोरच्या जळत्या धुनीत राळ टाकली. धुराचा भपकारा उठला. मोठ्याच्या डोळ्यांतून टचटच पाणी ओघळू लागलं. त्यातच जोरदार ढास लागली आणि मोठा लोळागोळा

होऊन बेताल खोकायला लागला. नरसूने घाई करत बेनाड्रिलची शिशीच त्याच्या तोंडाला लावली. घट्ट झालेल्या रक्तासारखे ओघळ बाहेर आले. ते मोठ्याने जिभेने वर ओढले. मचक् मचक् करीत खाल्ल्यासारखं बेनाड्रिल चाटून घेतलं.

तो डोळे मिटून शांत झाल्यावर अवलियाने मोराच्या पिसाचा झाडू त्याच्या डोक्यावर, खांद्यावर चवरी ढाळल्यासारखा हलवला. मग मोठ्याने दोन्ही हाताच्या काड्या दोन्ही गुडघ्याच्या लाकडावर टेकवल्या आणि अनपेक्षितपणे चारीकडे मानेभोवती डोकं फिरवत तो घुमायला लागला.

अहंक्... अहंक्... कहं... अहं... असे सुरातालातले आवाज त्याच्या तोंडातून निघू लागले.

"बाबा... आज कावून घुमा लागले दादा... त्याह्यच्या आंगात आलं का काय?"

वहिनी अचंबित झाली होती.

"देखेंगे... देखेंगे... डरना मत..."

असं म्हणून अवलियाने मोरपिसाचा झाडू त्याच्या पाठीत मारला.

"ये पीरछडीकी कसम है तुझे... बोल कोण है तू?"

"नही बोलूंगा..."

"कबसे झाडकू पकडा?"

"पलेपाससेच हाई..."

"नाम क्यो नही बोलता... इतने दिन क्यो नही सामने आया..."

"नही आया! मेरी मर्जी..." मोठ्याचा आवाज चांगलाच घोगरा झाला होता.

"कहां छुपा था?"

"इस जगे में... इस जगे में..." मोठ्याने आपल्या ओटीपोटीकडे बोट दाखवलं. इंद्रियावर हात ठेवला.

"अब काय कू आया..."

"खेल खेलनेकू!"

"कोन्ता खेल?"

"चतुर्रबिंड्या..."

"जामीन कोण..."

"सब दुनिया..."

"चोर कोण?"

"........."

"बोल चोर कोण?"

"बिसन्या..."

“कालपासून हाच धामा लावला बाबा याह्यनं... भूत लागलं का काय?”

“वादच नाई!”

“कसं काय लागलं? एवढ्या कडीचोट बंदोबस्तात? आंधी त फक्त करणीचंच होतं. आता भूत कुठून आलं?”

“आलं नाई. पह्यलेच अंगात होतं. आता उमळून वर आलं. बेकूबासारखं मंधात मंधात बोलू नको. लयच दाट बोलती, बाईची जात आसून. बाईच्या जातीनं कसं लवून भजून राहा जावं. दाट बोलू नाही...”

अवलिया घुमण्यात मश्गुल होता. बाजूलाच उभ्या असणाऱ्या दोन चेल्यांपैकी एकाने तिला झापलं.

“मंग आता काय करायचं?”

“आर्थ लावून राह्यलो न आमी कोड्याचा. एका एका शब्दाचं कोडं उलगडावं लागते. टोणगं कराव लागंल.”

“म्हन्जे काय?”

“सांगतोच न आता. जरा दमानं खाय...”

“जाशीन का नाई आंगातून?”

“काय घेशील जायाचं?” चेले विचारीत होते.

“झाडाले घेऊन जाईल.”

“झाड सोडून जायचं काय घेशील?”

“जिवाले जीव... एक नर. एक मादी...”

“जा नरसू पाटील... एक कोंबडा अन् एक कोंबडी आणा... टैम हाये तदलोक काम करा... सध्या संचार होयेल हाये. तडाख्यात तडाखा काम साधून जाते!”

नरसू पळतच बाजूच्या पालात गेला. तारांच्या कटगरात कोंबड्या पाय बांधून ठेवलेल्या... क्वॉक्... क्वॉक्... ट्वॉक्... ट्वॉक्...

“केवढ्याचा एक नग?”

“मुर्गा क्या मुर्गी?”

“दोनोबी...”

“मुर्गा देडसौ... मुर्गी सौ...”

“घ्या बाबा... कापायचे का कसं करायचे? आमी खायाचे का तुमी खायाचे?”

“भूत को खिलाने के... सुना नही क्या... एक नर. एक मादी...”

“सरका सरका तुमी बाजूले. मंधात मंधात मजगन मजगन नका करू.”

चेल्याने पाच वेळा मोठ्याच्या डोक्यावरून कोंबडा ओवाळला. उजवीकडे फेकला. तिथं उभ्या असणाऱ्या बारक्या पोराने अध्धर झेलून घेतला. चिंगाट पळाला.

दुसऱ्या चेल्याने पाच वेळा मोठ्याच्या डोक्यावरून कोंबडी ओवाळली. डावीकडे फेकली. तिथं उभ्या असणाऱ्या बारक्या पोरीने अध्धर झेलून घेतली. चिंगाट पळाली.

"सांग आता, झालं का समाधान?"

"कशात जीव हाये?"

"झाडात!"

"कोन्त्या झाडात?"

"पांढऱ्या रक्ताचं झाड..."

"पांढऱ्या रक्ताचं झाड?"

"पांढऱ्या रक्ताचं झाड??"

"आरबळू नका असे... कोडं हाये ते... तुमच्या घराच्या आसपास रुईचं झाड हाये कां?"

"कान्नू बुवा! हाये का वह्यनी?"

"कान्नू बाई..."

"आठवा... आठवा..."

"ओठोलं... ओठोलं... हाये भावजी. आपल्या घराच्या उजव्या बाजूले... गोबर गॅसच्या खड्ड्याजवळ..."

"बराबर बोल्ला! ते झाड जीवापार जतन करा. उपटू नका देऊ कोणाले. झाड उपटलं त माणूस उपटला जाईल. बुडापासून शेंडीउपट होईल. ते झाड गेलं की हे झाड जाईल... उचला आता इथून... घेऊन जा त्याले घरी."

"घरी म्हन्जे कुठी?"

"घरी म्हन्जे घरी!"

"कुठोलच्याबी... पण एक ध्यानात ठेवा. याच्या आंगातलं गेलं, पण घरात दुसऱ्याच्या आंगात घुसू शकते. भूताड मोठं जिवट हाये. हा वाचला तरी दुसरा मरू शकते. घरातला कर्ता माणूस."

"हे काय सांगून राह्यले बाबा?"

"खरं तेच सांगून राह्यलो. कोड्याचा आर्थच तसा हाये. जीवाले जीव... हा काठावर गेला तरी दुसरा मंधात गंटागळ्या खाईल..."

"पुढच्या मंगळवारी या पुन्हा... हे लिंबं भारून देले... गोमूत्रात पिळून पाजत जा. रोज राती एक. सटका आता."

नरसूचं डोकं भिन्न झालं. आतल्या आत भोवरा फिरू लागला. थांबायलाच तयार नाही. सालं हा वाचून आपून मरतो का काय? घरातला कर्ता माणूस, दुसरं कोण? आपूनच... विचार भोवरा झाला. भोवरा विचार झाला.

गरगरत त्याने मोठ्याचं गाठोडं उचललं. झोपड्यावर आणून टाकलं.

"वहिनी एक विचार हाये. सांगू?"

"सांगा न बाप्पा!"

"आपून आता दादाले घरी घेऊन जाऊ. आज कोडं सुटलं. बाबानं सांगतलं नाई का झाड मोकळं झालं. आता जबाबदारी एकच... घरापुढचं रुईचं झाड जीवजतन जपायचं. आपून इथी, अन् तिथी कोण उपटून फेकलं त?"

"बरोबर बोलून राह्यले तुमी... चला बाप्पा घरी. किती दिवसाचे लेकरं पाह्यले नाई. मले सुनीलले भेटा वाटून राह्यलं. मोहिनीले भेटा वाटून राह्यलं."

"बलावू का मंग जिपडं?"

"बलवा बलवा... करा मोबाईल..."

"हॅलो... हॅलो... कोण बोलते? हावं सुनील... लक्ष देऊन आईक. आपल्या कामावरच्या शिवराम काकाले सांग... मोटार इस्टानावून एक काळीपिवळी घेऊन या म्हणा पेशल... इथोलचा पसारा घरी न्यायचा म्हणा... हावं हावं... तुहे बाबा अन् आईबी येणार हाये घरी. नाई. नाई... तू नको येऊ... भेदरशील इथी. एखादं भूतबी घुसू शकते आंगात. आमीच येतो न आता घरी. ताबडतोब पाठव शिवराम काकाले... गीता काकूलेबी सांग... लवकर पाठव म्हणा शिवरामकाकाले..."

नरसू झोपडं सोडून जरा बाजूला बसला. वहिनी पसारा आवरू लागली. खुश झाली होती. कंटाळा आला होता या वनवासाचा. नरसू तिच्याकडे दुरून पाहत होता. डोक्यातला भोवरा जाळी न लावताच घुमत होता. ...होईल, हा बरा होईल. पण अंगातलं लय वस्ताद दिसते. आईकलं नाई त्वा? झाडच न्यायचं म्हन्ते ते. ह्यो जरी बरा झाला तरी तुमच्या घरातला दुसरा माणूस गोत्यात येईलच. याच्यासारखाच होईल. आलटी पालटी चालूच राहील. खालचा वरी. वरचा खाली! घरातला एक माणूस न्यायच्या इचारानंच येल हाये हा.

इच्छाशक्ती मोठी जबरदस्त हाये त्याची. पक्का उलट्या काळजाचा दिसते. नाईत इतक्या दिसाचाच पळाला आस्ता. रुईचं झाड. पांढरं रगत... पांढरं रगत. रुईचं झाड!

मोठा बरा झाला तरी आपून त्याच्यासारखेच होऊ. त्याच्या डोळ्यांपुढे विरुद्ध चित्र दिसायला लागले. आपण मोठ्याला खांद्यावर नेत नाही, तर मोठाच आपल्याला खांद्यावर नेत आहे.

कोंबड्या पळत येत होत्या. काठीचा फोक हवेत भिरभिरत हेलकावत होता.
कोंबड्या पळत जात होत्या. काठीचा फोक हेलकावत होता.

थोडक्यात कळून घ्यायचा मतलब आसा की, मोठा तिथं आपून. आपून तिथं मोठा.

तो पायउचल झाला. कोंबड्या दूर पळाल्या होत्या.

काठीचा फोक भुईवर विसावला होता.

"काय सांगतलं नरसू, देवानं? होतो का मी बरा? भरासरी चालली तुह्या वह्यनीची. घरी जायाचं का काय?" उबळीचा भर ओसरल्यावर मोठा विचारत होता. शब्द-शब्द जुळवून वाक्य-वाक्य बोलणं साधत होता.

चेहऱ्यावरचा घाम पुसत नरसू घोगऱ्या आवाजात म्हणाला-

"हावं, बरे होणार हाये तुमी. देवानं हे लिंबं अन् उदी देली. गोमतीरात टाकून रोज राती प्यायची. घरी जायालेबी सांगतलं देवानं."

त्याच्या या बोलण्याने मोठा आनंदून गेला.

"पण लोकं नावं नाई ठेवणार गावातले?"

आपण असं का बोललो, हे त्याचं त्यालाच माहीत होतं. एकट्यालाच.

"मायचा फोकणा त्या लोकायच्या. त्याह्यले काय भियाचं. आपून का कोणाच्या उरावर बसणार हाये? आपल्याच घरात जाणार हाये आपून. लोकायच्या थोडं घरात घुसणार हाये!"

"चला मंग घरी. मी कंटाळून गेलो आता इथी. मलेबी लय दिवसापासून घराचा वढा लागेल हाये. कधी घरी जातो अन आपलं घर, बैलं, गायी, वासरं, वावरं डोळे भरून पाह्यतो आसं होऊन गेलं मले."

"हावं! घंट्याभरात निगूच आता आपून. पेशल गाडी बलावली टाकरखेड्याहून."

ते घरी आले तेव्हा दिवस कलंडला होता. मोठा बऱ्याच दिवसांनी घरी आला म्हनताना त्याला गावातले बायका-माणसं येऊन भेटू लागले.

भावकीतले लोक, गावातले, लोभातले लोक. सगळ्यांची अंगणात जत्राच

दाटली. लोक सुखदु:खाचं बोलू लागले.

“नवऱ्यासंग तुलेबी वनवास झाला बाई. सत्त्वाची होती म्हणून येवढं केलं.”

“काय रूप होतं हाळदीच्या गाभ्यासारखं. पण आता वाळली झिलपी झाली बैना रूपाची.”

“आपुल्या देहीले बाई, नवऱ्याची देही म्हणा.
कपाळाचं कुंकू, सोनं देल्यानं मिळेना!”

“कधी बरं नाई होणार त्या बारझवण्याचं. करणी-कवटाळ करते मेला. पण खऱ्याचा वाली देव आस्ते बाई.

“राजहंसाचं पाखरू, मोती पवळ्याचा चारा खाये
कावळा बेईमान, आपल्या जातीवर जाये!”

“खऱ्याचीच जीत होत आसते या दुनियेत. त्यानं किती काड्या घातल्या तरी उलट्या त्याच्याच गांडीत जातील बाई त्या! म्हणगुतच हाये नं-

अंजिरा उंबराचा, दोहीचा एक थाडा
अंजिरा आले पाड, उंबराचा झाला झाडा...”

शेताशिवारात कामाला येणाऱ्या बायका. वहिनीच्या स्वभावानं ती सगळ्यांना प्यारी. म्हणताना तिच्याजवळ सगळ्या बसल्या होत्या.

“तुमी वावरात चला उद्यापासून वन्स... समदी बिमारी पळून जाती तुमची. टणटण. घोडीवाणी उड्या मारसाल तुमी आठारोजात. खोटं नाई बोलत.”

“भुईत राबणाऱ्या माणसाले भुईपासून तोडणं म्हन्जे थानपित्या लेकराले थानापासून दूर करणं...”

“बरं, बस्स झाल्या आता गप्पा. काई उद्याच्यालेबी ठेवा. जरा आराम करू द्या दादाले अन् वह्यणीले. उद्यापासून संगमंगच हावोत आपून सम्दे!”

“बरोबर बोलून राह्यले नरसूदादा... चाल व मां... चला व शांताआत्या... चाल सुमनभाभी... बरं येतो वं वह्यनी. काई जिवाले नका लावून घेऊ. सम्द बरोबर होईन. वरच्याच्या आले मना, तिथं खालच्याचं काई चालेना.”

कलकलत सगळ्या बायका निघून गेल्या.

वहिनीजवळच्या बायकांना उठवून नरसू मोठ्याजवळ आला. गावातून भेटायला येणारे लोक मोठ्याजवळ अजून बसूनच होते. परगावातून येणाऱ्या पाहुण्यांसाठी, गावातून विविध कामासाठी येणाऱ्या राजकारणी लोकांसाठी ही बैठकखोली काढली होती. जुन्या माडीला लागूनच. नव्याने बांधलेली स्लॅबची बारा बाय सोळाची खोली. मोठ्याची रात्रीची बिछायत इथंच केलेली होती. भेटायला येणाऱ्या बायकामाणसांच्या दृष्टीनेसुद्धा ते सोयीचं होतं. बायका वहिनीला इकडे जुन्या

जोडणीच्या घरात येऊन भेटत होत्या. माणसं इकडे मोठ्याला.

मोठ्याच्या पार्टीचे, सुधाकर डोळसेच्या विरोधी गटाचे लोक, अजूनही मोठ्याजवळ बसून होते.

"ते कुत्रं आल्त का नाई भाऊ भेटायले? तुम्हाले सांगतो. जरी आलं, तरी हाड म्हणून काढून देजा दारातल्या दारातूनच." संजय घेवंदे बोलत होता.

"मान्सानं आसा पाठीत बेसावध घाव घालू नाई. हिजड्याचे कामं आस्तं हे हिजड्याचे. मर्द माणूस आमनेसामने येते. हिजडे लपून-छपून कावा साधतात." जयराम घोलप.

"मी त त्याले नावानं हाकच मारत नाई... त्याच्या दारून जाताना कुत्रं जरी आडवं आलं तरी त्याले हाड् कुत्र्या, म्हणत नाई. आरे हाड् सुध्या आसं म्हणत आस्तो... आपून काट करतो त काटच करतो. दोस्ती करतो त दोस्तीच करतो. रगडून करतो सम्दं..." संजय घेवंदे.

"तुमी तिकडी गेल्यावर मसणजोगी आणला होता त्यानं. दोन दिवस त्याच्या पांढरीतल्या कोठ्यावर होता. त्यानं इकडं काहीतरी तिरिक-मिरिक केलं आसंल म्हणूनच तुमाले तिकडी गांजलं आशीन धोका केला त्यानं धोका!" जयराम घोलप.

माणसाचं अजून बोलणं सुरूच होतं. बसलेले तीन-चार लोभातले माणसं मोठ्यापासून बरंच अंतर ठेवून बसले होते. कारण तो अधूनमधून खोकत होताच. मरणाची ढास लागायची आणि पकापक बेडके फेकायचा. पण त्यासाठी आता कोरडी राख भरलेलं टोपलं ठेवलेलं होतं. त्यामुळे गचाळपणा राखेत आट धरत होता.

माणसं बोलत होते पण नरसूचं त्यांच्या बोलण्यात लक्ष नव्हतं. त्याच्या डोक्यात सुन्न होत होतं. कानातून विशिष्ट प्रकारचा दाब मेंदूवर जाणवत होता. एकाच्याऐवजी आता दोन-दोन भोवरे डोक्यात गरगरत होते. अस्वस्थता कमालीची वाढली होती. जिथे गेला तिथे उदासी वासनीच्या वेलासारखी मनावर चढत होती.

तो थोडा वेळ बैठकखोलीत थांबला. तर पोटात मुल्डा आल्यासारखा जाणवला.

न्हाणीत गेला. टमरेल भरून घेतलं. टमरेल हलवत डांबरी सडकेने पुढे पुढे चालत राहिला. दूर, गावाच्या बाहेर आला. डोईवर मावळतीकडून चंद्राची कोर मलूल झाली होती. तिच्यावर पातळ ढग भिरभिरत होते. त्यामुळे वेगळ्याच प्रकारचा प्रकाश शिवारावर हिंदकळत होता. धड प्रकाश नाही. धड अंधार नाही. अशा प्रकारचं वातावरण. मंतर मारून भारून टाकल्यासारखं. थोडं गूढ. थोडं भेसूर. रस्त्याच्या कडेचे खैरा-हिवराचे झुडुपं. पण आता माणसासारखे वाटत

होते. अंगावर घोंगडं घेतलेले माणसंच रस्त्याच्या कडेने उभे आहेत असं वाटत हातं. नरसू मग चालायचा थांबला. रस्त्याच्या कडेने सुलपावर उभं राहून त्याने पायजम्याची नाडी मोकळी केली. बसला.

आडगावचा रस्ता असल्यामुळे फारसे वाहनं नव्हते. अधूनमधून एखादं वाहन थरथरत यायचं. कोणाची तरी मोटार-सायकल, ऑटो, मेटॅडोर... थरथरता प्रकाश काही वेळ बसलेल्या नरसूच्या अंगावर पडायचा. थरथरतच पुढे निघून जायचा. नरसूला पुन्हा अंधूक चांदणप्रकाश वेटाळून घ्यायचा.

बऱ्याच वेळाने तो घरी आला.

बैठक खोलीतले माणसं निघून गेले होते. मोठा एकटाच. भिंतीवरच्या लाइटाजवळच्या दोन पालींचा गेम मन लावून पाहत होता. पालींपैकी निश्चितच एक नर होता. दुसरी मादी... हा अंदाज एव्हाना मोठ्याला आला होता.

दारात नरसूची चाहूल लागली तसे मोठ्याने त्याच्याकडे पाहिलं.

"आला का नरसिंगराव. बरं झालं, कोणाची तरी वाटच पाहत होतो."

"कशासाठी? काई पाणीगिणी पाह्यजे का?"

"नाई... पेलं नेमकंच. तेवढा लाइट बंद कर फक्त... लाइटाचे किडे पडून राह्यले अंगावर..."

नरसूने ट्यूबलाइट बंद केली. पाच वॅटचा पांढरा सिएफ्एल्चा लाइट लावला. खोलीत आता मंद प्रकाश पडला. बाहेरच्या चांदण्यासारखाच. कोमल, नाजूक, हळवा पांढरा प्रकाश.

नरसू बाहेर आला. पुन्हा मधल्या घरात गेला. वहिनी झोपली होती. तिच्याजवळ बारके-चिरके पोरंसोरं. इकडेतिकडे पडीपसर. त्याची बायको माडीवर.

नरसूच्या डोक्यात भोवरा सुरूच...

नरसूने ग्लासात गोमूत्र आणलं आणि तो मोठ्याजवळ येऊन बसला.

"काय हाये नरसू?" मोठ्यानं डोळे ताणून विचारलं.

"आवशिध देतो नं!"

"कोन्तं? खोकल्याचं का?"

"नाई! ते देवानं सांगेल. रोज राती गोमित्रात घ्यायचं सांगतलं नवतं का!"

कशाचा फरक पडते आता कशान... असं मनात म्हणून मोठा धापाळत म्हणाला, "दे बाप्पा! किती टोले घेता तुमी सम्दे माह्यासाठी... तू, तुपली वह्यनी."

त्याने मोठ्याच्या हाती ग्लास दिला. मोठा गटागट दोन घोट प्याला आणि मग ठसकला. तोंड कडू करत म्हणाला,

"मले त एंड्रीसाचा वास याय लागला इच्यात."

नरसूचं काळीज थोडावेळ घनघोर धडकलं. त्याच्या काळजाचे ठोके त्याच्याच कानाला टाळसर ऐकायला येऊ लागले. डोक्यातला भोवरा स्थिर करण्याचा प्रयत्न करीत तो म्हणाला,

"आपल्या वावरात फवारणी चालू हाये नं. तुरीवर घेघाल आळ्या पल्ड्या. ते डबडे आणून ठेवले पसाऱ्याच्या खोलीत. त्याचाच धमकारा उठला सम्दीकडं."

मग काहीच न बोलता, वेडावाकडा चेहरा करीत मोठ्याने पूर्ण ग्लास घशात रिचवला. तोंड कडूजार, वासाळून गेलं.

"झोपून राहा आता. मी चाल्लो. अन् तुम्ही पह्यल्यांदा कडी लावा आतली..."

"हाव लावतो. जाय. तू बी झोप आता."

मोठ्याने हेलपाटत दारावर खडबडत कडी घातली. पुन्हा अंथरुणावर येऊन पडला. डोकं गरगरून आलं. तोंड मळमळून आलं. कडी लावा आतली. त्याच्या मनात, डोक्यात, शरीरात शब्द घुमू लागले... अंधूक... अंधूक... कडी लावा आतली... मी नाई त्यातली! हा आवाज कोणाचा? बिसन्याचा... बिसन्या... कोंबाळ कोंबाळ. आणखीन कोंबाळ. डोळ्यात किती काजळ घातलं बच्चूबच... मेरी मा बहुत बिमार है... शंभर रुपये द्या सायेब. पाटील सायेब... पण आपलं आंग कुठी हाये? त्यानं कसाबसा उजवा हात उचलून पोटाखाली घेतला. मांड्यावर जांघेत-मध्ये कोंबाळला. आपल्याले आंगच नाई. आपलं आंग गायप? लिंगउपट झालं. आपल्याले लिंग नाई. आपल्याले काईच नाही. आपून कुठी चाल्लो आसे तरंगत? अन् आपून काय झालो? त्याला दिसलं. खालवर लाल तुरे... कोंबड्यांचा कळप पळत दूर जात होता... खूड...खूड... आवं खूड!

नरसू बराच वेळ अंगणातल्या गाडीच्या कठाड्यात बसून होता. मग पायात चपला अडकवून उठला. पसाऱ्याच्या खोलीत गेला. टिकाव घेतला. मघाशी पाहून ठेवलेल्या घराच्या डाव्या बाजूने असलेल्या रुईच्या झाडाजवळ गेला. पहिल्यांदा बुडापासून उगवलेल्या सगळ्या फांद्या काडकाड मोडल्या. शेंड्यावरचे जांभळे फुलं गोंधळून गेले. कुस्करलेल्या गोल जाडसर पानातून, पानांच्या देठातून पांढरे चिकाचे थेंब त्याच्या तळहातावर आले. हात चिकट झाले. चिकट पांढरं रक्त. टपटपून थेंब जमिनीवर पडू लागले.

आता चांदणं बरचसं निज्जूर झालं होतं. सुकल्यासारखं. त्यामुळे पांढरं रक्त दिसत नव्हतं. पण हाताला जाणवत हातं. बुडुखातून मोडलेल्या काड्या त्याने सावरल्या. उकिरड्यावर नेऊन टाकल्या आणि टिकाव हाती घेऊन तो रुईच्या बुडखावर भिडला. खपाखप घाव घालून शेतातली पालवी खोदावी तशी रुईच्या झाडाची जमिनीत पांगलेली मुळं तो खोदून काढत होता. थोडंसं खोदून झाल्यावर खाली बसून तिथल्या तिथे घोळघाळ करून, घोळवा जवळच्या उकिरड्यावर नेऊन टाकत होता.

खोदलेल्या खड्ड्यात खोलवर हात घालून जवळच्या मोबाईल हँडसेटचा प्रकाश टाकून त्याने खात्री करून घेतली. जमिनीत कुठेही मुळंखांडाचा दोरा उरलेला नाही.

टिकाव उचलला. आवाज न होऊ देता पसाऱ्याच्या खोलीत नेऊन ठेवला. मग मोठ्याच्या बैठकखोलीला कान दिले. कोणीतरी कोणाला उचलून, कुचलून काढत आहे असे आवाज येत होते.

बिछाईत करताना, बरं झालं, आधीच काळजी घेतली. एकावर एक दोन गाद्या टाकल्या.

पायातल्या चपला दाराशी ठेवून, हलक्या हाताने त्याने आतून मधल्या घराचं दार लावलं. कडी घातली.

मधल्या घरात बऱ्याच दिवसांनी वहिनी शांत झोपली होती. तिच्या घोरण्याचा आवाज एका लयीत उठत होता. मिटत होता. मिटत होता. उठत होता...

कशामुळं ढाराढूर झोपली वह्यनी? पुन्हा उद्या जागायचं म्हणून? बऱ्याच दिवसानं झोपायले गादी भेटली म्हणून? वर पंखा गरगरून राह्यला म्हणून? लेकरायले दोन्ही बाजूनं दोन्हीकून घेऊन झोपायले भेटलं म्हणून?

तो माडीवर गेला. हलक्या पावलांनी, पलंगावर कलंडला. सवयीने बायकोचा हात त्याच्या अंगावरून फिरू लागला, रोजची जागा सवयीने चाचपून पाहू लागला.

"झोप मुकाट्यानं... आज लय थकलो मी."

"तुमच्या अंगाचा काय घामट-कोमट वास याय लागला हो... गच्चाळ."

बायको त्याच्यापेक्षाही सरस ठरली. कुशीवर वळून मोठ्या, खास बनावटीच्या पलंगाच्या दुसऱ्या टोकावर गेली. हे एक लेकाचं बरंच झालं. बिन आवशीदाचं खांडूक फुटलं. नाईत आशा टैमाले लयच बेकार सवय राह्यती बायकायले. दिवसभराचं हागलं-मुतलं सांगून टाळकं किट करतात. झिलप्यावर झिलप्या काढत राह्यतात.

“आपल्या दोघा नवराबायकोचं लयेच कवतुक करत होत्या मंघवा जमा होयेल आयाबाया. लयेच सोसलं म्हणाजात आपून नवरा-बायकोनं. भाऊ पाह्यजे त आसा... जाऊ पाह्यजे त आशी. नाई त आजकालच्या जमान्यात कुठी राह्यते आसा एकोपा?”

तिकडच्या कुशीवर वळली होती तरी तिने अशा दोन-तीन झिलप्या झाडल्याच.

“बरं, झोप आता मुकाट्यानं. अन् मलेबी झोपू दे सुखानं. लय टणकलो मी. सम्दं कसं भणकल्यावाणी वाटाय लागलं.”

कपाळावरचा घाम पुसत तो बोलला. त्याने लाइट बंद केला. बाहेरचा मलूल चांदणचुरा खिडकीतून खुणावू लागला.

थोड्याच वेळात तिच्या झोपेचा ओळखीचा घोरण्याचा आवाज येऊ लागला. लयीत नागपंचमीचा झोका खालीवर होत राहावा, तसा तिच्या घोरण्याचा आवाज. नाजुक., हलका, वाऱ्याने फुलाची पाकळी फडफडावी तसा.

रात्रीच्या सुनसान वातावरणात माळोदे गल्लीत म्हटल्या जाणाऱ्या खंजेरी भजनाचे नाद गडद ऐकायला येत होते. ही गल्ली खऱ्या शेतकऱ्यांची. दिवसभर काम आणि रात्री खंजेरी भजन. खंजेरीच्या बांधलेल्या घुंगरांचा आवाज. टाळांचे-झांज्यांचे भेदक आवाज आणि आपल्या सुरांना वाट मोकळी करून देणारे कष्टकरी शेतकरी.

नरसूला फक्त वाद्यांचेच आवाज येत होते. भजनातले शब्द कळत नव्हते. कारण त्याच्या डोक्यातला भोवरा आता नसानसांतून गरगरू लागलेला. सगळ्या अंगाला कापरं. तो प्रयत्न करत होता. स्वत:ला सावरून धरण्याचा. गळून न जाण्याचा... तरी रात्रीच्या पोटातून उगवणारा उद्याचा दिवस त्याच्यापुढे काही दृश्य टाळसर करीत होता. कानातल्या सुन्नाव्याने दृश्य भारीबदक वाटत होते. जड झालेलं अंगण... जड झालेली बायकामाणसांची गर्दी. रडणाऱ्या बायका. भेदरलेले माणसं-

- “आरे बाप्पा, आसे कसे निघून गेलो हो तुमी आमच्यातून? तुमी त बरे होणार होते नं हो? पुढच्या निवडणुकीत मले उभं करणार होते न हो महिला आरक्षणात... आरे सुन्या तुमचा बाप आपल्याले दिल्ली दाखोणार होता नं रे...”

“आसे कसे गेले व माय दाराले आतून कडी लावून? सेवा करायचीबी संधी देली नाई रे बाप्पा... तिर्थाचं पाणी बी नाई पाजू देलं रे बाप्पा!”

“जावू द्या वह्यनी... समद्यायलेच जावा लागते एक दिवस. कोण आमृताचा पेला पिवून आलं या दुनियेत?”

"एंड्रीन घेतलं... पण काई जप्तीगिप्तीची नोटीस त आली नवती वाटते!"

"मले त वाटते बिमारीले कट्टाळूनच देला त्यानं जीव... आतल्या येदना कोणं सांगाव्या? सोसल्या जात नसतील."

"बरोबर बोलून राह्यले तुमी. ज्या बोटाच्या येदना त्याच बोटाले होतात. परदुख शितल राह्यते बोलायले."

"डोंगर जळते जन पाह्यते. पण मन जळते ते कोणाले दिसते?"

"पहारी घालून, इंजिस तोडून दार उखळा लागलं. आतून पक्की कडी लावली होती. सम्दा ठरवून कारभार केला त्यानं आत्महत्येचा."

"भावजी तुमी आंगणातलं रुईचं झाड कावून जीवजतन करून ठेवलं नाई हो? देवानं सांगतलं नवतं का तुमाले? आरे बाप्पा देवानं म्हन्लं तसंच झालं रे... पांढऱ्या रक्ताच्या झाडानं महा लाल रक्ताचा माणूस नेला..."

नरसू गच्च गच्च डोळे लावत होता. तरी आकांत दिसतच होता. कुठल्यातरी रुईच्या झाडाच्या फांद्या काड काड मोडल्याचे आवाज येत होते. हातावर सगळं पांढरं चिकाळ दाटून येत होतं. पांढरा चीक कमी होतच नव्हता. आता आपल्या हातातूनच पांढरं रक्त येत आहे असा नरसूला भास झाला. तो तट्‌कन उठून बसला. डोळे ताणूनताणून आपले हात निरखू लागला.

■

घेवपाठ

पालवात भाकरी बांधताना सारजाच्या मनात लपलप करीत होतं. आपली ही अवस्था नेमकी कशामुळे होत आहे, तिचं तिलाच कळत नव्हतं. नवऱ्याची न्याहरी स्वत: घेऊन जायची तिची ही पहिलीच वेळ होती. इतके दिवस ती वावरात जात नव्हती, असं नाही. जातच होती. लग्नाला तीन महिने झाले होते. नवतीचे नव्हाळ दिवस आता संपले होते आणि गेल्या आठ दिवसांपासून तिला सासूसोबत आणि मोठ्या जाऊसोबत शेतावरच्या कामासाठी जावं लागत होतं. पण त्यांच्यासोबत. आज मात्र ती एकटीच जाणार होती. दूरच्या शेतात नवरा वखरपाळी करत होता. एकटाच. घरातले बाकीचे सगळे, जवळच्या गावखोरच्या मळ्यात माळव्याच्या फडात निंदणी-खुरपणीसाठी गेले होते.

एकत्र कुटुंब असल्यामुळे नवऱ्याशी निवांतपणे बोलायला कधी वेळच मिळायचा नाही. रात्रंदिवस भोवताली घरातले माणसं असायचे. दिवसभर शेतीच्या आणि घराच्या कामात. गोठणावर असणाऱ्या गुरांचे पायाशी पाय आणि अंगाशी अंग असावेत तसे माणसं एकमेकांत गुंतलेले, गुरफटलेले असायचे.

त्यातल्या त्यात घरात तिचा नवरा सुरेश कमी महत्त्वाचा झाला होता. कारण प्रत्यक्ष नगदी कमाई रोजच्या रोज घरी आणावी असा व्यवसाय त्याच्या हाती नव्हता. मळ्यातून जे काही माळवं-चिळवं, म्हणजे वांगे, टमाटे, शेंगा-भेंड्या किंवा भाजीपाला निघायचा तो तिचा मोठा दीर विकायला न्यायचा. उद्रीं, अमडापूर, चिखली, खामगाव अशा बाजारात भाजीपाल्याचे बाचके-बुचके किंवा पेटारे मंडीतल्या हर्रासीत विकले जायचे; त्याचा पैसा तो मायजवळ आणून द्यायचा. मायने कितीही चोख हिशेब घेतला तरी त्याच्याजवळ काही ना काही ओलावा

उरायचाच. त्यामुळे बायको-लहान लेकरं खुष असायचे.

मंधव्याचा तर वेगळाच तोरा असायचा. त्याने काळीपिवळी घेतलेली होती. चिखली आणि खामगावच्या प्रवाशांच्या ट्रिपा तो मारायचा. सोबतीचा ड्रायव्हर होता. दोघे मिळून रोजच्या नंबरात लागून पाचशे ते हजार रुपये आणायचेच. हा घरी जेवायला यायचा तेव्हा ड्रायव्हर गाडी पळवायचा. ड्रायव्हर जेवायला यायचा तेव्हा हा गाडी पळवायचा. आपल्या कमाईतले अर्धे पैसे तो गाडीच्या डिझेल-पाण्यासाठी, मोडतोडीसाठी आपल्याजवळ ठेवायचा. अर्धे पैसे मायच्या जवळ घरखर्चासाठी द्यायचा. त्यामुळे घरात त्याचा दबदबा होता.

त्या नवराबायकोला आधीच त्यांची झोपायची खोली होती. मोठ्याने अन् त्याच्या बायकोने आधीपासूनच माडीचा ताबा घेतलेला होता. सारजासाठी आणि तिच्या नवऱ्यासाठी मात्र खोली नव्हती. घराच्या मधल्या भागात ज्या काही ज्वारी बाजरी ठेवायच्या कणग्या होत्या; त्यांचाच आडोसा करून तिच्या लग्नात आंदण भेटलला पलंग तिथे टाकलेला होता. तिथं अंग चोरून, आवाज दाबून त्या नवराबायकोंना झोपावं लागायचं. कारण बाहेरच्या बैठकीसारख्या लांबच लांब खोलीतून इकडच्या स्वयंपाकखोलीत, मागच्या वाड्यात; या मधल्या घरातूनच घरातल्या माणसांना जावं-यावं लागायचं. माडीचा जिनासुद्धा जवळच्या भिंतीलाच होता. तिथून मोठ्याची, त्याच्या बायकोची ये-जा चालायची.

मंधव्याची खोली मात्र वाड्यात होती. तिकडंच स्वयंपाक खोलीतून वाड्यात उघडणारं दार बंद करून घेतलं की त्या नवरा-बायकोचा घरातल्या इतर माणसांशी संबंध राहत नव्हता.

या दोघा नवराबायकोंच्या कानावर मात्र घरातल्या सगळ्यांचे, रस्त्यावरून घरात आणि घरातून रस्त्यावर येता-जातानाचे आवाज येत राहायचे. अशावेळी मग फणा काढलेल्या शृंगाराचाही कासव व्हायचा. कशाचा तरी धाक-दपटशा असल्यासारखा आतल्या आत हातपाय जखडून घ्यायचा. मनासारखं मन भरून टी. व्ही. पाहिल्यासारखं कधी करता यायचं नाही.

तिला आठवलं: जीप घेऊन गावोगावी ट्रिपा मारणाऱ्या मंधव्याच्या बायकोच्या माहेरी तिच्या भावाचं लग्न होतं. ते दोघं नवरा-बायको लग्नासाठी गेले होते. तेव्हा एक दिवस नवऱ्याने तिला त्यांच्या खोलीत नेलं होतं. घरातले बाकीचे सगळे वावरात गेलेले होते. त्यामुळे नवरा बायको त्यांच्या खोलीत गेले. आतून कडी लावून घेतली. अंगावरचे सगळे कपडे काढून टाकले अन् दोघांनी तासभर मनासारखी खुंदळा-खुंदळी केली. तिला ते आठवलं.... त्याले म्हन्तात खरा नवरा बायकोचा सहवास... मनभरून. अन् आपून करतो ते सम्दं चोरून... कणगीच्या

पलीकडून कोणाचे पाय वाजले, चहाळ आला की एकदम चुलीतल्या जळक्या आगीवर पाण्याचा सपका मारल्यासारखं सम्दं थंड-थंडगार होते. धुराच्या भपकाऱ्यात सम्दं मन धुरकटून जाते. लगन झाल्यावर मह्यना-पंधरा दिवस बापाकून घेतलेला हुंड्याचा पैसा हातात होता तद्लोक मोठ्यानं उड्या मारल्या. खोली बांधून देऊ... खोली बांधून देऊ, म्हन्ला. अन् ते पन्नास हजार कुठं इहिरीच्या खड्ड्यात खर्चा केले. इहिरीले पाणीबी लागलं नाई. अन् आमची खोलीबी बांधून झाली नाई. निदान आज तरी वावरात घडंघडं मनातलं बोलता येईल. काई करताबी येईल...

"किती वाजले रे पिंटू?"

तिने बाहेर येऊन मोठ्याच्या पोराला विचारलं. पण त्याला तिचा आवाजच ऐकायला गेला नाही. तो टी.व्ही.वर दणादण वाजणारे गाणे पाहण्यातच बुडून गेला होता. कोणते तरी हिंदी गाणे चालू होते. अन् डोळ्याची पापणी न हलू देता पोरगं एकटक टी. व्ही. कडे पाहत होतं.

ती आणखी थोडी पुढे गेली.

"मी काय म्हन्ते पिंटू!"

"काय हाये?" त्याच्या तोंडावर जणू शेण फेकलं होतं.

या घरात कोणाचे स्वभाव कसे हायेत कान्नू? आवघेच वस-वस करतात. त्यातल्या त्यात मोठ्या देराचा अन् सासूचा सभाव त लयेच नसाणकुकडा वाटते. आता हे मोठ्याचं बिल्लासभराचं पोर्गंबी वसकावलं. यानंत उलीसं सुदं-मुदं बोलाय पाह्यजे. पण पोरंबी मायबापाचं पाहून तसेच वागतात. अन् ते तसे वागणारच. कावून की इवल्या-इवल्या पोरायलेबी माईत झालं, की ही बाई म्हन्जे या घरात कवडी किमतीची हाये. ती आपल्याले काईच बोलू शकत नाई. मारूझोडू त अजेबात शकत नाई...

आवाजात होईल तितका मधाळपणा आणून तिने विचारलं. "किती वाजले आसं इच्यारत होते मी!"

"साडे दा!"

फटाका फुटल्यासारखा पिंट्या बोलला. आणि पुन्हा टी. व्ही. च्या पडद्यात बुडून गेला.

स्वयंपाकखोलीत येऊन सारजा भाकरी बांधण्याची घाई करू लागली. मोरीत आली तर जाणवलं मोरीच्या भिंतीजवळ चार दोन भांडे तसेच राख लावल्यावाचून घासायचे पडून होते. घासायची वाट पाहत. भांड्यात रात्रीच्या जेवणाची उष्टावळ पडून होती. गंजात लालसर तेलगट रस्सा, थाळ्यात चोखून टाकलेले हाडं, लिंबाच्या फोडीचे तुकडे.

... ह्या मास मच्छीचाबी एक कुटाणाच राह्यते बाई. सम्दे खायाचे चवणे करतात. अन् भांडी वटवायची जिम्मेदारी ठेका घेतल्यासारखी, बोली केल्यासारखी मह्या एकटीवरच येती... राती मोठ्यानं तित्तोर का कोंबडं काईतरी आणलं. कोठ्याजवळच्या खोलीत शिजवून त्याच्या पोरानं अन् त्यानं खाल्ली. खुंदळली... राती भांडे घासायचं काम मोठीकडी होतं. तिनं हे भांडे बरोबर वायले काढून ठेवले. कावून की तिले ह्या भांड्यायले हात लावायले बनत नाई. कावून की ती मानुभाव पंथाची हाये म्हन्ती. तिच्या माहेरी मानुभाव पंथाचा वापर होता. वापर होता त मंग सम्दंच पंथासारखं वागावं. पंथात कुठी सांगेल्तं हाये का लगन करावं, अन रातभर नवऱ्याले उरावर घेऊन बसावं, अन इले त रात झाली की माडीवर जायाची तकतक सुटती. जशी काई दिडा दिवसाची घोडनवरी हाये. डेंगरं मोठे झाले तरी या नवराबायकोची खुंदळा-खुंदळी सुरूच राह्यती रातभर. हे वर धिंगाणा करतात अन् खाली आमच्या अंगावर बुदू-बुदू माती गळती. हेकमोडीनं तिचा पलंगबी बरोबर आशा ठिकाणी टाकेल हाये माडीवर की बरोबर बुळू-बुळू किचलनातली माती गळून पडील आमच्या आंगावर. बरोबर जीवजाळे कामं करतात वकट्या वाणाचं. एवढं मोठे डेंगरे झालेत त बस कराव आता. खाली झोपा जाव, आमी नव्या नवतीचे हावोत त आमच्या ताब्यात माडी द्यावं, आमालेबी एकांत भोगू द्याव. पण ते नाई होतं. डेंगरं देतात खाली मतारीजवळ सोडून. अन् खुशीनाम आपून चाल्ल्या जातात वर. हे मोठं डेंगरूबी आसं खप्त्यावाणाचं हाये. राती लय वाठकोळ बाहीरच्या बैठकीतला टी. व्ही. चालू ठेवते. रातभर आवाज वाढवते, कमी करते. कोन्त्या दामदचाड लोकायच्या कुस्त्या उड्या मारू-मारू पाह्यते. ती आल्डा-आल्डी सुरू राह्यती. सासूच्या कानाची पावर झाली कमी. त्या बहिरीले काई आयकू येत नाही. टीवीत कितीबी धिंगाणा सुरू असला तरी तिले झोप लागती.

पुन्हा हे खप्त्यावानाचं डेंगरू जावूबोडीनं जसं काई आमच्या पाळतीवर ठेवेल हाये. आमी काय बोलतो हे आयकायसाठी मुद्दाम कणगीच्या पलिकून उभं राह्यते. कधीबी इकडच्या देवाघराजवळ पुस्तक काढायच्या निमतानं, कंपासपेटी काढायच्या निमतानं येऊन टपकते. तिथं देवळीजवळ थांबून कान्या नजरेनं इकडं पाह्यते. मोठ्याच्या बायकोनं आतापासून दुसरं त काईनाई पण लावालावी अन् चुगलखोरी शिकवली त्याले. कधी कणगीजवळून दडदड पळत येईल अन् दडदड पळत जाईल काही सांगताच येत नाही. बटक्यावाणाचं. त्याच्यानं मनासारखे आवाज करता येत नाईत. बोलता येत नाई. निरानाम गडबडीत पचकन थुकल्यावाणी सम्दं गडबडीत करा लागते. कधी गेलं अन् कधी भाईर आलं काई समजतबी

नाई. नुस्ता मांड्यावर, वरच्या वरीच चिकाळ चिकटावा. भुईतला गाभा तसाच कोल्डा फटांग. निऱ्हानाम पेंडकोणी पाऊस पल्ड्यावाणी गत.

मागंल दिसा एकदा नवऱ्याजवळ कुरकुरबी केली. म्हन्ल त्याले.

"आता मोठ्यायले म्हणा. तुमी मोठे झाले. तुमचे पोरं सोरं मोठे झाले. तुमी खाली झोपा जा. माडी आमच्या ताब्यात द्या."

त नवरा एकदम भेदरून गेला.

"नाई रे बाबा! तसं कसं म्हणू. मोठे हायेत न ते. सत्ता हाये त त्याह्यच्या हाती."

"तेच म्हन्नं हाये मंग माहं. मोठे हायेच नं? मंग त्याह्यले कळू नाई ह्या गोष्टी? की आता नव्या जोडप्याले एकांत द्यावा म्हणून. बोळयानं दूध पेणारे नेणते हायेत का ते? नाईतं मंग खोली बांधून मांगा. नाईत इथी आपून कणग्या आडव्या लावून झोपतो. याच जागेवर चोहोकून भिती वळवून घ्या. काई बोलायची चोरी. कण्हाय-कुण्हायची भीती. कणग्यायच्या खालून वरून अन् खिंडाखिंडातून सम्दे आवाज जातात भाईर. निरा फुसूफुसू बोला लागते. उंदरं खुसपटल्यासारखं. जणू काई नवरा बायको नाई. चोरच हाये आपून... "

असं तीन-चार वेळा तिने म्हटल्यावर त्याने मायजवळ विषय काढला होता. वेगळ्या खोलीचा. तर ती सकाळी चहा घेताना म्हणाली होती,

"आता येवढं साजरं घर हाये. अन् आलक खोली कशाले पाह्यजे रे तुमाले? का आलक काढायचा इच्यार हाये त्या आवूचा तुले आमच्यातून? तसं आसंल त दोघा नवरा बायकोचे बोळे आवरा. अन् खुशीनाम सुखढाळ घ्या. रहा कुठी राहायचं त. आरे दुनियादारी लय बुर्राट राह्यती बाळू. काई आयकू नको तिचं. लोकं पाह्य... पालात राह्यतात उतरकरी लोकं पालात... अन् तुले एवढी आलक खोलीची हाऊस हाये त आण मंग तुह्या सासऱ्याकून पैसे. अन् घे वाड्यात खोली बांधून. मंधव्याच्या खोलीच्या पलिकून... "

माय बोलताना हे काही त्याला एकट्याला बोलली नव्हती. घर जाहीर बोलली होती. त्यामुळे सगळ्या घराला ऐकायला गेलं होतं. अन् तेव्हापासून सारजाच्या दोन्ही जावा तिला फिदी-फिदी हसत होत्या. तिच्याकडे पाहून फुसू-फुसू बोलत होत्या. तिचा जीव जाळत होत्या.

"आमची त नाई हिंमत होत बाई नवऱ्याले आलक राहय म्हणायची. इची कशीच काय हिंमत झाली?"

असं एकमेकीत बोलताना सारजाने ऐकलं होतं. तेव्हा आपली बाजू मांडताना ती म्हणाली होती,

"आलक राहायचं नवते म्हणत ताई मी... मी फक्त आलक खोलीचं म्हणत होते."

"पण त्याचा आर्थ त्योच होते नं?"

"काई आर्थाचा अनार्थ करता बाई तुमी दोघी जणी त.... "

"चांगलीच हाये व तू त... ताकाले जाती अन् भांडं लपवती. तुह्या मांड्यात एवढी आग लागती त माठ घेऊन झोपत जाय न जवळ थंड्या पाण्याचा..."

त्या दोघी आणि ही एकटीच. त्यामुळे त्या मनमानी बोलत होत्या. त्या दोघी माहेरकडून एका नात्यातल्या होत्या. तिकडून मावस-की चुलत अशा काहीतरी बहिणी-बहिणी लागत होत्या. त्यामुळे जोडगोळीच झाली होती त्यांची. एकमेळी राहून त्या सारजाचा कुचमरा करायच्या. त्याला आणखी एक कारणही होतं. मोठीच्या नात्यातली एक पोरगी सुरेशसाठी तिने दाखवली होती. पण ती काळीबेंद्री हाये, म्हणून सुरेशने तिला नाकारली होती. त्यामुळे ती आता सारजाची पाठ धरल्यासारखं करीत होती.

भांडे घासता घासता सारजाला भयानक राग येत होता. या मांसमच्छीला तर तिला भयानक तिटकारा यायचा. खरं म्हणजे तिच्या माहेरी तिला हे खाण्याची सवय होती. पण बरं दिसणार नाही. मोठी खात नाही, म्हणून तिनेही आपण मांस-मच्छी खात नसल्याचं सांगितलं. अन् अजिजी धरून पहिल्यांदा भांडे घासले. तेव्हापासून हे भांडे घासायचं काम तिच्याच बोकांडी येऊन पडलं. त्याचंही तिला काही वाटलं नसतं. पण हा सगळा माल-मलिदा अन् चाणा-चुणा तिचे दीरच खायचे. तिच्या नवऱ्याला काहीच द्यायचे नाहीत.

रात्री उशिरानं कधीतरी जिपड्यावाला आंडे, मटन-मच्छी घेऊन यायचा. तोपर्यंत दिवसभर वावरात काम करून टणकून गेलेल्या तिच्या नवऱ्याचं जेवणही झालेलं असायचं. पुन्हा हा असं काही चमचमीत भाजीचं आणणार आहे याची पूर्वकल्पनाही नसायची. त्यामुळे तिचा नवरा अशीच भोपळ्या-दोडक्याची भाजी खाऊन झोपलेला असायचा. मग यांचं तालाभाराचं, चाणाचुण्याचं करून व्हायचं. चाणाचूणा मटकू-मटकू खायाचा.

नाही आपल्याला पण निदान आपल्या नवऱ्याला तरी चांगलं-चुंगलं खायला मिळावं, असं तिला वाटत राहायचं. पण ते काही साधायचंच नाही. दोन्ही दीर नेहमीच अशा वेगळ्या भाज्या करून खायचे... ही भाजी चांगली झाली नाई... दुसरी करून दे... असं ते म्हणायचे. अन् त्यांच्या बायका त्यांना करून द्यायच्या.

आवड-निवड नव्हती ती फक्त सुरेशची. टाकोणीच्या माणसासारखी त्याची अवस्था झाली होती.

"तुवा आंड्याची भुर्जी करून खाल्ली. अन् मले कावून नाई ठेवली रे उलुशीक! मले का चाणा-चुणा खावा वाटत नाई का? मले का पोट नाई का? मले का मन नाई का? मले त जसं काई मनपोट नसल्यासारखं समजता तुमी. सम्दे चवणे तुमच्या जवळच. अन मी त जसा काई पाण्यावून पांचट..."

अशी एकदा त्याने जिपड्यावाला जेवत असताना त्याच्या ताटावर उभं राहून तक्रार केली. तसा गाडीचं अक्सेलिटर वाढवल्यासारखा जिपड्यावाला बोलला होता,

"आसे आसमच्छी अन् खेकडे-आंडे खायासाठी कमाई कराव लागती बाळू... धावाधाव कराव लागती. दे रे हरी अन् पलंगावरी... आसं करून नसते जमत बाबू... आण नं पैसे कमावून. अन् खाय मटन-मच्छी."

"मी का कमाई करत नाई का? बारोमास वावरात काम करतो जसं मी. त्याच्याच भरोश्यावर बद-बद माल होते नं... मेटॅडोरी भरूभरू पोते खामगावच्या मार्केटात इकायले - ते का आपलमत्त्या येतात का?

"तिच्यात काय लगे नवल हाये? हजार रुपये मह्यण्याचा गडी ठेवला तरी एवढाच माल काढून देते त्यो... कमाई करून करून किती करतू तू? हजार रुपये मह्यण्याची... तेवढे पैसे त तुले अन् तुझ्या बायकोलेच लागतात खाण्यापिण्याचे... आमची कमाई तगडी हाये. मह्यण्याचे पंधरा-वीस हजार कमावतो म्हन्ल जसं मी... तुही काय कमाई काल्ढी. दिड-दमडीका बुटला किधर?" असं जिपड्यावाला बोलला होता. पण त्याने आपल्या ताटातला अंडा भुर्जीचा घास काही याच्यासाठी दिला नव्हता.

त्या दिवशी जिपड्यावाल्याचं बोलणं ऐकून सारजाला मात्र खूपच वाईट वाटलं होतं. ती नवऱ्याजवळ रडली होती. फुसू-फुसू आवाजात त्याने तिच्या कानात सांगितलं होतं....

"जावू दे... रडू नको तू... सध्या आपले वाईट दिवस हायेत... पण जाईलच कचरं उडून. सध्या त्याह्यच्या हातात सत्ता हाये. ज्याच्या हाती सत्ता हाये त्याचं आयकूनच घ्याव लागते. मतारी हाये तदलोक... कावून की तीबी त्याह्यच्याच कलानं वागती सध्या... पालटलंच आपलं बी..."

तो तिच्या कानात समजवत होता. आणि तसं समजावताना तिच्या गालावरच्या आसवाची ओल त्याच्या जिभेला जाणवत होती. तोंड थोडं खारट-खारट पडत होतं.

"पण कधीच पालटावं म्हन्ते मी? मले माझ्यासाठी काई वाटत नाई. मी त जाणून-बुजून बाईच हाये. पण तुमचा त सारखाच अधिकार हाये न... तुमची कावून आशी हेळणा करतात हे लोकं?"

"ते तुह्याशी लगन केलं म्हणून. मोठीच्या आपसातली ती काळीबेंद्री केली आस्ती त एक काळीपिळी अन् दोन लाख रुपये हुंडा देणार होते म्हन्तात ते.

आपली ती कमाई तुह्याच्यानच हुकली आसं त्याह्यले वाटते. म्हणून त्यायचं मन त्याह्यले खाते. अन माहंबी मले खाते... पण काय करू, मुंदेफळच्या जत्रेत तुले पाह्यल्यापासून तूच माह्या मनात भरली होती.''

असं तो बोलत होता. आणि त्याचं आपल्यावरचं ते प्रेम पाहून तीही त्याला बिलगली होती. कणगीजवळच्या वर्दळी एकान्तात गुमसुमत त्याच्याशी एकजीव झाली होती.

... भांडे घासताना तिला पुन्हा आठवण झाली. आपून किती मन लावून करा. नवऱ्याबगर कोणालेच आपल्या हातचा सयपाक गोड लागत नाई. जेवायले बसले की आधी मोठा अन् जिपड्यावाला जवळ बसलेल्या मायले इच्यारते,

''भाजी कोणं केली आज?''

''त्या सुरश्याच्या लाडक्या सुगरणीनं केली न बाप्पा!''

''हेत्त तिच्या मायले झो... निरानाम ढळलंग चळलंग झाली... उडी मारून पव्हणी लागू का इच्यात मी?''

''हेत्त तिच्या मायझो... सप्पक चटक झाली. काई चवच नाई. या भाजीले...''

''काय शिकवलं का नाई कान्नू चलवादीले तिच्या मायनं. माह्येरी काई काम करत होती का नवती कान्नू!''

''करत आसंल गावगुरवे धंदे... हेपलून घेत आशीन वाडग्यातून.''

''मले दुसरी भाजी करून देवं...''

''मलेबी दुसरी भाजी करून दे... ''

घासापरत असं हिणवू-हिणवू खायचे.

''आरे ही भाजी त्या सुरश्यालेच खाऊ द्या रे... लाव म्हणा भगुनं तोंडाले...''

''त्याले बरी गोड लागती बाप्पा ही बेचव भाजी...''

''लागणार कावून नाई... गोरीगोमटी नटरंगी नार हाये नं. तिच्या हातनं शेणात कालवून माती ताटात वाल्ढी, तरी हा वाणू-वाणू खाईल. म्हणंल लय चवदार लागती. च्यूत लागेल मुतालेबी आमृत म्हणून पिते...''

''माय मी झो इच्या. निऱ्हा दिसायले देखणी न् कामाले फुकणी हाये साली... काढून द्याले पुरती ढुंगणावर लात मारून...''

असे संवाद नेहमी घडायचे.

''पातळ काहून नाई केली भाजी?''

असं तिला सासू विचारायची. मग ती दुसऱ्या दिवशी पातळ भाजी करायची.

त्या दिवशी मग शेरा मिळायचा.

"लयेच पतली केली वं. घट कावून नाई केली जरा?"

मग ती घट करायची.

"लयेच घट केली व! नल्ड्याच्या खाली नाई उतरून राह्यली. बेलणं आण बरं पोळ्या लाटायच. नल्ड्यात घालून आत लोटतो घासाले."

तिखट केली; तर तिखट कावून केली?

फिक्की केली; त फिक्की कावून केली.

असं सगळे तिच्या हातच्या स्वयंपाकाला हिणवू हिणवू खायचे.

त्यामुळे तिचा जीव कदरून जायचा.

मनात उदासी भरायची. दिवसभर नवरा शेतात कामासाठी जायचा. त्यामुळे दिवसभर तिला घरात भणभण वाटायचं. वर टोमणे-टामणे सुरूच. जसं काही तिला छळण्यासाठीच या घरात आणलं होतं. घर उचलू-उचलू बाहेर फेकून द्यायचं. अशात आता तिचा नवराही वैतागला होता. कारण ती कायम त्याच्याजवळ कोणाची ना कोणाची तक्रार करीत रहायची. त्यामुळे तो तिला कुचलू-कुचलू काढायचा. कारण घरातल्या इतर कोणावर तर तो हात उचलू शकत नव्हता. राग काढू शकत नव्हता.

कुणीकडून लगन केलं, असं त्याला वाटायचं.

कुणीकडून या बदवकऱ्यावाणाच्या घरात येऊन पल्डो. निरानाम दगडाच्या काळजाचे बायका-माणसं हायेत, असं तिला वाटायचं.

असाच दिवस येत होता. तो म्हणत होता, 'कचरं उडून जाईल.'

असाच दिवस जात होता. ती वाट पहात होती. कचरं उडून जाण्याची.

आवरासावर करून भाकरीचं घमेलं उचलताना सारजाच्या मनात विचार आला.

आपून बी जरा नवऱ्याने माया लावू चानस आलात. मारून घेऊ. दोन्ही जावा आपापल्या नवऱ्यायले चाणा-चूणा करून खायाले देतात. ते मटकू-मटकू खातात. रोजच्या जेवणात दोघायच्या दोन भाज्या करावंच लागतात. चटकदार... चमचमीत. बाकीच्यायले कसंबी फिक्कं-मिक्कं. नवऱ्यायले इचारावं, 'कावो तुमाले काय आवडते? तुमच्या आवडीची कोणती भाजी करून देऊ?'

"मले काई आवड-निवड नाई. सदानिभे काम हाये आपलं."

"तरीबी. सांगत जानं काई. करून देत जाईल."

तो काही सांगत नव्हता. दडपणाखाली जगायचा.

एक दिवस त्याच्यासाठी, त्याच्यापुरतीच चवळीच्या शेंगाची भाजी केली.

आलक फोडणी देऊन. तिच्याच समाधानासाठी. तर जाऊ टचकन बोलली.

"आसे खाया-पियाचे चवणे-धवणे करायसाठी कमाई कराव लागते बाई. आमचे नवरे चाणाचुणा खातात; त्याले कारण हाये."

"काय कारण हाये? त्याह्यचा न याह्यचा आधिकार सारखाच हाये नं. मग त्याह्यले कावून-फिक्कं मिक्क. अन् याह्यले कावून चाणाचुणा?'

"त्याले कारण आसं हाये की आमचे नवरे घरात पैसे आणतात. महा नवरा माळवं-चिळवं नेऊन खामगाव-आकोल्याच्या बाजारात इकते. रात नाई, दिवस नाई, पळापळी करावं लागती. तवा पैसे येतात. लाह्यनीचा नवरा जिपडं पळवते. गाडी चालवू चालवू त्याची पाठ ताठून जाती. तवा घरात पैसे येतात. सम्द्यायले रगडायले भेटते. अन् तू त बाई आशी कशी व एकदम लगी अधिकारावर आली? घरफोडे धंदे करायल लागली... उलट आमच्या नवऱ्यायच्या कमाईवर खाता त्याचे सुकर माना... हे त आसं झालं, उरावरबी बसवून घ्या; अन् काम झालं की बोखारा खराब, म्हणून बसणाराचंच गांडऊणी म्हणूनसन्या आयकून घ्या..."

"तसं नवतं मले म्हणायचं. तुमी त एका हात लाकडाची नऊ हात झिपली काढाय लागल्या जावूबाई. आर्थाचा अनर्थ करायल्या. एक आलक भाजी केली. टिळकाभर तेल टाकलं त, नासकं-कुजकं टचटच् बोलायल्या... आता केली त केली; याच्यापुढे नाई करणार अशी गलती?"

"तू तशीच हाये व खालमुंडी न पाताळधुंडी. आता काय सपलाई करून राह्यली. माईत हाये न आमाले तुहे नखरे. म्हणून तू वायली खोली बांधून मांगत होती. लय मुक्क्या माजाची हाये तू..."

"काईच्या काई नका बोलू. महा माज काढता. अन् तुमी का शिवून घेल हाये का तुमचं भोक? रातभर सटसट करता. आमच्या अंगावर खाली बुळ-बुळ माती गाळता.... "

बोलायचं नव्हतं तरी अनमानधपक्या असं बोलून झालं. अन् आपल्याच हाताने आपल्याच अंगाला आपण आग लावून घेतली आहे याची जाणीव झाली आणि अंगाचा थरकाप झाला.

मोठी आता भयानक ओरडू लागली. कपाळ झोडू लागली. सगळं घरच तिने हल्लकल्लोळ करून डोक्यावर घेतले. तिचा गोंधळघाला पाहून नवरा आला. सासू आली. जावू आली.

"पाहा हो ही दीडादिवसात येऊन कसे आगलावे धंदे करा लागली. मोठा देर बापाठायी आस्ते. पण ही त त्याच्या धत्तुऱ्यावर डोळा ठेवून हाये. मुक्क्या

माजाची. इची कुठी जळती अन् कुठं उफाळती हे आज समजून आलं.''

''आसं आसंल त मंग आता तू बांधूनच देणार नाई गड्या या नवरा-बायकोले खोली. लयच भोंगळं नाचायचा शोक आला आसंल त बोळे उचला दोघायचे. अन् राजेमहल बांधा आपल्या कमाईचा. मायचं आयदी खटारं... आयत्या पिठावर रेघुट्या वढते. आयत्या पत्रावळीत आपला द्रोण टेकवून देते. पैसे कमवायसाठी काय करा लागते हे कुठी माईत हाये बाबु तुले... धावूधावू अंगातला घाम पाठीवर, अन् पाठीवरच्या दांडातून गांडीत जाते, तवा कुठी चार पैसे हाती येतात. मोठे गोष्टी कराय लागले साले...''

असं काय न काय मोठा दीर कुणाकडच्या कुणीकडे वावटुळीत सापडल्या पाचोळ्यासारखा उडत गेला होता.

रात्री सुरेश घरी आला. तेव्हा त्याने तिलाच पुन्हा गुद्दे मारले. चापट्या मारल्या. गालगुच्चे घेतले. कान पिरगाळले... हाल हाल केले.

''मी तुमच्यासाठीच... भाजी करत होते...''

''कशाले झक मारायले करत होती का? कोण सांगतलं होतं तुले? तुह्याच भोकात घाल ती भाजी...''

नंतर कितीतरी दिवस त्या आगीची धग जाणवत होती.

सारजाच्या मनात एक विचार आला. अन् पुन्हा ते सगळं आठवलं.

तरी मनातला तो विचार, नवऱ्याबद्दलची ती माया तिला स्वस्थ बसू देत नव्हती. पुन्हा पुन्हा तो विचार येतच होता.

तिला वाटत होतं; सम्देच हामेशा तूपलोणी खातात. घरी एवढं दूधदुभतं हाये. सासू दूध इकती त्याचे पैसे घेती. आडपझडप पाव आर्धा लिटरचे गिऱ्हाईकं येतात. जावू पैसे घेती. दुधाचा इक्रा. तुपाचा इक्रा... सम्दे टोले आपला नवरा घेते. गडीमाणूस आसला तरी सोडबांधतं कराच लागते न गायीम्हशीची. हा कधीच का मांगत नाई. ठेसा आसो, खळगुट आसो. मुटूमुटू खाऊन घेते. त्याच्यानं कसा वाळून चाल्ला. खल्डून काल्ढं त्याचं आंग त शिपीभरबी मास निंगणार नाई. अन् दोन्ही देर पाहावं त भळभळ मासकांडच गळून पडंल खाली... खाणंपिणं नाईत त्या कामालेबी जोर नाई. आसा अंगावर येते. सुळूक-सुळूक होते की लगे खाली गळून पडते. आडजीभ खाती अन् पडजीभ कोल्डी राह्यती. नवीन लगनं होयेल सोबतिणीचं आयको तव्हा नवल वाटे... आर्धा आर्धा घंटा मोटारपंप सुरू राह्यते म्हणायची, मथी, सिंधी, चंद्रभागी. अन् आपून आपलं सांगतलं त लय खदखद हासल्या होत्या.

"तुह्याच नवऱ्याचा कसा फिवुज उडते व ऐरवाळी चेरवाळी? आमचा त झक्झक् लाईट पडते."

नागपंचमीचे झोके खेळताना त्या वर्षी लग्न झालेल्या सगळ्या माहेरी आल्या होत्या. आपापले अनुभव सांगत होत्या.

"महा नवरा त मटन-मच्छी खाते. त्याच्यानं लयेच पावरबाज राह्यते." मथी म्हणाली होती.

"महा नवरा त दारू पिवून येते कंधीमंधी... आन् कुणीकडच्या कुणीकडी मायआंगालेबी चाटत बसते. दारूच्या नशीत. तव्हा लय गुदगुल्या होतात... "

"दारूडा हाये का तुहा नवरा?"

"नाई वं! सरपंच हाये न गावाचा. त कोणीतरी पार्ट्या देते त्याले. तवाच येते कंधीमंधी पिवून..."

"या सारजाले खोलीबी नाई म्हन्तात आलक..."

"म्हणूनच सरमत आसंल व इच्या नवऱ्याचं काम."

"चांगलं खाऊ पिऊ घालत जाय माय... आपून कशासाठी लगन करतो? त्याच्यासाठीच न? अन् आडात पाणी नाई त मंग उगी काठावर बाटल्या आदळून काय फायदा?"

"नाई त नाई घरी... मग वावरा-शिवारात जात जावावं... वढ्या-खड्यातबी करतो आमी नवरा-बायको कधी कधी कार्येक्रम.."

"तुले काय बाई! तुले त लग्नाच्या आधीपासूनच हाये नं वढ्या-खड्याचा आनुभव."

"तसा चानसच येवू देत नाई वं आमच्या घरचे..."

"काई नामा निरवाळे हायेत माय इच्या सासरचे मान्सं... अन् नवराबी लयेच गायतोंड्या दिसते इचा. ह्या कामात आईकते का कोणी? ही त बाव भरल्यावर गायबी आयकत नाई. म्हणगुतच हाये नं ती. वाघोबा उठला. बारा गावं उजाड..."

नागपंचमीला मैत्रिणीचं ते ऐकून ती भलतीच उदास झाली होती. सगळ्या झणीचं तसं. अन् आपलंच एकलीचं कावून आसं?

"तुह्या मांगं त्यो शेळकेचा भानदास लय गुरमळत होता नं व लगनाच्या आधी. त्याले तरी जावून भेट एकदा... अन घे उभाट्या वखरून. एकसरणी दुंभारणी. "

मथी म्हणाली होती. आणि सगळ्याच खळखळून हसल्या होत्या.

पण तिने तेव्हापासून एक बोध घेतला होता. असं आपलं काहीच वाईट

सांगायचं नाही... किती वाईट-वकटं आसो. चांगलंच म्हणायचं. .. पुन्ना मायबापाच्या जिवाले कुठी घोर लावावं? किती पैसा गेला त्याह्यचा आपल्याच एका लग्नापायी. अन् कोणाचे नवरे कसे आसो. त्याह्यचं आपल्याले काय कवतुक?... गेला त गेला घोडा पुढी. नाईत आपलं चालुह्याच आसंच सर घोड्या; पाणी खोल...

... पण खाया-पियाची सोय पाह्यजेच. माणूस आसो का बाई आसो... ऐरीच का बाई बाळातीण झाली की तिले गावरान तुपाचा शिरा करून खायाले पत देतात? हा त माणसासारखा माणूस हाये. ढोराले आलप असते. बकरीले पाला आसते... हा त माणसासारखा माणूस हाये... घरातले सम्देच तूप-लोणी खातात. हे मातर पाह्यटीच वखरा-नागरावर निघून जातात. यायले चांगलं चुंगलं खायाले काई भेटतच नाई. आपून आज याह्यले भाकरीवर लोण्याचा गोळा घेऊन जावू. लोण्याचा गोळा पाहून किती हारीक होईल त्याह्यले?

तिने भाकरीचं गाठ बांधलं गठुडं सोडलं. शिक्यातलं लोण्याचं गाडगं खाली घेऊन लोण्याचा गोळा अल्लादी एका भाकरीवर पापोड्याखाली ठेवला. शिक्यात गाडगं ठेवताना आवाज झाला. म्हणून मोठ्याचं पोर्गं खोलीत डोकावलं. ती त्याच्याकडे पाहून हसली.

"तुमी हाये का काकू? मले वाटलं बोक्यानंच उडी मारली का काय शिक्यावर."

"याचा बरा आवाज आला रे पिंट्या तुले बराबर... अन् मी चाल्ले आता वावरात. तू जाऊ नको घर सोडून कुठी!"

"कुठीच नाई जात मी... घरीच बसतो टी. वी. पहात. आज सुट्टी हाये न आमाले. लेखीकामबी करायचं मले..."

खरकट्या भांड्याची आवरासावर करून स्वयंपाक खोली झाडून ती वावराच्या रस्त्याला लागली.

पांदीचा रस्ता सामसूम होता. तिच्या काळजात हुरहूर दाटाळून आली.

आपल्या नवऱ्याशी आपण कधी मन भरून बोलूच शकणार नाही का, असं तिला वाटायचं. ती सल तिचं काळीज बोचकारून काढायची... पण आज ती संधी आली होती. नवरा एकटाच दगडीच्या माळावर वखरायला गेला होता. बाकीचे सगळे गावखोरीच्या मळ्यात कामासाठी गेले होते. म्हणून तिच्या नवऱ्याची भाकर आज तिनेच नेऊन द्यावी, असा आदेश सासूने दिला होता. तिच्या मनात तेवढ्यानेच खुशीची शिळाण दाटून आली होती.

पांदवाटेतून चालताना आपली चाल खूपच मोकळी झाली आहे असं तिचं तिलाच वाटायला लागलं. अन् आपल्याच देहकाठीकडे ती मान कलती करून

पाहू लागली. मनाच्या तालावर कंबर हलायला लागली.

तर तेवढ्यात समोरच्या जाळवनात धपाधप आवाज झाले. ती केवढ्यांदा तरी दचकली. दोन तीन वानरांनी धपाधप उड्या घेतल्या होत्या. पांदवाटेतून आडवे पळून वानर त्या बांधावरचे या बांधावर गेले होते. शेपट्या उंच करून रबराचे शरीर असल्यासारखे कुदत-कादत होते. मध्येच त्यातलं एक वानर दोन्ही हाताने पोट खाजवत जिकडून आलं तिकडे पहात होतं.

पुढे जाता जाता तिनेही वळून पाहिलं. तर एक वानरीण मान झुकवून खाली वाकलेली होती. आणि वरचा नर आपला पोटातला लवलवता सर बाहेर काढून तिच्या भोगांगात घालत होता.

ते दृश्य पाहिलं; आणि तिच्या अंगावर बारीक चोरकाटा दाटून आला. आतल्या आत वेगळंच वाटू लागलं. तिची नजर गेली तशी खाली वाकलेली वानरी त्याही अवस्थेत तिच्याकडे पाहून दात विचकू लागली. तिचं काळंशार झिपरं थुत्तर, थुत्तरावरचं अपरं-चपटं नाक, मिचीक-मिचीक डोळे; अन् ढवळेफटक दात पाहून तिला धडकीच भरली. तिच्या पाठीवर हात ठेवून मागेपुढे कंबर हलवणारा महाळ्या मात्र आपल्याच धुंदीत होता.

ती घाई करत झपाझप चालू लागली. ती पाच पंचवीस पावले तिने पळाल्यासारखीच उचलली. कळपाच्या पुढे आल्यावर पुन्हा आपोआप चाल मंदावली. तिने डोईवरचं टोपलं सांभाळून थोडं मागे वळून पाहिलं. आणि आता तिला वानरणीच्या जागी आपली मोठी जावू, अन् महाळ्याच्या जागी आपला मोठा दीर दिसायला लागला. मनात आलेल्या या विचाराला मनाशी घोळवत ती पावलं उचलू लागली. मग तिला वाटलं, या दिराने अन् जावूने जसा काई आपला घेवपाठच घेतला... जवळ आसो का दूर आसो; त्याह्यचेच इचार... त्याह्यचीच भीती, कधीबी आपल्या मनात राह्यती... याच्यातून कधी मुक्ती मिळावं आपल्याले?

ती आपल्या मळ्याशेजारच्या पांदणवाटेतून दूरच्या दगडीच्या माळावर जातच होती. तर मळ्याच्या धुऱ्यावरून कोपऱ्यात आत जाण्यासाठी जिथं झोपाटं लावायचे लाकडं रोवलेले होते; त्या लाकडाजवळ तिला सासू उभी दिसली. तिचीच वाट पाहत असल्यासारखी.

सासूकडे पाहून पुन्हा सारजाच्या मनात धडकी भरली... आता आडवती ही आगजाळ भवानी आपली वाट. नाई जाऊ देत वाटते दगडीच्या माळावर... मनात काय मांडे रचले होते... आसं करू न तसं करू... माहेरच्या सोबतिणीनं बोलेल वढ्याखड्यात करायचं होतं, तेबी जिरते आता नसातलं पाणी नसात.

जळत्या चुलीवर पाण्याचा सपकारा मारावा तसा तिच्या मनातला शृंगार ताबडतोब थंड झाला. धुराचे लपेटे आतल्या आत वेटाळू लागले.

"इकडी येवं सारजे... इकडी मळ्यात ये... "

"कावून? काय काम हाये? तिकडी भूक लागली आसंल न त्याह्यले..."

"हाव! मोठी मयेची आली तू. दीड दिसात अन् माकड ऊसात. म्या नऊ मह्यने पोटात वागोलं ते गेलं का चुलीच्या उल्यात?" सासू डोळे वटारून म्हणाली.

जिवावर आल्यासारखी सारजाने पायातली पांदणवाट सोडली. आणि सासूच्या मागे दावं बांधलेल्या गायीसारखी, गळ्याला दाव्याचा ताण आल्यासारखी ती चालू लागली. नवऱ्याला भेटायच्या विचाराने देहमुळात झडीतल्या तळभिंतीसारखी जी सादळफुटी जाणवत होती ती उन्हाच्या चटक्यानं आटून गेल्यासारखी झाली.

सारजा बांध्यावरून मळ्यात आली. वांग्याचा फड लावण्यासाठी नांगरून-वखरून पुरणाच्या पोळीसारख्या मऊचटक झालेल्या मातीवर ती आली. तेव्हा तिच्या डोळ्यास दिसलं की विहिरीच्या काठावर मोठ्या दिराचा मोठा लेक पिंट्या बसलेला आहे. त्याच्याकडे पाहून तिच्या पोटात धस्सकनी झालं;... हा बापराजा इथी येथून बसला. घराचे कुलूप लावलं का साखळीवर ठेवलं, त्याचं त्याले माहीत... पण ते काट्टं आलं कधी आपल्याआधी... मंधातल्या रस्त्यानं पांढरीतून आलं वाटते बुहारबटक्या वाणाचं... देरानं अन् जावूबोडीनं पैदासबी आशी करून ठेवली. जसे काई भुताच्या झपाट्यानं पैदा झाले हे काट्टे हिच्या पोटातून. तिळभर चुकले नाईत. लाव्यादुव्या करायच्या बाऱ्यात आपल्या मायले. अभ्यासाच्या नावानं सुम्मा... अन् माय मोठी म्हन्ती, माहे पोर्गं इंजेनिअर होणार हाये. अन् डॉक्टर होणार हाये... कशालेच आलं आसंल हे भूताच्या पोटचं वावरात?

सारजा मऊसूत वखरल्या काळ्या मातीवरून सासूच्या मागे-मागे विहिरीकडे चालली होती. मोठा लाल आंडरपन्ट घालून गव्हाला बारी देत होता. त्याच्या मागं मागं पांढऱ्या बगळ्याचा थवा फिरत होता. जमिनीत भेगात दांडाचं पाणी जात होतं. भेगाळल्या जमिनीतून नाकतोडे-किडे, किटकुलं तुरतुरत वर येत होती आणि पांढरे बगळे पाण्याच्या पुढं-पुढं पळून ते किटकुलं टिपून खात होते.

सगळ्या मळ्यात गव्हाचं हिरवं पीक वाऱ्याच्या सुताने डोल-डोल डुलत-झुलत होतं. वाऱ्याचा हेलकावा आला की नुकत्याच चिक धरल्या दाण्याच्या ओंब्यावरून थरकाप उडाल्यासारखा होई. आणि हेलकाव्याचा तेवढा लवला भाग बरोबर वेगळ्या रंगात उमटून पडे. असली अदृश्य नागच गेल्यासारखी फरकांड गव्हाच्या शेतावर या मेरीपासून त्या मेरीपर्यंत पडे. गव्हाच्या पिकात कोवळी लस्स

मोहरीची झाडं होती. त्यावर इवले-इवले पिवळसर रंगाची फुलं पाहून सारजाला आपलं नवरीपण आठवलं. आपल्या लग्नातबी आपून आशीच पिवळ्या रंगाची हाळदीची साडी नेसली होती. मोहरी म्हणजे नवतीची हळद लावली नवटी नटवी नवरीच... अन् बेहाडा गहू म्हन्जे नवरदेव...

तिच्या माहेरी अशी ओलिताची जमीन नव्हती. सगळी कोरडवाहू होती. सोयाबीन, तुरीच्या ओळी, ज्वारी, बाजरी, अन् कपाशी. सगळी कोरडवाहूचीच पिकं. तिच्या बापाला ओलिती जमीन कसणाऱ्या शेतकऱ्यांचा हेवा वाटायचा. पण त्याच्या उभ्या जन्मात तो आपली शेती ओलिती करू शकला नव्हता. मागे एकदा मोठ्या जोरासोरात भू-विकास बँकेचे कर्ज काढून त्याने शेतावर विहीर खोदली होती. पण तीस-चाळीस हात खोलवर खोदूनही विहिरीला पाणीच काय, पण ओलही लागली नव्हती. त्याच्या शेतातल्या भुईतळातून पाण्याचे नळच वाहत नव्हते. त्याला त्याचा तरी काय इलाज होता? अखेर शेवटी त्याने विहीर खोदायचा सोडपिच्छा केला होता. पण आपली एकुलती एक पोरगी विहीर मळा असणाऱ्या, ओलितीची शेती करणाऱ्याच्याच घरी सून म्हणून द्यायची, असं त्याने ठरवलं होतं. आणि ही पाच कोसावरची सोयरीक आल्यावर विहीर मळ्याचं वावर आहे म्हणून तोंडबोलल्या हुंडा देऊन त्याने ही सोयरीक जुळवली होती.

पण लग्न झाल्यावर, खरं काय ते कळल्यावर त्याला पश्चाताप झाला होता. कारण पोरगा पहायला तो आला तेव्हा सुरेशच्या भावाने त्याला शिवारात आणलं; आणि पलीकडच्या पांढरीतच उभं करून ती.. . दिसती तिथरलोक आपलीच जमीन हाये... असं म्हणून शेजाऱ्यांचीही शेती आपलीच आहे म्हणून दाखवली होती. आणि बापाने पुढं येऊ नये म्हणून-

"चला लवकर घरी. सयपाक झाला आसंल..." म्हणून तिकडच्या तिकडेच पांढरीतूनच परत नेलं होतं. खरं काय ते बापाला नंतर कळलं होतं. सारजाच्या सासरी जरी सहा एकर विहीर मळ्याची ही ओलिती शेती असली तरी वाटण्या होतील तेव्हा प्रत्येकाच्या वाट्यावर दीड-दीड एकरच जमीन येणार होती. आपल्या वाट्याची दीड एकर शेती तर सारजाच्या सासूने आतापासूनच तिच्या लेकीच्या नावे करून देण्याचा धामा लावला होता. त्याच्यानं आपून देल महामूर हुंडा निरानाम पाण्यात बोंबलत गेला. आपून निरानाम कसायाच्या दावणीले गरीब गाय बांधून देली... असं तिचा बाप तिच्या मायच्या जवळच बोलून दाखवायचा. आणि जिवाचा घोळसा करायचा.

सारजाच्या मनात विचार आला; तरी बरं झालं; आपून आजून मायबापायले

हे सांगतल नाई; की आमाले झोपायले नवरा-बायकोची आलक खोलीबी नाई. हे समजल्यावर त आपधाकीच लकवाच फुटायचा बापाच्या आंगाले...

सारजा सासूच्या मागे-मागे जात होती. विहिरीच्या काठावर निंबोणीच्या झाडाजवळ आल्यावर सासूने सारजाच्या डोक्यावरचं भाकरीचं घमेलं खाली उतरवलं. घमेल्यातलं भाकरीचं गठुडं हाती घेतलं. गाठ सोडली. भाकरी खालीवर केल्या. निरखून पाहिल्यासारखं केलं. मग मोठ-मोठ्यानं विंचू चावल्यासारख्या आरोळ्या देत ती गव्हाला पाणी पाजणाऱ्या मोठ्या लेकाला बोलावू लागली.

"गुलाबराव... आरे ओऽऽ गुलाबराव... इकडी येरे..."

"काय हाये वं मा? कावून आल्डा लागली? काय झालं? सरप-गिरप निंगला का काय हिरीवर?"

"आरे तू पह्यले इकडी त ये..."

काय भानगड आहे? कशासाठी आरडाओरड सुरू आहे... सारजाला काही कळत नव्हतं.

"मी गव्हाले पाणी देऊन राह्यलो नं वं!"

"आरे बाप्पा पाणी मंग दे. पह्यले इकडी ये!"

असं म्हणून सासूने प्रचंड चिंताग्रस्त झाल्यासारखे आपले दोन्ही हात कपाळाला टेकवले. आणि गहिवरून आल्यासारखी ती भाकरीकडे पाहू लागली.

गुलाबराव चिखलाचे भरके हात घेऊन विहीरवर आला. सारजाने पाहिलं; गडबडीत येताना ढगळ्या आंटरपॅन्टीत त्याचं घाटरू खुलूल्-खुलूल् हालत होतं. पातळ कपड्याआड होतं. तरी टाळसर ओळखू येत होतं. तिने पाहिल्याचं न पाहिलं करून आपली मान फिरवली. सगळे पोरं म्हातारीच्या धाकात होते. नवरा मेल्यावर तर ती अधिकच आगजाळ गांधीली झाली होती. कारण की सगळी जमीन अजून तिच्याच नावावर होती. मागे एकदा मोठा म्हातारीशी भांडला होता. तेव्हा तिने त्याला वेगळं काढून दिलं होतं. तेव्हापासून मोठा नांग्या तोडल्या खेकड्यासारखा झाला होता.

ही गोष्ट तशी खूप जुनी. दहा-पंधरा वर्षांपूर्वीची. पण सारजाला सांगीवांगीतून माहीत झाली होती. तेव्हा मोठा कसे आपले पाय धरून नाकघासणी करत एकात आला हे म्हातारी वाणू-वाणू सांगायची. अजूनही सांगते.

गुलाबरावाने आल्याआल्या मोटारपंप बंद केला. मग स्टार्टरच्या पेटीवर काढून ठेवलेला आपला पायजमा घातला. आणि बुढीजवळ आला. पालवाला

हात पुसत तिच्या शेजारी बसला. बसल्या बरोबर त्याला बुढीनं विचारलं.

"तुह्यावालं लगन होऊन आता किती सालं झाले?"

"आसं कावून इचारा लागली? तुले का मालूम नाई?" मोठा चक्रावून गेला होता.

"हां, त इतक्या सालात कंधी तुह्या बायकोनं म्हण, मंधव्याच्या बायकोनं म्हण, मले इच्यारल्याबिगर लोण्या-तुपाच्या भांड्याले हात लावला का?

"नाई-बुवा."

गुलाबरावला आता काय झालं, याची कल्पना आली होती. त्याने डोळे हिंगळे-पिंगळे करून सारजाकडे पाहिलं, तशी ती धांदरझपका झाली. डोक्यावरचा पदर तिने पुन्हा नीट करून घेतला.

"कावून ते! काय झालं?" त्याने विचारलं.

"आरे काय झालं म्हणून काय इच्चारतू भोपळ्या! ह्या झुडपीनं घरातलं तूप-लोणी चोरून खायाचा सुम्मा लावला न आता! सस्त्या जिनसा हायेत का ह्या?... दोनसे रुपये किलो जाते जसं तूप. मुरल्या मारवाड्याची कपड्यालत्त्याची उधारी ह्या तुपावरच त फेडतो आपून सालभराची. खाल्ले पिल्ले अन गांडीले हात पुसले; आसं करून जमते का ह्या महागाईच्या जमान्यात... मी जीव जतन करून चिल्यापिल्यायच्या तोंडचं दूध जिरवून निगूतीनं तूप-लोणी तयार करते. घरसंसाराले त्यो पैसा कामी येते. त ही आता त्याचा गट्टमकाला कराय लागली... बापाच्या घरी सम्दं कोरडवाहूच हाये. कंधी पाह्याले भेटलं नाई. त आता कधी नाई भेटलं म्हणून भूतावाणी गिळलं... आसं कराय लागली ही चोराच्या पोटची. चोट्टी चोर न् हरामखोर..."

असं बडबडत तिने सारजाच्या भाकरीवर बांधून चालवलेलं लोणी त्याला दाखवलं.

"सगळी भाकर वल्ली पचपच झाली रे बाप्पा! टोपल्यात वघळ येवस्तोर लोणी गळा लागलं रे बाप्पा! आरे बाप्पा बरं झालं पिंट्यानं इची चोरी पकडून देली... नाईत ही काई पुरी पडू देत नवती रे बाप्पा! आपून कामं करून कूट होतो. अन् ही पाह्य रे कसा मालमलिदा खाती. त्याच्याच्यानंच त कशी चमचम-चमचम करती. आसा मालमलिदा खाल्ला तर लय माजावर येईल रे ही. दोन-दोन ताठरल्या दोरायनं आटपणार नाई. उभ्यानं वाऱ्याले हेपल्या मारील ही, वाऱ्याले..."

सारजाच्या सगळं लक्षात आलं. मघाशी त्या पिंट्यानं पाह्यलं, शिक्यातून लोणी काढतानी... अन् लगेच आजीजवळ येऊन चुगली केली बारझवण्यानं... एवढुसं पोर्गं हाये पण बारबोडं लयेच लाव्यादुव्या करते. कावून करणार न्हाई. त्याले शिकोणच तशी हाये न त्याच्या मायबापाची.

"आरे बाप्पा, इनं पांदीत बसून लोण्याचे गोळे मठाळले आस्तील रे! हे काय वघळा-मघळाचंच उरलं आता भाकरीवर. डखाळल्यावाणाचे. कशी लाज वाटली नाई व तुले. इकडं महा किती जीव चिमून जाते टोले घेऊ घेऊ... अन् तू आयत्यावर पायथं पसरती! वर तंगड्या करून तळपायावर आभाळ झेलती!"

असं म्हणून पुन्हा कपाळावर दोन्ही हात टेकवून मनाशी बोलल्यासारखी लोण्याकडे, भाकरीकडे टकटक पहात ती म्हणाली-

"पण मले इच्या धाडसाचीच कमाल वाटती. इचं धाडीसच कसं झालं आशीन आसा आमच्या मांघारी आमच्या गांडीले चुना लावायचं? एवढी काती आली त मले मांगायचं आस्त. म्या चोपडून देल आस्तं खालून वरून. वघळ येवस्तोर कोचू-कोचू भरलं आस्तं. ही आतापासून आसे चोट्टे चाळे कराय लागली. आजून त जलम कठायचा बाप्पा. आजून त पोटी पिकायची राह्यली हिची भुई. एकदा पोटी पिकून झुडूपं-झाडपं पैदा केल्यावर; पाय खाटून उभी राहल्यावर त आवघ्या घराले खाऊन बसंल ही डाकीण. आघोरीपणा करू – करू. भंग आणंल माह्या नांदत्या घराले. आवं सारजाबाई; माणसानं पचील तसंच खावावं अन् शोभील तसंच लेवावं... आसं वघळ येवस्तोर तोंडात कोंबलं त वानत्या होत्यानं. भळभळ भाईर सांडलं. जसं खाल्लं तसंच..."

सासूच्या या बोलण्याने सारजा भडकून उठली... नासुकल्या लोण्याच्या गोळ्यासाठी काय काय कुजकं बोलून राह्यली की आगजाळ भवानी? नाईनाई ते तोंडाचा पट्टा मोकळा सोडून देला इनं.

"आत्याबाई; म्या मले खायासाठी नई आणलं ते! त्याह्यच्यासाठी चालोलं वरच्या वावरात. अन् तुमी काईबी आळ घ्याय लागल्या मह्यावर...."

मोठा दीर जवळ होता, म्हणून तिचा बोलायलाही धीर होत नव्हता. कारण डोळ्याच्या कोपऱ्यातून तिने पाहिलं, तेव्हा आगजाळ डोळ्यांनी तो तिच्याकडे पहात होता.

"आय, हाय वं कांगरी बया... सपादनी पाह्य नं कशी टापोटाप कराय लागली. मोठी आली नवऱ्याच्या मायेची. मया दावती काल्डी अन् मंधात घागर फोल्डी... जसा काई आतालोक तुहा नवरा काई खातपितच नव्हता. म्याच मोठं केलं न त्याले. आजून हाळद नाई जिरली तुह्या अंगावरची. त मोठी माया उगाळून राह्यली. नवऱ्याच्या नावाचं निमताले करून आपूनच खाते डखाळल्यावाणाचे. तू ऐरवाळीच मातीत घालशील न वं माह्या लेकाले... "

आणि पुन्हा गुलाबरावकडे पाहून ती म्हणाली.

"गुलाबराव, आत्ताच्या आता इले नेवून घाल इच्या बापाच्या घरी... लाव रे

पिंट्या दिनूकाकाले मोबाईल... मोटार इस्टानावून तुही काळीपिवळी घेऊन पह्यले वावरात ये म्हणा. लाव फोन...''

असं तिनं म्हणायचाच अवकाश की, पिंट्याने आपल्या बापाच्या खिशातून मोबाईल काढला. मेनू दाबून फोनबुकमध्ये गेला. दिनूकाकाचा नंबर काढून फोन लावला.

'... चिंब पावसानं रान झालं आबादानी...'

तिकडून गाणं ऐकायला आलं.

''हॅलो; काय म्हन्ता दादा,''

''दादा नाई. मी पिंट्या बोलून राह्यलो काका... आजीनं तुमाले बातच्या-सात काळीपिवळी घेऊन मळ्यात बलावलं.''

''कशाले रे?'' त्याच्या कानात आवाज घुमला.

''काकूले...''

''दाखव इकडी... मी बोलते... काय; आरे हाव गड्या तू सासरवाडीले जायेल हाये वाट्टे... बरं त्या तुह्या डायव्हरले त पाठव... बातच्या सात वावरात यायचं सांग त्याले मोबाईल करून... सारजीले नेवून घालायचं तिच्या माहेरी. चोट्टे धंदे करा लागली ती. धंदा-बुडू दे. आजच्या दिवस धंदा बुल्डा त. हा खरखरा त मिटून टाकू. जिथोलचं कचरं तिथं नेवून टाकू... हाव हाव! पाठव पाठव! धर रे पिंट्या... बंद कर हा फोन! कसा बंद करतात त...''

तिने मोबाईल पिंट्याजवळ दिला. मग गुलाबरावाकडे पाहून ती म्हणाली-

''आता सिलेमान येईल गाडी घेवून... या चलवादीले गाडीत कोंब. अन् नेवून घाल तिच्या बापाच्या घरी. आमाले नाई पाह्यले म्हणा तुमची ही नटरंगी नार... गंज सोन्याची सुरी हाये. म्हणून का ती आमी पोटात खुपसून घ्याव का म्हणा!''

सारजा मनातून हादरून गेली. तिला भोवळ दाटून आली. धुऱ्यावरचं आंब्याचं झाड गचकन जवळ आलं. पुन्हा खपकन दूर गेलं. पुन्हा जवळ आलं... पुन्हा दूर. पुन्हा जवळ... पुन्हा दूर... जवळ... दूर...

ती मटकन खाली बसली. हाताच्या तळव्याने तिने भुई आवळून धरल्यासारखी धरली. आता हे खरंच आपल्याले माहेरी नेवून घालतील. आपली फार्कती घेतील. आपून मनातल्या मनात काय सपनं पाह्यले होते. अन् हे काय नशिबात आलं? मनातल्या सपनाची ऐरवाळी येरवाळी उलंगवाडी व्हाय लागली. आपल्याच्यानं मायबापाच्या जिवाले किती ताप होईल. पुन्ना कुठी दुसरा नवरा पाह्यतील? अन् त्योबी आसाच मेणघुणा भेटला तं? पण त्यो तरी कुठं मेणघुणा हाये? चांगला शिकेल सवरेल हाये, पण पैशानं हार खाऊन राह्यला. याह्यले वाटते त्याले

नवकरी लागावं, त्यो शिकला-सवरला. त्यानं नवकरी कराव, पण कुठं करील नवकरी? तरी बिचारा मरणाचं काम करते वावरात. ह्या आडाणचोटापेक्षा जास्तीच. तरी त्याची आशी हेळणा... त्यानं सण केलं. पण आपून नाई सन करायचं आता.

तेवढ्यात पांदीतून काळी-पिवळीचा आवाज घरघरायला लागला. पलीकडच्या मळ्यात यायच्या झोपाट्यातून काळीपिवळी आत आली. बांधाजवळच्या ढोरं बांधायच्या कोठ्याजवळ येऊन थांबली. दार उघडून सिलेमान ड्रायव्हर बाहेर आला.

"आरे चलो हो गुलाबराव भौ... मै नंबर छोडके इथर आया. मालिक का फोन आया तो. चलो कहा जाने का तो!"

त्याचा आवाज ऐकून गुलाबरावाने शर्ट अंगात चढवला.

"चाल वं सारजे. कर तुहं काळपांढर!"

"मी नाई येणार. मले नाई कुठी जायाचं." तिने हातातली भुई गच्च आवळून धरली. पण ती हातातून सुटू लागली. म्हणताना जवळच इलेक्ट्रिकच्या पोलच्या तण्णाव्याचा तार होता, त्याचं बुडूख तिने गच्च आवळून धरलं.

"आवं उठ... नंबरातून गाडी आणली तुझ्यासाठी... "

"पण माह्या नवऱ्याले त येवू द्या... त्याह्यच्या माघारी कसं काय नेवून घालता मले... त्याह्यचा काय इच्चार हाये, त्यो त आयकून घ्या..."

"त्यो काय इच्यार सांगणार हाये मेणघुण्या... त्याची आक्कल फक्त खाण्यापुरती न हागायपुरती."

"कावून? त्याह्यची सत्ता नाई का? सारखीच सत्ता हाये जसं..."

"लयेच सत्ता दाखवा लागली रे ही दीडा दिसात अन् माकड ऊसातवाल्याच्या पोटची... धर तिले तिकडून... "

असं म्हणून सासू पुढे झाली. तिने सारजाच्या खवाट्याला धरून ओढताण चालवली. पण सारजाने हातातलं ताराचं बुड पक्कच आवळून धरलेलं होतं. आता पावलं पक्की भुईत खाटून ठेवली. झाडाच्या मुळ्या जशा भुईला गच्चगोळा असतात, तशीच तिने पावलं गच्चगोळा केली. भुईझाडच झाली.

"आरे धरणं गुलब्या तिकडून. उचल न धरून टाक जिपड्यात नेवून. का तू हिजडा झाला. आरे तुमच्यापेक्षा हिजडे हिंमतबाज आस्तात रे."

असं मायने म्हटल्यावर गुलाबराव पुढे झाला. तसे सारजाने दातओठ खाल्ले. पिसाळल्यासारखेच केले.

"तुमाले सांगून ठेवते भावजी. लहान भावजय लेकीठायी राह्यती... माही हेळणा नका करू. जीवच देईल मी इहिरीत उडी मारून. तुमी माह्या आंगाले हात लावला त."

तसा गुलाबराव चपापला. दोन पावलं मागं सरकला. त्याला आठवलं, आपलंबी लगन झालं तवा नवीन-नवीन आपल्याबी लय हेळणा केलत्या या मतारीनं... आलक काय काढून देल होतं... तवा त वावर आस्ताना आपल्याले लोकायच्च्या मजुरीनं जावाव लागत होतं...

तो त्या आठवणीने एकदम गलितगात्र झाला.

"आरे उचल नं, काय तित्तोर पाहून राह्यला?"

"तुवा आईकलं नाई का मां! ती जीव देत्ये म्हन्ती. तिनं जीव देता त त्यो सिलमान्या पुरावा देईल. मंग मी का जेलात जावू का? बसू तिथी गिट्टी फोडत. मंग माह्या बायको-पोराले कोण पोसल?"

"हेत्त तुझ्या त पाद्र्या गांडीच्या... धर रे पिंट्या तिकडून तिचा हात..."

असं म्हणून म्हातारीने तिचा उजवा खांदा धरला. पिंट्याने डावा खवाटा धरला. बरीच झटाझोंबी सुरू झाली. पण शेवटी दोघांपुढे सारजाची ताकद कमी पडली. भुईखोडासारखे झालेले तिचे पाय भुईतून उखळल्या गेले. कधी पाय अध्धर वर उचलत, कधी भुईवर फरकांडी ओढत अशी ती ओढली जावू लागली. झटापटीत मध्येच पाय उघडे पडले. साडी वर गेली. तरी सासू सोडायला तयार नाही.

पडत झडत असे जिपड्याजवळच्या बांधावर सगळे आले. तर पलीकडून पांदीतून भुईतून उगवल्यासारखा तिचा नवरा झोपाटा ओलांडून वावरात आला. त्याला भूक लागली होती. म्हणून भाकरीची वाट पाहून-पाहून शेवटी कंटाळून तो वरच्या वावरातून खालच्या वावरात आला होता.

त्याला पाहिलं, आणि तिच्या अंगात नवं बळ संचारलं. ती त्याच्याकडे झेपावू पाहू लागली. पण हाताला ओढ लागली. तसा तिने, सासूच्या हाताला जोरदार हिसडा दिला. आणि त्या मोकळ्या हाताने खमाखमा पिंट्याच्या पाठीत बुक्के मारले. तसा पिंट्याही कोलमडून मागे पडला.

बाणातून सुटल्यासारखी ती नवऱ्याच्या छाताडावर जावून आदळली. दोन्ही हातांनी नगारा बडवल्यासारखी त्याची छाती बडवू लागली.

"पहा हो याह्यनं माही किती हेळणा लावली. तुमाले मेणघुण्या म्हन्तात हे. तुमाले बायल्या म्हन्तात. खरंच बायले हाये का तुमी? बायको पोसणं होत नव्हती मंग कशाले केलं तुमी लगन? कशाले दुसऱ्याच्या लेकीबाळीचा इद्यानास केला... सांगा... सांगा..."

असं म्हणून तिने त्याला मिठीत गच्च आवळून धरलं. तोही तिच्या पाठीवर हाताने कोंबाळत, मायकडे; भावाकडे रागाने पाहू लागला. सगळे जागच्या जागी खुटवल्यासारखे उभे राहून दोघा नवरा बायकोकडे पाहत होते.

सारजाने डोळे उघडून जेव्हा सभोवती पाहिलं. बांधावरचे सगळे झाडं जागच्या जागी स्थिर होते. आंब्याचं झाड आता अंगावर आल्यासारखं वाटत नव्हतं. जागच्या जागी स्थिर होतं! जवळचं दूर जात नव्हतं, की दूरचं जवळ येत नव्हतं...

■

गदका

दहा टिनाच्या समोरच्या खोलीत डाव्या कोपऱ्यात कापूस ठासून भरलेला होता. उजव्या बाजूने तशाच ठासून भरलेल्या बारा पोत्यांची थप्पी.. एकावर एक पोती रचून ठेवलेली. कापसाला पाठ टेकूनच संपत लव्हाळे बसलेला. त्याच्या पोरीने- संगीताने- नुकताच त्याला चहा आणून दिला होता. कपबशी खाली ठेवून त्याने सदऱ्याच्या खिशात हात घातला. चुनाळू बाहेर काढून तंबाखू मळू लागला.

"काय माय, तुम्हाले या तंबाखूचं पिसं हाये. काही खाल्लं पिल्लं की ताबडतोब तंबाखूचा बार पाह्यजे. जरा चहाचा गोडवा त आटू द्या तोंडात. एवढ्या खरपूस दुधाचा मधागळ चहा केला पोरीनं. अमृतासारखी चव घोळून राहिली त्याची तोंडात. ती चव घ्यायची त घेतली तंबाखू हाती. काय धड लागली कान्नू माय. गधडंबी खात नाही त्या तंबाखूले. अन् हा मानूस खाते."

समोरच्या बाजूने दाराशी बसून मनकर्णा परातीत चवळीच्या शेंगा खुडत होती. रात्रीच्या भाजीसाठी. ती अंगाला वळके मारत तोंड कडू करत म्हणाली. तेवढ्यातल्या तेवढ्यात अंगाची चाळवा-चाळव करून तिने खांद्यावरचा पदर नीट करून घेतला.

"आरे, गधड्याले गुळाची चव काय कळती?"

"तंबाखू खाऊ अन् दातपाडी जाऊ. तरी बरं झालं, आता त्या तंबाखूच्या पुड्यावर खेकड्याचं का इच्चाचं चित्रंग येतं. तंबाखू खाल्ल्याने कॅन्सर होते आसं कितीदा वाचून दाखवते संगीता... तरी तुम्हाला भेव वाटत नाही."

"म्हणून त पुडी फोडून चुनाळात टाकतो नं मी... चित्रंग दिसायचं काम नाही." असं म्हणून संपत लव्हाळे हसला.

“काय पडेल हाये या गोष्टीत. तुम्हालेच हारिक येते तुमच्या बोलण्याचा. काही लाज नाही त्या बोलण्यात... माकड मारलं न् पाला हागलं...”

तेवढ्यात आतल्या खोलीतून संगीता बाहेर आली. तिच्याजवळ खुडलेल्या चवळीच्या शेंगाची परात देत मनकर्णा म्हणाली,

“घे माय... कर भाजी.”

“पण जरा पतली-चितली करजो. शेंगदाण्याचा कूट टाक भाजीत. पतलं-चितलं असलं की चावायचा तरास होत नाही. दाढा पडल्या अन् दात काम नाही करत पह्यल्यासारखे. पह्यले या दातानं दगडं फोडून खाल्ले. आता भिजला शेंगदाणाबी चावत नाही.” संपत लव्हाळे म्हणाला.

“कसा चावंल? त्या दातपाड्या आवूनं समद्या हिल्ड्या पोकळ केल्या न तुमच्या. भगदाडं पाल्डे खालून. लोण्या लागेल भिताडीसारखे.”

असं मनकर्णा बोलतच होती. तर तेवढ्यात संगीताने समोरच्या मातीच्या ओट्यावर ठेवलेला टीव्ही सुरू केला.

“आता ते भणकं चालू करती का काय, धांगडधिंगा मायबाई तू? नस्तं डोकं पिकवणं?” मनकर्णा म्हणाली.

“आवं, आता टैम झाला नं कथासरिता मालिका सुरू व्हायचा. धांगडधिंगा नस्ते तिच्यात. आपलंच खेड्यापाड्यातल्या लोकायचं जगणं दाखवेल हाये सुमित्राबाईनं अन् सुनील सुकथनकरनं... ती मळकी साडी नेसेल कणसं खुडणारी सुनंदा त डिक्टो माह्यासारखीच दिसती मले रगडा कथेतली. मांगल्या हाप्ती पाह्यली नाही का त्वा ती...”

“आवं हाव वं, मले हेतूच नाही राह्यली. ती रगडा कथा हाये का? लाव लाव पह्यलांदी. काय झालं त्या सुनंदाचं पुढी? तिच्या पोरीले दवाई आणू शकते का नाही, ते पाहू तरी आपून... तुह्या तरी बरोबर ध्यानात राह्यते माय. आमाले त कशाचीच हेतू राहत नाही.”

“ती तुह्यासारखी येडं गताडू थोडीच हाये काही. फरकच पडते शिकलेल्याचा अन् अडाण्याचा...”

“हावं; बस करा! तुम्हीच मोठी येलाले बी लावून वकिली केली त माहीत हाये नं.”

“बरं, बस करा आता तुमचे भांडनं. पाहू द्या मले मालिका सुद्यामतीनं... पुन्हा भाकरी थापायच्या मले. भाजी फोडणी द्यायची. ..”

असं म्हणून संगीताने टीव्ही सुरू केला अन् हाती परात घेऊन, परातीत

हात टाकून खुडलेल्या चवळीच्या शेंगांचे तुकडे घोळवत ती मन लावून टीव्ही पाहायला लागली.

"पाह्य नं तूहा बाप. कसा कुजकं-काजकं बोलते मले. अडाणी न् गिडाणी करते. निऱ्हा पाण्यावून पांचट गोष्टी चालतात याह्यच्या. एक गोष्ट धड बोलत नाही..."

बोलता बोलता मनकर्णाचा आवाज घोगरा झाला.

"आरे बापा, मजाक करत होतो मी... तुले त लगे..."

"बरं, बस करा आता तुमची बकबक... ती पाहा सुनंदा टोपलं घेऊन वावरात आली. सरवा पाह्यासाठी."

असं संगीताने धमकावल्यावर दोघांनी टीव्हीला डोळे दिले आणि ते सुनंदाचं आणि संतोषचं बोलणं ऐकू लागले.

मन लावून टीव्ही पाहताना संगीताच्या मनात विचार येत होते की, किती चांगलं काम करते ही सुनंदाचं काम करणारी पोरगी... आपल्याच वयाची हाये, पण हुबेहूब पात्रं रंगवती. तशी असंल शहेर गावात राह्यणारी, पुण्या मुंबईची, पण मालिकेत कशी एकदम हुबेहूब गावरान वाटती. आपल्याले काम करायले भेटलं त आपूनबी काम करू शकू का आसं? आपलंबी पाठांतर लय पक्कं हाये. एकपाठी. एकदा वाचलं की सम्दं ध्यानात राह्यते आपल्या. म्हणूनच शालूमॅडम 'एकपाठी' म्हणून आपलं कौतुक करत.

"घ्या सुनंदा. गुटखा खा." टीव्हीतला संतोष सुनंदाला आग्रह करत होता.

"मी नाही खाय माय... तंबाखू आसंल तिच्यात. चकरा येतील मले..." सुनंदा गुटख्याच्या पुडीकडे तिरस्काराने पाहत म्हणत होती.

"तंबाखू आजेबात नाही. चटणी-चमनबार-सोप- सुपारी अन् आसमनतारा हाये. खाऊन त पाहा. तोंड कसं एकदम सुवासिक पडते. लय टेस्टी लागते."

टीव्हीतली सुनंदा एक सुपारीचा तुकडा बोटाने उचलून तोंडात टाकते.

"चांगला लागते का नाही?"

"हाव! नादर हाये." ती होकारार्थी मान हलवते.

"देऊ आनखिन? घ्या... सम्दाच घ्या. तुम्हाले आवडला. मले लय आनंद झाला. रोज आणाजाईल मी आता. रोज आणाजाईल... तुम्हाले आवडला. मले लय आनंद झाला... मले लय आनंद झाला..."

असं म्हणत टीव्हीतला संतोष हळूहळू सुनंदाकडे सरकत होता.

समोरचं दृश्य पाहून संपत लव्हाळेच्या मनात विचार येत होता. मले वाटते,

आपूनबी खाऊन पाहावं लेकाचा एकदा हा गुटखा. चटणी-चमनबार- सोंप-सुपारीचा. सुवासिक लागते म्हन्ती सुनंदा. म्हन्जे लागतच आसंल... ऐरी ही तंबाखू खाऊ-खाऊ आपल्याबी तोंडाचा लय गचाळ वास येते लेकाचा. कोणाच्या तोंडाजवळ तोंड नेऊन बोलावं त ज्याच्या तोंडाजवळ तोंड नेलं, त्यो एकदम मान वाकडी करते. दूर सरकून आपल्याकडी रागानं पाह्यते अन् नाही म्हन्लं तरी तंबाखूच्या पुडीवर जवापासून नांगीदार इच्चाचं चित्रांग पाह्यलं तव्हापासून आपलीबी पंढरी घायबरतीच. नाही म्हन्लं तरी. अन् ती म्हण आठवती. इच्चू जंदला अन् टोकर झाला. इच्चाची जातच आशी हाये. जन्माले येते तवाच त्यो आपल्या मायले टोकरून टोकरून खाते. आपन त त्याचे बाप लागतो का माय? कोणीच नाही. मंग काय सुस्ती करील त्यो? ऐरीच नाही छापणारानं ते चित्रांग छापलं. लय डोकेबाज लोकं राह्यतात काही काही हे... ते काही होवो. उद्यापासून अदलाले बदल करून पाहू, तंबाखू-चुन्याच्या जागी हा गुटखा खाऊन पाहू... सुटली त सुटली लेकाची सवय... ऐरी तरी उमर पन्नाशीची झाली की लय काळजी घ्यावं लागती खाण्या पिण्याच्या बाऱ्यात. कावून की इथून पुढचं आयुक्ष्य म्हन्जे बोनस आस्ते. माणसाले भेटेल बोनस... कापसाचा इक्रा केल्यावर आखाडतोंडी अनमान धपक्या भेटते, तसा बोनस! सांगत होता त्या दिवशी डाक्तर...

टीव्ही पाहताना मनकर्णाच्या मनात विचार येत होते- बरं झालं गुदस्ता सोयाबीनच्या वावरात तुरीचा खोडवा ठेवला. सोयाबीन काढल्यावर त्या जमिनीत मक्का लावला. अमोल फालेनंच लावा लावला. त्याच्या इहिरीचं तीनदा पाणी देलं अन् सोंगेल तुरीच्या खांट्या सोंगल्या, त पाच पोते घळघळ तुरी झाल्या. त्या पैशात हा कलर टीवी संगीतानं आणा लावला. म्हणे मक्याले म्या पाणी देलं, तुरीले म्या पाणी देलं. त्याच्यानं दोनदा तुरी झाल्या. खरीपाच्या तुरी आमच्या. रब्बीच्या माह्यावाल्या. बापाले बी वाटलं, खरंच हाये पोरीचं. अमोल फालेजवळ पैसे देले. त्यानं चिकलीवून त्याच्या वळखीच्या दुकानातून हा कलर टीवी आणून देला. किती नादर, हुबेहूब दिसते.... रानामाळाचे, झाडाझुडाचे फोटो येतात. तव्हा ते चित्रंग मन लावून पाहा वाटतात. दुसऱ्या झाडाचं त सोडाच, पण कधीकधी चिंचीचं झाड दाखवल्या जाते, त चिंचीचं पानंपान सपष्ट दिसते... तव्हा वाटते, कोणाची नजर लागून फुटते का काय आपला नादर टीवी. पुन्ना एक बरं झालं की कार्यक्रम पाह्यासाठी, सिनुमामा पाह्यासाठी आता पोरीले कोणाच्या घरी कुत्र्यावाणी जायाचं काम नाही.

"त्या झाडाजवळ सुनंदा उभी हाये, ते बांधावरचं झाड चिंचीचंच हाये न व

संगीता?... पाहाय चिंचीचं पानं पान कसं टाळसर दिसा लागलं. टीवी पाह्यजे त आसा. नाहीत नसलेला पुरते. गंगूबाईच्या घरचा टीवी कसा झळझळ, झावळं-झावळं दिसते. डोळे बारीक करू करू पाहा लागते. धुक्याच्या दाटीत वावरातलं ढोरं झांबल्ल्यासारखा...''

संगीताच्या मनात टीव्हीवरची मालिका पाहताना विचार येत होते- आपला जन्म जर शहरात अन् एखाद्या नोकरीवाल्याच्या घरात झाला आस्ता तर आपूनबी आसंच काहीतरी आगळं वेगळं करून दाखवलं आसतं. गावात बारावीलोक शिक्षण होतं. तिथं आपून वावरातले, घरचे काम करत शिकलो. चांगले मार्क मिळवले. मास्तर म्हणत तू डी. एड. ले जाय, इंजिनियरिंगले जाय... वकिलीचा कोर्स कर ... काहीबी कर, पण शीक. पण बाप म्हणे, एवढा पैसा कुठून आणू बाप्पा? अन् बिराण्या गावात कुठी राह्यती एकटी पोरगी. आपल्या कुठी वळखी हायेत का पाळखी हायेत? गंज तू हुशार हाये, पण आता हुशारी तुपल्या संसारात दाखव. कोणी चांगला पोरगा भेटला की ढुम-ढुम लावून देऊ... तदलोक वावरा शिवरातलं, घरचं शिकून घे. कामी येईल पुढं संसारात.

शाळेतली शालूमॅडम म्हणे, संगीता, माह्या वळखीनं पाठवते, पण शिक. ही मास्तरीण आपल्यावर लयेच फिदा होती. कावून की एकदा वर्गात जायाले उशीर झाला होता, तर वर्गातच येऊ देयेना. म्हनलं, 'मॅडम, दुरून या लागते. म्हणून उशीर झाला.'

तर म्हणाली, 'उशीर म्हणजे उशीर. शिस्त म्हणजे शिस्त. वर्गात घेणार नाही, म्हणजे घेणार नाही.'

तर एकदा तिलेच उशीर झाला. अर्धा पिरीयेड. तर आपून वर्गातून उठून बाहीर गेलो. फाटकातच आडवली. म्हनलं, 'मॅडम, तुम्हालेबी उशीर झाला. आवारात येऊ नका. सरकार तुम्हाले पगार देते, ते काही असा उशिरा यायचा नाही... शिस्त म्हणजे शिस्त.'

सगळी शाळा, शाळेतले पोरं पोरी पाहत राहिले. हप्चकच झाले होते सगळे. तव्हापासून मग ती मॅडम आपली लय वरवर कराजाय. आपल्याले लय जीव लावा जाय... या टीवीतल्या सुनंदावाणीच दिसाजाय आपली मॅडम... पण या संतोषनं कावून एवढा मस्का मारणं लावला तिले... ती चाल्ली पुढं पुढं अन् हा चाल्ला मागं मागं. तिची खुशामत करत. खरंच पोरी जरा मोठ्या झाल्या की कसे टोकणी लागतात पोरं. आपल्याकडीच पाहत किती ठोळमे भणंभणं फिरतात घरापुढी... पोरी कुठं अशा मस्का लावतात कोणाले? त्या ठसणीत राह्यतात

आपल्याच. झुरवू-झुरवू झुलवतात... आसाच, आसाच सकाळ संध्याकाळ आपल्या वावराशी भवरा होऊन घुटमळते फालेचा अमोलबी...

टीव्ही पाहता पाहता तिला शेतातलं सगळं आठवलं. अमोलचं आणि तिचं. ती मिसळून गेली. टीव्हीतल्या सुनंदात एकरूप झाली आणि सुनंदा तिच्यात.

पलीकडेच मोठ्या बोरीजवळचा बंधारा ओलांडला की अमोल फालेचं मोठं शेत. विहिरी दोन. एक वावराच्या मध्यभागी अन् दुसरी नागझरीच्या नाल्याच्या काठावर. लोडशेडिंग असायचं तेव्हा नागझरीच्या नाल्याच्या काठावरची मोटर सुरू करायला ती सकाळीच जायची. कधीकधी रात्रही व्हायची. तेव्हा आपली पतसंस्थेतली ड्युटी करून संध्याकाळच्या फेरीसाठी तो शेतात यायचा. नाल्याचं पाणी आटल्यावर मक्यासाठी त्याने दोन वेळा त्या विहिरीचं पाणीसुद्धा पाइप टाकून दिलं होतं. त्यामुळे घरोबा वाढला होता. लोभ वाढला होता.

कधीकधी तो चिकलीला गेला की तिच्यासाठी काही बाही सौंदर्य प्रसाधने घेऊन यायचा. शेतावरच आणून द्यायचा. डोक्याचं सुगंधी तेल, पावडर, फेअर अँड लव्हली आणि महागडी आकर्षक गारमेंट.

तिला आठवलं, असाच टीव्हीतल्या संतोषसारखा आपल्या मागे मागे फिरत राहतो अमोल फाले. असंच काही बाही आठवलं. बोरीचा नाला. उंच बांधाची बराशी घेतलेली माती. तुरीच्या ओळी. तिच्याच नकळत ती ओलसर झाली. काळजी ओलं झालं. मन ओलं झालं. कधी भुईला पाठ... कधी भुईला गुडघे... ओलसर मातीचं हातापायाला चिकटून राहणं... मधाळ सहवासाच्या चिकाळ आठवणी आठवता आठवताच मनातलं सुख शिगवर झालं. काहीबाही नको ते लाजे काजेचं आठवून खुदकन हसू आलं. नकळत ती हसली. पुन्हा हसू आलं. हसू दाबायला गेली तर आतून, आतड्यातून छाती आत छातीतून गळ्यात गिरळीच दाटून आली. हूक् हुकऽऽ करून तोंडाला हात लावून ती स्वयंपाक खोलीत पळाली. तिथू मागच्या गोठ्याजवळ. हुल्या देऊ लागली. गोठ्यात बांधलेले चारा खाणारे दोन बैल, गव्हाणीतला चारा चाबलायचं थांबवून माना वळवून तिच्याकडे पाहायला लागले. गोठ्याच्या धारणठुणीला अलीकडच्या बाजूने बांधलेली बकरीही थबकली. पुढच्या धारणठुणीला बांधलेला हिरवा पाला चाबलायचं सोडून म्यॅ... म्यॅ... करून थरथरत तिच्याकडे पाहू लागली.

"काय झालं व संगीता?... कावून हुल्या याय लागल्या तुले? कावून मळमळ करा लागलं? का डास चिलूट गेलं की काय तुह्या तोंडात?... पाणी पी. गुळणा कर."

असं म्हणून मनकर्णानं तिच्या हाती पाण्याचा ग्लास दिला. आणि मग

एकदम मनात काहीतरी येऊन विचित्र, चिरकल्या आवाजात ती म्हणाली,

"का दुसरी भानगड हाये मायगंगे काही? कशाच्यानं आसं व्हाय लागलं तुले? वायलं बसायले किती दिवस झाले तुले?"

"....."

"पण वायलं बसायचा अन् तुपल्या हुल्याचा काय संबंध हाये? मीबी न् येडीच हाये मायगंगे... कायबी इच्यारून राह्यली तुले. लयेच चिलटं होतात न लाइटावर. संध्याकाळी त लयेच उत येते त्याह्यले. संध्याकाळी कुठून पैदास होती कान्नू माय यायची. संध्याकाळी जलमतात. घटकाभर लाईटाभोवती गुरमळतात. अन् पाह्यटी सुकलेले मढे होऊन भुईवर पडतात. कशाले जन्माले घालते यायले देव, अन् कशाले नाही. त्याचं त्याले माहीत बाप्पा... तिच्यातलंच एखादं जाऊन आटकलं आसंल तुझ्या घाटीत चिलूट... उठ. पाणी पी. गुळणा कर. लवंग देते मी तुले. ती तोंडात टाक. मळमळ थांबल."

मागे मनकर्णा मायची बडबड सुरू होती आणि संगीता मनात म्हणत होती., काही चिलूट गेलं नाही तोंडात. दुसरंच काहीतरी झालं. इतकी काळजी घेतली. निरोधाचे फुगे लावायले लावले. तरी कशी घुसली एखांदी संध्याकाळ पोटात अन् आता तिथून उसळ्या माराय लागली ती छाताडात. छाताडातून नल्ड्यात. कोल्ड्या हुल्या येतात न गर्भ ठरला की. पण या गर्भाचा काय फायदा? काय उपयोग?

लेकाच्यानं दगा देला वाटते अमोल्यान. खाली आपून डोळे लावून घेल आसतील तव्हा त्यानं एखांद्या वक्ती फुगा लावलाच नसंल. आता कसं होईल? अनामिक भीतीने तिच्या काळजाचा कंप होऊ लागला. सगळ्या अंगावर बारीक थंडीचा काटा आला. बोरलवणात शहारून जायचं तसंच सगळं अंग शहारून गेलं, पण त्या शहाऱ्यात मन कसं शेवरीच्या फुलासारखं हलकं तरल होऊन तरंगत राहायचं. आभाळात, ढगात, वाऱ्यात, झाडाझुडपात. शेजारच्या गोंधणीच्या तालेवर गडद गच्च हिरवळीचं एक रूप व्हायचो आपण. हा आताचा शहारा मात्र भीती घेऊन आलाय. या भीतीने घशाला कोरड, काळजाला कंप सुटलाय अन् अंगावरची मऊसूत केसाची कोवळी लव ताठ झाली.

काळजाला कोरड, घशाला कोरड अन् ताठ झालेल्या अंगावरच्या केसाशेजारी त्वचेवरची बारीक वाळूभिंगी घेऊन ती चुलीजवळ आली. दुचित होऊन तशीच चवळीच्या शेंगांची भाजी केली. शेंगदाण्याचा चोथा करून खुडलेल्या शेंगासंगत आमटी केली. तिच्या बापाला खूप आवडायची तशी भाजी. एक भाकर बडवून झाल्यावर बाप ताटावर बसला.

दुसरी भाकर चुलीच्या आहाराशेजारी भाजली जात होती. तिसरी भाकर रप् करून तव्यावर पडलेली होती. चौथी भाकर तिच्या समोरच्या कोपरात दोन्ही हाताच्या टाळ्या करून ती थापत होती.

पहिली भाकर बापाच्या ताटात होती. ताटातल्या स्टीलच्या वाटीत खुडलेल्या चवळीच्या शेंगाची आमटी. शेंगदाणे लावून केलेली.

भाकर मोडून बापाने एक घास घेतला... चावला. अविश्वास. अविश्वासाने दुसरा घास घेतला. चावला. खात्री झाली. तसा म्हणाला-

''काय भाजी केली संगीता आज. काहीच चव नाही इले... चवा ना धवाची भाजी... मिठाचा एक कणबी टाकला का भाजीत?''

''वरून घ्यानं मंग!'' मनकर्णा म्हणाली.

''वरून घेल मीठ मिसळते कावं भाजीत. भाजी करताना टाकलेल्या मिठाच्या चवीची सर येती का त्याले? गदका येऊन इरघळलं पाह्यजे भाजीत मीठ. उकळी आल्याबगर एकजीव होते का ते?''

''तुहं ध्यानं कुठी हाये संगीता आज? काहून आशी दुचित झाली मायगंगे?'' मनकर्णाने विचारलं.

संगीताला काही ऐकूच गेलं नाही. कसं जाणार? कारण तिचे डोळे चुलीच्या तोंडाशी आलेल्या खवखव आहारावर होते. हातावर थापून, तव्यावर भाकरी भाजून शेकण्यासाठी पुढे ओढलेल्या आहारावर. तसाच आहार तिच्या मनातही धुपत होता आणि या आहाराची धग डोळ्यांतून मस्तकात वर चढत होती. तिथला मेंदू भणकल्यासारखा झाला होता.

''जाय! उठ तू... तूही तब्येत बरोबर नाही वाटते आज. मी टाकते भाकरी... '' तिने संगीताचा हात धरला.

''आवं राहू दे. एक भाकरी राह्यली आता...'' संगीता भानावर येत म्हणाली.

''मी नाही खात वं ही ढळलंग- चळलंग भाजी. माय मी झो इच्या. काय पाण्याची फोडणी देली कान्नू आज भाजीले. नुस्ता तिखटाचा भसका. तुपल्या हातानं फोडणी दे भाजी. थांबतो मी आमासा. मंगसन्या जेवतो. माय मी झो इच्या. दिवसभर कामानं कूट होतो. संध्याकाळी खायाले त चांगलं पाह्यजे. नाही चानाचुना, पण भाजी त चवदार पाह्यजे. भाकरीतबी मीठ टाकलं नाही वाटते या सुगरणीनं.''

तणतण करत बापाने ताट दूर लोटलं आणि बाहेर येऊन तो कापसाच्या गंजीला पाठ देऊन बसला. टीव्हीवर गाणं सुरू होतं, 'माही रे, माही रे, तू कितना सोना है... तू कितना सोना है...' छातीपासून वरचे खांदे उघडे असलेली लाल कपड्यातली गोरीपान जवान बाई गाण्याच्या तालावर नाचत होती आणि लांब

केस वाढवलेला तगडा गडी तिच्याभोवती गोंडा घोळणाऱ्या कुत्र्यासारखा नाचत होता. कधी ती वेल होत होती. कधी तो झाड... कधी ती झाड होत होती आणि तो वेलविळखा.

दुसऱ्या दिवशी संध्याकाळी टी.व्ही.समोर बसलेली असताना तिला पुन्हा गिरळी आली. हुक् करून ती बाहेर पळाली.

"हा काहीतरी दुसराच घोरघंट्या हाये बाप्पा. साध्या हुल्या नाहीत ह्या. काहीतरी आफत आणली पोरीनं."

"हुल्या आल्या म्हन्जे काय आफत येती? पोटातलं बाहीर येते बुवा! आज दुपारी आमच्या वर्गातल्या महेशानं उलटी केली त त्याच्या पोटातून सम्दं केळाचं शिकरनच पल्डं. अन् दोन माश्या... मरेल माश्या. .. पण मंग त्याच्यावरच सगळ्या जित्या माश्या भणभण करत होत्या. ह्यॅ घोळकाच्या घोळका झाला होता... ऑक थू..."

असं म्हणून अभ्यासाची, शाळेची पुस्तकं चिवडत बसलेला शंकऱ्या दारात आला. तिथे उभा राहून मान पुढे करून तो दोन वेळा थुंकला.

आत वळला तर त्याला दिसलं. बाप भेदरला होता. माय भेदरली होती अन् दोघंही मागच्या खोलीतून बाहेर गेलेल्या संगीताकडे भेदरून पाहत होते. मग त्यांनी त्याच भेदरल्या डोळ्यांनी एकमेकांकडे पाहिलं. डोळे प्रश्नार्थक झाले होते. नजरा प्रश्नार्थक झाल्या होत्या. मन प्रश्नार्थक झाले होते. त्याने नजरेने काही खुणावलं. तसा तिने शंकऱ्याचा एक हात धरून त्याला वर उठवलं.

"शंकऱ्या, तू महेशाच्या घरी जाय बरं आता अभ्यासाले." त्याच्या हाती वह्या पुस्तकं देत ती म्हणाली.

"त्याच्या घरी चांगला अभ्यास होते. मोठी खोली हाये न त्याची अभ्यासाची. तिथंच जाय रोजच्यासारख़ा- रोज लगे तिथं जाऊन खाटेल आस्ते, अन् आजच काहून घरी येऊन बसला... जाय मर तिथी जाऊन."

आपल्याच नकळत आपण काय बोलत आहोत, तिला कळत नव्हतं. जीवच आतून कातावून गेला होता.

"पण माही भाकर खायाची राह्यली न वं आजून..." शंकऱ्या तक्रारीत म्हणाला.

"सयपाक कुठी झाला आजून? सयपाक झाल्यावर येते मी बलावू तुले."

असं म्हणून तिने बळे बळे त्याला बाहेर लोटलं. मग थरथरत्या देहाच्या थरथरत्या आवाजात ती नवऱ्याला म्हणाली,

“तुम्ही याहो जरा मागं... इच्यारपूस करायची पाळी आली आता... या इकडी अन् हे पुढचं दार घ्या लावून.”

तोही तसाच थरथरत उभा होता आणि त्याच्या गळयात मनातल्या रागाचा बोळा ओला होऊन गच्चा मारून अडकून बसला होता. हा गच्चा मोकळा झाल्यावर मग काय होईल? आपण काय करू? या भीतीने तो गर्भगळीत झाला होता. त्याला भीती वाटत होती. त्याचीच.

“सांग... कोणं छेडछाड केली तूही. कोण आंगलटी आलं होतं?” संपत लव्हाळेने विचारलं.

“आहो, नुसती छेडछाडीची गोष्ट नाही ही. त्याच्या पुढचा कारभार होयेल हाये हा. छेडछाडीनं हुल्या येतात का? बोट लावल्यानं कुठं पोट येत आस्ते का? कोण्यातरी धगड्यानं उरावर बसून पोटी पिकवलं इले. दिवस राह्यले बाप्पा इले दिवस...”

“सांग कोणासंगं शेण खाल्लं? कोणाले उरावर बसवून खुंदळून घेतलं?”

“ते... ते आपले... ” ती डोळे चुकवत म्हणाली.

“सांग नं... ते ते काय म्हन्ती? गुडी कावून धरून बसली? जशा वकाऱ्या करा लागली तसं त्याचं नाव बी वकून टाक नं तोंडातून. मोघम कावून बोलती? नाव सांग न! का लगे आभाळातून सूर्यदेव आला होता का, पेशल तूही कूस जगवायले... महाभारतातल्या कुंतीसारखी...”

असं म्हणून मनकर्णा पुढे झेपावली. तिला मारण्यासाठी हात उगारला. तसं संगीताने हाताचे दोन्ही कोपरे वर करून आपलं डोकं दाबून घेतलं.

“हाण... हाण... कुचल धरून. नाही तर मले हात टाकाव लागंल जान-जवान पोरीवर... काय माय मी झो टैम आला, ज्या हातानं आक्षिता टाकायच्या, त्या हातात कांडकं धरून पोटच्या पोरीले झन्नावायचा वखत आला...” नकळत त्याचा हतबल आवाज चढला.

“आहो, आरामानं बोला हो... भितीले कान फुटतात अशा बाऱ्यात.” मनकर्णा धुसफुसत्या आवाजात बोलली.

“आवं, सांग ना कुटी भाड खाल्ली?”

“आपल्याच वावरात.”

“आपल्याच वावरात? कोण सूर्यदेव आला होता का पवनदेव आला होता तुही कूस उगवायले. तुह्या नयतुरण्या देहीवर टुचुकण्या मारायले... नाव काय हाये त्याचं?”

“आपले अमोल दाजी.” तिने पटकन गुळणी फोडली.

तशी नवऱ्याकडे पाहत मनकर्णा मान हलवू लागली. तशीच मान हलवत ती म्हणाली,

“बरोबर हाये... बरोबर हाये हो... तरी मले वाटेच की हा चिंगुसचोक्या कसा काय एवढा पघळला. कसा पाषाणाले पाझर फुटला. मागं त्या सुभाना कांबळेनं एक सीताफळ तोडलं होतं त्याच्या वावरातलं. त त्यानं सीताफळाची किंमत त पद्दावून घेतलीच होती त्याच्याकडून, पण सीताफळाच्या बियाचेबी पैसे वसूल केले होते. असा महान हलकट माणूस. मले नवल वाटे की त्यानं दोन पाणी कसे काय देले आपल्या मक्क्याच्या पिकाले फुकट फाकट... तुमी लय वावाई करत होते न त्याची. लयलय वाणूवाणू कवतूक सांगत होते न? पहा कसं पाणी घातलं त्यानं तुमच्या भोकात. द्या आता येणे... निरा आंधळं केलं न आपल्याले. आंधळं दळते अन् कुत्रं पीठ खाते... आसा बोकणा भरला रे देवा त्या कुत्र्यानं...”

“आता मले काय माहीत...” तो आटून गेला. शब्दच सुचेना.

“तरी माह्या कानावर कुणकुण आली होती. आपल्याले दोन पाणी द्यायच्या बाऱ्यात. पाथीतली सिंधुबाई सांगत होती की बाप लेकात लय कटकट चालती तुमच्या वावरात पाणी सोडतात तव्हा. बाप म्हन्ते नाही द्यायचं. अन् पोर्ग म्हणे द्यायचं... कावून नाही देणार म्हना, असा कवळालस्स गलुला खायाले भेटत होता न त्याले सकाळ संध्याकाळ वावरात. तरी तुमाले सांगत होते, मले मजुरीले जावा लागते लोकाच्या वावरात. तुम्ही झाकल्या पाठी येत जा म्हणून वावरात. ऐरवाळी चेरवाळी घरी येत जाऊ नका. पोरीले एकटीले मागं ठेवत जाऊ नका... सांगत होते का नाही?”

“आवं, तू गंज सांगत होती, पण मले काय मालूम याह्यच्या मनात आसं काळंबेरं हाये म्हणून?”

त्याला आठवलं. आपण संगीताला चाल घरी म्हणायचो, तेव्हा ती म्हणायची, ‘तुम्ही जा पुढं. . मी येते वावर भिजवून... झापड पडस्तोवर थांबली तर चार-सहा सऱ्या तरी होतील भिजवून. आधीच लाईन नस्ती लोडशेडिंगच्या व्हरप्यात. जेवढं भिजवून झालं, तेवढं भिजवते मी. . ’

अन् थांबाजाय एकटीच मागं, त आपून घरी येताना गावातून फटफटीवर जाताना अमोल्याबी भेटाजाय. चांगला लवून-भजून भारणसुद ‘रामराम’ घालाजाय. तव्हा आपल्याले काय कवतुक वाटाजाय त्याचं, की एवढा मोठा शिरिमंत माणूस लवून भजून रामराम करते म्हणून. पण आपल्याले काय माहीत? की त्यो आसा वावरात जाऊन आपल्याच अवलादिले चुना लावते म्हणून...

दुचित मनाने तो खाली उकीडवा बसला होता. बसून विचार करत होता... पोरीले आशी चटक लागली जवानीची. आसं समजलं आस्त, थोडुसाकबी दूम लागला आस्ता त आपून माघंच आवा भाजून टाकला आस्ता तिचा. दोन-चार सोयरिकी आल्या तव्हा आपून म्हणो, करूनं लगन... आसं वयच काय हाये पोरीचं, आवंदाच तर बारावीतून घरी बसली. पुन्हा बरी कामा येती वावरात. कसं माणसावाणी काम करा जाय ... वखर हाणाजाय. डवरे हाणाजाय, गाडी बैल जुपून माणसावानी धुरीवर बसून धूर हाणत जाय. .. वावरातलं आसं कोणतंच काम नाही की, तिले येत नाही. वख्खर जुपता येते. डवरं जुपता येते. हाणता येते. फक्त पेरायच्या तिफणीच्या चाड्याची चाडगाठ बांधता येत नाही. बाकी तिळाचा एकरी अर्धा किलोचा चुटकीचा पेरा असो, का एकरी पन्नास किलोचा गव्हाचा पेरा आसो. समद्या कामात ट्रेन हाय पोरगी.

"आता कसं करू व माय, कसे भवाडे आणले नशिबात... नाक वर करून चालायले जागा उरली नाही आता गावात..." धुसफुसत्या आवाजात रडत मनकर्णा भुई थोपटू लागली.

"दोनदा पाणी देलं अन् पोरीले नासवून टाकलं."

जोरात रडून रडून पोरीचा उद्धार करावा असं तिला वाटत होतं, पण जोरात रडताही येत नव्हतं. कानोकानी बोंब झाली असती. अशा गोष्टी झेलायला तर लोकांचे कानांचे पदर सदैव पुढेच असतात.

"आता तूबी हात घालून कावून टर्रटर्र फाडा लागली. झाक झाकायचा का आपूनच फाडायचा. पुढं काय करायचं ते ठरवा आता; चादर झाका लागलं आपल्याले आपल्याच हातानं..."

"पण त्यानं लगन करायचं कबूल करेल हाये माह्यासंगं..." संगीता अडखळत म्हणाली.

"आवं त मायगंगे, लगन करायचं कबूल केलं होतं, त तव्हरोक कळ कावून नाई काल्ढी तुवा? लगन झाल्यावर करायचे आस्ते नं हे धंगडे. मग याले धंगडेबी नस्तं म्हणलं आम्ही. आम्हीच सनमानानं, गाणे म्हणून, बाया बलावून जगजाहीर वटभरण केलं आस्तं तूहं... वाजतगाजत, सात सवासणी बलावून..."

"आवं, तूबी कुठी सपनं रंगवा लागली वं नाही नाही ते. त्याह्यची अन् आपली कुठी बरोबरी हाये? चालली आपली लोखंड अन् सोनं एकाच तराजूत मोजायले... चिचिचं बोटूक दाखवलं त्या अमोल्यानं, अन् ते पाहून इच्याबी तोंडाले पाणी सुटलं. आवं त बाई, आपून कोणत्याच पासंगात बसत नाही नं त्याह्यच्या. पदराले पदर लागत नाही. दुसरी गोष्ट, पदर लावलाबी आस्ता, पैशाच्या

जोरावर, पण महान लोभी खानोटा हाये त्यो! तेवढा पैसा आणाव कुठून?''

''पदराले पदर लागत नाही त मंग पदराले हात कसा घातला त्यानं? तवा नाही वाटली का त्याले आपली पोरगी हलक्या खानोटीची...''

''नाही म्हणणार बा तसं त्यो... त्यानं कबूल करेल हाये...'' मायबापाला अन् स्वत:ला धीर देत संगीता बोलली.

''आरे, हात कापून देतो मी. त्यानं लगन केलं तुह्यासंगत... बोटूक दाखवलं त्याने तुले... चिचिचं बोटूक. तूबी बसली तोंडात धरून चुटूक-चुटूक चोकत.''

''आवं, पण तुम्ही जावून त पाहा... बोलून त पाहा त्याच्या बापाशी.''

''एका हातानं घाला अन् दोन्ही हातानं काढा, आशी गत केली या पोरीनं... कुठी जाऊन भेटू पण? मले वाटते गावात बोलल्यापेक्षा वावरातच गाठाव त्याले?''

''कावून ते?''

''दुकानात म्हण, घरी म्हण जाऊन त्याले बोललो अन् कानोकानी खबर गेली त् गवताच्या काडीनं जंगल भडकते तसा भडका होईल सम्दा आपल्या बदनामीचा गावात.''

''हावं, बरोबर हाये तुमचं. दादाराव फाले पाटील रोज दुपारचा वावरात येते फटफटीवर. तव्हाच गाठा त्याले वावरात. लागंल त मी येते तुमच्यासंगं, त्याच्यापुढी पदर पसरायले.''

''मग त लयेच चांगलं होईल गड्या. एक तिथं दोघं आसलो तर जरा ताकद येती वढवाढ करायले. उद्या त्याच्या पाळतीवरच राहू आपून... जरासिक झेंडूबाम्ब दे गड्या... माह्या डाव्या बरगडीखाली दुखून राह्यलं छातीत... डोक्संबी लय वावटूळ भरल्यासारखं झालं...''

आपल्या मायबापांचे असे हाल पाहून संगीताला काळजातून हुंदका आला. साडीच्या पदराचा बोळा करून तो तिने तोंडात कोंबला.

''आज दोन रोज झाले, वावरात पत्ता नाही या भल्या माणसाचा. ऐरीतं मार दिसाजाय, त्याच्याशी काम नव्हतं तव्हा. आदरं येता-जाता बोलाजाय. आत्ताच कुठी दाळ धुवायले गेला कान्नू?''

डी. पी. रस्त्याकडच्या पिंपरणीखाली बसून दोघं नवराबायको वाट पाहत होते.

''आसंच आसते ते! ज्या माणसाशी काम जवा आसते तवा दिसतच नाही त्यो!'' संपत लव्हाळे म्हणाला. पुन्हा रुमालाने चेहऱ्यावरचा घाम रगडून तो म्हणाला,

''काय दूम लागू देईल त लागू देवो हा माणूस... चांगल्या चांगल्यायले च्युत्या बनवते. यूंव घुमवते त्यो... आपल्या काय ताकाले तूर लागू देईल त देवो बुवा!''

"आसं कसं म्हणता? आशी हिंमत सोडून कसं जमील? आता गळ्यालोकच आलं तर हातपाय त हालवाच लागतील न? नाहीत टाळक्यावून पाणी फिरायले काय उशीर लागंल? आपून बसू झांबल्या मारत अन् तिकडी पोरीच्या पोटातला गर्भ टर-टर वाढी लागील. उखंड्यावरच्या एरंडाने लय जोर आस्ते! नाही त आसं करा नं?"

"कसं?"

"त्यो दादाराव पाटलाचा गडी हाये वावरात. त्याले जाऊन इचारानं... पत्ता तरी लागील..."

"अन् त्यानं नस्त्या चौकशा केल्या, काय काम हाये, याची खडणीगूत करत बसला त त्याले काय सांगू?"

"हाव मायबाई. तुमचं बी बरोबर हाये. लय एक हात लाकडाची नऊ हात झिलपी पाडायची सवय हाये त्याले."

"हा लेकाचा आमोल्याबी दिसून नाही राह्यला आठ रोजापासून..."

"चिकलीलेच राह्यते म्हन्तात त्यो आता खोली करून. करून-सवरून वायलं झालं ते गताडू."

"मायले झो त्याच्या. लावण्यामागं धावणं अन् कांद्याची पाथ चावणं चालली आपली ही... उद्याच्या दिवस वाट पाह्यतो. नाही त मंग परवा दिवशी कृषीसेवा केंद्रावरच जातो त्याच्या आता..."

"तसंच करा. नाही त मंग रडायले मजूर लावा लागंल आपल्याले."

"झेंडू बाम्बची बाटली आणली आसंल न तुवा पिशवीत... दे बरं जरासिक, बोट तरी चोळतो छातीवर. डाव्या बाजूच्या बरगड्याखाली लयेच चमका निघाय लागल्या..."

"कुठे गेले मालक तुमचे... दिसूनच नाही राह्यले चार-सहा दिवसापासून..."

दादाराव फालेच्या कृषीकेंद्रावर येऊन संपत लव्हाळे विचारत होता.

"कावून? काही माल न्यायचा होता का? खतगीत पाह्यजे का एंड्रीन पाह्यजे, कपाशीवर फवारण्यासाठी? मी देतो नं... मी हाये नं दुकानावर..."

कृषीसेवा केंद्रावर महिन्याने असणाऱ्या रामदास मोरेने जे उत्तर दिलं, ते ऐकून संपत लव्हळेचं मस्तक तडकलं. मायले झो याच्या, आपून इच्यारावं एक. हा सांगते आलकच.

तो खजिल होऊन दुकानात नजर फिरवू लागला.

कीटकनाशकाचे डबे, बाटल्या ओळीत मांडून ठेवलेल्या, समोरच्या बाजूने

रासायनिक खताच्या थैल्या. थिमिटच्या पोतड्या, गहू हरबऱ्याचं बियाणं, आणखी एक विशिष्ट प्रकारचा वास, रासायनिक दर्प आणि तिथेच मोठ्या, फिरत्या खुर्चीवर दादाराव फालेचा मोठा पोरगा. झुलत बसलेला. काड्याच्या सांगाड्यावर मोठं मडकं ठेवावं तसं त्याचं भलं थोरलं मुंडकं. डोक्यावर डुकरासारखे ताठ केस अन् हाताच्या कुठल्या तरी विचित्र वस्तूची चाळवाचाळव. इकडची मान कट्‌कन तिरपी करून तिकडे फिरवत होतं. तिकडची मान कटकन् तिरपी करून इकडे फिरवत होतं आणि विशेष म्हणजे सतत, सारखं हसत होतं. दादाराव फालेचं हे अवलिया पोरगं, मतिमंद होतं. सारखं गावात फिरत राहायचं. कुठेही. बस स्टँडवर, हॉटेलपुढे; पानपट्ट्यांपुढे...

"हे कसं काय बसलं दुकानावर?"

"हावं साला, तापच आणून बसवला मालकिणीने माह्या बोकांडी. स्टँडवर फिरते. सारखं हॉटेलातल्या आलू-वड्यावर अन् शेव चिवड्यावर टोकणी लागते. शिरिमंतांचं पोरगं, म्हणून हाटेलवालेबी देतात गलुला खायाले. त्याच्यानं हेबी चटकलं. लय चटूरं झालं. नाव घरात थांबत नाही. काल त एसटी जवळून फिरताना, एस. टी. मधल्या नावाड्या लोकायनं भीक वाढली त्याच्या पुढं करेल हातावर. त हाबी रात्री त्यो खुर्दा घेऊन घरी गेला. काही लोक हासत होते अन् काही नवतेबी... कावून की आपल्या गावात समद्यायले माहीत हाये नं हाप मॅड हाये म्हणून अन् गाडीतल्या परवाशाले वाटे भिकारी हाये... आता मले डबल ड्युवटी करा लागती. एक गिऱ्हाईकबी करा अन् याच्यावरबी ध्यान ठेवा; कावून की याले सतत खायाले पाह्यजे काही ना काही... सालं, खायाचं इथं खत नाही त थिमिट. थैली फोडून. नाही त प्यायचं रोगर-एड्रीन. एखांदा डबा फोडून..."

रामदास मोरे बोलायचा थांबत नव्हता. खरं म्हणजे दादाराव फालेच्या या पोराबद्दलची आपल्या मनातली चिडच तो या निमित्ताने व्यक्त करत होता. संपत लव्हाळे मात्र अस्वस्थ झाला होता.

"लाह्यने मालकबी नाही का?"

"ते कसे आस्तील? त्याह्यची परीक्षा हाये बँकेची. तिचा अभ्यास करायसाठी खोलीवरच राह्यतात ते आता चिकलीले."

"आता कोन्ती परीक्षा... त्याह्यले त नवकरी हाये नं?"

"हेत्त तिच्या मायले मी. आहो, तुमच्या टाळक्याच्या बाहीरच्या गोष्टी हायेत ह्या... आज कुणीकून दिवस निंगला कान्नू; आज माह्या मस्तकी सम्दे पागलच या लागले... आहो काका, नवकरी हाये पण ती पतसंस्थेतली. झिजोंल्डी नवकरी. पतसंस्थेवाला काय पगार देते... अडीच हजार का तीन हजारच भेटतात तिथी

दिवसभर गांड घासून... म्हणून इस्टेट बँकेची परीक्षा देऊन राह्यले ते. आपल्या गावातल्या इस्टानवरच्या इस्टेट बँकेसारख्या बँकेची. लय, तीस-चाळीस हजार रुपये पगार राह्यते तिथी...''

''आसं हाये का ते?'' संपत लव्हाळेने उगीच विचारलं.

''मंग? लयेच फरक राह्यले बँका-बँकातबी.''

''आसं हाये का ते, मले वाटलं की सगळ्या बँका म्हन्जे सारख्याच राह्यतात का?''

''नाही, आता तुमचं कर्ज कोन्त्या बँकेचं माफ होते? इस्टेट बँकेचंच नं?''

''कान्नू बुवा! म्या काल्ढंच नाही कधी कर्ज. एकदाच गेलो होतो, त लय कायनू-बायनू कागदं मागा जात. लय हेलपाटे घाला लागतात... वावरातलं काम बुडाजाय. म्हणून सोडपिच्छा केला होता अखेरशेवटी. तसा आथरूण पाहून हातपाय पसरणाराच माणूस हाये मी...''

''कर्ज भेटायचे बी लय गुपित घाले राह्यतात काका! तुमच्यासारख्याले नाही साधत त्या करामती. तुम्ही इळनमाळ वावरात राह्यणारे.''

रामदास मोरे बोलत होता, पण संपत लव्हाळेला त्यात रस नव्हता. त्याच्या डोक्यात दुसराच आवा पेटला होता. त्याची धग सोसवत नव्हती. मन फारच कासावीस झालं होतं. कशातच काही लक्ष लागत नव्हतं. खाण्यात नाही, पिण्यात नाही, कामात नाही, बोलण्यात नाही, का ऐकण्यात नाही. बऱ्याच वेळा तर त्याला आपण काय बोललो, आपण काय ऐकलं, तेच आठवायचं नाही. डोळ्यांपुढे फक्त दादाराव पाटीलच दिसायचा. रस्त्याने जातानाही पुढे एखादा झकपक कपड्यांतला पायजमा-शर्ट घातलेला लिडरछाप माणूस दिसला की वाटायचं, पुढे दादाराव पाटीलच आहे आणि पायाची गती वाढायची.

''पाटील कुठं भेटतील मग आता?''

''जपानले...''

''काहून थट्टा करून राह्यला बे भोसडीच्या...''

''मायची शप्पथ. खोटं नाही बोलत... कीटकनाशक कंपनीकडून टूर निघेल हाये. आपल्या जिल्ह्यातले अ‍ॅग्रो डिलर न् कृषिसेवाकेंद्रावाले नेले कंपनीनं, तिच्या खर्चानं टूरवर... तिच्यात मालकाचाबी नंबर लागला. कंपनीचा लय माल खपवून देलानं. त्याच्याच्यानंच नंबर लागला... आता फुकटात परदेशात जायाची संधी आली त कोणी सोडणार हाये का? माल इकून देतो मी. कास्तकारायच्या मस्तकी मारतो मी. कंपनीची वाहवाई करतो मी अन् टिरीपवर जाते मालक! सिंगापूर ... जपान... ऐश करते. अन् मी बसतो त्याचं हे पिसागट पोरगं सांभाळत, माय मी,

हेतं आसं झालं... मेहनत करे मुर्गा अन् अंडा खाये मुल्ला...''
"कवा येतील पण गावातून ते?''
"आहो, गावातून नाही परदेशातून म्हणा. ते गावाले म्हन्जे काय आपल्या सावरगावले गेले का? जपान-सिंगापूरले गेले जसं ते...''
"हाव, पण कवा येतील ते सांग नं. फाल्तूची झड कावून लावतू भोसडीच्या?'' संपत लव्हाळे चिडून बोलला.
"परवा-तेरवा दिवशी येतील, पण तुमचं काम काय ते नाही सांगितलं. माल पाह्यजे का काही उधारीत? मीबी देऊ शकतो नं! दहा टक्के व्याज किंमतीत जमा करून...''
"नाही. माल नाही पाह्यजे.''
"मंग?''
काय काम सांगावं याले... कसं सांगावं.
"पाण्याचा फेर द्यायचा होता एक. तुरीले. ते इच्यारायचं होतं...''
आपल्या टाळक्यातल्या वावटळीतून बरोबर हे बोलण्याचं, सोन्याचं पान कसं काय उडत आलं लेकाचं? त्याचं त्यालाच नवल वाटलं.
त्याचं बोलणं ऐकून नकारार्थी मान हलवत रामदास मोरे म्हणाला,
"नाही. मग आपल्या बसचं काम नाही लेकाचं. बाईचा इचार घेतला आस्ता, पण बाईबी काही कामाची नाही. जशी खुट्यावर म्हैस बांधेल राह्यती तशी अन्न खाऊन बैस हाये ती. काहीच अधिकार नाही तिले. कोणी घरात तिले काही सल्ला इचारतबी नाही अन् तीबी देत नाही. डोक्सं चालवायचं कामच नाही काही. त्याच्यानं आशी मेंधड झाली या पोरासारखीच. सटारून खाती अन् मटारून झोपती... पण पाण्याचा फेर द्यायचा त लाह्यण्या मालकालेच इचारा लावा न तुमच्या पोरीले. लय फेर देले म्हन्तात त्यानं तिले...''
त्याचं बोलणं ऐकून संपत लव्हाळे वैतागून गेला. कानपल्यासारखा झाला. किती दाट बोलते लेकाचं हे. हाडामासाचं तोंड हाये म्हणून बरं हाये. मडकं आस्तं त फुटून गेलं आस्तं टचकन आतालोक... लेकाचं, इच्यारलेबी सांगते अन् बिनइच्यारलेबी सांगते. खरं म्हणजे, बिनइच्यारलेच जास्ती सांगते.
"बरं जातो गड्या, भेटील ते आल्यावर.''
"वावरातच भेट जा. आता सिझन जरा हाप हाये. त दुपारच्या पायरी हारहारल्या येतात ते वावरात. तुमच्या शेजारीच त हाये. घ्या परवा-तेरवा इचारून.''
"बरं, जातो गड्या मी.''
असं म्हणून संपत लव्हाळेने दुकानाच्या पायऱ्या उतरायला सुरुवात केली.

“आहो काका! थांबा थांबा.”

“आता काय हाय रे?”

“थांबा. घरी चाललेच त जराशीक वाट वाकडी करून जा अन् या कंधाडाले घरी नेऊन सोडा... जाय रे रताळ्या, उठ इथून... तुह्या मायनं भजे केले.”

तसा बसलेला वसंता, धडपडत अंग वाकडं करत उठला. तोही तिथे बांधून ठेवलेल्या कुत्र्यासारखा मठारून गेला होता. कायम मोकाट फिरायची सवय. त्यामुळे बसून बसून जखडला होता.

“वाईटच हाये लेकाचं या पोराचं!”

“खरोखरच वाईट हाये अन् हे शिरिमंताच्या घरी आसं आवलिया जनमलं याचं लय वाईट हाये!”

“कावून रे?”

“आहो काका, आसं बांधू-बांधू अन् कोंडू-कोंडू ठेवतात याले. आवलियाच्या मनोधर्मात बसत नाही हे. आवलियाले कसं दाहीदिशा फिरायाले पाह्यजे. पुन्हा भोंगळं हिंडायले आवडते. गरिबाच्या घरी जलमलं आस्तं त देलं आस्तं मायबापानं घराच्या बाहीर काढून... मंग हे दरमुक्काम दर कोस करत या गावातून त्या गावात भोंगळं फिरलं आस्तं... एखांद्या गावात काही च्युते लोकं भेटलेच आस्ते, त्याह्यनं या हेंबाड्याच्या गळ्यात माळ टाकली आसती. याची पूजा केली आस्ती... याले महंत बनवलं आस्तं... साक्षात देव झाला आस्ता देव... या ‘आय क्यू’ झिरो असणाऱ्या कंधाडाचा. त बरंच झालं आस्तं बिचाऱ्याचं. .. . आहो काका, मोकाट सांड कुठी दावणीले बांधून ठेवतात का? या घरात जन्माले घालून लय गलती केली देवानं... गरिबाच्या घरी आनंदात राह्यलं आस्तं बिचारं आन् याच्याच्यानं मले जी दवदव होती, ती झाली नसती. त्याच्याच्यानं मीबी आनंदात राह्यलो आसतो...”

असं म्हणून रामदास मोरे हसला.

“बरं जाऊ द्या... न्या तुम्ही त्याले... तसात मीच नेऊन सोडतो लेकाच्याले एखांद्या दिवशी एखांद्या दूरच्या गावातल्या देवळाजवळ. अन् तिथं नेऊन कपडे काढून घेणार हाये त्याचे. भोंगळ्याले आपच काही लोकं वरलीचा आकडा विचारतील. काही लेकरू कधी होतील ते इच्यारतील. अन् कावळा बसायशी अन् डांग मोडायशी एक झाल्यावर आपोआप याची पूजा करतील... आपोआपच भोंगळ्या आवलियाचा देव होऊन जाईल...”

संपत लव्हाळेने वसंताच्या हाताला धरलं आणि ओढत घरी नेऊ लागला. हॉटेलजवळ आल्यावर वसंता ‘आलू डे- आल्लू डे...’ करू लागला.

"आरे, चाल बाप्पा. तुह्या मायनं घरी भजे केले. सांगतलं नाही का मंघवा तुले रामदासनं..."

असं संपत लव्हाळे म्हणाला. तशी त्याने कट् करून या कोपऱ्यातली मान त्या कोपऱ्यात नेली. काही सेकंद तशीच ठेवून पुन्हा तिकडची मान इकडे केली आणि संपत लव्हाळेच्या समोर तो धूम करत पळू लागला. त्याच्यामुळे आपोआप संपत लव्हाळेला सुद्धा पायाची गती वाढवावी लागली.

दादाराव पाटलाच्या वाड्याजवळ आल्यावर त्याच्या मनात विचार आला की, दादारावने हो म्हणलं, लग्नाले राजी झाला त आपली संगीता या घरची सून होईल... नवऱ्याले नोकरी, एवढा मोठा वाडा, भरपूर शेती, पुन्हा शेतीत हिस्सेकरी नाही. हाये हे एक कंधाडू, पण रामदास म्हन्ते तसं याले त्याच्यासंगं आपूनच कुठंतरी जत्रेत नेऊन सोडू. नाई त रामदासले हजार-पाचशे देऊन, दूर तिकडी पंढरपूरात नेऊन सोडायचं सांगू... राह्यता राह्यले म्हतारा-म्हतारी. ते का जन्माले पुरणार हायेत का? मंग काय राजाराणीचाच संसार...

कुठून तरी धाड्-धाड् खडाड्-खडाड् असे आवाज कानठळ्या बसवू लागले. तशी संपत लव्हाळेची तंद्री भंगली अन् एकदम डोक्यावर वीस-पंचवीस ओल्या कडब्याच्या पेंढ्याचा भारा असल्यासारखं जडभारी वाटू लागलं.

वसंता चारी अंगाने मोकळा होऊन आपल्या वाड्याच्या दाराची कडी वाजवत होता. संपत लव्हाळे आपलं जडभारी मस्तक घेऊन रस्त्यावरच उभा होता.

बराच वेळाने दार उघडलं गेलं.. दादाराव पाटलाच्या गलेलठ्ठ बायकोने दार उघडलं आणि जांभई देत ती पाहू लागली. तर-

"मले भजे दे... भजे दे..."

असं म्हणत, कावरा बावरा पाहत, वसंता मुसंडी मारून वाड्यात पळाला.

दादाराव पाटलाची बायको तिथेच उभी राहून अंग खाजवत होती. दुसरीकडे लागोपाठ जांभया देणंही सुरू होतं. तिच्या कमरेवर, पोटावर, छातीखाली ब्लाऊजच्या कडेने आणि दंडावर ब्लाऊजच्या बाह्याखाली मासाचे गोळे लोंबत होते. गालही तसेच गुबगुबीत धोदरल्यासारखे होते. मिचमिच डोळ्यांनी ती संपत लव्हाळेला पाहत होती.

"म्या आणलं त्याले दुकानावून घरी..." संपत लव्हाळे हसत म्हणाला.

"आसं का? बरं केलं!"

असं म्हणून तिने पुन्हा एक जांभई दिली आणि वाड्याचं दार लावून घेतलं. तसा संपत लव्हाळे उदास झाला. त्याला तिच्याशी बरंच बोलावं असं वाटत होतं.

मनातला भावनेचा समुद्र सांडधर करून तोंडावाटे कसा बाहेर सोडावा, याची जुळवाजुळव सुरू असतानाच असं खाट्कन दार बंद झालं. तसा तो पायउचल झाला.

"का हो! काय झालं? भेटले का दादाराव फाले पाटील?" तो घरी गेला तेव्हा अधीर होऊन मनकर्णाने विचारलं.

"नाही भेटले. ते जपान-सिंगापूरले जायेल हायेत टूरवर."

"कुठी?" तिने आश्चर्याने विचारलं.

"जाऊ दे तिकडी मसणात... परवा दिवशी वावरात येईल तव्हा भेटू आपून... मले झेंडूबाम्बची बाटली दे पहिल्यांदा आणून. छाताडात डाव्या बाजूनं लय चमचम चमका निघाय लागल्या लेकाच्या."

दादाराव पाटलाची वाट पाहण्यात पुन्हा दोन दिवस गेले.

दोघं नवराबायको अकरा वाजताच शेतात जात होते. डी. पी. रोडवर दूरवर डोळे लावून आपल्या शेताच्या बंधाऱ्यावर लिंबाच्या सावलीत बसत होते.

वळणावरून अलीकडे कुणाची मोटारसायकल आली की त्यांना वाटायचं, त्याचीच आली आणि ते उठून उभे राहायचे. टकाटका जवळ येईपर्यंत पाहत राहायचे.

पण ती दुसऱ्याचीच निघायची. डी. पी. रोडचा हा रस्ता पुढे सवण्याला जायचा. मध्ये काही गावं होती. त्या गावांना जाणाऱ्या ह्या फटफट्या असायच्या.

तीन दिवसांत दीडशे वेळा अशी उठबस केल्यावर बुधवारी दुपारी एकदाची दादारावची मोटारसायकल आली.

जिवात जीव आल्यासारखा वाटला. आपल्या शेताच्या हद्दीत रस्त्याच्या सुलूपावर आणि आपल्या शेताच्या धुऱ्याच्या अलीकडे त्याने मोटारसायकलला स्टँड दिला. बेळफाट्यात अडकवलेली आडवी कुपाटी काढून तो आत गेला. शेतात ढोर वासरू येऊ नये म्हणून पुन्हा कुपाटीचा झोपाटा बेळफाट्यात अडकवतच होता तर हे दोघं नवराबायको हात वर करून येताना दिसले.

"थांबा पाटील! आम्हाले येऊ द्या आत..."

दोघंही आत गेले. डाव्या बाजूनचे याच्या आणि त्यांच्या दोघांच्या शेताच्या हद्दीचा बांध होता. इकडच्या रस्त्याकडच्या धुऱ्यावर एक मोठी चिंच होती. दोन वर्षांपूर्वीच चिंचेचे शेंडे छाटलेले होते. त्यामुळे चिंचेला परमगुस असे नवीन तुरंबे फुटलेले होते. त्यामुळे नवीन फुटवे ल्यालेली चिंच भलतीच गोंडाळून गेली होती.

त्याचप्रमाणे रब्बीच्या दिवसात चिंचेच्या जवळच्या शेतात गहू, रब्बीचा मका किंवा कांदा लावला जायचा. त्यामुळे जमिनीच्या आत खोलवर आणि दूरवर गेलेल्या मुळांना भरपूर पाणी मिळायचं. जमिनीतलं भरपूर पाणी शोषून ही मुळं वर फांद्या-पानांना पुरवायची. त्यामुळे चिंचेचा विस्तार घनदाट झाला होता. गडदगच्च काळोखी सावली खाली पडायची. त्यामुळे कोरडवाहूच्या शेतातल्या इतर चिंचेच्या झाडासारखे हे झाड खेंडके-बेंडके, वेडेवाकडे जरगठलेलं दिसायचं नाही. खात्यापित्या घरातल्या खानदानी बाईसारखं भारणसूद तालेवार दिसायचं. त्यातच पुन्हा शेतात कायम राखणीला माणूस असायचा. फांद्याफांद्यावर दाटून येणारे चिंचेचे गाभूळ घोस बाकुळाचे आकोडे लक्ष वेधून घ्यायचे. राखणीला असलेला तिरमख लक्ष ठेवून होता. भरीत भर म्हणजे दोन वर्षांआधीच या झाडावर करणखेडच्या सुदामा दूधफळेने फाशी घेतली होती. ते परिसरात सर्वांना माहीत होतं. त्यामुळे वर चढून चिंचा तोडायची कुणाची हिंमत होत नव्हती.

"बोला नं लवकर काय म्हन्ता तं." दादाराव पाटील त्यांच्याकडे पाहत हसत म्हणाला.

तो हसला, तसा दोघा नवराबायकोंना धिरोसा आला.

"यानं इकडी. जरा सावलीत बसू!"

"सावलीत बसायले कुठी टैम हाये? फेरी मारून पुन्हा वापस जायाचं मले. आमच्या शेतकरी विकास मंडळाची मीटिंग हाये राहेरीले संध्याकाळी..."

"तरीबी बसा घटकाभर... बसा... मी पान देते." असं म्हणून मनकर्णा खाली बसली. कमरेची पिशवी बाहेर काढली. पिशवीच्या उजव्या बुडात दोन पानं होती. ते बाहेर काढून ती पानाला चुना-कात लावू लागली.

"कशी काय हाये आवंदा कापसाची झडती?" संपतने विचारलं.

"चांगली हाय. मडाखेडच्या बी. टी. कॉटन पाटील टेक्नॉलॉजीत सहभागी होतो नं आमी..."

"आस्सं! चांगला हाये आमचाबी उतारा..."

"घ्या भाऊ... पान खा." मनकर्णाने अदबीने पान दिलं.

पान तोंडात चघळत दादाराव पाटील त्यांच्याकडे पाहत होता. मनकर्णा पिशवीत हात घालून काहीतरी लुडबूड करत होती. संपत चिंचेच्या फांद्यात पाहत होता. पाहता पाहताच तो म्हणाला.

"चिंचेले काही भिडून माल झोंबला आवंदा. राखण भिडून करायची सांगा तिरमखले..."

"करतेच त्यो त्याच्या हिशोबानं, पण तिकडच्या इहिरीकडच्या आऊडातच

चांगलं ध्यान द्यावं लागतं. आवळा- पेरू- पपया- डाळिंब, सगळ्या फळबागा तिकडच्याच बगनं हायेत ना... मिस्कीन वाडीच्या पांदीकूनच जास्त लोक तरास देतात. शाळेत जाणारे पोट्टे-पाट्टे संध्याकाळच्या पाह्यरी लय खेव देतात. चिचिचं काय? चिचिचं राखण भूतंच करतात....''

असं म्हणून दादाराव पाटील हसला.

''हावं, बरोबर हाय तुमचं.'' संपतही लाचार हसला.

''बरं, काय काम हाये तुमचं ते सांगा नं लवकर. कावून गुळणी धरून बसले? मूठभर घुगऱ्या न् सारी रात मचमच आसं कावून करा लागले?''

''हावं! सांग वं तू!''

''मी कशी काय सांगू माय, तुमीच सांगा नं!''

''काय पानी पाह्यजे का? आता काही जमणार नाही. मले सिडचा कांदा वाढवायचा आवंदा, त्याच्यासाठीच खाली ठेवला हा चार एकराचा तुकडा. तुम्ही बोअर घ्या. का तुमची इहिर खोल करा. नाही त लवणाकून पुन्हा दुसरी इहिर खंदा... गंज बदबद माल होवून राह्यला तुमाले. माह्या भरोशावर बसू नका बरं आवंदा. आत्ताच जतावून सांगतो.''

तोंडातल्या पानाची चाळवाचाळण करत, तोंडात जमा झालेला तांबूल न थुंकता दादाराव बोलत होता. त्यामुळे आपोआपच त्याचा आवाज पानाळला होता.

''नाही. ते नाही. दुसरंच बोलायचं होतं...''

''आरे, बोलानं मंग फट्दिशी. कावून ताकाले जावून भांडं लपवता? अन् आपून का बिराणे होवोत का? शेजारीच हावोत न... का पह्यल्यांदाच थोडे भेटून राह्यलो एवढी गुळणी धरायले, का आपून इवाई-जवाईबी नाही बुवा आशी लाज सरम बाळगायले.''

हे बोलणं ऐकून संपत लव्हाळेला धीर आला. तनामनातलं सगळं बळ एकवटून तो म्हणाला, ''ते आम्हाले असं सांगायचं होतं की, ते तुमच्या अमोलरावनं अन् आमच्या संगीतानं पिरेम केलं आमच्या वावरात अन् त्या झमेल्यात पोट आणलं राजेहो अमोलरावनं संगीताचं... दिवस गेले तिले.''

''काय?'' दादारावने एकदम वाटीएवढाले मोठे मोठे डोळे केले. तोंडातलं चावतं पान एकदम स्थिर झालं.

थोडा वेळ तसाच पाहत राहिला आणि मग थूऽऽ थूऽऽ करून त्याने तोंडातलं पान सरसगट थुंकून टाकलं. दोघांच्या अंगावर थुंकल्यासारखं.

''काय बका लागले संपतराव तुम्ही हे? आहो, खालूनवरून पांढरे झाले नं? कावून आळ घ्याय लागले माह्या पोरावर?''

"खरंच सांगून राह्यले ते. आम्ही सगळी खडणीगूत केली न... तुमच्या अमोलरावले इच्यारून पाहा..." मनकर्णा त्याचे डोळे टाळत, चाचरत म्हणाली.

"आपला नाही भरोसा बसत त्याच्यावर." असं म्हणून तो तटकन उभा राहिला.

"अजिबात नाही भरोसा बसत याच्यावर." असं म्हणून मटकन खाली बसला.

"खरंच सांगतो आम्ही...."

"म्हणूनच म्हणलं त्याह्यची सोयरिक करून टाकू आता..."

"काय? सोयरिक? आरे, आशी झाडाखाली बसून सोयरिक होती का चिरगुट चोक्यायहो? अवकात तरी हाये का तुमची? आम्ही वतनदार हाये जसं या गावचे अन् तुम्ही उपरे. तिकडचं दहा एक्कर इकून इथं पाच एक्कर घेणारे. तुमची अन् आमची काय बरोबरी?"

तो एकदम भडकला. त्याचं बोलणं ऐकून संपत लव्हाळे गलितगात्र झाला. त्याची नजर भुई शोधू लागली. तर चिंचेखालच्या वरईवर दिसलं, सकाळपाह्यटी येऊन गेलेल्या वानरांनी दगडावर बद्‌बद हागून ठेवलेलं होतं.

"आम्ही का आमच्या मतानं आलो का? तुमच्या पोरानंच मथवलं आमच्या साध्याभोळ्या पोरीले. त्यानं हागून ठेवलं अन् आम्हाले निस्तरणं आलं."

"हाव बरं, लयेच साधीभोळी पोरगी हाये तुमची. पाह्यतो न मी येताजाता. कशी वळके मारत चालती ते. हातभर पदर अन् वेशीलोक नजर... चाल चवड्यावर अन् नजर डोकड्यावर..."

"माह्या पोरीले अजिबात नावं ठेवायचे नाही..." असं एकदम बोलून मनकर्णा पुन्हा ढेकळासारखी विरून गेली.

"बरोबर हाये तुमचं... कोणीबी आपल्याच ताकाले गोड म्हन्ते... अन् पुन्हा तुमाले सांगतो, मनकर्णाबाई! हत्ती होऊन लाकडं फोडू नका. मुंगी होऊन साखर खा... पुन्हा एका हातानं टाळी नसते वाजत. तवा गरम आसंल तव्हाच भाकर शेकती नं! आवा गरम आसंल तवाच मडकं भाजते नं?"

"म्हन्जे?"

"कशाले फोड करून सांगा लावता आता? तुम्हाले का समजत नाही. येडे होवून पेढे खाय लागले तुम्ही... मलेत वाटते, तुम्हीच कट केला हा. आन् पोरीले बेलाशक पाठवलं आमच्या पोराजवळ. लय चतरे दिसता तुम्ही. एवढं मोठं वावर... धंदे... नवकरी... बरी शिकार गठवली तुम्ही. आमचं पोरगं काय, भोळंभाबडं... दुनियादारी कुठी माहीत हाये फोकणीच्याले. आवकाळी उठलं अन् भोपळ्यात मुतलं... लोण्याजवळ इस्तू आणून ठेवला तुम्ही अन् पघळवलं लोणी..."

“नाही हो पाटील... आमचा काहीच कावा-दावा नाही इच्यात. देवाची शप्पथ... या वावराची शप्पथ... पोरापोराईत झाला हा परकार. सम्दं फाडून ठेवलं लेकाच्यायनं...” तो लाचार होत म्हणाला.

“फाटलं बी नका म्हणून पाटील. इतळलं म्हणा... फाटल्यावर तरी टाके घालून शिवता येते. इतळल्यावर त थिगळंच लावा लागते नं?” मनकर्णा म्हणाली.

एव्हाना दादाराव फाले पाटलाच्या मनात काहीतरी चमकून गेलं असं दोघांना वाटलं. कारण त्याच्या चेहऱ्यावरचा धगधग धगवा जाऊन तिथे आता मधागळ गोडवा आलेला जाणवत होता. होते का काय राजी... त्यांच्या मनात आलं.

“बरोबर हाये मनकर्णाबाई. पोरायनं फाडून ठेवलं, आपून थिगळ लावायलेच पाह्यजे. लावतो न मी थिगळ, तुम्हाले पटते का पाहा!”

“न पटायले काय झालं? पडती बाजू हाये नं आमची. याच्यावर इलाज नाही काल्ढा आपून त पोरीले एखांदी इहिरच साजरी करावं लागंल आमच्या. सोन्यासारखी पोरगी हाये आमची. तुम्ही त पाह्यताच कामाची किती कढोती हाये. माणसावानी कामं करती कुणबिकीत... पदरात घ्या तिले?”

“हाव घेतो नं, पण जरा खुटा बदलून घेऊ आपून?”

त्याच्या बोलण्यावर दोघं नवराबायको थोडं हर्षभरित झाले आणि थोडे साशंकही.

“आपून असं करू, लाह्यण्याच्या आयवजी तिचं मोठ्याशी लगन लावून देऊ.”

“कोणाशी? त्या अवलियाशी...”

“काय होतं मंग... येळ परसंगाले सादर व्हाच लागते. आंधळा डोळा काजळानं साजरा करावंच लागते.”

“आहो, पण तिचं पोट लाह्यन्यानं आणलं न? अन् ह्या हेंबळ्याचा काय संबंध... काहीतरी आक्कल हाये का त्याले... आमची एवढी सोन्यावाणी पोरगी... सोनं अन् लोखंड एकाच तराजूत मोजता का तुम्ही?”

“त्याले काय इलाज हाये आता?”

असं म्हणून त्याने खिशातली तंबाखूची डबी काढली आणि तंबाखू मळत तो दोघांचे चेहरे न्याहाळू लागला.

कुणीतरी फडाफडा गालात थापडा मारल्यासारखे दोघांचे चेहरे झाले होते. खर्र खर्र सुकून गेले होते.

त्याचं बोलणं ऐकून संपत लव्हाळे हबचक झाला होता... काही हरामी हाये हा माणूस. बातच या बोटावरचा थुका त्या बोटावर करते. तसा या कामात पटाईतच हाये म्हणा, व्यापारी लाईनचा माणूस हाये नं! सारे व्येव्हार नफ्याच्याच

नजरेने करणार. जिथं तिथं नफाच पाह्यणार. त्या हेंबळ्या झवण्याच्या पोराले कोणी भिकारीण पोरगी देणार नाही आपली. म्हणूनच तीस-बत्तीस वर्षाचं टेम्पं झालं, तरी लगन नाही होऊन राह्यलं त्याचं. आपून आयतेच फाशात आलो त्याच्या. त ठायकीच दावणीले गुतवून राह्यला आपल्याले. तेबी पुन्हा गव्हाणीत त चारा टाकला अन् तोंडाले मुसके बांधले. . आशी गत केली आपली...

"त्याचं काय हाये संपतराव... " तोंडातली तंबाखूची गुळणी तो थुंकत नव्हता आणि गिळूनही घेत नव्हता. त्यामुळे त्याचा आवाज तंबाखूळून गेला होता.

"अमोल्याशी केलं आस्तं आपून लगन, पण काय करता, मेडशिंगीच्या पाव्हण्याशी जबान जायेल हाये पाहा गुदस्ता... आजकाल नवकरीवाले पोरं कुठी भेटतात आपल्यात? अन् ज्याले त्याले वाटते पोरगी नवकरीवाल्यास देवाव. अन् ती पार्टी त लय जयसंग हाये. तुमीत नाव आयकुनच आसाल मेडशिंगीवाल्या शंकरराव पठाडेचं? मांगच्या टर्ममंधी झेड. पी. चे अध्यक्ष होते ते. महान राजकारणी माणूस, माहीत आसतील न तुम्हाले? माहीतच असतील न तुम्हाले?"

"नाही बुवा. आपला काही संबंधच नाही राजकारणाशी."

"आमच्यासारखीच वतनदार पार्टी हाये त्या गावची. त त्याह्यनं पाच लाख रुपये हुंडा तोंडानं कबूल करेल हाये माह्याजवळ. मांगतल्यावर त दहा लाख सज देतील ते. त्याह्यच्या भाई दहा लाख म्हणजे काय? गोमीचा एक पाय... गोमीचा एक पाय तुटल्यानं कुठी लंगडी होती का ती... अमोल्याले माहीत नव्हतं आमचं हे! नाहीत त्यानं पिरमेच केलं नस्तं तुमच्यासारख्या भिकारचोटाच्या पोरीवर... तुमच्या जवळ हाये काय? ही जमीनच नं! ही इकली तरी दहा लाख रुपये येणार नाही तुमच्याजवळ... पुन्हा आमचे लय प्रेमाचे संबंध हायेत बाबा, त्याह्यच्या मळ्यातल्या वांग्याच्या फडाले वांगं जरी आलं तरी पह्यलं वागं ते आम्हाले पाठवतात अन् आमच्या फडातली पहिली पिकली पपई आम्ही त्याह्यले पाठवतो... आता इच्यार करा माह्याजागी तुम्ही आसते तर काय केलं आस्तं? सांगा मले, माह्या जागी तुम्ही आसते त तुम्ही काय केलं आस्तं?"

तो पुन्हा पुन्हा विचारत होता.

उत्तर देण्यासाठी संपत लव्हाळेनं दोन वेळा तोंड उघडलं, पण तो काहीच बोलू शकला नाही. त्याने बायकोच्या तोंडाकडं पाहिलं, तर त्याला दिसलं ती भायाभिन्न होऊन आपल्याकडेच पाहत आहे.

मधल्या काळात त्याच्या डोळ्यापुढे तीन-चार वेळा आवलियाचं मुंडकं हेलकावून गेलं होतं. मोठं मडक्याएवढं मुंडकं.... बेफजुल हसणारं. दुकानाच्या किंवा घराच्या ओट्यावर झुलत बसलेलं. इकडची मान गर्रकन तिकडे फिरवणारं

अन् तिकडची मान गर्रकन इकडे फिरवणारं... स्टँडवर फिरताना हॉटेलातल्या परातीतले आलूवडे खिशात भरून बोकणे भरणारं...

त्याला काय करावं, काय बोलावं, काहीच सूचत नव्हतं. फक्त एकच वाटत होतं. बायकोजवळची झेंडूबाम्बची बाटली मागून घ्यावी आणि बोटावर बाम्ब घेऊन खसाखसा डाव्या छातीवर रगडावी.

संध्याकाळ झाली होती. घरातला टीव्ही चालू नव्हता. मागच्या छपरीत संगीता भाकरी थापत होती. तिच्या पुढे बसून मनकर्णा शेंगा सोलून सोले बाहेर काढत होती. एकेक दाणा ताटाच्या एका बाजूने पडत होता. हात यांत्रिकपणे शेंगा सोलत होते, पण मन थाऱ्यावर नव्हतं. चुलीतला जाळ तिच्या चेहऱ्यावर भगभगत होता. भाकरी थापणारी संगीता अधूनमधून मायकडे चोरट्या नजरेने पाहत होती. तिच्याच नकळत सुस्कारे टाकत होती.

गोठ्यातल्या बैलांच्या दावणीत संगीताने नुकताच ओला चारा टाकला होता. चारा खाताना त्यांच्या नागासारख्या पिळदार शेपटांची सारखी हालचाल-वळवळ होत होती. शेपाळ्याच्या सपकाऱ्याने बैलांच्या अंगावरच्या गोमाशा इथून उठून तिथे बसत होत्या. जांघातली, दोन्ही मांड्यांच्या मधली जागा त्यांना जास्त सुरक्षित वाटत होती. कारण तिथे शेपाळीचा फटकारा बसायची भीती नव्हती. चारा चाबलताना बैलांच्या गळ्यातल्या घागरमाळा लयबद्ध खणखणाट करत होत्या. अधून मधून त्या आवाजाचा चहाळ घेत ठुणीला बांधलेली बकरी समोरच्या ठुणीचा ट्यांकळणीचा पाला चाबलत होती. तिच्या अवतीभवती उड्या मारणारं बकरूही तिला अधून मधून पाल्यातल्या एखाद्या पानाचा शेंडा खाऊ लागत होतं. मध्येच तिच्या मांड्यात घुसून थानाला चोखत होतं.

“मावंऽ मपला बा कुठी हाये? मपला बा कुठी हाये सांगऽऽ. . ”

शंकऱ्या समोरच्या दारातून घरात अन् घरातून इकडच्या छपरीत ओरडतच आला.

हातातलं दप्तर त्याने पोत्याच्या थप्पीजवळ फेकून दिलं आणि पाय आपटू लागला. खांद्यापासून मोकळे करत हात झटकू लागला.

“वावरात गेला रे तुपला बा... आसं काय काम पल्डं लगे? अन् कावून थाय थाय नाचा लागला?”

“माह्या बापाले सांग... मले अभ्यासाची आलक खोली बांधून दे. त्या महेश्यानं मले काढून देलं त्याच्या घरातून अन् त्याच्या बहिणी मले हासत होत्या..”

“कावून रे? काय म्हणे महेश्या?”

"त्यो म्हणे की तू माह्या घरी अभ्यासाले नको येत जावू... तुह्या बह्यणीनं पोट आणलं म्हणे."

त्याचं बोलणं ऐकून मनकर्णाच्या सगळ्या अंगावर सर्रकन काटा दाटून आला. कुणीतरी आपल्याला आगीच्या ज्वाळात फेकून दिलं असं वाटू लागलं. तनामनाची आग आग झाली.

"कुठी आणलं व तुवा पोट... दाखव मले. तूहं पोट त सवान दिसते... कुठी आणलं पोट... दाखव मले. . "

शंकऱ्या भाकरी थापणाऱ्या बहिणीपुढे उभा राहून ओरडत होता. तशी मनकर्णा धडपडत पडत झडत त्याच्या जवळ गेली आणि त्याचं तोंड दाबून धरलं.

"तोंड काहून दाबून धरलं माहं? सोड मले..." शंकऱ्या घुसमटल्या आवाजात मायला झिंजाडू लागला, पण तिची पकड पक्की होती. सुटत नव्हती. तो धुसमुसत धडपडत होता.

मायने त्याला तसंच हेलपाटत घरात नेलं. त्याच्या कंबरेत दोन लाथा घातल्या.

"कावून मारा लागली मले?"

"चूप बैस, बोंबलू नको बारझवण्या... चूप बैस... चूप बैस."

एव्हाना प्रकरण काहीतरी गंभीर आहे याची जाणीव शंकऱ्याला झाली. दाबल्या जागीच त्याने हातापायाचा मुटकळा केला आणि भयभीत नजरेने तो मायकडे पाहू लागला. त्याच्या तोंडातली लाळ खाली गळत होती. नाकातल्या लोळ्या तोंडात जात होत्या.

माय पुन्हा सोल्याच्या परातीजवळ येऊन बसली. बराच वेळ टक लावून चुलीतल्या जाळाकडे पाहत बसली आणि एकदम झटका आल्यासारखी दोन्ही हाताने आपलं मस्तक झोडून घेऊ लागली. तिच्या हातातल्या बांगड्या खळाल्-खळाल् वाजू लागल्या.

"झाली व माय बोंबऽऽ ज्याची भीती होती तेच घल्डं. कसा पत्ता लागला व माय लोकायले... गुपीत घाला होता नं हा त... त्या दादाराव पाटलानंच केली वाट्टे बोंब. .. . आपूनत हागणदारीतल्या सावलीलेबी सांगतली नव्हती नं ही गोष्ट..."

घोगऱ्या, धुपत्या, धुसमटल्या आवाजात ती ओरडू लागली.

बांगड्यांच्या आवाजाने चारा खाणारे बैल माना वळवून तिला पाहू लागले. ठुणीची बकरी भेदरून ओरडत इकडची तिकडे पळू लागली.

तिकडून भेदरलेल्या शंकऱ्या तोंडाचा 'आ' वासून एकदा मायकडे तर एकदा बहिणीकडे पाहत होता.

हाताने डोकं झोडून समाधान झालं नाही म्हणून मग ती दोन्ही हात भुईवर आपटू लागली. किण्-खिन्, किण-खिन्ऽऽ आवाज करत तिच्या बांगड्या फुटू लागल्या. अंगाचा घोळसा घोळसा करत मग ती भुईवर कपाळ झोडून घेऊ लागली. तेव्हा संगीता धडपडत उठली आणि मायला तिने आवरून धरले.

"तू कशाले घोळसा करती जिवाचा? मीच माहं काळंपांढरं करते नं... जीव देते गोसायाच्या आडात जावून. म्याच चकरात आणलं तुमाले... वड्याखड्यात लोळून त्याले उरावर घ्यायचा. मलेच लय कंड आला होत नवं."

असं संगीता म्हणाली तसं मायेने तिला घट्ट ओढून घेतलं. संगीता हेलपाटत तिच्या अंगावर पडली. तिला गच्च आवळून धरत माय म्हणाली.

"तसं करू नको व माय हारणे... माह्या कातड्यातलं आतडं हाये तू... तुह्या पाया पडते... जीव देऊ नको... तुले माही शप्पथ हाये... शोधूच आपून काही ना काही इलाज. सांग देशील का जीव? सांग..."

तिने तिचं तोंड आपल्या हाताच्या ओंजळीत घेतलं.

"नाही देत, पण तू घोळसा नको करून घेवू जिवाचा..."

आठ दिवसापासून सगळं घरच चक्रात आल्यासारखं झालं होतं.

जिवाले भणभण वाटते. करमत नाही असं मनकर्णाला सांगून संपत लव्हाळे बहिणीच्या गावी करणखेडला गेला होता.

अर्धी रात्र झाली होती. गावाच्या बाहेर पांढरीत भयानक आवाजात दहा-पंधरा कुत्रे एका सुरात विव्हळत होते. त्यांच्या आवाजाने काळजावर काटा उठत होता. समोरच्या बाजूने संगीता डोळ्यावर आडवा हात टाकून झोपली होती. तिच्या बाजूला शंकऱ्या. सोयाबीनच्या पोत्याला टेकून मनकर्णा पोरीकडे पाहत होती.

मध्येच ती उठली. छपरीतला लाइट लावला. छपरीतल्या चुलीतला जाळ लाकडावरची काजळी झटकून मोठा केला. चुलीवरच्या भगुण्यातलं कालवण आता रटरटून आट धरू लागलं होतं. तिनं वाकून पाहिलं आणि पुन्हा अर्धा ग्लास पाणी त्यात टाकलं. रसायन थोडं शांत झालं. पुन्हा गदकावलं. भगुण्यातल्या उकळीने संगीत सुरू केलं. संगीताला आठवलं, ज्या बोरूच्या बिया आपण उकळून पीत आहोत त्याच बोरूच्या पिवळ्या-शेंदरी फुलांच्या दाटीत आडोसा धरून आपण कितीतरी वेळा अमोलच्या अंगाला बिलगलो. तो आपल्या अंगाला... अन् त्यावेळी ह्याच बोरूच्या मऊसूत कळ्या आपल्या अंगावर हेलकावायच्या... कळ्यांची फुलं झाली. फुलांचे घाटे... खुळ खुळ वाजले... त्या खुळखुळ्यातलं हे बी आता चुलीवर उकळू घातलं... ते आपल्या पोटात जाणार अन् पोटातल्या

उमलू लागलेल्या कळीला नासवून टाकणार... तिच्या मनाच्या डोळ्यात झुलत राहिलं पिवळ्या-शेंदारी फुलोरी कळ्यांचं बोरूबन... बोरूच्या काड्या वाळल्या... पेंढ्या बांधल्या. पेंढ्या काटशेवरीजवळ लेंडीनाल्यात भिजू घातल्या. पेंढ्या सडल्या. घुर्रट शेवाळ्या वासानं शिवार भणकलं... भिजक्या पेंढ्या वर काढल्या. सरासर त्यांच्या अंगावरची पातळ साल ओढून घेतली. काड्यांची मळकट अंगं, भोरीभस झाली. गोरीपान... नदीच्या पाण्यात खडकाशी लवणं पडून धुणं धुणाऱ्या बायका-पोरींच्या उघड्या पिठाळ पोटऱ्यांसारखी. ताग बाजूला झाला... सणकाड्या हलक्या झाल्या... आता उकळी दाट होईल. गदका येईल... अन् मग आपणही होऊ ताग उपसून फेकलेली सणकाडी...

"चाल उठ... गदका आला बरूच्या बियाले... चाल घे गट् गट् पिवून..." मनकर्णाच्या मनातही तसाच गदका आला.

संगीताच्या पाठीवर हात ठेवत, आसू गिळत ती म्हणाली. तसे तिचे दोन्ही हात गच्च धरून तिच्या डोळ्यात व्याकूळपणे पाहत संगीता म्हणाली,

"एकदा आईकच मा माहं तू... हा आघोरी उपाय नको करू... आपून पाह्यटीच शालू मॅडमकडं जावू. त्याह्याकडून नाही काही इलाज निंगला त माही शप्पथ; उद्या घेईल मी हा बरूचा गदका."

"तूही इच्छा हाये त तसं करू, पण याच्यातून सुटका करून घेऊ बाई आता. जास्त दिवस लांबत गेलं त हाल होतील... आसं गळून गेलं वर उठायच्या आत, त लोकायले दिसणार तरी नाही बाई... बोंब काय कोणाच्याबी नावाची काही होती. त्याले भ्यायचं नाही. काही दाखवायचं नाही तोंडावर... माघारीच बाया करतात कुचकुच. तोंडावर बोलायची काय टाप हाये कोणाची. फाडून खाईन मी एखांद्याले... नल्डं फोडीन बोलणाराचं... कोणी धुतल्या तांदुळाचं नसते. सगळ्यायच्याच गांडीखाली काही ना काही अंधार राह्यतेच. .. ."

असं बोलत चालत तिने चुलीवरचं भगुणं सांडशीत धरून दूर मोरीच्या वळचणीत नेऊन ठेवलं. ग्लासातलं पाणी हातावर घेऊन आहारावर शिडकावा मारला.

धगधगत्या आहाराचे ताबडतोब काळे कोळसे झाले. थोड्याच वेळात धुपतधापत चूल शांत झाली.

सकाळीच त्या दोघी शालू मॅडमच्या घरी आल्या. बाहेरच्या खोलीत जाजमावर म्हातारा बसलेला होता. त्याच्या पुढ्यात पंचांग. डायऱ्या... आणखी लांबच्या लांब कागदाची माळ. भोवताली पसारा मांडून तो काहीतरी बोटावरचे कांडे मोजत हिशेब जुळवत होता.

"या या... भविष्य पाहायचं का तुम्हाले?" दोघी दिसल्यावर म्हाताऱ्याने चष्म्याच्या वरून पाहत विचारलं.

"नाही. आम्हाले मॅडमले भेटायचं. गेल्या कुठी त्या?" मनकर्णाने विचारलं.

"बसा तुम्ही. अंघोळ करायले गेल्या बाई."

दोघी अंग चोरून भिंतीशी बसल्या.

समोर टीव्ही सुरू होता. गाण्याचे चॅनेल. मोकळा निसर्ग. झाडं... नदी... झुळझुळ पाणी आणि ती पुढे, तो मागे. पळापळी. आवळाचिवळी आणि सोबतीला गाणं.

"बंद करा न बाबा गाणे... नुसता धांगडधिंगा..."

"राहू द्या नं... आमच्या शालूले आवडतात गाणे."

तेवढ्यात जाहिरात आली. जाहिरातवाली बाई गडबडीत आतलं दार लावत अंगावर कपडे घालत मोबाईलवर बोलत होती. एकदम खाजगी हलक्या आवाजात-

"पहले ये बता, कब हुआ? कितने बजे?

कोई प्रोटेक्शन बिना...?

प्रेगनन्सी हो गई तो सिधा ॲबार्शन?...

आणि मग वेगळ्या आवाजातला सल्ला...

बहात्तर घंटोंके अंदर सेव्हन्टी टू आय. पी. एल. लिजिए... और अनचाही प्रेगनन्सी को रोकिये... आणि एक पाकीट... शून्य... शून्य... शून्य...

संगीताच्या मनात आलं, हे तर आपून हमेशाच पाहत होतो. कसं नाही ध्यानात आलं? आपल्याही अन् त्याच्याही?

आणि तिला पश्चात्ताप झाला.

दारातून शँपूचा गंध... मग आतल्या दारात शालू मॅडम झळकली. अंघोळ केलेली. ओल्या केसांची. थोडा वेळ तिला ओळख लागली नाही. जेव्हा लागली तेव्हा ती ओरडली-

"अग बाई, कोण? संगीता लव्हाळे; तू? किती बदलली. अन् साडीत आहे नं, त्यामुळे ओळखलं नाही तुला! अन् ह्या कोण? कशा काय आल्या?"

"माय हाये मी तिची... आमच्यावर लय वाईट येळपरसंग आला. मार्गच सुचेना झाला. संगीता म्हन्ली आपून मॅडमकडी जाऊ. म्हणून आलो.."

"असं! असं! या आत या."

शालू मॅडमला झालेला आनंद तिच्या चेहऱ्यावर झळकत होता. ते पाहून दोघींना बरं वाटलं.

दोघी आत आल्या. आतल्या पलंगावर एक म्हातारी सरळ ताठ झोपलेली होती. काहीच हालचाल नाही. फक्त एकटक डोळे. एकटक पाहणारे.

दोघींना आत आणलं. तसे म्हातारीचे डोळे हलले. मुखात दात नव्हते. त्यामुळे तोंडाचं बोळकं झालेलं. कोण बायका आल्यात? असा भाव तिच्या चेहऱ्यावर दिसला. त्यामुळे शालू मॅडम म्हणाली,

"विद्यार्थिनी आहे माझी बारावीतली... म्हणजे होती... आणि ह्या तिची आई."

बाईंनी ओळख करून दिली म्हणून मनकर्णा पलंगाजवळ जाऊन उभी राहिली. संगीताही गेली.

"आई आहे माझी. पॅरेलिसिस झाला तिला दोन वर्षांआधी. अंथरुणालाच खिळून आहे."

असं शालू मॅडम सांगतच होती तर म्हातारी एकदम रडायलाच लागली. तिच्या डोळ्यांतून आसवं गळू लागली. गालावरून तिच्या तोंडात जायला लागली. शालू मॅडमने जवळच्या फडक्याने ती पुसली.

"अशीच रडत राहते सारखी. रडू रडू, आसवं गाळू गाळू आता तिची नजरही कमी झाली."

"अन् ते कोण आहेत?" मनकर्णाने बाहेर हात दाखवत विचारलं.

"बाबा आहेत माझे."

"तुमच्याच जवळ राह्यतात का?"

"मग एरवी कोणाजवळ राहणार?"

सांगताना शालू मॅडमचा चेहरा एकदम बदलला. हास्य नाहीसं झालं. चेहऱ्यावर उग्र भाव आणि तिरस्कार तीव्रपणे दाटून आला.

"अन् ते बाबा भविष्य पाहतात का?"

"भ्रमिष्ट झालेत ते... म्हणजे अर्धवेडे... आणि ही अपंग... बरं ते राहू द्या. तुम्ही बसा चटईवर. कशा काय आल्या होत्या? कशी काय आठवण झाली मॅडमची?"

"आमच्यावर लय वाईट येळपरसंग आला. संगीता म्हणे मॅडम काही उपाय सांगतील."

असं म्हणून मनकर्णाने डोळ्याला पदर लावला.

"काय झालं पण सांगा तर अगोदर..."

मग मनकर्णाने सविस्तर सगळा प्रकार सांगितला. मॅडमने हूं हूं.. . करून ऐकून घेतला.

"जीवच देती म्हणाजाय पोरगी... आता तुम्हीच सांगा... जीव देऊन उलट जास्त बदनामी होईल. .. ही काय चार दिवस कावळ्याची काव काव होईल अन् इसरून जातील लोकं, पण जीव गेल्यावर माणूस वापस येते का?"

"तसा विचार नको करू ग वेडाबाई... बरं झालं माझ्याकडे आली. माझी एक मैत्रीण आहे खुपगावला- डॉक्टरीण... तिच्याकडून निस्तरून आणू आपण सगळं. अन् वेडाबाई, असे प्रसंग येतच असतात प्रत्येकावर. संघर्ष होणं, हा जीवनाचा अटळ भाग आहे बाई. पूर्वीपासून म्हणजे आपण आदिमानव होतो तेव्हाही संघर्ष होताच पशु-पक्ष्यांशी. निसर्गाशी. मग समाज निर्मिती झाली. राजवटी आल्या. लढाया-युद्धं-महायुद्धं झाली. माणसा-माणसांत. माणूसच माणसाचा शत्रू झाला. म्हणून म्हणते, प्रत बदलते पण संघर्ष अटळ असतो. म्हणूनच डार्विनने सांगितलं, जो संघर्षात टिकतो, तोच जगतो. दुर्बळ नाहीसा होतो. नष्ट करते परिस्थितीच त्याला..."

"हाव न बाई... नायनाट व्हायची पाळी आणली त्यानं माह्यावर..."

"अरे हो, एक सांग... अमोलला सांगितलं का नाही अजून तू..."

"नाही नं मॅडम! आठ दिवसा आधीच उलगडा झाला अन् त्यो राहते चिकलीले."

"पण त्याच्या बापाले सांगितलं नं! साफ शिंगावर घेऊन फेकून दिलं त्यानं आम्हाले."

सांगताना मनकर्णाबाईला त्याचं बोलणं आठवलं. बरं झालं आपून संगीताले सांगितलं नाही. त्या अवलियासाठी त्यानं मागणी घातली म्हणून. इच्यारानंच जीव देला आस्ता पोरीन...

"त्याच्या बापालाही आपण काय सांगायचं ते नंतर सांगू... त्याचा मोबाईल नंबर दे बरं." असं म्हणत शालू मॅडमने आपला मोबाईल हाती घेतला.

"नंबर नाही त्याचा माह्याजवळ... आमच्या घरी फोन नाही नं..."

तिला आठवलं, एकदा भुईला गुडघे दिलेले असताना त्याच्या मोबाईलची रिंग वाजली होती. त्याच्या दोस्ताचा फोन होता.

नंतर तो म्हणाला होता, तुले एक मोबाईल घेऊन देतो पण देलाच नव्हता. आपणही आग्रह केला नाही. उलट टाळलंच ते. मायबापाची भीती होती, पण घ्यायले पाह्यजेल होता. आता कामी आला आस्ता.

शालू मॅडमने कुणाला तरी फोन लावला होता.

"अरे संदेश, त्या अमोलचा मोबाईल नंबर दे बरं."

तिने नंबर टिपून घेतला.

लगेच मोबाईलची बटणं दाबून नंबर लावला. स्पीकर ऑन केला. काही वेळा रिंग वाजल्याला आवाज.

"हॅलो, कोण बोलते?" संगीताने त्याचा आवाज ओळखला. तिच्या काळजाचा पिसारा झाला. सांजसवेळी भोगलेल्या तुरीच्या ओळीचा मनात कालवा झाला.

"मी सूर्यवंशी मॅडम बोलते."

"अरे बापरे! बोला मॅडम. कशी काय आठवण झाली?" त्याचा आवाज... संगीताला पुन्हा अधीरता.

"अरे बाबा, तू काय घोळ घालून ठेवला गावात अन् चिकलीला जाऊन बसला!"

"काय झालं?"

"कोणी संगीता आहे का? तुझी प्रेयसी संगीता लव्हाळे... तिला दिवस गेले तुझ्यापासून. अडचणीत माझ्याकडे आली. लग्न करणार आहे नं तिच्याशी तू?"

"होय मॅडम."

"नक्की आहे नं?"

"हो नक्की."

"तुझा बाप नाही म्हणाला तरी..."

"हो मॅडम. मी रजिस्टर लग्न करेन. त्यांचा विरोध असला तरी..."

"मग उद्याच्या उद्या इकडे ये आणि तिला घेऊन जा. नोंदणी कर कोर्टात. नाही तर इथे येऊन ग्रामपंचायतीत."

"हो मॅडम."

"तिच्याशी बोलायचंय?"

"हो मॅडम."

"बोला दोघं."

असं म्हणून शालू मॅडमने स्पीकर स्वीच ऑफ केला आणि मोबाईल संगीताजवळ दिला.

"तिकडे मागच्या वाड्यात जाऊन बोल. मन भरून... सांग सगळा वृत्तांत."

संगीता मोबाईल घेऊन मागे गेली.

"राजी हाये का पोर्ग?"

"हो! काही चिंता करू नका. सगळं नीट होईल."

"देवासारख्याच उपेगी आल्या बाई तुम्ही..."

मनकर्णाबाई खुश झाली होती. शालू मॅडमचे पाय धरण्यासाठी तिचे हात वळवळत होते.

बऱ्याच वेळाने संगीता आली. तिचा चेहरा कमालीचा उजळ झाला होता. सुकवा धरलेल्या, पानं खाली वळलेल्या सोयाबीनच्या पिकाला स्पिंक्लरने पाणी द्यावं आणि त्या पिकावर टवटवी यावी तशी मनकर्णाबाईला आपली पोरगी वाटली.

"थांब, बंद करू नको मोबाईल. इकडे आण."

"मले बंद करताबी येत नाही." संगीता म्हणाली.

"हॅलो... अमोल, जरा तुझ्या बापाचा नंबर दे बरं. काही नाही... सहज. नाही तू चिंता करू नको."

असं म्हणत तिने नंबर टिपून घेतला.

"बसा तुम्ही. मी चहा करते."

"राहू द्या नं बाई."

"तसं कसं; एवढं काम मार्गी लागलं... तोंड गोड करते तुमचं."

असं म्हणून शालू मॅडम आत गेली.

"काय बोलला फोनवर इतका वाढूळ?" मनकर्णाबाईने अधीर होत विचारलं.

"काही चिंता करू नको. रजिस्टर मॅरेज करू म्हणला. एक नया पैसाबी हुंडा न घेता."

"बरं झालं बाई. भवानी पावली." मायने मोठा सुस्कारा टाकला. टाळी वाजवली. हातातल्या बांगड्या खळखळल्या.

संगीता चारी अंगाने मोहरून गेली होती. काय करावं अन् काही नाही अशी आनंदी अवस्था.

मॅडम चहा घेऊन आल्या.

दोघींच्या हाती चहाचे कप देऊन मॅडमने मघाशी घेतलेले आकडे पाहून मोबाईल लावला.

"हॅलो, कोण दादाराव फाले पाटील बोलताय का? हां. मी सूर्यवंशी मॅडम बोलते. इथूनच. .. नाही काम नव्हतं, पण तुम्हाला सावध करायचं. तुमच्या घरावर मोठं संकट येऊ घातलंय, संगीता लव्हाळे आणि तिची आई सध्या माझ्याजवळ आहे. हो जिचं पोट आलं तीच... पुढचं ऐकून घ्या. त्या पोलीस स्टेशनला जात आहेत. तुमच्या पोराच्या नावाचा. हो हो... त्याने फसवून बलात्कार करून तिला प्रेग्नंट ठेवलं असा रिपोर्ट आहे तिचा. काय होईल? ताबडतोब अटक होईल तुमच्या पोराला. हथकड्या लागतील, त्याला साथ दिली म्हणून तुम्हालाही शिक्षा होऊ शकते. . पुढे. . हां, पुढे तीन ते पाच वर्षांची शिक्षा आणि हजारो

रुपये दंड. नाही नाही. त्या जातच होत्या, पण ती विद्यार्थिनी होती माझी अकरावी-बारावीत- लाडकी विद्यार्थिनी. म्हणून थांबल्या त्या. म्हटलं तुमच्या कानावर टाकावं. उपाय? उपाय एकच. तुमच्या पोराशी तिचं लग्न लावून द्या आणि बदनामी टाळा. त्यांचीही अन् तुमच्याही घराण्याची. हो! मी देईल पुरावा. त्यांच्या बाजूने. आजचे कायदे महिलांच्या बाजूने आहेत पाटील. त्यांनाच न्याय मिळतो.

काय ठरवता मग? आजच जा मागणं घालायला. अमोलसाठी. पेढे घेऊन जा. माफी मागा नं मग... हो हो! भेटेल मी अमोल आल्यावर. बरं ठेवते.''

एव्हाना संगीताच्या लक्षात सगळा प्रकार आला होता. ती पुढे होऊन शालू मॅडमच्या पायावरच पडली. डोळ्यांतून आसवं वाहू लागली.

''काय झालं?'' मनकर्णाबाईच्या काही लक्षात आलं होतं, काही आलं नव्हतं.

''देवराव फाले पाटलाला बोलले. मागणी घालायला येणार आहे तो तुमच्या घरी. चला. मीही येते सोबत. आंधळा मागतो एक डोळा अन् देव देतो दोन डोळे अशी अवस्था झाली तुमची...''

तिचं बोलणं ऐकून मनकर्णाच्या मनात सुखाची उधळी फुटली. तिने मॅडमच्या पायावरच लोळण घेतली.

''मोठ्या आफतीतून वाचवलं बाई आम्हाले. तुमचं लय लय भलं होईल. तुमच्या ठायी देव अवतरला...''

तसं तिला आपल्यातून दूर करत खिन्न नजरेने मॅडम म्हणाल्या, ''काय भलं होणार बाई. . भलं होण्यासाठी तुमच्या सारखी आई पाहिजे. हे माझं भलं करणारे माझे मायबाप... एक वेडा होऊन पंचांग शोधतो अन् दुसरी अर्धांगवायू होऊन घोळत पडली. माझ्याही आयुष्यात आला होता असा प्रसंग. फक्त विरोध म्हणून उभे होते हे मायबाप. दादाराव पाटलासारखे. उधळलं गेलं सगळं हिरवेपण... आता उडतो आहे हा खंगर पाचोळा. . ''

मनकर्णाबाई... संगीता... दोघी मायलेकी त्यांच्याकडे पाहत होत्या. अवाक् होऊन.

■

मूळ खुडवा

“आता काही जास्ती दिवस लांबवत नका बसू देवकाबाई; पोर्ग चांगलं कालेजावर मास्तर हाये म्हन्तात. अन् पुन्हा पाय फुटून सोयरीक आली. टाका उरकून आता.”

“माहंबी तेच म्हणणं हाये नं. पण हा तुमचा देर पहात ना, कसा आटरेलपणा करून राह्यला. लयेच तासून-तासून सोयरिक पाह्यते. याच्या खान्दानीचा त्याच्या खान्दानीले, धाग्याले धागा जुळते त पोरगं नवकरीवालं नस्ते. पोराले नवकरी आस्ते त आमच्या उटाच्या गांडीतून पडेल माणसाले त्याची खान्दानंच हलकी वाटते.”

“पण आता का खान्दानी पाह्याचे दिवस राह्यले का देवकाबाई? हे तुमच्या गावात राव लोकायचे एवढे खान्दानी घरं हायेत. पण नुस्ते बसेठाकूर झाले. जोर गेला. जुमला गेला आता दो सांजच्या तुकड्याची सोय लागत नाही. नुसत्याच फुसक्या छात्या ताणत कलागती करत गावात फिरतात... पण कोण आईकते आता त्याह्यची सिनाताणी? आजकाल पैशाचा जमाना हाये बाई! म्हणगुतच हाये, टका है तो टेक है । नही तो टकटक देख है...”

“बरोबर हाये तुहंबी म्हणणं, मपली प्रमिला शिकली ती तिच्या गुणानं. मार्क कमावले ते तिच्या बुद्धीनं अन् आक्कल हुशारीनं. तिच्यात आमचा काहीच वाटा नाही. तिले वह्या-पुस्तकाचे पैसेबी म्या मशीन चालवून, शिलाईच्या पैशातून पुरवले. अन् आता मास्तरीण झाली तर बापबोडा पाह्य नं कसा दरमह्यण्याले तिचा पगार ठसणीत खाते.”

“गावातल्या तिच्या शिणंच्या पोरीबी म्हणायच्या नं बाई की, ती लय हुशार हाये. लय मेहनती हाये. तिचा इंजेनिरिंगंले नाही तर मेडिकललेच नंबर लागायले पाह्यजे होता...”

“खरं हाये त्या पोरीयचंबी. पण बुद्धी असून काय फायदा? पैसे नाही पाह्यजे का? डी.एड. करतानीच किती तांगडतिंगा झाला तिच्या जीवाचा. एक तिले माहीत. अन् दुसरं मले माहीत. झेड.पी.त नवकरी लागली फुकट्म-फाकट्म हेच नशीब. नाहीत शाळेवर मास्तरीण लागायले किती पैसे लागतात आजकाल? पाच लाख न दहा लाख कुठून देऊ शकणार होते आमच्यासारखे चिरकूट चोके?”

“पण आता गावात लय लोकं नावं ठेवतात बाई तुम्हाले. तुमच्या कानावर येते का नाही मले माहीत नाही. पण लोकं म्हणतात एवढी घोडनवरी झाली तरी यादोराव तिचं लगन करून नाही राह्यला. पोरीचा पगार खायच्या लालची पल्डा. अन् पोरीची जवानी सारी सुकून चालली तरी तिचा आवा भाजून नाही राह्यला म्हन्तात लोकं...”

“पण लोकायचं काय, असंच अस्ते मावले. घोड्यावरबी बसू देत नाही. अन् पायीबी चालू देत नाहीत.”

“लोकायचं एक भंड पडो देवकाबाई, पण तुम्ही त इचार करा नं काही, माणूस आसो, बाई. आसो, त्याच्या जन्माच सार्थक कशात अस्ते?”

“कशात?” देवकाबाईने विचारलं.

“पोटाची अन् पोटाखालच्या बोटभर जागेची सोय लागण्यात... एकदा ह्या दोन गोष्टींची सोय लागली की सार्थकी लागलं जीवन... दुसरं काय? पहा बाई, तुमच्या जिवाभावीची मैत्रीण म्हणून तुम्हाले सांगते. नाही तर तुम्ही म्हणसाल, आली शिलाईचं झ्यांपर मांगायले. अन् लागली ग्यान शिकवायले...”

असं म्हणून रेखा खरातीन उभी राहिली. “बरं बाई जाते आता. द्या मपल्या साड्या अन् झ्यांपर...”

“साड्यांचे पिकोफॉल लावून ठेवले, पण झ्यांपरच्या किलिपा लावायच्या राह्यल्या बाई. आजून... आज पाव्हणे येणार होते न; त्याच्यानं बसणंच झालं नाही मशिनीवर... तरी बरं झालं, सयपाकाचा घाणाणा मांडायचं काम नाही. नुस्तं चहा-पोहेच घेऊन जाणार हैत पाव्हणे...”

“पंचाईतच झाली आता ही त... मले जायाचं देऊळगावराजाले. भावाच्या पोराच्या लगनात. म्हणून अवदीनं टाकले होते कपडे तुमच्याकडी. पण तुम्ही त लयेच रोंबा करून ठेवला बाई...”

“कधी जायाचं तुले?”

“उद्या पाह्यटीच. अकोला-पुणे एक्सप्रेसनं...”

“मंग काही घोर नको करू. पाव्हणे गेले की तिसरा पहारी तुहं काम करते. अन् रात्री झाकल्या पाठी तुह्या साड्या अन् झ्यांपर घेऊन येते.”

“नक्की?”

“हाव नक्की!”

“बरं जाते मंग... पण आता पाव्हणे आले त जुळूनच टाका तुम्ही....”

“तसे पाव्हणे त चालूच हायेत वं रेखाबाई. पोरीची कीर्तीच तशी पसरेल हाये नं सोयऱ्या धायऱ्यात. आता एमपेएसी का काय तिबी परीक्षा पास झाली ती. तसिलदार कलेक्टरबी होऊ शकते म्हणतात. म्हणूनच लय सोयऱ्याधायऱ्यायच्या उड्या पडत राह्यतात. पण आमचा माणुसच उच्चा खाणीचा हाये नं... उच्चा खानोटा हाये त्याचा... उटाच्या गांडीतूनच पडेल हाये याची वंशावळ...”

देवकाबाईने आपल्या मनातली चीड व्यक्त केली.

“इतक्या पन्नास सोयरिकी आल्या. पण या माणसानं काही ना काही कमतरता काढून टेवलूनच देल्या नं त्या... मले त बाई, लय भीती वाटती आता...”

“तेच म्हन्ते मीबी... इतकेबी नाकानं कांदे सोलत बसू नाहीत... गंज आता दिवस पालटलेत. पोरायले नाही त् पोरीयले महत्त्व आलं. पण किती केलं तरी पोरीवाल्याची पडतीच बाजू राह्यती बाई. आता तुम्हाले गंज एकाचढी एक पोरं येऊन राह्यले. पण हनमंतरावाच्या पोरीचं पहा नं... गंज गंज पछाडून नवकरीवाला पोर्गा पाहा लागले. पण भेटते कुठी? आंधीच तुमच्या समाजात जवा शिकायचं तव्हा पोरं शिकले नाहीत. होत्या नव्हत्या समद्या नवकऱ्या दुसऱ्या जातीवाल्यायनं पटकावल्या. हे बसले ठसण गाजवत. आमच्या इथी इतकी एक्कर जमीन हाये अन् तितकी एक्कर जमीन हाये करत. आता बसा म्हणा भजन करत... तशी तुमचीबी गत नका करून घेऊ...”

असं म्हणून रेखा खरातीन पुन्हांदा खाली बसली. कमरेची पिशवी काढून तिने चुनाळू बाहेर काढलं. अन् हातावरच्या तंबाखूला चुना चोळत ती म्हणाली.

“पुन्हा तुम्ही जरा निरखून पहानं तुमच्या प्रमिलाकडी. पोरगी लय झुरणी लागल्यासारखी दिसती त्या गोष्टीसाठी. एवढी तिच्या रूपाले आग लागली होती. पण आता नाकाचा सर दिसते नुस्ता. आंब्याचं झाड पाडावर आलं की आंबे खुडीनं उतरून पिकू घालायची घाई करा लागती वावरावाल्याने. तसेच डांगीवर राहू देले त पाखरं कतरांडी करतात फळाच्या. नाही त मंग वळ्या-वळ्या पडून वाळून, सुकून जाते नादर फळ. पाडी लागून उतरवेल आंबा गवतात दाबला तवाच पिकतो बाई. उन्हात वाळू देला त चिमूनच जाते. पाहा बाई, माफी करा मले; माह्या बोलण्याचा राग आला आशीन त...”

“राग काय येणार हाये? बरोबरच उदाहरण देलं तुमी...” देवकाबाईच्या कपाळावर घाम दाटून आला होता.

"हावं, नाही त काही बायाले खरं बोलाले गेलं की राग येते. बातच खिजरू येतात. आमी पहा बरं आमच्या सविताचा बारावी झाल्याबरोबर आवा भाजून टाकला. लोकायले, कोणाले बोटं घालायले खिंडच नाही ठेवली. एकदा आक्षिता फेकल्या की तुम्ही दोघं नवरा-बायको मोकळे... म्हणून म्हन्ते, आता चांगली सोयरीक आली घरबसल्या त टाका उरकून. मंग शिकार गेल्यावर जाळं आथरून काय फायदा? वरातीमागून घोडे येऊन काय फायदा?"

असं म्हणून ती उठली. उठली तर देवकाबाईला बरंच वाटलं. कारण तिचं बोलणं ऐकून आता डोकं दुखायला लागलं होतं. लवकरात लवकर तिने निघून जावं, मग आपण तडकल्या तोंडावर थोडं पाणी सपकारून गारवा तरी मिळवू; असं तिला वाटत होतं. म्हणून रेखा पायउचल झाली. तशी तीही तिच्या मागे अंगणात आली.

चार पावलं पुढं चालून गेल्यावर रेखा पुन्हा थांबली आणि मग वळून तिने विचारलं.

"बरं काही सोन्याची पोथ, पाटल्या देऊ का आणून?"

"कशाले?"

"नाही, प्रमिलाले पाह्याले पाव्हणे या लागले न, त म्हन्लं चांगली दिसंल दागिन्यानं ती..."

"नाही, राहू द्या... तिचं शिक्षण अन् नोकरी हाच तिचा दागिना हाये. त्याच बळावर मागोवा काढत या लागले ते..."

"हावं, बराबर हाये तुमचंही... अन् पुन्हांदा असं दुसऱ्याचं सोनं घालून काय फायदा? लोकांचं लेणं अन् सवंच वापस देणं..." म्हणताना रेखा खरातीण हसली.

"तेच म्हन्ते मीबी,..." असं म्हणून देवकाबाईसुद्धा हसली.

"बरं जा तुम्ही आता... रात्रीच पाठवून देते मी बाळ्याजवळ तुमच्या साड्या अन् झ्यांपर..."

"हावं बाई, आठवणीनं पाठवजा..."

असं म्हणून रेखाबाई रस्त्यावर गेली. तसा देवकाबाईने मोठा सुस्कारा टाकला आणि पदराने कपाळावरचा घाम टिपला. बराच घाम तुंबून तिथं दवबिंदू दाटाळले होते.

देवकाबाई आत आली. निवडून ठेवलेल्या पोह्याची परात तिने डाव्या बाजूच्या स्वयंपाकखोलीत नेऊन ठेवली. टिनाच्या छपरीतून मग ती आतल्या धाबलीत गेली. जुनी; सासऱ्याच्या हातची ही धाबली. लोण्या लागून लागून भिंती पडायला आल्या होत्या. पण पोरीने सावरल्या. तिच्या पगाराच्या पैशांतून विटा आणल्या.

घराची जोडणी तशीच कायम ठेवून फक्त भिंती तेवढ्या बांधून घेतल्या त्यामुळे वखवख कमी झाली. आतल्या दोन खोल्यांत शहाबादी फर्शी बसवली. त्यामुळे शेणकाला करून तळपोतरा घ्यायचा त्रास वाचला.

पोरीच्या पगारातून अशी बरीचशी डागडुजी करून घेतली होती. त्यामुळे घराला घरपण आलं होतं. तसंच मनावर दडपणही. तिचा पगार भेटत होता. त्यात चांगलं-चुंगलं खायची, राहायची सवय लागली होती. मधला काही काळ तर खूपच वाईट गेला होता. कारण यादोराव काहीच काम करायचा नाही. भरीत भर म्हणजे दारूचं व्यसन. घरी यायचाच नाही. कुठंतरी पत्त्याच्या क्लबात खेळणाऱ्या लोकांना शेव-चिवडा नेऊन दे. बिड्या-काड्या, गुटखा-पुड्या आणून दे. देशी दारूच्या दुकानावरून पत्ते खेळणाऱ्या लोकांसाठी टँगोपंच नेऊन दे. अशी कामे करत तो पाच-पंचवीस रुपये कमाई करायचा. आणि तिकडेच खाण्यापिण्यात गमवायचा. आठ दिवसांतून दोनदा घरी यायचा. तो फक्त कपडे बदलायला. मळलेले कपडे फेकायचा. अंघोळ करायचा. धुतलेले कपडे घालायचा आणि लारे ऽऽ लारे ऽऽ करत निघून जायचा.

यादोराव म्हणजे महान ठसणीचा माणूस. त्याच्या समाजाच्या मालकीची गावात गढी होती. तेव्हा इतर जाती समाजाचे लोक, म्हणजे विशेषत: बायकाच घर-अंगण सारवण्यासाठी गढीची माती न्यायच्या. जुन्या गढीची जुनी पांढरी माती, सणावाराच्या दिवसांत उभं सारवण घालण्यासाठी, तळसारवणासाठी, तळाचे पापुडे उकरून गिलावा देण्यासाठी ही पांढरी माती खूपच उपयोगी यायची. त्यासाठी गावातल्या सगळ्या जाति-समाजाच्या बायका ही माती पसंत करायच्या. सकाळच्या वेळी, झापडपहाटे, दुपारच्या सुनसान वेळी समाजाचं, भावकीतल्या माणसाचं लक्ष नसायचं, किंवा कोणी लक्ष द्यायचं नाही; नेतात. बायका टोपलं-दोन टोपलं माती, नेऊ द्या... असाच पाहाणारांचा दृष्टिकोन असायचा आणि त्यांच्या पूर्वजांची गढी असली तरी, वर्तमानकाळात सर्वांना आपापली कामे असायची. त्यामुळे कुणी लक्ष द्यायचं नाही.

यादोरावला मात्र काही कामच नव्हतं. त्यामुळे हातात जुना बेत घेऊन तो गढीच्या मातीवर राखण राहायचा. गढीची माती नेणाऱ्या बायकांचं टोपले-घमेले, विळे-खुरपे मोठ्या तोऱ्यात जप्त करायचा. त्यामुळे सगळ्या गावातल्या बायका त्याला शिव्या-सराप तळतळाट द्यायच्या.

"याच्या बापजाद्यायनं बांधेल हाये म्हन्ते गढी. जसा काही हा पहायलेच हजर होता."

"याच्या भावकीतला एक माणूस बोलत नाही. पण यालेच लय पुळका येते गढीचा..."

"मढ्यावरच नेणार हाये जशी काही गढी बांधून..."

"वावर-शिवर, जमीन-जुमला त काहीच ठेवला नाही. सम्ध्या इस्टेटीवर हराळी फुटली. आता सरदारकी गाजवायले याले गढीच उरली."

"मेला की याले गढीतच आणून जाळायचं सांगजा त्याच्या घरच्यायले..."

"आवं नाही वं बाई! हा जिंदाच्या पोटचा भूत होऊन फिरायचा तिथं, अन् लागायचा कोणाले."

गावातल्या बायका अशा अनप-सनप बोलायच्या.

ते बोलणं वारं होऊन कधीतरी देवकाबाईच्या कानावर जायचं. तिचा जीव थरकापायचा आणि वारंगल्यासारखं होऊन ती नवऱ्याला समजावयाचा प्रयत्न करायची.

"आहो, नेऊ द्या नं माय-मावल्यायले माती. एवढी मोठी साठ-सत्तर घरायची भावकी हाये गावात तुमची. ते कोणीच कोणाले काही बोलत नाहीत. अन् तुम्हीच कावून एकटे वाईटपणा घेता म्हन्ते मी! लय वाईट वकट्या शिव्या देतात हो बायका."

"तुले काय फतरं समजते? अशानंच आपलं गावातल्या लोकायवर इंप्रेशन राह्यते. टर्र भितात मले बायका-माणसं, हात जोडत येतात मले माती मागायले. चूप बैस तू. तुले काय समजते?"

असं तो तिला धमकावायचा.

अशावेळी खरं म्हणजे तो तिला वेडाच वाटायचा आणि वेड्याला कोणत्या भाषेत समजावावं? म्हणताना ती दुचित व्हायची. या गढीच्या भानगडीत अचानक ती मोकळी झाली आणि तिला हायसं वाटलं. गढीची माती विकण्याच्या भानगडीवरून समाजातल्या लोकांत एकदा घनघोर मारामारी झाली. काठ्या-काठी, लठ्ठा-लठ्ठी, रक्ता-रक्ती. सगळ्या गावात हशा. "अरे मातीवाले, गढीवाले आता एवढे हलकट झाले, भुई फुंकून बसले साले, मातीसाठी आपसांत लढाया कराय लागले."

"याह्यच्या पूर्वजायनं स्वराज्यासाठी लढाया केल्या म्हन्तात. म्हन्जे शिवाजी महाराजांच्या काळात. हे योद्धे होते. उत्तर भारतात जायचे. सगळ्या भारतात जायचे. यायच्याच बापजाद्यायनं गढ्या बांधल्या अन् हे आता माती इकून खाया लागले."

बरीच छि-थू झाली. इतर जातीचे, समाजाचे लोक असे हसू लागले. चर्चा करू लागले. तेव्हा तालुक्याला पंचायत समितीचे सभापती म्हणून कार्यरत असणाऱ्या, जे.डी. साहेबांना खूपच राग आला. त्यांनी समाजाची सभा घेतली आणि गावातल्या महादेव संस्थानाला सगळी गढी दान करून टाकली. देवाचे काम म्हटल्यावर,

मंदिराचा जीर्णोद्धार होतो म्हटल्यावर कोणीच विरोध केला नाही.

मग संस्थानाच्या संचालक मंडळाने हर्रासी करून गढीची माती विकली. माती संपल्यावर गढीची जागा प्लॉट पाडून विकली. एका वर्षातच गढीच्या जागेवर लोकांचे घरं उभे राहिलेत. आणि देवकाबाई खूष झाली. विकसित झालेल्या महादेव संस्थानाच्या मंदिरावर ती आता हारहारल्या प्रत्येक सोमवारी दर्शनासाठी जाते. महादेवाचे उपकार मानते. कारण तिचा नवरा माती नेणाऱ्या बायकांना ज्या शिव्या द्यायचा, त्याची झाडाझडती तिला द्यावी लागायची. बायका सगळ्या तिच्या नवऱ्याला ज्या हळाकळा द्यायच्या किंवा शिव्या-सराप द्यायच्या त्यातून तिची आता मुक्तता झाली होती. सरंजामदार असल्यासारखा तिचा नवरा हातात बेताची छडी घेऊन गढीशी जायचा. ठसण गाजवायचा आणि देणं ना घेणं, पाठी आग लागून घेणं असा वागायचा. त्या सगळ्या झंझटीतून तिची आता मुक्ती झाली होती.

शिलाई मशिनवर काम करून लोकांचे कपडे शिवून आपण घर भागवतो. अन् नवरा अशी फुकाची ठसण गाजवतो. या दुहेरी पेचात तिचा खूपच रगडा व्हायचा. टेलरिंगचा धंदा करून गावातल्या बायकांचे पोलके, पेटीकोट, लहान पोरींचे फ्रॉक, टोपरे, गलुते असे शिवणकाम करून तिने पोरीला बारावीपर्यंत शिकवले. डी.एड. केले. पोराला मॅट्रिकपर्यंत नेले. पुढेही शिकवायची तिची इच्छा होती. पण बाळ्या पुरताच बापावर गेला. भावकीत लग्न असले की चांगलं-चुंगलं खायला मिळते म्हणून तो कायम भावकीतल्या त्या लग्नघरीच राहायचा. त्यातच तो मॅट्रिक नापास झाला. त्यामुळे शाळा सुटली ती कायमचीच सुटली. आता बाळ्या के.डी. साहेबांच्या कृषी सेवा केंद्रावर महिन्याचे दोन हजार रुपये मिळवतो. ते एक बरं झालं.

"घरी बसून काय करता? काहीतरी कमाई करा. माणसाच्या जातीनं काहीतरी कमाई केलीच पाहिजे. घरी बसू बसू; गावात रिकामं फिरू फिरू तुम्ही आयदी होसाल..."

असं म्हणताना तिला वाटायचं तसा हा तर आता पुराच आयदी झाला. शंभर टक्के... एकाध्या टक्क्याची बी कसर नाही बाकी ठेवली आटारण्यानं!

दरम्यानच्या काळात गावात नव्याने वस्ती झालेल्या शिक्षक कॉलनीत दोन वेळा रात्रीच्या चोऱ्या झाल्या. गावातल्या टग्या लोकांनी चोऱ्या केल्या; की बाहेरगाववरून आलेल्या चोरांच्या टोळीनं घरं फोडली, काही पत्ताच नाही लागला. पोलिसही चोरांचा शोध लावू शकले नाहीत. पण रात्रीच्या गस्तीसाठी म्हणून रोडूबा केवट फिरू लागला. त्याला हप्त्याचे हजार रुपये कॉलनीवाल्याकडून मिळू लागले. पण रात्रभर गस्त घालत फिरण्याची त्याला भीती वाटू लागली. म्हणताना

रात्री आपल्या सोबतीला कोणीतरी असावं, म्हणून त्याने यादोरावाला सहज विचारलं, विशेष म्हणजे घरी येऊन विचारलं. त्या वेळी देवकाबाईनेच त्याला होकार दिला.

तेव्हापासून यादोराव रोडूबा केवटासोबत रात्रभर गस्तीवर फिरतो. त्याचे त्याला हप्त्याचे दोन-तीनशे रुपये मिळतात. म्हणजे केवट देतो. शिक्षक कॉलनीत फिरून घरपिच्छे आठवड्याचे तो पंचवीस-तीस रुपये वसूल करतो. लोकही आपधाकी देतात. रात्री आराण्या-बिराण्या गावच्या चोरांनी येऊन दणके दिल्यापेक्षा; घरातले पैसे, वस्तू, डाग-डागिने नेल्यापेक्षा नोकरी करणाऱ्या पांढरपेशा लोकांना हे हप्त्याचे पंचवीस-तीस रुपये देणं परवडतात. म्हणून ते रोडूबा केवटाला मुबोलले दाम देतात. यादोराव रात्री जागून त्याला साथ देतो म्हणून रोडूबा केवट याला देतो. यादोराव रात्री जागतो म्हणूनच दिवसा असा ढाराढूर झोपलेला असतो. बिनधास्त.

देवकाबाई दारात आली. चौकटीला एका हाताचा खवाटा टेकवून ती नवऱ्याकडे पाहात राहिली... आता पाव्हणे येतील. त्याह्यले बसवायचं म्हणल्यावर घराची झाडलोट करून घ्यावं लागील. पलंगावरची चादर नीटनेटकी झटकून टाकावं लागंल. खुर्च्या आडम-तडम तंगड्या तिरप्या-तिरप्या करून पसरेल हायेत. त्या येवस्थित ठेवा लागतील. अंगणातबी पाण्याचा सपका मारून अंगण झाडून घ्यावं लागील. तशीच झाडझूड करावं त सम्दा खकाणा दारातून आत येईल. भरीत भर पंखा सुरू हाये. पंखा सुरू असल्यावर आद्र त्यो दूरची धूळ जवळ वढून घेते. अन् धुळीच्या बाबतीत त आपल्या नवऱ्याची झोप लय जागृत हाये. खकाण्याचा वास आल्याबरोबर त्यो उठून बसंल. अन् आपून झाडून राह्यलो हे पाहून वाईट वकट्या मायच्यावर शिव्या देईल. त्या बाबतीत त लयेच पटाईत हाये. कुठून एवढ्या वंगाळ गचाळ शिव्या सुचतात त्याले. त्याचं त्याले माहीत, कुजकं-काजकं बोलण्यात त या बहाद्दराचा गावत कुणी हात धरणार नाही. अन् असा वचवांग्यावाणाचा नवरा आपल्या पदरात पल्डा. त्याले आता काही ईलाजबी नाही. म्हणगुतच हाये की पदरी पल्डं अन् वाजवणं घल्डं. याची जातकुळी, याच घराणं, याची खान्दान पाहून आपल्या बापानं याच्याशी सोयरीक जुळवली. पण लगन झाल्यावर याचं पितळ उघडं पल्डं. खरं काय ते समजलं. तव्हा बाप हाय खाऊन मेला. माय हापकी खाऊन मेली. काही इलाजच नव्हता. कावून की आपल्या समाजात एकबंधनी रिवाज हाये. एकदा लगन झाल्यावर बाईले दुसरं लगन करता येत नाही. मंग नवरा व्यसनी असो, का असा ऐदीखटारा बश्या बैल

आसो. एवढंच काय, लगन झाल्या झाल्या नवरा मेला तरी दुसरं लगन करायची बाईच्या जातीले मोहलत नाही. कसाबी असो, त्याच्यासंगच झुरत-झुरत जगा... अन् झुरत-झुरत मरा... आपली आशी माती झाली. पण पोरीच्या तरी नशिबात चांगला नवरा मिळावं. बिचारीच्या सोन्यासारख्या आयुष्याचं मातेरं होऊ नाही. पण तिच्यातबी हा माणूस आडवी टांग टाकते... विचाराचं ओझं जड-भारी झालं. तिने सुस्कारा टाकला. पदराने गळातोंड कपाळाचा घाम पुसला.

.....चांगल्या-चांगल्या सोयरिकी, चांगले-चांगले नवकरीवाले पोरं घर पुसत येतात. त हा माणूस मोडता घालते. तागाच्या भिजल्या धांदीसारखा आटरून बसते. पण याचे सम्दे नाटकं आपल्याले समजतात. पोरीचा पगार येते. त्याच्यावर हा शानशौक करते. पोसण्यावानाचा बसून खाते. हे का आपल्याले समजत नाही. जानजवान पोरगी. अठ्ठावीस वर्षांची झाली. तिनं तरी किती दम धरावं? तिले पाह्यलं की आपलं मन कसं धुपून निंगते. सम्दे म्हणतात लगन करावं, कुठीबी बाया भेटल्या, माणसं भेटले की तीच गोष्ट काढतात. आपून कितीदा मोडून न्यावं गोष्ट... मोडू-मोडू आता आपले शब्द थकले. मन थकलं. जिंदगी थकली. दिवस थकले. राती थकल्या...

पाव्हणे यायच्या आधी काय ते नवऱ्याले समजावून सांगू... असा मनात विचार करून तिने हिंमत धरून त्याला आवाज दिला.

"आहो उठा हो! पाव्हणे यायचा वखत झाला..."

".........."

"आहो... मी का म्हन्ते?"

".........."

"आहो..."

तिला रागच आला. गडी दहा वाजता तडसून जेवला. पाव्हण्यासाठी दूध आणलं होतं त्या दुधातच त्याने आणलेले चार केळं कुस्करून शिकरण केलं. बसायसाठी पाट मांडला. त्या पाटावर ताट घेऊन ते जेवला. तडसून चांगल्या आठ पोळ्या शिकरणात कुस्करून खाल्ल्या. खाता-खाताच, जेवता-जेवताच त्याचे खपाखप डोळे लागत होते. तसाच झोपेत जेवल्यासारखा जेवला. ताटातच हात धुतले. ताट बाजूला ठेवलं. आणि ताटाखालचा पाट उशाशी घेऊन गडी जेवल्या जागेवरच ढाराढूर झोपला. झोपला का मेला, यातला फरक जाणवू नये, असा लंबालाट झाला.

मघाशी रेखाताई तिचे शिलाईसाठी टाकलेले कपडे न्यायला आली. त्यामुळे

ताट उचलणं झालं नाही. तर गड्यानेही ते उचललं नाही.

तिने पाहिलं, ताटाच्या खरकट्यावर घरमाशा घोंघावत होत्या. त्यातल्याच काही त्याच्या उघड्या तोंडावर बसत होत्या. दातावर बसून कोरकार करीत होत्या, तरी गड्याला भान नाही. तरी बरं; पंखा चालू हाये. पंखा नस्ता त त्याच्या तोंडावर मव्हळच झालं आस्त घरमाश्यायचं.

ती कासावीस झाली. तिने भिंतीवरच्या घड्याळ्यात पाहिलं, दुपारचे दोन वाजले होते. पाहुण्यांनी फोनवरून दुपारची तीनची वेळ दिली होती... म्हणजे आता एका घंट्यानं पाव्हणे येतील. अन् आपला त आजून कशालेच कशाशी मेळ नाही. यानं दूध खाऊन घेतलं. चहासाठी दुसरं दूध आणावं लागते. मोटार स्टँडवर जाऊन दुधाची पिशवी आणायची. कोण आणील? कृषी सेवा केंद्रावर महिन्याने असणाऱ्या बाळ्याला दोन वाजता बोलावलं होतं. त्याचा अजून पत्ता नाही. पळसगावच्या शाळेवर गेलेली पोरगी अजून आली नाही. तिला हाप सीएल टाकून यायचं सांगतलं होतं तिचा पत्ता नाही. ... विचारा विचाराने जीव घाबरा झाला.

"जाऊ दे तिकडी... माझ्या सगळ्या सीएल या रोंभ्यातच संपून जातात... फायदा काहीच नाही. बाबाच्या मनातच नाही माझं लग्न करायचं, तर तू कशाला हे नाटक करते. इतक्या सोयरिकी आल्या. पण एक जुळू देत नाही. त्याला काय, बरी दुभती म्हैस सापडली मी... महिण्याच्या महिण्या पगार देणारी. अशी दुभती म्हैस कसा कोणाच्या दावणीला बांधेल माझा पोसण्या बाप... आयतं खायची सवय लागली. तो नाही होऊ देत माझं लग्न... मी नाही करत आता ते दाखवा-दाखवीचे नाटकं... कंटाळा आला मला या प्रकाराचा."

दहा वाजता शाळेवर जायच्या तयारीत असताना प्रमिला असं तणतणत बोलली होती. देवकाबाई तिच्यावर अजिबात चिडली नव्हती. कारण खरंच बोलत होती पोरगी.

दोघी मायलेकींचा आता नाईलाजच झाल्यासारखा झाला होता. असा पोरीच्या नशिबात पोसण्या बाप आणि तिच्या नशिबात असा पोसण्या नवरा आला होता. कमाई नाही कवडीची अन् टिप्पस मनसबदाराची... गडी आताबी हप्त्याचे काय दोन-चारसे कमावते ते त्याच्याच रात्रीच्या खर्चात जातात. पुन्हांदा पोरीच्या पगारावर हायेच कावळ्यासारखा टपलेला... खायले गलुला पाह्यजे. राह्याले टापटिपीचं पाह्यजे. सम्द्या चांगल्या वस्तू घरात पाह्यजे... टी.व्ही. पंखा, भारीभारी कपडे, काजू-बदामीचा शिरा, हप्त्यातून दोनदा मटन. सगळ्या गावाची बोकांडी उधारी करते. पाच तारीख झाली की उधारीवाल्याच्या चकरावर चकरा चालू होतात. प्रमिला बिचारी फेडत राह्यती उधाऱ्या. आपून देत राह्यतो दारात येणाऱ्या उधारीवाल्याले

तोंड...पैसे नसले की तोंड दाखवा. पैसे असले की उधाऱ्याचे भोक शिवा. हे शिवलं की ते उघडं पडते. ते शिवलं की हे उघडं पडते. घालत राहा. टाक्यावर टाके.

देवकाबाई इकडची तिकडं फिरत होती. नवऱ्याला उठवायला जावं तर ताप. खवळायचा गडी. कारण कुंभकर्णी झोप. उभा असला तिथं खाली बसतो. बसला तिथं पाय ताणतो. सहा फुटांची रिकामी जागा बुडाखाली सापडली की घसरत, घसरत भुईला पाठ देतो अन् आडव्या हाताची उशी करून तिथंच लंबालाट झोपतो. लगेच तोंड वासून घोरायला लागतो. झोपेतच टराटर पादतो. गचाळ वास. गचाळ सवयी. सवयी घाणेरड्या, शरीर घाणेरडं, अन् मन तर भयानकच गचाळ पायखान्याच्या पेवासारखं. कधीच चांगले विचार डोक्यात येणार नाहीत. कोणाला कसं फसवलं, कोणाला कसं लुबाडलं, हेच बढाया मारत सांगतो. कुठं लग्नपंगत असली तर तिथून पुऱ्या काय चोरून आणतो. लाडू-शेव-चिवडा टोपले भरून आणतो. घरी आणून डब्यात भरून ठेवतो. अन् अर्ध्या रात्री उठून, कोपऱ्यात बसून मुचूक मुचूक भुतासारखा खातो. बारोमास खावरं भूत बिलगल्यासारखी खावखाव.

कधी कधी देवकाबाईला वाटते; असा नवरा मेला तर बरा. बऱ्याच गोष्टींपासून आपली सुटका होईल. पण त्याला जिवाची भारी काळजी. मागे शाळेतल्या एका मास्तराने प्राणायाम-योगासनाचे वर्ग घेतले. तिथं हा सगळ्यात आधी हजर असायचा. सगळे योगासनं शिकून ट्रेन झाला. सकाळ-संध्याकाळ दोन-दोन तास अंगणात डेरा देऊन बसतो. योगासन-प्राणायाम करतो. त्याच्यानं आयुष्याची दोरी भारी बळकट झाली. तुटता तुटणार नाही. आपण मात्र उभ्या-आडव्या वाळत चाललो. डोक्यावर सगळ्या टांगत्या तलवारी. एक काढावं तर दुसरी तयार... एक विळखा काढावं तर दुसरा आवळला जाते. मनावर सतत एक विशिष्ट प्रकारचा दाब. त्यामुळे डोकं सारखं भणकत राहाते. ओल्या गवताचा भारा डोक्यावर असल्यासारखं किंवा पावसात भिजून आल्यासारखं कसंच्या कसं वाटतं, कसं वाटतं ते सुचायलाही वेळ मिळू नये, असं कसंतरी वाटतं...

ती अंगणात आली. पदर कमरेत खोचला. रांजणातलं दोन गुंड्या पाणी घेऊन अंगणातल्या मातीवर सपक्न शिडकावा मारला आणि झाडणं घेऊन कोपऱ्यात झाडून लावू लागली. अंगणात दोन ठिकाणी घुशींनी मोठमोठे उकीर आणले. सतत जमिनीच्या पोटात उकरत राहातात आणि वरच्या अंगी वेगात माती फेकतात. सर्रासर की सर्रासर... त्यामुळे कोणीतरी हाताने टोपलंभर माती अंगणात उधळून दिल्यासारखी अवस्था होते. अंगण कायम वखवख रखरख दिसते.

धूळीचा बारीक पांबा नाकात जाऊन सारख्या शिंकावर शिंका येतात. छातीत पांबा साठतो. त्याच्यानं दम दाटाळून येते. धापा टाकावं लागतात.

अंगण झाडून झाल्यावर ती रस्त्यावर गेली. लिंबाच्या झाडाखाली लहान लेकरं खेळत होते.

"आरे सुधीर, इकडी येरे बाबू..."

असं ती म्हणाली. दोन वेळा शिंकली. तर एकाच वेळी चार पोरं पळत आले. सकाळची शाळा करून दुपारचे वेटाळीत खेळत होते.

"काकू मले सांगा काम... मले सांगा काम..."

एकाच वेळी चार-चार आवाज केकाटले.

"कोणालेच नका सांगू काकू. आता महा नंबर हाये. पाह्यटी सच्याले सांगतलं होतं, काल सुरश्याले सांगतलं होतं. परवा रामश्याचा नंबर झाला. आता महाच नंबर हाये..." पवाराचा सुधीर गलका करत म्हणाला.

"म्हणूनच तुले बलावलं न रे बाबू... जाय, कृषी सेवा केंद्रावरून बाळूभाऊले आण बरं बलावून. पाव्हणे यायचा टैम झाला म्हणा..."

"हाव जातो..." असं म्हणून सुधीर तिथल्या तिथंच वावटळीच्या वेढ्यात गुरफटल्यासारखा गुरमळत राहिला.

"आरे जाय नं त लवकर..."

"पण मपला रुपया... पह्यले रुपया द्यानं..."

"आरे तिकडून आल्यावर देते नं!"

"नाही. पह्यले द्यानं... मले फुगे इकत घ्यायचे..."

तिने लुगड्याच्या पोटमिऱ्यात कंबळात हात घातला. तिथं एक रुपयाचे दोन-तीन नाणे तिला नेहमीच ठेवावे लागायचे. तिथून एक रुपया काढला. सुधिऱ्याच्या हाती टेकवला. रुपयाचं नाणं मुठीत घेऊन सुधिऱ्या जागच्या जागी दोन-तीन वेळा कुदला. रमश्या, सुरश्या, नरश्या अशा बाकीच्या पोरांना हिणवल्यासारखा त्याने हाताचा अंगठा दाखवला आणि धूम करत, पळत तो रस्त्यावर गेला. बाकीचे पोरं हिरमुसून लिंबाच्या झाडाखाली गेले.

सुधिऱ्याने निरोप दिल्यावर बाळ्या घरी आला.

"आरे बावाच्या नाना. पह्यले मोटार इस्टानावर जाय अन् दुधाच्या दोन थैल्या घेऊन ये. तुह्या बापानं सम्दं दूध शिकरणात कालवून खाल्लं..."

"दे पैसे... मपला बाप बी लयेच डखाळेल धंदे करते. आजच्या दिवस खाल्लं नस्तं शिकरण त काय जीव गेला अस्ता का त्याचा? काम नाही कवडीचं. अन खाणं पिणं आवडीचं."

"त्याले उडदाचं वरण आवडत नाही नं, म्हणून..."

"हे आवडत नाही. ते आवडत नाही. त मग सोताच्या कमाईचं तरी आणत जाय म्हणा. रातभर जागरण करत शिक्षक कॉलनीत फिरते. त्यो पैसे कुठं भोकात नेऊन घालते कान्नू! एक आता ती प्रमिला नवकरीवर लागली म्हणून, नाही त काय वाराच खाऊ घालत होता कान्नू हा माणून आमाले!"

असं तणतणत बाळ्या मोटार स्टॅन्डवर गेला.

बाळाजी मोटार स्टॅन्डवर गेल्यावर ती पुन्हा एकदा घरात जाऊन उभी राहिली. यादोराव अजून तसाच झोपलेला होता. पाट उशाशी घेऊन.

"आहो, उठा नं, पाव्हणे यायची येळ झाली..."

ती दोन वेळा म्हणाली. पण तो काही उठला नाही.

ती अंगणात आली. पारिजातकाच्या बुडाशी पुन्हा घुशीने उक्कीर आणला होता. थरावर थर वाढून मातीचा ढीग वाढत होता. सहज नजर झाडाकडे गेली. शेंड्यावरच्या दोन फांद्या वाळून कोळ झाल्या होत्या. तिथले पानं झडून गेले होते. उक्कीर आणणाऱ्या घुशीने झाडाच्या जमिनीतल्या मुळ्याही खुडून-कुरतडून, कुरतडून टाकल्या होत्या. मातीच्या ढिगाऱ्यातच मुळखंडाचे तुकडे दिसून येत होते. अशानं आता एक दिवस पूर्ण झाडच सुकून सोकाटून खंगर होऊन जाणार. तिच्या मनात विचार आला आणि ती उदास झाली. आतल्या आतच कसंतरी खंगारल्यासारखं वाटू लागलं. पांबा नाकपुड्यात गेला. आणि दोन वेळा इयाक्-इयाक् करून शिकावं लागलं.

झाडून लोटलेला पुंजा तिने टोपल्यात भरला. पुंजा उकिरड्यावर टाकून आली. हात-पाय धुतले. तोंडावर पाण्याचे सपकारे मारले. नाकपानी बोटांनी वरपून खांडुळ्याला पुसलं. लुगड्याच्या पदराने तोंड पुशीतच होती. तर वाड्याच्या दारातून बाळाजी आत आला.

"आवं आई, आले... पाव्हणे आले... मी इस्टानावर गेलो त पानटपरीवर आपलंच घर इच्यातच होते. घेऊन आलो त्याह्यले..."

"आसं का? पण तुपला बाप आजून पसरेलच हाये न रे! उठव त्याले. अन् पलंगावरची चादरबी झाड झटक करून टाक... खुर्च्या मांड..."

"बापू हो... उठा उठा... पाव्हणे आले... उठा लवकर..."

बाळाजीने धाबल्यात जाऊन बापाला गदागदा हलवले. तसा त्याला थापडा मारत यादोराव उठून बसला.

“पाव्हणे आले त काय आरती ववाळू का मी?”

असं म्हणत जांभया देत तो उभा राहिला. तश्याच एकावर एक दोन-तीन जांभया देत दोन्ही हात डोक्यावर ताणत तो बाहेर आला.

“रामराम बापू... रामराम... रामराम... नमस्कार...”

पाहुण्यातून एकापाठोपाठ चार आवाज आले.

“आमची वाट पाहून-पाहून झोप लागली होती वाटते...” एका पाहुण्याने विचारलं.

“तसं काही नाही. रोजच झोपतो मी. राच्ची नाईट ड्युटी असती नं... म्हणून दिवसा झोपा लागते...”

चौघांकडे तिरस्काराने पाहात यादोराव म्हणाला.

“हा प्रा. सुभाषराव सरनाईक... पुतण्या हाये महा... हे अवघडराव, हे मुगुटराव... अन् मी जगदेवराव...” जगदेवरावने सगळ्यांची ओळख करून दिली.

यादोरावाने चौघांकडे त्याच चिरपरिचित तिरस्काराने पाहिलं.

“आम्ही तिघंच येणार होतो. पण सोयरिकीच्या शुभ कामासाठी तिघायनं जाऊ नाही. तीन तिघाडा. अन् काम बिघाडा होते, म्हणून मग चौघजण आलो.”

जगदेवरावने आपल्या येण्याचं समर्थन केलं. आणि हसला.

“इतके जण आले. आणखीन कावून नाही आणले दहा-पंधरा जण?”

असं पुटपुटत यादोराव समोरच्या न्हाणीवर गेला, गुंडीने रांजणातलं पाणी घेऊन तो तोंडावर मारू लागला. त्याच्या बोलण्याने पाहुणे हिरमुसले झाले.

समोर पदर घेऊन उभ्या असणाऱ्या देवकाबाईला जगदेवराव म्हणाला,

“पण जेवण खावण काही करणार नाही आम्ही. फक्त चहा-पाणी घेऊ. पोरगी पाहू अन् निघून जाऊ...”

“बाळाजी... तू पाव्हण्याले हातपाय धुयाले पाणी दे. तदलोक मी फडा मारून घेते. हे झोपेल होते नं त्याच्यानं घरबी झाडणं झालं नाही.”

देवकाबाई कसंतरी अपराध्यासारखं हसून म्हणाली.

“काही हरकत नाही... थांबतो आम्ही तदलोक इथीच अंगणात...”

मुलगा म्हणाला. बोलता-बोलताच त्याने घरात-दारात सगळीकडे पाहून घेतलं. पण त्याच्या नजरेला काही जे पाहायचं होतं ते त्याला दिसलं नाही. हे देवकाबाईला स्पष्टपणे जाणवलं.

“प्रमिला शाळेवर गेली. तिचं सशिमोचं का जनगणनेचं कशाचं तरी ट्रेनिंग होतं. त्याच्यानं जावा लागलं. आता पाठवतेच बाळाजीले फटफटी घेऊन...”

असं ती जगदेवरावला म्हणाली. जगदेवराव तिच्या माहेराकडून तिच्या ओळखीचा.

दूरच्या नात्यातही येत असावा. त्यानेच ही सोयरीक आणली होती. म्हणून ती त्याच्याशीच बोलत होती.

"बरोबर हाये. ट्रेनिंग म्हटल्यावर सुटीही टाकता येत नाही."

नवरदेव होणारा मुलगा म्हणाला.

त्याच्याकडे पाहून देवकाबाईने हसल्यासारखं केलं आणि हाती फडा घेऊन ती आतल्या धाबलीत गेली. सरासर फडा मारून तिने घर झाडून घेतलं. पलंगावरची चोळामेळा चादर नीट झटकून टाकली. प्रमिलाच्या पगारातून आणलेल्या चार नीलकमलच्या खुर्च्या नीट, व्यवस्थित मांडून ठेवल्या. मग बाळाजीने पाहुण्यांना पाणी दिलं. दोन पाहुणे पलंगावर बसले. दोन खुर्चीवर. अजून दोन खुर्च्या रिकाम्याच होत्या. पैकी एका खुर्चीवर यादोराव जाऊन बसला.

"जाय तू लवकर... तुझ्या मालकाची मोटारसायकल घेऊन... एस.टी.नं कधी येईल अन् कधी नाही. काळी-पिवळी बी जवा पाह्यजे तव्हा वक्तावर लागत नाही."

"जातो मी... पंधरा मिन्टाचा त रस्ता हाये..." असं म्हणून बाळाजी बाहेर पडला.

देवकाबाई थोडावेळ त्याच्याकडे पाहात राहिली. पाहाताना तिच्या मनात विचार आला की, आपल्या लग्नाच्या वेळी असंच झालं होतं. आपल्याला पाहायला पाहुणे आले होते त्या वेळी आपणही अशाच शाळेत गेलेल्या होतो. दहाव्या वर्गात. गणिताची तासिका सुरू होती. अन् भाऊ बोलावू आला. वर्गातून आपणास घरी बोलावून घेऊन गेला. अन् आपली सोयरीक जुळली. या पोसण्या माणसाशी आपलं लगन झालं... त्या आठवणीने तिच्या काळजात उभा सूळ टोचल्यासारख्या तिला वेदना झाल्या.

"अंगणात खूपच उक्कीर आला तुमच्या. काय घुशी खेव देऊन राह्यल्या वाटते?"

जगदेवरावाने यादोरावाला विचारलं. काहीतरी बोलायला विषय पाहिजे, म्हणून सहज विचारावं तसं विचारलं.

"वतनदाराचं गाव आहे नं आमचं. त्याच्यानं गावात सगळी पांढरी मातीच होती. अन् पुन्हा जुने बांधकाम. त्याच्यानं आला घुशीले ऊत. आता माही नाईट ड्युटी हाये म्हणून. नाईत लय शॉट देऊ-देऊ मारल्या म्या घुशी. वायर नळ्यात टाकून करंट सोडायचा. बातच्या-सात खलास... दुसऱ्या लोकायच्या त घराखालून भुयारं केलं. अशा शहाबादी फरशावून लोक वरून चालतात तव्हा तड्ाल तड्ाल फरशा फुटतात. आमच्या परतापभाऊच्या घरी कांदे टाकेल होते. त त्या कांद्यातूनच वरलोक माती आणली. अन् वल्ल्या मातीच्यानं कांद्यांले हिरवेगार कोंब फुटले टराटर. घरातच पीक उभं झालं. सुखदेवराव बापूच्या घरात खालून तळघर होतं, मंधात घुशीयनं उक्कीर आणेल. त्याह्यची बायको घर सारवता सारवता बतकन

खाली पल्डी. अन् तळघरातच गायब झाली. सगळ्या गावातच झाल्या ह्या घुशी. इकडचा मेहकर रोड त तिकडचा चिकलीरोड. बुळूबुळूबुळू-बुळूबुळूबुळू घुशीच घुशी फिरतात सम्द्या अंडरग्राऊंड...''

यादोराव भलताच रंगात आला होता. बऱ्याच दिवसांनंतर ऐकायला माणसं भेटले होते. त्यामुळे भडाभडा बोलत होता. आलेले पाहुणे नाइलाज म्हणून हुकमी उत्सुकतेने हो-हो करत ऐकून घेत होते.

''कधी येईल पण प्रमिला. कितीक दूर आहे तिचं नोकरीचं गाव इथून?''

''काय दहा किलोमीटर हाये पळसगाव. मिळवून घेतलं आमच्या वळखीनं. लय दूर नेमणूक करणार होते. पण झेड.पी.च्या अध्यक्षाले अन् शिक्षण सभापतीले डायरेकच जाऊन भेटलो. लय झापले धरून. म्हन्लं निवडणुकीच्या वक्ती आम्ही तुमच्या पक्षाचा परचार उड्या मारू मारू करतो. त्याची परतफेड करा आता. त आपधाकी मंग हे जवळचं गाव देलं. कसं आस्तं ते, जानजवान पोरी माय-बापाच्या डोळ्यापुढीच पाह्यजे नं! आब गेली. इज्जत गेली त काय चाटता ती नवकरी? तुमाले एक किस्सा सांगतो. आमच्या भावकीतली एक पोर्गी. नर्सिंगच्या ट्रेनिंगले होती दोनगावले. त तिले पटवलं एका कोळ्याच्या पोरानं. खोटीच जात सांगतली. मराठा हाये म्हणून. अन् केलं तिच्याशी लगन... त तिच्या मायबापाले आमी जातीबाहीरच टाकलं. काही लोकं म्हणत भावकीतले, की पोरीनं केलं अन् मायबापाले कावून सजा? पण म्याच पुढाकार घेतला. अन् टाकले लेकाचे जातीबाहेर. जाणंयेणंच बंद करा लावलं जातीतल्या लोकायले. आपल्याले नाही पटत आसे पचमिसळे धंदे. खान्दानी घराणं हाये नं आमचं... खान्दानी लोकं हाये न आम्ही. आम्ही खान्दानी... आमच्यात कधीच दुसरं लगन होत नाही बाईचं... एकाक्षिदे एकबंधनी खान्दानीचे हावोत म्हन्लं आम्ही.... एकबंधन एकाक्षिदे!''

आपले दोन्ही हात दोन्ही छातीवर मारून घेत यादोराव बोलत होता. मान उंटासारखी ताठ ठेवून. बेभान झाला होता. पाहुण्यांचा नाईलाज होता. म्हणून त्यांना ऐकून घ्यावं लागत होतं. देवकाबाईच्या मनात विचार येत होते; या माणसानं कमाई त काहीच केली नाही. पण वाडवडलांची इस्टेट होती तीबी गमावून टाकली. सहा एक्कर जमीन कशी गमावली, पत्ताबी नाही चालू देला. निव्वळ खाऊन खत केलं. पह्यले बापजाद्यायची इस्टेट इकून चवणे केले. आता पोरीचा पगार खाते. पोरगी अठ्ठावीस वर्षांची झाली. लोकं, सोयरे-धायरे इतके नावंबोट ठेवतात. पण हा याचंच घोडं दामटत राहाते. वर अशी एक हात लाकडाची नऊ हात झिपली... देवकाबाई मनातून महादेवला हात जोडत होती... देवा शंभुराया, जाऊ दे रे बाप्पा पोरीचा येल मांडवावर उजळू दे तिचं बाशिंगबळ.

या माणसानं इतक्या सोयरिकी आल्या होत्या त्या समद्या इचकून टाकल्या. इदरफिसक्या वाणाचा आत्ताच काय करते कोणाले माहीत.

स्वयंपाक खोलीत बसून चहा उकळायला ठेवावा, की पोहे फोडणी द्यावेत असा विचार करीत दुचित होऊन ती बसली होती. त्यातच मनात असे विचार येत होते. धाबल्याच्या घरातून नवऱ्याची बडबडही ऐकायला येत होती. पाहुण्यांपैकी कोणालाच बोलण्याची संधी न देता तो सांगत होता. विचारलेले आणि न विचारलेलेसुद्धा.

डोळे रस्त्यावर आणि कान घरातल्या बडबडीवर ठेवून ती अशी दुचित होऊन बसली होती. काय करावं, तिचं तिलाच नीट कळत नव्हतं. घरातली बडबड कायम सुरू होती. त्या आवाजाचे कमीजास्त हेलकावे कानावर येत होते.

असा-तसा वेळ गेला आणि रस्त्यावर फटफटी थांबली. छातीशी पर्स आवळत प्रमिला आत आली. धाबल्याच्या दारात खुर्ची होती. तिथं आलेल्यांपैकी एक पाहुणा बसलेला होता. प्रमिला आत येताना पाहिली आणि त्याचे डोळे तिच्यावरच खिळून राहिले.

"एकदम जोरदार आहे पोरगी..."

पलंगावर बसलेल्या नवरदेव म्हणून आलेल्या मुलाला त्याने नजरेने, डोळ्यांच्या भाषेत सांगितलं.

स्वयंपाक खोलीच्या भिंतीला पालीसारखी चिकटून धाबल्यात बसलेल्या लोकांना आपण पूर्णपणे दिसणार नाही याची काळजी घेत प्रमिला स्वयंपाक खोलीच्या दारातून आत घुसली.

"कशासाठी बलावले पाव्हणे?" ती आईजवळ धुसफुसली.

"आवं, माह्या मावसभावानं पाठवले. पोरगा दोनगावले प्राध्यापक हाये. दोनगावजवळच हातणी-मालगणी नावाचं पैनगंगेच्या काठावर गाव हाय. तिथं त्याची वीस एकर काळीकसदार जमीन हाये. एकरी दहा पोते सोयाबीन अन् पंधरा पोते हरबरे घेते. बदबद माल होते. एकच भाऊ. अन् माय... जास्त मोठं खटल्याचं घर नाही. लय सुखी होशील तू... वाणू-वाणू सांगत होता तूहा मावसमामा... त्याचा फोन आलता न काल. तव्हा..."

"अगं बाई, ते सगळं खरं... पण हा तुझा नवरा जुळू देईल का ही सोयरीक? काय म्हणतो तो नेहमी. हा! झाड म्या लावलं, फळं दुसऱ्याले कसे काय हुलवून खाऊ देऊ..." प्रमिला घाम टिपून घेत खाली बसली. समोर निसून ठेवलेल्या पोह्याचं ताट होतं. त्यात हात घालून बसली.

"पण, जाय तू... जरा हातपाय धुई. साडी बदल. तदलोक मी पोहे करते."
असं म्हणून देवकाबाईने चूल धरली.

"जसं गुणवंतरावने सांगतलं होतं, तशीच हाये पोरगी. काकणभर जास्ती म्हणलं तरी चालते. आमाले पसंत हाये."

पोरगी दाखवण्याचा, प्रश्न विचारण्याचा, पोहे खाण्याचा, चहा पिण्याचा कार्यक्रम झाल्यावर जगदेवराव म्हणाला. प्रा. सुभाषच्या शेजारी बसून, त्याच्याशी सल्ला-मसलत करून झाल्यावर तो बोलत होता. 'हो बोली' करण्याची जबाबदारी त्याच्यावर होती. ती त्याला पार पाडायची होती.

"पोरीची नोकरी, तिचे परसेंटेज, तिचं रूप लावण्य, तिची हुशारी, ह्या गोष्टीच आम्हाले महत्त्वाच्या वाटतात. लगन झाल्यावर आमी तिची बदलीबी करून घेऊ आमच्या तालुक्यात ताबडतोड... गावातच. असं परगावी हाप-डाऊन करायचंबी काम ठेवणार नाही." मुगुटराव म्हणाला.

"तशी तिला जास्त दिवस साळेवर राहाण्याची गरजही नाही. एम.ए. झालेलं आहे. नेट-सेट झालेलं आहे. त्यामुळे कॉलेजावर प्राध्यापक होऊ शकतात त्या. माझ्यासोबतच..." प्रा. सुभाष म्हणाला.

"तू त आतापासूनच आहो-काहो करा लागला बाप्पा!"

असं जगदेवराव म्हणाला. त्यावर सगळे खळखळून हसले. त्यांच्यातच बाळाजी बसलेला होता. तोही प्रत्येकाकडे तोंड वासाडून पाहात हसला. पण यादोराव काही या विनोदावर हसला नाही. उलटपक्षी त्याचा चेहरा जास्त उग्र, जास्त कठोर, जास्त खऊट झाला.

"अन् पुन्हा तुम्हाले सांगतो यादोराव, आमचं देण्याघेण्या बाऱ्यातबी काहीच म्हणणं नाही. नाही त आजकाल नोकरीवाली पोरगी असली तरी जास्त हुंडा द्यावं लागते. जास्त करणी-धरणी, मान-पान करा लागते. पण आपून तसे नाही. वस्तुलाभ महत्त्वाचा. जोड्याले-जोडा जमणं महत्त्वाचा..." मुगुटराव म्हणाला.

"बरोबर हाये. कोणीबी जोडा पाह्यते. दोघं नवरा-बायको सोबत जाताना विजोड नाही दिसला पाह्यजे. लगन झाल्यावर कोणी विचारत नाही हुंडा किती घेतला म्हणून. उलट म्हणतात जोडा किती छान जुळला म्हणून..." जगदेवराव म्हणाला. आणि हसला.

तो हसल्यावर त्याच्या सोबतचेही हसले. विशेषत: प्रा. सुभाषराव नावाचा तो लग्नोत्सुक तरुण विशेष खूष होता. आणि थोड्या-थोड्या विनोदाला हसत होता.

"अन् तुम्हाले सांगतो यादोराव, ते लोकाय सारखं काम नाही आमचं.

जाऊ... फोटू नेऊ... मायले दाखवू, चुलत्याले दाखवू मंग कळवू... कळवू गिळवू काहीच नाही. सम्दं पसंतच हाये आम्हाले... काहो सुभाषराव?'' अवघडराव म्हणाला. त्यावर प्रा. सुभाषने होकारार्थी मान हलवली.

"बरोबर हाये. आसंच काम पाह्यजे चट् मंगणी पट् शादी... म्हणसाल तर आता घेऊन जातो आम्ही पोरीले जीपकारीत बसवून. आदर्श विवाह... पोरगी पाह्यले आले अन् लगन करून घेऊन गेले... आदर्श विवाह... पेपरातच बातमी छापून येईल मग ती... हाये मंजूर... बोला... बलवा हो बाळाजीराव तुमच्या गावच्या वार्ताहराले...''

असं जगदेवराव म्हणाला. तसा बाळाजी पट्कन उठून उभा झाला. परवानगीसाठी म्हणून त्याने प्रश्नार्थक नजरेने बापाकडे पाहिलं.

तसा त्याच्यावर डोळे वटारत यादोराव गरजला, "आरे, कुठी चाल्ला ताकाच्या वगारा. बैस खाली. तुह्या मायचं ताकाचं वगारू तुह्या... बैस खाली!''

आणि मग पाहुण्याकडे पाहून तो म्हणाला.

"तुम्ही त काही वाऱ्याचे भारे बांधून राह्यले पाहुणेबुवा! तुमच्या सुतानंच उफणणं चालू हाये तुमचं. आहो जसं म्हणलं खळ्याचा मालक मी हाये नं... मी सांगील तिवा कुणीकून लावा. रास कुठी टाका. कुटारभुकटा कोण्या आडोंगावर जाऊ द्या... मी सांगील ते... आरे, वारे वा ऽऽ आसे वाऱ्याचे भारे बांधणारे पाव्हणे आजून नव्हते पाह्यले म्या... जसं म्हन्तात म्याबी माह्या हातानं अडोतीस सोयरिकी जुळवल्या. पण आशी हाताच्या कोपरानं बरास नाही खंदली... ही त काही उतावळी का बावळी झाली साली. हारिकली बायजाबाई अन् बसायले जागा पाही... आशीच गोष्ट करा लागले तुम्ही त...''

डोळे हिंगळे-पिंगळे करीत प्रत्येकाकडे रागाने पाहात यादोराव बोलत होता.

स्वयंपाक खोलीच्या आतल्या खोलीशी दडून देवकाबाई ऐकत होती. इतका वेळ पाहुण्यांचं बोलणं ऐकून तिच्या मनाचा पिसारा फुलला होता. पण नवरा बोलाय लागला आणि कचाकच अंगावरचे पिसं उपसल्या जाणाऱ्या मोरणीसारखी ती घायाळ झाली. काळजात बारीक धडधड उठली. पोटखंगाळा दाटून आला.

"म्हणजे, काय म्हणायचं तुम्हाले? कोड्यात काहून बोलता? सपष्टच बोला नं.'' उसणं अवसान आणत जगदेवराव म्हणाला.

"कोड्यात कशाचं बोलून राह्यलो मी? खुल्लमं खुल्लाच सांगा लागलो. वावरावाले हाये न तुम्ही. मंग वावरावाल्याच्याच भाषेत सांगतलं. कुणबिकीची भाषा समजत नाई त कशाले चोमणं धरायले कुणबिक करता? आहो, पोरगी म्या टोंगळे फोडून पैदा केली. लाडाकोडानं तिले लहानाचं मोठं केलं. पोटाले पालव बांधून शिकवलं.

याच्या त्याच्या दाढ्या धरून नवकरीले लावलं... थोडक्यात म्हणजे झाड म्या लावलं. अन् तुम्ही खुशीनाम फळं तोडून गटागटा-की-गटागटा खाया लागले?''

''आहो पण यादोराव बापू... सम्देच लोकं करतात हे. लोकरीतच हाये नं ही. कोणीबी आपल्या लेकरायचं हितच पाह्यते नं. पोरगी लय सुखात राहीन तुमची. सुनेसारखी नाही. पोरीसारखीच वागणूक मिळंल तिले...''

''काय सांगावं सुख मिळते का दुख ते. नवकरीवालेबी लय गोगलगाय अन् पोटात पाय राह्यतात फोकणीचे लय झणं. आमाले काय माहीत पोरगा रंडीबाज हाये का दारूबाज हाये ते! सरकारनं या लोकायचे पगार लय वाढवून ठेवेल हायेत खपाखप... काही हेंबाड्या नवकरीवाल्यायले त मोजता येत नाही एवढा पगार भेटते. बिअरबार अन् वाईनबार कोणाच्या भरोश्यावर चालतात? या लोकायच्याच. माहीत हाये नं मले सम्दं! मीबी जसं समाजातच राह्यतो. जंगलात नाही राहात... अभ्यासकच हाये मी समाजाचा.''

''ते समाजाचं अन् लोकायचं जाऊ द्या! तुमचं काय ते तुम्ही सांगा.'' जगदेवरावही आता जरा चिडीलाच आला होता.

''तेच सांगून राह्यलो नं. तुमच्या कानाचे भोकं बुजले का? तुमची आमची सोयरीक जुळंल पण एक अट हाये आमची.''

''सांगा ना! कोणती अट हाये ती?''

''आमच्या पोरीचा अर्धा पगार तुम्हाले आम्हाले द्यावं लागीन... तेबी जनमभर... मरस्तोर...''

''कोण मरस्तोर? तुम्ही का आम्ही?''

''पोर्गी जित्ती हाये. पगार कमावती तदलोक... आम्ही नवराबायको मेलो तरी या बाळाजीलेबी आर्धा पगार द्यावा लागंल तुम्हाले. या घराचा हक्कच हाये तिच्यावर... आमीबी तिले शिकवलं. नवकरीले लावलं. तवा पगार सुरू झाला. अन् तुम्ही बरे आले आयत्यावर पायथं करायले... लागले आमच्या पत्रावळीवर ठायकीच तुमचा द्रोण टेकवायले... झाड म्या लावलं. त्याचे फळं हुलवायले.''

असं यादोराव बोलतच होता. तर प्रा. सुभाषने सगळ्यांना उठायची खूण केली. तसे सगळे पटापटा उठले.

''चला मंडळी. इथं काही आपलं बाशिंगबळ जुळत नाही.''

''भलतीच गोष्ट झाली ही तं. असा बाप दुनियेत सापडणार नाही, पह्यलेच माहीत झालं आस्तं, त आलोच नस्तो...''

''काही गोष्ट झाली ही तं. आवतण देलं साऱ्या गावा... वावधन सुटलं घरीच जेवा.''

असं म्हणत एकएक करीत माणसं उठले. आणि बाहेर निघून गेले. तसा मनासारखी गोष्ट घडून आल्यासारखा यादोराव हसतमुख झाला.

इकडे स्वयंपाक खोलीच्या दारात देवकाबाई चौकट धरून उभी होती. गरीब डोळ्यांनी निघून जाणाऱ्या माणसाकडे पाहात होती. तिच्यामागे इतका वेळ प्रमिलाही उभी होती. पण माणसं धाबल्यातून बाहेर पडू लागले, तशी ती मागच्या मागे दडून बसली.

"ही गोष्ट आम्हाले पह्यलेच कावून नाही सांगतली बाई? तुम्हाले फोनवर बोललो तव्हाच क्लिअर करायचा आस्ता हा मुद्दा..."

जगदेवराव देवकाबाईकडे पाहून म्हणाला.

"तुम्ही विचारलंच नव्हतं. मग कसं काय सांगावं?"

असं मागून यादोराव बोलला.

"पण आता तरी नवीन येणाऱ्या पाव्हण्याले सांगून देजा आधीच. म्हन्जे त्याह्यची बेजारी होणार नाही. हेलपाटा वाचंल..." प्रा. सुभाष वैतागून म्हणाला.

"हावं... तुम्ही जा... नवीन येणाऱ्याची तुम्ही नका फिकीर करू... दवंडीच देतो आता गावात. नाहीतर पेपरात छापतो जाहिरात..."

असं म्हणून त्याने जाणाऱ्या पाहुण्याच्या पाठीला हर्षभरित होऊन कोपरापासून हात जोडले.

पाहुणे गेल्यावर देवकाबाई बाहेर आली. बाळाजी पाहुण्यांच्या आगेमागेच कधीतरी निघून गेला होता. कारण आपण घरात थांबलो तर बापाशी बाचाबाची नाही; तर आपली मारामारीच होऊन जाईल, अशी भीती त्याला वाटली होती.

"काय पाचगत केली हो तुम्ही ही! किती पच्ची होईल गावोगावी समाजात आता. बदनामीच बदनामी होणार आता..."

"आवं जाऊदेवं तिकडी होंबळीत. तू नको पुळका येऊ देऊ त्याह्यचा. मले द्यायचीच नव्हती त्या घराण्यात पोरगी. साले आसेच आडपासे-आडतासे घराणं होतं त्याह्यचं... खान्दानी नव्हते आपल्यासारखे."

"हां बरा बहाणा शोधून काल्ढा तुम्ही... घराणं घराणं... हाताने पेटवायचं अन् पायानं इजवायचं काम करा लागले तुम्ही हे..."

असं म्हणून देवकाबाई खाली बसली.

"जाऊ दे तिकडी... झोपतो मी आता. पुन्हा रात्रीचं नाईट ड्यूटीवर जावं लागणार हाये मले."

असं म्हणून यादोराव घरात गेला. पंख्याचं बटणं दाबून त्याने वेग वाढवला.

पंख्याखालच्या पलंगावर लंबालाट उताणा झाला. हातपाय ताणून झोपून राहिला.

देवकाबाईने एकदा घरात झोपलेल्या नवऱ्याकडे पाठीमागे वळून पाहिलं, आणि बसल्या बसल्या तिने दोन्ही हात कपाळाला दिले. उदास डोळ्यांनी ती पाहू लागली. तर दिसलं, पारिजातकाच्या झाडाखाली दोन-दोन बाजूंनी उक्कीर वर येत होते. जमिनीत गेलेल्या बिळातल्या घुशी भलत्याच वेगात वर माती फेकत होत्या. पांढऱ्या मातीत बारीक दगडं, खापराचे तुकडे, राख, कोळसे, पांढरट भुरकट गारी, असं काहीबाही वरच्या उकीरावर येऊन पडत होतं. त्या गदारोळातच काही झिलप्यांचे तुकडेही येऊन पडत होते. पारिजातकाच्या झाडाच्या जमिनीत गेलेल्या मुळ्यांवरच आता घुशींनी बिळ करायला सुरुवात केली होती. उभ्या झाडाला मूळखुडवा लागला होता. झाडाच्या जमिनीतील्या मुळ्या घुशी खुडून खुडून टाकत होत्या आणि झिलप्यांच्या बोट-बोटभर ताशीव शिळका एकावर एक अशा मातीसोबत वर येऊन पडत होत्या.

दिवस गेले. महिने गेले.

लग्नसराईचे दिवस आले. गावात रेकॉर्डिंग वाजू लागले. कुणाकुणाचे लग्न होऊ लागले. 'कुर्यात सदा मंगलम्'च्या आवाजाने गावं झंकारून उठू लागले. कुठंकुठं असणाऱ्या लग्नाच्या पंगतीत देवकाबाईला जेवायला येऊ लागलं. लग्न पत्रिका सोयऱ्या-धायऱ्याकडून येऊ लागल्या आणि तिचं मन व्याकुळ होऊ लागलं.

कुठेही गेली तर एकीकडे पोरगी हुशार म्हणून माय या नात्याने तिचं कौतुक व्हायचं. तर लगेच तिचं लगन कधी करता? –या प्रश्नाचा भाला तिच्या काळजात आरपार खोचला जायचा.

"ते त बाप्पा अर्धा पगार मांगतात पोरीच्या नवऱ्याले. कोण धूरणार हाये अश्या संबंधाले?"

असा दोन पात्याचा भाला पुन्हा होताच.

देवकाबाई व्याकुळ व्हायची.

नुकत्याच शाळा सुरू झाल्या होत्या. प्रमिला पळसगावच्या शाळेवर गेली होती. बाळाजी कृषी सेवा केंद्रावर गेला होता. यादोराव दुपारचं जेवण करून जेवणाचा पाट उशाशी घेऊन ढाराढूर झोपला होता. सगळं वातावरण सामसूम होतं. रस्त्यावरच्या लिंबाखाली बारके पोरं खेळत होते, त्यांचे चिरके आवाज वाऱ्यावर उधळत येते होते. समोरच्या कोपऱ्यात घुशींनी पुन्हा नवीन जागी उकीर

आणला होता. सर्र सर्र सर्र असा आवाज करीत जमिनीच्या पोटातून वर फेकल्यासारखी माती येऊन पडत होती.

दाराशी मशीन घेऊन देवकाबाई झ्यांपर शिवत होती. माती उधळण्याचा आवाज आला की अधूनमधून तिची नजर समोरच्या कोपऱ्यात वळत होती. मनातून ती त्रस्त झाली होती. कारण सकाळीच तिने घुशीने आणलेला उकीर, म्हणजे सगळी माती रस्त्यावर नेऊन टाकली होती. तिथं पुन्हा आता नवीन मातोडा येऊन पडत होता.

"देवकाकाकू... देवकाकाकू... तुम्हाले ताबडतोब दवाखान्यात बल्लावलं... बाळूदादा म्हणे मायले ताबडतोब घेऊन सरोदे डॉक्टरच्या दवाखान्यात ये..."

तिच्या अंगणात धावत-धापाळत पोरं एकदम कर्कश आवाजात ओरडले.

"कावून रे, काय झालं त्याले?" तिचं काळीज बेहाल धडधडून उठलं.

"त्याले नाही. मास्तरीण बाईले भरती केलं. दवाखान्यात... म्हण्जे तुमच्या पोरीले..."

तशी ती धडपडत उठली. पडतझडत मशिनच्या खुर्चीतून बाहेर आली. पंख्याखाली घोरत पडलेल्या नवऱ्याला तिने गदागदा हलवलं. पण तो तसा उठणार नाही. हे लक्षात येऊन रांजणातलं तांब्याभर पाणी घेऊन त्याच्या अंगावर फेकलं. तसा तो शिव्या देत उठला.

"चला सरोदेच्या दवाखान्यात... प्रमिलाले काही ठोसगिस लागली वाटते कशाची..."

असं म्हणून ती पडतझडत, धापाळत रस्त्यावर आली.

दवाखान्याशी आल्यावर तिला दिसलं. प्रमिला बाकड्यावर बसलेली आहे. तिच्या जीवात जीव आला.

"काय झालं होतं बाई?"

तिने प्रमिलाच्या डोक्यावर हात फिरवत विचारलं.

"त्यांच्यावर पिसाळेल वानरानं हल्ला गेला होता..."

दवाखान्यातला माणूस सांगू लागला.

"आम्हीच आणलं त्याह्यले पळसगावच्या फाट्यावून. ह्या गाडीची वाट पाहात फाट्यावर उभ्या होत्या. त पिसाळेल हुप्प्या एकदम याह्यच्या अंगावर धावून गेला. पण ऑटोवाला सुदामा पुढं झाला. त्यानं महाळ्याशी झोंबाझोंबी केली. अन् याह्यले तावडीतून सोडवलं... दोघायची लय झोंबाझोंबी झाली. महाळ्यानं सुदामाले लय घायाळ केलं. वचकारलं, डसला... कानं पिरगाळले

रक्तबंबाळ झाला गाडी... त्यो होता म्हणून मास्तरीण वाचली. नस्ता त खलास झाली अस्ती.''

''आरे काय बेहाल केला एवढा मोठा गडी. त्यो होता म्हणून वाचला. दुसरा आस्ता त खलास झाला अस्ता...''

''एक म्हातारी त त्या पिसाळेल महाळ्यानं धडक देल्याबरोबर सडकंवरच्या दगडावर टाळकं आदळून खलास झाली ताबडतोब.''

''साला महाळ्या, म्हतारी आसो का जवान आसो बाईवरच जोर खाऊ-खाऊ जात जाय नारीजातीचं पिसंच लागलं होतं त्याले... झवपिसं लागेल हाये म्हन्तात त्याले...''

''माणूस आसो का जनावर असो, ही झवपिसं लागेल बिमारी बय बुर्‍हाट...''

दवाखान्यात माणसं येत होते. जात होते. बोलत होते. देवकाबाई बाकड्यावर बसून ऐकत होती. जो माणूस बोलेल त्याच्या तोंडाकडे पाहात होती. दुसरीकडे प्रमिलाच्या केसातून, डोक्यावरून हात फिरवत होती.

''कुठी हाये आता सुदामा?'' तिने लोकांना विचारलं.

निश्चित कोणाला म्हणून असं सांगता येणार नाही. अनेक जण उभे होते. कोणीतरी उत्तर देईल अशी अपेक्षा होती.

''जिलठाण्याले नेलं त्याले आता. सरकारी दवाखान्यात...''

''बिचारा ऑटोवाला. भिंगुटं गुर-गुर करत खेड्यापाड्याचे फाटे घेऊन कशीबी कमाई करत होतं. रोजीरोटी कमावत होतं. धंदाच बसला त्याचा आता...''

''बिचाऱ्याची म्हातारी माय एकलीच होती घरी. लय लडत होती. त्याचं दवापाणी, म्हातारीची रोजीरोटी आता मास्तरीण बाईनंच कराले पाह्यजे.''

''बरोबर हाये. त्याच्याच्यानंच यायचा जीव वाचला. नाही त खलास झाला अस्ता...''

आता बरेच बघे जमा झाले होते. त्यात मोटार स्टॅन्डवर हमाली करणारे, काळीपिळी गाडी भरून देणारे एजन्ट, छोट्या-मोठ्या ऑटोचे ड्रायव्हर यांचाच भरणा जास्तीचा होता. आपापल्या कुवतीनुसार आपापल्या डोक्याएवढं बोलत होते. बहुतांशी नोकरदार, कर्मचारी वर्गाला झुरणारा, जळणारा हा गट होता त्यामुळे बोलण्याचा रोख वेगळाच होता पगारावर.

''न्या काकू तुम्ही मास्तरीण बाईला घरी. काही झालं नव्हतं त्यांना... घाबरल्या होत्या. इंजेक्शन दिलं. पुन्हा घबराट सुटली तर मला बोलावू पाठवा...''

असं सरोदे डॉक्टर म्हणाला.

''चला, महा ऑटोरिक्षा हाये. नेऊन सोडतो तुम्हाले घरी. पण वीस रुपये घेईल.''

एक ऑटोवाला म्हणाला. दोघी रिक्षात बसल्या. घरी आल्या. बाळाजीसुद्धा त्यांच्यासोबत होताच. त्याने प्रमिलाकडून घेऊन वीस रुपये दिले.

"आल्या का तुम्ही... मी येणारच होतो. रस्त्यावरच समजलं मले. काही झालं नव्हतं म्हणून... तरी येणार होतो तिकडी..." जांभई देत यादोराव म्हणाला.

"बरं झालं आले नाही. झोपा आता तुम्ही..."

असं म्हणून बाळाजीने प्रमिलाला धाबल्यात नेलं.

अर्ध्या जागेत, अर्ध्या झोपेत प्रमिलाच्या डोळ्यांपुढे सगळे वानरंच वानरं नाचताना, कुदताना दिसाय लागले. ती त्यांना मागे रेटू लागली. तरी त्या रात्री दोन वेळा प्रमिला दचकली. दोन वेळा जोरात किंचाळली. देवकाबाईने तिच्या कानात दोन वेळा फुंकर घातली. तरी तेच. दात विचकणारा काळ्या तोंडाचा पिळदार शेपटीचा महाकळ्या. कधी दोन पायावर उभं राहून हात छातीशी घेऊन आपले दात विचकून दाखवायचा. अन् मग वानरांचा कळप इकडचा तिकडे पळत राहायचा. डोळे बंद असल्यावर हेच दृश्य. डोळे उघडल्यावरही हेच दृश्य. वानरबाधाच झाली होती तिच्या मनाला. आणि मग अंगभर दाटून येणारी थरथरी...

देवकाबाईने तिच्या डोक्यावरून हात फिरवत फिरवत तिला झोपी घातलं.

आताशा प्रमिला खूपच उदास दिसायची. पूर्वीचा अवखळपणा, कामातली चपळता तिच्या अंगी दिसत नव्हती. त्यामुळे देवकाबाई खूपच व्याकुळ व्हायची. तिला प्रमिलाची विविध रूपं आठवायची.

लहानपणी सारखं पाठांतर करणारी, गाणे म्हणणारी प्रमिला.

नवोदय विद्यालयासाठी निवड झाल्यानंतर उड्या मारत जाणारी बारा-तेरा वर्षांची प्रमिला.

बारावीनंतर मेडिकल किंवा इंजिनिअरिंगला जाता येत नाही म्हणून आठ दिवस डोळे सुजेस्तोवर रडणारी प्रमिला.

डी.एड.ला जिल्ह्यातून प्रथम येणारी आणि पहिल्याच यादीत झेड.पी.च्या शाळेत निवड झालेली प्रमिला.

नोकरी करून एम.ए. प्रथम श्रेणीत उत्तीर्ण होणारी, महिन्याचा सगळा पगार घरासाठी खर्च करणारी, बाप लग्नाचे टाळत आहे म्हणून उदास होणारी; तरी आपल्यासोबत हसतखेळत राहाणारी, घरकामात मदत करणारी, शाळेतल्या आणि इकडच्या-तिकडच्या, गमती-जमती सांगणारी अशी तिची विविध रूपं देवकाबाईंपुढे झुलायची.

देवकाबाई झुरायची. या वयात सगळं मिळालं तरी मनाजोगा जोडीदार पाहिजेच. तिच्या वयाच्या पोरी दोन दोन लेकरांच्या माया झाल्यात. अन् हिच्या कपाळावर अजून बाशिंगच बांधले जात नाही. तीळतीळ जीव तुटायचा तिचा. निदान बोलाय-चालायला एखादा वयाचा जोडीदार तरी पाहिजेच... लय भुका राह्यतात बाईच्या जातीच्या. पोटाची भूक तिनं तिच्या धमकीवर भागवली. स्वोताची, माय-बापाची भावाची. हे हिरवं दिसते ते तिच्यामुळचं. नाहीत् सगळ्या घराचं काळंपांढरं झालं आस्त येधलोक...

"कावो प्रमिला, त्यो सराफ मास्तर येत होता कधीमधी, त्यो येतच नाही आता... कोन्ह्या, कोन्ह्या परीक्षेचा अभ्यास करत होते नं तुम्ही दोघं... आता येतच नाही पुस्तक द्यायघ्याच्या निमताकारणानं..."

"तुझ्या नवऱ्यानं बंद केलं आई त्याचं येणं... एक दिवस धमकीच दिली त्याला. पुन्हा माह्या घराशी दिसला त तंगडंच तोडील म्हणला तुझा नवरा..."

यावर मग देवकाबाई काय बोलणार? मनातल्या मनात शिव्या देत राहिली नवऱ्याला. अन् मनात म्हणाली की, लय अभागी हाये माही प्रमिला. अपघाताने जन्मास आली. नको त्या घरात. नको त्या मायबापाच्या पोटी. असा बाप कोणाच्याच नशिबात येऊ नाही. पोरीच्या वाटाच बंद करणारा. तिच्या वाटेत काबऱ्या बाभळीच्या फांद्या तोडून पुढे टाकणारा. आपण धडपडतो तिच्या वाटेतले काटे दूर करण्यासाठी. पण आपले हात लय आखूड पडतात. लय आखूड पडतात आपले हात... पण केलं पाह्यजे, काहीतरी केलं पाह्यजे.... पाणी डोक्यावून जायच्या आत हातपाय हालवले पाह्यजे... चाळ आसला की ढाळ होते म्हणतात. पण आपल्याले त चाळच नाही राह्यला. हातपाय हलवण्यासाठी. मंग ढाळ कसा होईल?

त्या दिवशी पळसगावच्या शाळेत गेलेली प्रमिला घरी आली नाही. रात्री यादोराव गस्तीवर गेल्यावर घरातला फोन वाजला. देवकाबाईने घेतला. प्रमिला बोलत होती.

"शेवटी तुझ्या नवऱ्याच्या मनासारखंच केलं आई मी. माझा अर्धा पगार तुझ्या नावाने पोचता करत जाईन..."

"आवं माहे हारणे. म्या कुठी अर्धा पगार मागतला होता तुले? पण कोणाशी केलं. कसं केलं, काही सांगायचं तर होतं?"

"केलं नाही... झालं आई ते... पुढचं काही विचारू नको. आपल्या जातीचा नाही पोरगा..."

"काय पाचगत केली पोरी तुवा? आता महा नवरा खडणीगूत करत बसंल त्याले काय सांगू मी?"

"काहीही सांग... इतकं वय झालं तुझं, आता तरी प्रश्नांना सामोरं जायचं शीक आई. प्रश्नांच्या गुंत्यात गुरफटून नको जाऊ. तूच प्रश्न होऊन जाशील... प्रश्नांचे गुंते सोडवायचं बळ जुळवून घे बाई..."

प्रमिला बोलत राहिली. खास तिच्या मास्तरणीच्या भाषेत. कधीच बोलली नव्हती ती असं. पहिल्यांदाच बोलली. त्यातलं काही कळलं. काही कळलं नाही.

त्या रात्री थरथरत्या काळजाने रात्र जागून काढली. सकाळी सकाळी झांझुरक्या प्रकाशात इराकतीला जाण्यासाठी अंगणात आली. दार उघडंच होतं, तर घरात सरसरत एक काळी लाट वळवळत जाताना दिसली... पारिजातकाच्या जवळच्या घुशीच्या बिळातून मोठा नाग निघाला. आठ-दहा फुटाची काळीशार लाट. लाट सळसळत हेलकावत दाराची चौकट चढून घरात गेली. काळीशार लाट... देवकाबाईच्या उभ्या अंगाला कापरं भरलं. घशाला कोरड पडली. अंग घामाने चिंब झालं. पाय दगडाचे झाले. शरीर दगडाचं झालं. डोळे दगडाचे झाले. तोंडातली जीभ बाहेर काढत भरल्या घरात काळा नाग वळवळत गेला होता. देवकाबाईच्या अंगावर भीतीची दाट साथ दाटाळून आली.

"कुठं गेली पमी? घरी कशी दिसत नाही..."

लाल तांबोर डोळ्यांनी यादोराव विचारत होता. देवकाबाई काहीच बोलली नाही. त्याच्या बोलण्यातून दारूचा घमकारा येत होता.

"कारे रताळ्या? तुले माहीत हाये का नही?"

"मले काही माहीत नाही. तीची ची मुखत्यार हाये. ती का मनगटानं शेंबूड पुसते का?" बाळाजीने मग्रूर उत्तर दिले.

"आरे झवाडीच्याहो काल मले माह्या जागलीच्या सोबत्यानं, रोडूबा केवटानं मले सांगतलं, लोकं म्हन्तात म्हणे यादो वाचमनाची पोरगी पळसगावच्या ऑटोवाल्याचं, त्या सुदामपेंद्याचं घर निंगली... त्यो हालक्या जातीचा ऑटोरिक्षावाला. त्याच्याशी लव्ह मॅरेज का खॅव मॅरेज केलं म्हणतात तिनं. तिच्याच्यानं माहीबी जात बदलली. यादोराव बाप्पूचा मी यादो वॉचमन झालो... भोसडीचीनं काही लायकीचा त पाह्यचा होता." त्याने हातातली काठी आदळली. तिचा खणकन आवाज झाला.

"इतके लायकीचे आले होते. त्याह्यले कोन्ती वाट दाखवली तुम्ही!" देवकाबाई त्याच्यापुढे हात नाचवत म्हणाली.

"चूप बैस... तोंड बंद कर... एका रपक्यात टाळकं फोडीन आता जास्तीच बोलशील त... नारळ फोल्ड्यावाणी कवटीच्या दोन भांगा करीन!"

असं म्हणून त्याने हातातली काठी बाजूला फेकली. घरात गेला. धाबल्यात लगीला बांधलेली नायलॉनची दोरी हाती घेऊन बाहेर आला. दोरीचं वेटोळं देवकाबाई पुढे नाचवत म्हणाला.

“आता दाखवतो तिले लायकी. या दोरीनं गळा आवळून नाही तिले फाशी देलं त नावाचा यादोराव नाही.”

फेकलेली काठी पुन्हा उचलून घेत; दुसऱ्या हातात दोरीचं वेटोळं हेलकावत दाण-दाण पावलं आदळत तो रस्त्यावर गेला. दिसेनासा झाला. तशी हातापायातलं बळ गेल्यासारखी देवकाबाई मटकन खाली बसली, नकळत दोन्ही हात जोडून छातीशी आले. आभाळातल्या देवाकडे पाहायला गेली तर डोळ्यांना पारिजातकाचं झाड दिसलं. मूळखुडवा लागून चारी अंगाने वाळून कोळ झालेलं. सगळी पाने झडून सुकल्या, वाळल्या फांद्याचा सांगाडा तोलणारं... देवकाबाई पाहात राहिली. झाडावर एकही हिरवं पान दिसत नव्हतं. झाड वाळून खंगर झालं होतं.

■

हिरवी थोंब

उत्तम शेळके मॅटेडोर मालकाच्या दाराशी लावून आपल्या घरी आला. घराचं बंद दार पाहून मनातल्या मनात तो झंझाळून उठला.

"साली, कुठी गेली आता? कवाबी घरी यावं भाकर तुकडा खायाले, त घराचं दार बंदच राह्यते...कुठी गुरवती गावात कान्नू लेकाची..."

तो आपल्याच दाराशी उभं राहून असं काहीतरी बडबडत होता.

"ड्रायव्हर काका, शारदा काकू कुठी हायेत सांगू?" हिवरकराचं बारकं पोरगं जवळ उभं होतं. तेच बोलत होतें.

"अरे सांग न गुलाम! मले कपडे बदलायचे. भाकर खायाची अन् पुन्हांदा गाडीवर जायाचं..."

"सांगतो!पण आपली एक आट हाये!"

"कोन्ती?"

"मपली पाळी करावं लागलं. महादेवाच्या देवळाजवळ...फरंट सिटवर बसवून न्यावं लागंल मले..."

"बरं. करीन बाप्पा! सांग कुठी हाये माही बायको."

"आमच्याच घरी बसेल हाये. मायसंग दळण निसून राह्यली."

"जाय पळ...पाठव तिले. तुपला नवरा आला म्हणावं घरी!"

असं म्हणून त्याने पोराला पाठीमागून लोटलं. पोरगं स्टेरिंग फिरवल्यासारखं तोंडानं भुर्रऽ भुर्रऽऽ असा आवाज करत पळत गेलं आणि उत्तम ड्रायव्हर आपल्याच घरापुढे दुसऱ्याच्या दारापुढे बसलेला असावा तसा उपऱ्यासारखा बसून राहिला.

खिशातली सितारची पुडी फोडून त्याने तोंडाचा 'आ' वासून ती तोंडात

रिचवली. थुंकायला म्हणून तोंड वळवलं तर मोठ्या रस्त्यावरून इकडच्या बोळात तरण्याबांड पोरांचं एक टोळकं येताना दिसलं. अनोळखी होतं. मोतीराम पाटलाने इकडच्या वाड्यात पत्त्याचा क्लब सुरू केला. तेव्हापासून असेच अनोळखी लोक बोळातून त्याच्या वाड्यात जात होते. पत्ते खेळा, तिथेच दारू, गांजा लागंल ते विकत घ्या. दुहेरी-तिहेरी धंदा सुरू होता अन् आसपासच्या गावातले लोक खिशात पैसे भरून येत होते. तीन-चार दिवस रात्रंदिवस इथेच मुक्काम ठोकून खिसे रिकामे झाले की, हवा गेलेल्या फुग्यासारखे चिपटी होऊन आपल्या गावकडे निघून जात होते. बडबडत यायचे अन् धडपडत जायचे.

टोळकं त्याच्याजवळ आलं. जोरजोरात बोलत होतं. हसत खिदळत होतं. त्याच्या घराशी आले तेव्हा त्याच्याकडे तो परगावचा असावा असे नवलाने पाहायला लागले. दाराला कुलूप लावलेलं होतं आणि हा दारात भिकाऱ्यासारखा बसलेला होता. एकदा कुलपाकडे आणि एकदा त्याच्याकडे, असं पाहात टोळकं तिथंच गुरमळत उभं होतं.

“कारे गोंड्या...आज त बिराणाच माणूस बसेल दिसून राह्यला दारात. आपली हिरवी थोंब कुठी गेली?”

“कान्नू साली एकदम सुनंसुनं वाटून राह्यलं अन् हा आटारण्याबी आपल्यासारखाच दिसते. त्यालेबी करमून नाई राह्यल वाटते.”

उत्तम शेळकेला बोलणं ऐकायला आलं. आतून रागाचा भडका उठला. साल्यायनं आपल्या बायकोस हिरवी थोंब म्हटलं...हिरवी थोंब...

बोलत-बोलत, हसत-खिदळत परगावचं ते टोळकं त्याच्या दारावरून मोतीराम पाटलाच्या वाड्यात गुडूप झालं आणि त्याला झिणझिण्या आल्या. साला ह्या मोतीराम पाटलानं हन्यास आणला. आपून राह्यते तिकडी बंगल्यात. दारू-गांज्या इकायचे अन् पत्ते कुटायचे धंदे चालवते आमच्या इलाक्यात. साला राजकारण करते. झेड. पी. त निवडून येते. वरलोक वळख, त्याच्यानं धाडबी पडत नाई. पोलीस-फोलीस येऊन मळ्यातल्या घरात हारणं-ससे खुंदळून जातात. दारवा पितात. पैशाचे पाकीटं खिशात घालतात...अन् देणं ना घेणं कंदील लावून येणं आपले होतात हाल...पिसाळल्या कुत्र्यासारखे... सालं, धनी धुऱ्यावर अन् चोट्ट माऱ्यावर आशी गत झाली आपली...

मोठ्या रस्त्यांवरून शारदा बोळात वळून येताना दिसली. तसा उत्तम शेळके उठून उभा झाला.

“कुठं गेली होती इतका वाढोळची आंडे घोळायले? कवाचा येवून बसलो मी वनवाशासारखा दारात. पुन्हा ताबडतोब मुंगाच्या पोतड्याची ट्रीप न्याची मले

खामगावले. मी का रिकामटवळा हाये का, इतक्या वाठकोळ तूही वाट पाहात बसायले? तिकडी मालक कोकलत असासल माह्या नावानं. रागातमात दुसरा ड्रायव्हर ठेवला त्यानं कामाले त काय घंटा हालवत फिरू का मी गावात...या ड्रायव्हरकीची सवय झाली त दुसरे कामं बी होत नाईत माह्याकून...अन् तुले हरामाचं खायाले भेटते. वावरा-शिवारात जायचं काम नाई. त तेवढंबी काम होत नाई का...घरात बसून नवऱ्याच्या खयापियाची सोय घ्यायची त मोकाट गावडीसारखी, देवगाईवानी फिरत राह्यती भटक भवाने! नाई मनाची त काई जनाची त लाज-सरम वाटू दे गावगुरवे!..."

त्याने न थांबता टॉप गिअर टाकल्यासारखी अशी बडबड सुरू केली.

ती निमूट दाराशी गेली. दाराचं कुलूप काढलं आणि आत गेली.

"काई बोलत कावून नाई भवाने! वाचा गेली का तूही? का दातखिळी बसली?"

त्याने मागून तिच्या पाठीत गुद्दा मारला. तशी ती आतल्या खोलीत हेलपाटली. पडतच होती, पण समोरची ठूणी हाताने धरली. तिचा आधार घेतला आणि जागीच खाली बसली.

भेदरल्यासारखी त्याच्याकडे पाहात कर्कश आवाजात म्हणाली-

"काय करू हो घरात बसून? यधोळा समद्या येटाळातल्या बायका वावरात जातात. समदा वसाणवाडा होते येटाळाचा अन् याच सुनसान वक्ताले इकडच्या गल्लीतून त्या पिदडायच्या चकरा सुरू होतात. डुकराचे कळप गेल्यासारखे एकाचढी एक माणसं त्या मोतीराम पाटलाच्या वाड्यात जातात. जाता-येता माह्याकडी डोळे वटारू-वटारू पाह्यतात. त्याह्यच्या नजरेवर नजर गेली तर खपाखप डोळे मारतात...मेल्यायच्या नजरा कशा...थोबडे कसे...त्याह्यच्याकडी पाहून हूली येती मले... अन् हिरवी थोंब... हिरवी थोंब म्हणत म्हणत जातात मले..."

"मंग आपून दारात कशाले बसावं? दार लावून चुपचाप घराच्या आत बसाजाव."

"ते का मले समजत नाई का? पण दार लावाव त मंग दारातच येऊन बसतात मेल्यावाणाचे. दारात बसून बडल-बडल करतात. आजबी तशीच दार लावून बसली होती. त एकानं कडी वाजवू - वाजवू आवाज देले..."

"कशाले ते?" त्याचं काळीज टायरखाली चेंगरल्या बेडकासारखं लिब-लिब गोळा झालं.

"सारखा धामा लावता होता...पाणी द्या प्याले...पाणी द्या प्याले..."

"मंग? देलं का काय तुवा? पडकून जातील तशानं ते आता."

"आहो नाई देलं. हो! मले का हेंबळी-चेंबळी समजता का काय तुमी? काय पाण्यावाचून पांचट गोष्ट करता तुमीबी...मी जाऊन बसले हिवरकराच्या घरी. मले माहीत झाला होता त्याह्यचा कावा दावा...देवळात दाटी न् अंगाऱ्यासाठी..."

"बरं केलं तुवा ते" तो खूष झाला. तशी ती चिडून उठली.

"काय बरं केलं म्हन्ता...आतालोक त जसा काई आगीचा टेंभा झाले होते. आता कावून नांगी टाकली? त्याह्यचा मेळमाळ लावा काई. बाईल बुग्यावानी फक्त बायकोवर नका टिप्पस गाजवू. एखांद्या दिवशी ये घोरा अन् बैस बोकांडी आशी गत होईल. भावबंदात तोंड काढाय जागा राह्यणार नाई. इथीत आपल्या घरात आपून चोर झालो आता. तिकडं एकात होतो तवा त्या सासूनं अन् जाऊ बोडीनं हन्यास आणला होता. इकडी आलक, राह्याले लागलो त आता हे पिदाडे आले खेव द्यायले. जाणून बुजून पिदाडे ते. आपल्या बायको-पोरायचे हाल करणारे. घर ना दार अन् चावडी-बिराड करून जगणारे'!!

तेवढ्यात बोळातून वाड्याकडे जाणाऱ्या हिरोहोंडाचा आवाज आला. तसा उत्तम शेळके धडपडून उठला. दाराच्या बाहेर धडपडत आला. थांबा! थांबा! म्हणत हिरोहोंडाला हात दिला.

तशी वाड्याकडे जाणाऱ्या मोतीराम पाटलाने दारातच गाडी थांबवली. दोन्ही बाजूंनी घासत-घासत पाय भुईवर टेकवले आणि विचारलं.

"बोला! काय म्हन्ता उत्तमराव!"

"ह्या तुमच्या गिऱ्हाईकाचा लय तरास होते आमाले. मी पल्डो ड्रायव्हर लाईनचा माणूस. सदान्‌कदा चारशे सात मॅटेडॉरवर असतो. तुमी म्हणसाल काय म्हन्ते हा, पण राच्चे-बेराच्चे तुमच्या वाड्यात पत्ते खेळायले, दारू ढोसायले अन् गांजा फुकायले लोफर लोकं येतात. त्याह्यचा माह्या ह्या बायकोले लय तरास होते. तुमी म्हणसाल काय म्हन्ते हा!"

"आसं? मले नवतं माईत. काय झालं? कोणी घरात घुसलं होतं का काय दारु पिऊन?"

"तसं काई झालं नाई म्हणा देवाच्या कुरपेनं अजून, पण ते तुमच्या वाड्यात जाणारे जुगारे अन् पिदाडे इथं मपल्या दाराशी घोटाळतात. काईच्या बाही बडल-बडल करतात. गचाळ-गचाळ शिव्या देतात. हावभाव करतात. त्याच्यानं माह्या बायकोले निरानाम घरातच लपून बसावं लागते दार लावून. नाईत मंग त्याह्यच्या धाकमारी इथं तिथं गुरवाव लागते बेल घालणाऱ्या गुरवणीवाणी. वारांगल्या वारांगल्या फिरती माही बायको!"

"हे त बेकार काम हायेच, पण त्याले काई इलाज नाई उत्तमराव!"

“कावून बुवा?”

“आता तूच सांग. दारू पियेल माणसात अन् मॅड माणसात काई फरक राह्यते का? मॅड समजून सोडून द्यावं. कानाडोळा करावं त्याह्यच्या करामतीकडी. फाल्तू बोलून तोंड चिकट अन् जत्रा फुकट अशी गत कशाले करून घ्याव आपली आपून! बरोबर बोलतो नं मी?”

“पण एकदम एवढे चार-चार, पाच-पाच मॅड? एखादं दुसरा आसला त सोडून देता येईल, पण एकदम इतके मॅड?”

“काय करतील? त्याह्यच्या डोक्शाले टेंशन राह्यते बिट्या बायका-पोरायचं. घरा-दाराचं. ते घालवयसाठी येतात बिचारे इकडी. तेवढीच खुषी मिळती. समाजसेवा घडती आपल्याकून. बरोबर बोलतो नं मी?”

“काई इचार हाये बुवा तुमचा त. तुमी म्हणसाल काय म्हन्ते हा, पण हे नाई पटत आपल्याले.”

“आरे निवडणुकीच्या वक्ती कामी येतात ते माह्या. गावा-गावात परचार करतात झेड. पी.च्या निवडणुकीत. त्याह्यच्या बळावरच निवडून येतो मी. मंग त्याह्यचा तेवढा शोकबी पूरा करू नाई म्या. मोठमोठ्या देशभक्तायनं समाजासाठी काय-काय सोई केल्या. मी एवढंबी करू नाई?”

एखाद्या सभेत बोलावं तसा मोतीराम पाटील बोलू लागला आणि उत्तम कंटाळून गेला. त्याची बायकोही आता दारात उभं राहून दोघांचं बोलणं ऐकत होती. मोतीराम पाटील ऐकत नाही हे पाहून ती पुढे झाली. म्हणाली,

“याह्यले सांगतलं नाई म्या. खवळतील म्हणून. पण आज पाह्यटी एक माणूस लयेच आब सोडून वागला माह्याशी?”

“काय झालं?” मोतीराम पाटलाने तिला मन भरून पाहात विचारलं.

“तुमच्या वाड्याच्या त्या दारापुढी एक माणूस उभा होता. मले वाटलं आता त्यो तिकडी दूर उभा हाये. इकडी कशाले येणार हाये? म्हणून या मोरीत गेली. कपडे काढून अंगूळ कराय लागली त मेल्यावाणाचा अनमान धपक्या इथी आला. एकदम लगी मोरीच्या दारातच. खाटल्यासारखा उभा राह्यला. मले चहाळ आला म्हणून मांगं कलून पाह्यलं. त त्याची न माही मुखभेट झाली. त त्यो मेला माणसात ना कुणासात गधड्याच्या जिनसात, माह्याकडीच पहात होता टक लावून!”

असं म्हणून तिने दोन्ही हाताच्या ओंजळीत तोंड लपवलं. उभ्या अंगानं, वाऱ्यानं केळ शहरावी तशी शहारून, थरथरून गेली. तर मोतीराम पाटलाला तिचे हे हावभाव हवेहवेसेच वाटले. पण उत्तम शेळके कुऱ्हाडीचे घाव बसल्या खोडासारखा चिंधाडून गेला.

"पहा बुवा पाटील तुमी आता. ही का लहान गोष्ट झाली का? कोण होता त्यो? नाव सांग त्याचं. साल्याच्या टाळक्यात टॉमी घालून भेज्याच बाहीर काढतो त्याचा. आवंत झुडपे. एवढी मोठी इपरीत गोष्ट घल्डी. तुवा मले आंधीच कावून नाई सांगतली?"

"म्या म्हन्ल तुमी आसे अंगात आणसाल, पण पाटील...पहा ती आमची मोरी. तिकडून रस्त्याकून तुराट्याचा आडोसा करेल हाये, पण इकडून उधडीच हाये नं? रस्त्याचे चालते लोक मुद्दाम होवून आसे चढून या लागले त म्या बाईच्या जातीनं कुठी जात जावाव इराकतीले? कुठं करत जावावं आंगुळ? आमच्या घराले का दो-दारी वापर हाये का? या एकाच दारानं वापराव लागते आमाले. का धाकमारी पारसंच राहात जावावं आता? बिनआंगुळीचं? सांगा तुमीच? अन् नवरा त महा असा निंगला...चांगलं घरबी बांधू शकत नाई. देखणा बैल दिसायले अन् ढिल्ला निंगाला वाह्याले."

उत्तम शेळकेंची बायको शारदा कधी चिडत कधी लाजत असं बोलत होती तर मोतीराम पाटील कसा टक लावून तिच्याकडेच पाहात होता. उत्तम शेळकेला वाटलं, तो आपल्या बायकोला मनातल्या मनात अंघोळ करतानाच पाहातो आहे म्हणून तो एकदम आडवा झाला. मोतीराम पाटलाने उगीच फाकवलेल्या पायांची चाळवाचाळव केली.

"या भानगडीतून वाचायचा सोपा इलाज हो गड्या उत्तम. तू या न्हाणीले जरा सुदं-मुदं दार कावून नाई बसवून घेत बह्यताडा? लेका, एवढ्या नादर; तरण्याताठ्या बायकोले उघड्यावर आंगुळ करा लावतू? लाज नाई वाटत तुले? बराबर बोलतो नं मी? आपलीच मोरी अन् मुतायची चोरी. आशी गत झाली आता तुमची."

"त्याह्यचं कुठी ध्यान आस्ते घरात? सदा न कदा त्या मेटॅडोरवर. तेच बायको झाली त्याह्याचं."

"मॅटेडोरवर ड्रायव्हिंग करायले जाऊ नको त मंग तुले काय गवत खायाले घालू का? तुह्या मायचा नवरा आणून टाकणार हाये का सामान-सुमान घरात? चाल्ली मोठी शहाणपणा शिकवायले. चाल व्हय घरात..." गाडीचा हॉर्न दाबावा तसा तो तिच्यावर चिरकला.

"आरे आरे; आसं खवळू नाई बायकोवर. घरची लक्ष्मी आस्ते बिट्या ती."

"ते तुमी मले नका सांगू, पह्यल्यांदा मी काय सांगतो ते कानातला मळ काढून आयका...तुमच्या या वाड्यातले सम्दे काळे धंदे बंद करा..आमच्या गरिबायची आबरू काय रस्त्यावर पडेल हाये का? आबरू काय तुमालेच जमीनदाराले आस्ते अन् आमच्या मजूरदाराले नस्ती का? तुमच्या बायाचे आंग हाडामांसाचे अन्

आमच्या बायाचे का मातीचे राह्यतात का? असे कोणं बी पाह्यले!''

''ते सम्दं खरं, पण धंदा कसा काय बंद करू? त्याच्याच त माथं सुदरलो मी. मोटारसायकली, जिपा, वावरं, बंगल्यासारखे घरं, सम्दी या धंद्याची कमाई...अन् तुहं त कसं झालं. वादीसाठी म्हैस मारणाऱ्या शेतकऱ्यासारखं करा लावून राह्यला मले तू! ते कसं काय शक्य हाये?''

- असं म्हणून मोतीराम पाटलाने खिशातून सिगारेटचं पाकीट काढून सिगारेट पेटवली. धुराचे दोन भपकारे सोडले. मग तो म्हणाला-

''याच्यावर एक इलाज हाये. पटते का पाह्य तुले!''

''कोन्ता?''

''ही तुपली घराची जागा मागच्या साईडनं आमच्या वाड्याले लागूनच हाये. इकडच्या सम्घ्या शेजारा-पाजारायच्या जागा इकत घेऊ घेऊ मी मपल्या वाड्याचा इस्तार वाढवला. आता तूबी इकून टाक मले... राजवाडाच बांधतो मंग मी इथी. गिऱ्हाइक आलं की त्याच मनच रमलं पाह्यजे. जावाच नाई वाटलं पाह्यजे कुठं....ऐरी तरी साले तिकडी झिरो फाट्यावर बोंबलत जातात. तुही जागा भेटली की इथंच कला केंद्र चालू करतो मी आतल्या आत. माणूस गेलाच नाई पाह्यजे. अन् गेला तरी पुन्हा मांगल बेट्या त्याच्या पायानं त्याले इथीच वढत आणलं पाह्यजे.''

''म्हणजे? तुमी म्हणसाल काय म्हणा लागला हा! पण तुमाले इकू म्हन्ता का काय मपली जागा? कला केंद्रासाठी?''

''हुशार हाये! बरोबर वळखलं!''

''भावहिश्शातली वाट्यावर येल लाडानवसाची जागा इकू अन् मी कुठी मसणात राहू का?''

''मसणात कशाले जातू एवढी तरणीताठी अन् गोरीगोमटी बायको सोडून? फुकटात जागा देतो तुले झोपडपट्टीवर.''

''आरे हुऽट्! मी वतनदार मराठा माणूस हाये जसं या गावातला. मी कसा काय त्या हलक्या जातीच्या लोकात राह्याले जाईल.''

''आता कुठी हालके न भारी राह्यले? समद्या जातीचे लोकं एकाच एरियात राह्यतात शहेरगावात आता अन् असा तूच कुठी लगे उच्चा हाये? तू का उटाच्या गांडीतून पल्डा का? मोठ्या बाता मारून राह्यला मोठेपणाच्या. घरात नाई दाणा अन् म्हन्ते मले बाजीराव बाप्पू म्हणा...''

''ते नाई जमणार हो!''

''पाह्य बुवा आता...एक मपला इच्चार बोलून दाखोला म्या तुपल्याजवळ. आतालोक त काईच नाई झाला आसा तरास होईल याच्यापुढी तुले. कावून की

धंदा वाढतच जाणार हाये दिसामासी. पाह्य बुवा आता. दारुडे लोकं येतात राच्चे-बेराच्चे. तू राह्यतू तुह्या नाईट ड्युटीवर. एखांदा घुसला घरात त लय बेकार काम होईल.'',

''कसं काय होईल? म्या का बांगड्या भरेल हायेत का?''

''मंग नाई इकत जागा तू?''

''आजेबात नाई. तुमचे धंदे बंद करीन मी. बुलढाण्याले जाऊन तकरार करीन एस. पी. जवळ जाऊन. हातकड्या लावीन तुमाले...''

''मले हातकड्या लावणारा त आजून पैदा नाई झाला. गड्या...'' असं म्हणून मोतीराम पाटलाने जळती सिगारेट उत्तम शेळकेच्या न्हाणीजवळ फेकली. ती तिथल्या डबरात चर्र-चर्र आवाज करीत विझून गेली.

''मी पैदा झालो मी...तुम्ही म्हणसाल की काय म्हन्ते हा...'' तो उजवा हात छातीवर आपटत म्हणाला.

''पाह्य बुवा इचार करून. तुमीबी सांगा वह्यनी त्याले समजावून. बरोबर बोलतो नं मी?'' असं म्हणून मोतीराम पाटलाने गाडीला किक मारली. भुर्रभुर्र आवाज करीत त्याची गाडी तिकडे वाड्यासमोर निघून गेली.

''अहो कश्याले नांदी लागता त्याह्यच्या? ते मोठे माणसं हायेत. पुन्ना लुच्चेबी हायेत...तुमची उडी किती लहान. चुकली गिकलीत बुदकन् पडसाल तुमी डबरात...''

''तू चूप बैसवं होंडके, आजेबात बोलायचं नाही मपल्या मंधात. पह्यलाच सपला खडा सरकेल हाये. आता ठेसणात जातो. उद्या नाई त परवा. तेबी बुलढाण्याच्या. पकडूनच देतो त्याले, ड्रायव्हर लाईनचा माणूस हाये मी. सम्दे कायदेकानून समजतात मले.''

असं म्हणून हातपाय धुण्यासाठी म्हणून तो न्हाणीत गेला. न्हाणीतल्या खुरबुड्या, बसून अंघोळ करायच्या दगडावर उभं झाला तर दगडाने त्याला एकदम फेकून दिल्यासारखं वाटलं...याच- याच दगडावर आपली शारदा बसून आंगुळ करत आसलं...अन् त्या तिथी उभं राहून त्या बारोळ्यानं तिले तसं पाह्यलं असंल...तळपायाला खालून दगडाने आऱ्या टोचल्यासारख्या झाल्या. त्याच्याच नकळत चटका बसावा तसा तो दगडावरून बाजूला झाला. तरातर चालत बायकोजवळ गेला.

''जाय! बैस त्या न्हाणीतल्या दगडावर. आंगुळ करायले बसल्यावाणी बैस. नाईत इराकतीले बसल्यावाणी बैस...''

''पण मले आता आंगुळबी करायची नाई अन् इराकतीले बसायले माह्या

पोटानंबी तुंबाळा धरला नाई. मंग कशी काय बसू? बळजबरी?"

"म्हन्तो तसं करनवं चुपचाप. नटरंग्या वाणाचे..."

त्याने हात धरून, हिसडत हासडत न्हाणीत ढकललं. ती बेसावध. तुरकाड्याच्या कुडावर हेलपाटली. मग तिच्याच नकळत खरबुड्या दगडावर बसली.

"चांगली बैस!"

"चंगली कशी? फोटू काढता काय मपला?"

"आंगुळीले बसती; हिंग तशी बेस...पहाटच्यासारखी..."

ती बसली.

तो फोटो काढायला उभा राहावा, तसा उभा राहिला. एकदा इथे तर एकदा तिथे...

तर दोन्ही ठिकाणावरून त्याला ती ठळक दिसली. अवघीच्या अवघी डोळ्यांत घुसली...अशीच पाह्यली आसंल रे त्यानं आपलीही रूपवान, तरणीताठी बायको, अशीच पाह्यली आसंल...आधीच गोरीपान. अंगावरच्या निथळत्या पाण्यात त आजूकच चकाकती दिसली आसंल. अरे देवा रे! काय करू मी? माही सम्दी आब गेली. इज्जतीचा पंचनामा झाला...

त्यालाच नकळत तो घरात घुसला अन् थाड् थाड् असं भिंतीवर डोकं आदळायला लागला. ती पडत झडत घरात गेली. तिने पाहिलं; वाघरुळात अडकल्या सशासारखा तो तगमगत होता. भिंतीची पांढरी माती कपाळाला विभूती लावल्यासारखी दिसत होती. तिला काय करावं सुचत नव्हतं. ती हतबल झाली होती.

तर तेवढ्यात डोळ्यांच्या कोपऱ्यातून जाणवलं; कोणीतरी अंगणात उभं आहे.

ती दारात आली तर खरंच दोन माणसं दारात उभे होते. डोकावून डोकावून; चेहऱ्यावर आश्चर्य तुंबवून त्याची कपाळझोडी पाहात होते. पत्ते खेळण्यासाठी, दारू पिण्यासाठी किंवा गांजा ओढण्यासाठीच जात होते, पण मध्येच हे दृश्य दिसलं, तर तिकीट काढून सिनेमा पाहावा तसे पाहायला लागले. त्यांच्या चेहऱ्यावर हसू उमटलं होतं.

तिने रागारागाने दार लावून घेतलं तर तेवढ्यात एकदम आठवलं. दोघांतला एक माणूस तोच आहे. आपणास न्हाणीत आंगुळ करतानी पाह्यणारा...तिने पुन्हा दार उघडलं. धापाळत डोकं झोडणाऱ्या बेहाल नवऱ्याजवळ गेली.

म्हणाली, "त्यो पहा. त्यो भाईर उभा हाय. मले सकाळ पाह्यटं आंगुळ करतानी पाह्यणारा..."

तिचं हे बोलणं ऐकलं आणि त्याच्या अंगातलं वादळ त्याला भर्रकन रस्त्यावर घेऊन आलं.

त्याला तसे झेपावत येताना पाहिलं आणि रस्त्यावर उभे असणारे दोघे आरी टोचल्या बैलासारखे पळायला लागले, पण चपळाई करून एकाच्या पायावर त्याने खालून आडवी लाथ मारली. तसा पळणारा माणूस तिरपा-तारपा झाला. रप्‌कन खाली पडला. न्हाणीच्या मोरीतून इकडे रस्त्यावर पाणी यायचं, त्या पाण्याचं गटार तिथं चिंचोळ्या बोळात तुंबाळलं होतं. बरोबर त्या डबरात त्याचं मुंडकं बुडालं. तसं डबरात सुस्त झोपलेलं डुक्कर भेदरून बेभान ओरडलं. फताडक्-फताडक घाई करत इकडचं तिकडं अन् तिकडचं इकडं पळालं. मग दिशा सापडावी तसं बोळातून समोरच्या आडव्या रस्त्यावर पळत गेलं.

डबरात मुंडकं बुडालेला माणूस भेसूर विव्हळायला लागला. डुकराच्या गळ्यात फासा टाकून त्याला पकडावं आणि डुकराने कर्कश ओरडावं तसा त्याचा आवाज उठला.

उत्तम शेळके झेपावत त्याच्यावर गेला. त्याच्या डोक्यावरच्या केसाचं जुंबाड धरलं. त्याचं मुंडकं वर काढलं. पुन्हा बेंदाडत बुडवलं. वरून त्याच्या पाठीवरच बसला. पायाच्या गुडघ्याने, हाताच्या कोपराने त्याला ढोरखुंबे घालायचं सुरूच होतं. खालचा माणूस अर्धमेला झाला होता. तळमळ-तळमळ करीत होता.

त्याची ती अवस्था पाहिली आणि त्याच्या सोबतचा दुसरा माणूस बोंब मारत मोतीराम पाटलाच्या पत्ते खेळायच्या वाड्यात घुसला. तसे वाड्यातून चार-पाच तगडे माणसं आतून बाहेर फेकून दिल्यासारखे आले. त्यांनी उत्तम शेळकेशी झोंबाझोंबी करून त्याला डबरात भरलेल्या माणसापासून वेगळं करण्याचा प्रयत्न चालवला, पण उत्तम शेळके त्या चौघा माणसांनाही आवरत नव्हता असं बळ त्याच्या अंगी संचारलं होतं.

चौघांनी मिळून कसातरी बाजूला केला. पाचव्या माणसाने घाई केली. उत्तम शेळकेच्या न्हाणीत गेला. तिथल्या फुटक्या रांजणातून जवळची गुंडी भरून पाणी घेतलं अन् बेंदाडात तोंड घोसळल्या माणसाच्या डोक्यावर रिचवलं. तेव्हा तो सगळ्यांना ओळखू आला.

"आरे हेत सवण्याचे सरपंच सायेब हैत. याह्यले, एवढ्या मोठ्या तालेवार माणसाले कसं काय मारलं उत्तम्यानं?" एक जण ओरडला,

"खतम करतो साल्याले...सम्दे दाताडं पाडून टाकतो. डोळेच फोडतो. झवाडच्याचे. काटाच काढतो त्याचा..." उत्तम शेळके ओरडत होता. त्याला वाड्यातून पळत आलेल्या चार माणसांनी गच्च धरून ठेवलं होतं. तरी तो जागच्या जागी उडत होता.

तेवढ्यात हातातली सिगारेट जोरजोरात ओढत मोतीराम पाटील तेथे आला.

“काय झालं? कोणाची गच्चागच्ची झाली? काहून हाणामारी झाली?”

“सवण्याच्या आपल्या सरपंच सायेबाले उत्तम शेळक्याने मारलं...”

“सरपंचाले? या झाकलेटवाणाच्या उत्तम्यानं मारलं? काहून ते?”

“कान्नू बुवा? बाव भरल्यावाणी...पिसाळल्या कुत्र्यासारखा गडी माह्या अंगावर धावून आला अन् एकदम गटारातच कोंबलं मले...” मार खावून अर्धमेला झालेला सवण्याचा सरपंच असं म्हणाला.

“येळवाच्या कोंबावाणी टर्रकन अंगात घुसतो आपून. आपल्या वाटी येऊ नाई कोणं, सांगून ठेवतो. येळूच्या कोंबावाणी टर्रकन अंगात घुसतो मी. तुमी म्हणसाल काय म्हणा लागला हा...” उत्तम शेळके स्वत:भोवती सळसळत बोलत होता.

सवण्याचा पाटील बेहाल झाला होता. तोंड वासाडून जखमी पाखारासारखा धापा टाकत होता. तसं करताना त्याच्या ओठावर गचाळ मोरीपाणी येत होतं. बेसावध जिभेने चाटत होता.

“कावून मारलं बे आमच्या सरपंचाले? आमच्या पार्टीचे हायेत नं ते! आमचे सक्रिय कार्यकर्ते सवण्याचे...अन् उत्तम्या...तू हायेस तरी कोण रे? साल्या दोन पैशाच्या कुवतीच्या! जास्त माजला का बे तू?”

म्हणताना मोतीराम पाटील उत्तम शेळक्याजवळ आला अन् फाडकन् त्याच्या थोबाडीत एक चापट मारली. बोटातल्या अंगठीचा छापा बरोबर त्याच्या उजव्या गालावर उमटला. उत्तम शेळके झंझाळून गेला.

“काई मोगलाई सुरू झाली पाटील तुमच्या गावात त. चुपचाप रस्त्यानं जात होतो. ज्या घरातली बाई रोज जाता येतानी हासत माह्याकडी पाहात जाई, त्या दाराकडी पाह्यलं आजबी ती हासलं म्हणून. त घरात हा माणूस भिताडावर डोक्स आदळून घेत होता म्हणून त्याच्या घरात पाह्यलं काय झालं, काय नाई, याचा चोखळा काढायसाठी. त गड्यानं अनमान धपक्या माहे आसे हाल केले...” सवण्याचा सरपंच खाली बसून बोलत होता अन् दुसरीकडे आपल्याच हातांनी आपली पाठ दाबल्यासारखी करत होता.

त्याच्याजवळ जात, त्याची समजूत घातल्यासारखी करत मोतीराम पाटील म्हणाला-

“साला हा दीडदमडीचा उत्तम्या...जास्तच टर्रेबाजी करून राह्यला आता. याले बाराच्या भावातच घालतो आता. लंबंलाट झोपावतो साल्याले...”

“आरे तुमी काय बाराच्या भावात घालता हो मले? मीच तुमच्या नावाचा रिपोट देतो आता. जिह्याले जावून. खास पोलीस आणतो तुमच्यासाठी सी. आय. डी....सीआयडी आणतो अन् पत्त्याचा हाड्डा पकडून देतो तुमचा. धाड टाकून.

अन् गांजाबी पकडून देतो, जसं म्हन्तात जमानतबी होतं नाई गांजा इकणाराची. समाजसेवक म्हन्ता नाई तुमी स्वोतास. तुमची सम्दी समाजसेवाच बाईर काढतो आता आंड्या-पिल्ल्यासहित. तुमी म्हणसान काय म्हणा लागला हा.''

असं उत्तम शेळके म्हणाला. तसा मोतीराम पाटील त्याच्यावर चाल करून गेला, पण जमलेल्या लोकांनी अडवला.

काही माणसांनी उत्तमला धरून हेलपाटत घरात आणलं.

''याले बाहीर नका येऊ देऊ वह्यनी...फाल्तू मोतीराम पाटील भडकले त तीन तेरा करतीन याचे. पानदान वाजवतील याचं...'' असं शारदाला सांगून लोकांनी त्याला घरात आणून बसवलं.

तोही मुकाट, शांत झाल्यासारखा भिंतीला पाठ टेकवून बसला.

मोतीराम पाटलाने त्याच्या गालावर एकच थापड मारली होती. पण थोबाडाचं चेचीस ढिल्लं झाल्यासारखं वाटत होतं. गाल लालभडक झाला होता. गालावर सोन्याच्या अंगठीचा छापा उमटला होता. त्याची आग सगळ्या अंगात झणझण करीत होती.

''आरे, माहं काय पानदान वाजवते त्यो? मीच हातकड्या लावतो आता त्याले! हाय कोण्या घोरात म्हणा त्याले तू?''

''बस कर! बस कर! पाणी टाकून पातळ नको करू! चूप बैस!''

असं हिणवल्यासारखं त्याला बोलून माणसं बाहेर निघून गेले. तसं घाई करीत शारदाने आतून दार लावून घेतलं.

बाहेर अजूनही काही माणसं मातेरं खाणाऱ्या पाखरासारखे कलकलाट करीतच होते. मोतीराम पाटील जोरजोरात काहीतरी बडबडत होता, त्याच्या दणकेबाज घोगऱ्या आवाजाने सगळी गल्ली हादरून गेली होती. कोणीतरी त्याला समजावत होतं.

''चला चला...सोडा पिच्छा. काय नांदी लागता त्याच्या?''

''म्हातारीतून अन् भावातून नेमकाच आलक झाला ते टेन्शन आसंल त्याच्या टाळक्यावर...'

''कुत्र्याची अन् सिंहाची कुठी बरोबरी होते का?''

असे आवाज एकमेकांत मिसळून त्या आवाजाचा पिळा घरात येऊन आदळत होता. त्यामुळे शारदा धास्तावून गेली होती.

एकदाचा बाहेरचा गलका कमी झाला. माणसं निघून गेली. तशी ती त्याच्याजवळ आली. त्याने दोन्ही हातांनी दाबून धरलेलं मस्तक तिने आपल्या हाती घेतलं. आपल्या छातीशी कवटाळून धरलं. तिच्या मांसाळ स्तनांचा स्पर्श झाला. त्याला

ते बरंच वाटायला लागलं. तो तिच्या मायाळू कुशीत निमूटपणे रिचवला.

काही वेळ असा तसा गेला. अबोल शांत. मग तिने हळूच त्याला विचारलं- "त्या माणसाले कावून धरून बेंदाडात खुंदळलं तुमी? हकनाक?"

"हकनाक कुठी? तूच त म्हणत होती नं? सकाळ पाह्यटं त्यानं तुले उघड्याआंगी आंगुळ करतानी पाह्यलं होतं म्हणून!"

"आवो नाई...त्यो माणूस नवता त्यो!"

"काय म्हन्ती तू?" तो तिच्यातून सर्रकन बाजूला झाला. भरधाव जाणाऱ्या मेटॅडोरचं टायर फुटावं अन् हवा गेल्या चाकाने गाडी कुणीकडच्या कुणीकडे हिंदकळत जावी, तसं त्याचं झालं.

"खरंच सांगते मी! तुमी मारलं त्यो माणूस नवताच त्यो! मले आंगुळ करतानी टक लावून पाह्यणारा दुसराच होता अन् त्यो पुढी पळून गेला होता. हा तुमच्या हातात दुसराच नवाडा सापल्डा. त्यालेच गटारात खुंदळलं तुमी. त्यालेच बदडून काल्ढ."

"मंग तुले हे आधीच सांगू नवतं का झुडपे?"

"पण मले सांगायले टैमच कुठी देला तुमी? अन् पुन्ना त्यो डबरातल्या बेंदाडत भरला होता, त्याच्यानं लवकर वळखूच नाई आला मले! तुमची खुंदळाखुंदळी झाल्यावर त्यो मले माणसायच्या घोळक्यात दिसला. माही नजरा-नजर झाल्याबरोबर मागच्या मागं पळून गेला."

"हेत्त तिच्या मायची आफत. ही त रिकामीच शाळा भरवली म्या त. रिकाम्या रानी दुसऱ्या माणसाले पिदाडलं. तू म्हणसील काय म्हन्ते हां."

"तुमी लयेच चुलीवरच्या तव्यासारखे गरम झाले होते. ऐकून बी घेत नवते. सुन बह्यऱ्या न् तूरी केवढ्या करत होते. एवढा घोळसा करून घेत आस्तात का जिवाचा? जरा दमा-धीरानं घ्यायले पाह्यजे."

"तुले उघडं पाह्यलं त्यानं त्यो इच्चारबी मले सन होत नवता. तुह्या ह्या रंगरूपाकडं कोणत्या नजरेनं टक लावून पाह्यलं त त्याचे डोळेच बोटं घालून उपसून घ्यावं वाटतात मले. एवढा सन् सन् करते जीव...तुले कामाधंद्याचा तरास होवू नाई. तुह्या रंगरुपाले उतरती कळा लागू नाई म्हणून त घरच्यातून वायला झालो मी. घरच्यायचं सन केलं नाई. तिथं या भामट्यायचं सन करणार हाये का?"

"ते बरोबर हाये...पण आपून कुठी लगे एवढे तालेवार हाये...आपून का घोशात राहू शकतो का?"

"आपून तालेवार नसू, पण रूप त तालेवार हाये नं तुहं!" म्हणताना तो डोळे भरून तिला आपल्या काळजात साठवून घ्यायला लागला.

तर पुन्हांदा त्या सुळकाटेरी आठवणीने घायाळ झाला. त्याच्याच नकळत त्याने विचारलं.

"पण मले एक सांगा!"

"काय?"

"त्या बारोळ्यानं तुले न्हाणीत पाह्यलं तवा तू हमेशा आंगुळ करती तशी उघडीबंब होती, का अंगावर काई परकर-मरकर होता?"

"जाऊ द्या आता...सोडा पिच्छा...तुमची बी लयेच पांचट गोष्ट राह्यती...हिडग्याले देली गाय अन् हिडगा चारदा दवून पाह्य, आसं राह्यते तुमचं. आता आपूनच आसे रस्त्यावर आंगुळ करा लागलो त लोकायले काय दोष द्याव? लोक पाह्यणारच हायेत. जगरं पेटलं न भिकारी उठलं. अशी म्हणगुतच हाये" असं म्हणून ती उठली. फडा उचलून घर झाडायला लागली.

"बरं दे वाढून मले..." तो उठून कपडे झटकत म्हणाला,

"आता मायबाई...म्या सयपाकच केला नाई अजून...मले काय माईत तुमी असे अनमानधपक्या येसाल अन् रगडायले मांगसाल म्हणून!",

तिच्या हातातला फडाच गळून पडला.

"बरं थांबा जरा...देते बातच्या सात शेवळ्या मेवळ्या उकडून काई आल्लूवडा-गिल्लूवडा खाल्ला आसंल न तिकडी हाटेलीत? का एकदम रिकामचं हाये पोटाचं मडकं?"

त्याला खूश करण्यासाठी ती नेहमीच असं मधागळ बोलायची.

"हा गिल्लावडा खातो नं आता...एकदम खरपूस...खरपूस..." म्हणताना तो तिच्या जवळ सरकला. तशी ती लाडात आली.

"सरका तिकडी...अंधार त पडू द्या...तुमचं त आसंच राह्यते कधीबी...येळ ना वखत न कोंबळा देता काखत..."

"हाये का हो ड्रायव्हर सायेब घरी..."

असा तिवालेच आवाज आणि तो असे दोघे एकदमच घरात घुसले, अनमान धपक्या आणि ती कानकोंडली होऊच चुलीकडच्या कोपऱ्यात तोंड लपवून बसली. आपली रंग रूपवान बायको लाजली तर लपायला तिला दुसरी खोलीही नाही, या जाणिवेने तो खजील झाला.

"ये...ये...सुनील..."

उत्तम शेळके म्हणाला. ज्या मेटॅडोरवर तो ड्रायव्हर होता त्या मेटॅडोरवर सुनील तिवाले क्लिनर होता.

"कावून अड्ड्यावर येणाऱ्या माणसायशी खुंदळा-खुंदळी केली तुमी? जिकडी-तिकडी तुमच्याच नावाची चर्चा सुरू हाये गावात."

"ज्याचं खेटर, त्याचंच थोबाड, आसं काम राह्यले आपलं. पण जावू दे...तू कावून पोलीसावाणी खडगीतून करा लागला. जाऊ दे तिकडं होंबळीत. सोड पिच्छा!"

"मी पिच्छा सोडील, पण त्यो मोतीराम पाटील? त्यो पिच्छा सोडील का तुमचा? निरा दहातोंड्या रावण हाये राजे हो त्यो. त्याच्या कशाले नांदी लागले तुमी? सरपाच्या नळ्यात, नाही त वाघाच्या जबड्यात हात घालाव एकापरी. पण मोतीराम पाटलाच्या खेटी जावू नाई, असं म्हन्तात सम्दे लोकं, ते येरीच का?"

"पण म्या का त्याले मारलं?"

"तुमी गंज त्याले मारलं नसलं, पण त्याच्या अड्ड्यावर येणाऱ्या गिऱ्हाईकाले त मारलं नं?"

"जाऊ दे तिकडी...बैस जरासा?"

"अहो बैस कशाचं बावाच्या नाना? आपले मालक कोकलाय लागले तिकडी तुमच्या नावानं. त्याह्यनं ट्रीप पाहून ठेवेल हाये. चला, पोते भरून न्यायचे खामगावच्या मोंढ्यात."

"कुठोलची ट्रीप पाहून ठेवली मालकानं?"

"करणखेडची...मुंगाचे पोते हायेत."

"चाल बावा...मी जातो व खामगावले ट्रीप घेऊन. तू दार पक्कं लावून घेजो आज रातच्याले अन् बाहीरच्यानं नाव सांगतल्याबिगर, आवाज वळखीचा वाटल्याबिगर उघडू नको दार..."

'अहो पण तुमचं जेवण? जेवणाचं नाव काल्ढ अन् उपाशीच जाता का काय मायबाई? नाट लागंल न तशानं!" ती कावरीबावरी झाली.

"काई लागत नाई. भूक लागली की तूही आठोन खात जाईल. गच्च पोट भरील मंग माहं!" असं म्हणून तो हसला.

"काई पिरेम हाये तुमचं तं, पण आमी आता जेवण करू मोहाडीतल्या धाब्यावर. खामगावले जाता जाता. तुमी फिकीर नका करू वह्यनी."

असं म्हणून सुनील तिवालेने दारातल्या चपलेला पाय दिले. उत्तम शेळकेही त्याच्या मागे पाय फरफटत गेला.

शारदा केविलवाणा चेहरा करून त्याच्याकडे पाहत राहिली.

उत्तम शेळके स्टेरिंगवर बसला होता, पण मनात त्याच्या घरचेच विचार चालू होते. डोळ्यांपुढे सारखी शारदा दिसत होती. आता आपून काय जागा बदलावं का

काय सालं? त्या गल्लीत राह्यणं म्हन्जे तिच्यासाठी एकदम धोकादायक काम झालं...सारे पिदाडेच दारापुढून ये-जा करतात. आजच्या सारखा तमाशा तरी अजून किती दिवस करावं? लोक आपणासच नावं ठेवतील... साले आपल्या भावकीतलेबी आपल्या काही कामी येत नाहीत. माळभर मणी पण नाही कामी.

उलट लेकाचे जळतात आपल्यावर. त्याला आठवलं, तो घरून निघाला तेव्हा रस्त्यातच त्याची माय त्याला भेटली होती.

"कुठी चाल्ला उत्तमा? मी तुह्याच घराकडी चालली होती. काय खुंदळा-खुंदळी केली म्हन्तात तुवा लोकाय-संग. तुपल्या बायकोले कोण छेडखानी केली होती म्हन्तात. धरलं होतं का काय तिले कोणं? दाबलं होतं का काय कोणं?"

त्याच्या मनात आलं, माय आपली समजूत घालायले आपल्या घरी चालली होती, की आपल्या जखमी काळजावर काटे टोचायले? तिच्यातून वेगळं निघाल्यापासून तिचा रागच होता त्याच्या बायकोवर. तिनेच आपल्या कमावत्या पोराला आपल्यातून वेगळं केलं, असा तिचा पक्का भ्रम झालेला होता.

"काय मचांग झालं होतं? सांग तरी उभा राहून!"

"तसं धरलं-बिरलं नवतं काकू. पाह्यलं होतं फक्त वह्यनीकडी..."

"मग पाह्यलं त काय होते? काय सोनं लागलं का तिच्या अंगाले, पाहातच आसतात लोकं अन् त्याची बायको कुठी लगे तालेवार हाये? आजकालत थोरामोठ्यांच्या बायका गल्लीवर आल्या. मजुरीनं जाया लागल्या. आसाम्या भंगल्याच्यानं. मोठे मोठे गेले पुरानं अन् या खेकडणीचं कुठं काल्ढं गराणं? लोकंत पाह्यणारच हायेत नं? का पापण्या शिवून घेणार हायेत आपल्या?"

"तसं नाई काकू..." सुनील तिवाले भाजीला तडका द्यावा तसा म्हणाला- "आंगुळ करतानी पाह्यलं...न्हाणीवर चढून..."

"आसं का? पण इच्यातबी तिच्यात दोष आसलं. तिले लय घमेंड हाये नं आपल्या रंगरूपावर. लयेच हिडगती. हीच आरकाट बोड्याची हाये...एका हातानं टाळी वाजते कां कुठी?"

"म्हन्जे? तुमाले म्हणायचं काय काकू?"

"आरे इनंच मथवले आसतील मान्स...हा बायकोचा भाड्या राह्यते रातंदिवस भाईर...अन् घरात ती घेवून बसत आसंत मान्स...त्याच्यासाठीच त वायली निंगली ती. इलेच लय अुखारी करायची सवय हाये. सम्दा चोखळा काल्ढा नं म्या. माह्येरिबी ही अशीच चवचाल होती. इच्या घराच्या भवती सकाळ-संध्याकाळ माणसं टमरेल घेऊन बसत. कावून की गावच्या बाहीर घर हाये तिच्या बापाचं. गावानं ववाळून फेकल्यावाणी गावाच्या भाईर राह्यतात बटकुरे. त्या मान्सायले ही

चोरू चोरू पहाजाय खिंडाखांडातून, आसं सांगत होती तिची चुलती मांगलदिसा. मी तिच्या चुलत्याच्या तेरश्यावर गेल्ती तव्हा. म्हणून त इथंबी या उत्तम्याले गावाच्या बाहीर घेवून गेली ती. आमच्यातून वायला केला कमावता-धमावता लेक. कावून की एकात आसंल त नेट पडते नं...पुन्ना माणसं दिसत नाईत...कोणाची काय टाप हाये डोळा उचलून पाह्याची...आपलंच नाही धड, दुसऱ्याची कावून कराव गच्चीपकड..."

"चाल सुन्या...काय आइकतू मतारीचं? म्याड झाली आमची मतारी..."

खरं म्हणजे उत्तम शेळकेला आपल्या मायचं बोलणं ऐकून कोणीतरी मस्तकात घाव घालत आहे, असं वाटत होतं.

"बदवकर करायची सवयच हाये तिले घरच्या माणसायच्या बाऱ्यात...चाल. मालक बोंबलंल."

"आरे बाबांच्या नाना...हे पाह्यनं तुह्या मतारीनं मनगटच धरून ठेवलं माहं."

सुनील तिवालेने त्याला दाखवलं.

तसं त्याने हिसडा देऊन मायच्या हातातून सुनील तिवालेचं मनगट सोडवून घेतलं.

"आता त लयेच खरमस्ती आला बाई हा कठाळ्या...सख्ख्या मायले हिसड-हासड करून राह्यला. झाली नाई का आजून थंडी..."

असं मागे माय बडबडत असतानाच तो निघून आला होता.

आता स्टेरिंगवर बसल्या बसल्या मायचं ते बोलणं आठवलं आणि त्याच्या मनात आलं...

खरंच आसंल का मतारी म्हन्ती ते...खरंच चवचाल आसंल का आपली बायको...मग त्याने आठवून पाहिलं; खरंच आपल्या सासऱ्याचं घर गावाच्या बाहीर हाये. तिथं माणसं सकाळ-संध्याकाळ पसारा उघडा करून, टमरेलं घेऊन बसतात... दिसत होते आपल्याले सम्दे. शारदालेबी दिसतच अस्तील...

मनातल्या विचाराने तो प्रचंड कासावीस झाला. त्याला कसमसून यायला लागलं.

"अरे बराबर चालवा हो बावाच्या नाना गाडी...आसे कावून हेलकावे भाराय लागले? आसे कट-कूट नका कारू मोठ्या मोठ्या टरकायले. जावू दोघंबी बाराच्या भावात...तुमचं काय, सम्दा अनुभव घेऊन बसले, पण महा त अजून कच्चा आवा हाये नं!"

"एवढा भितू का काय लगी मरायले तू? कवाना-कवा त मराचंच नं एक दिवस!"

"मंग का उड्या मारता धावत्या टरकाखाली? अन् आपलं मरायचं सोडा हो...पण मालकाचं काय?"

"त्याले भेटील न इमा..."

"पण जाऊ द्यानं. मरायच्या गोष्टी नका काढू बाप्पा दाडासाडावाणी...मले लेय भीती वाटती."

नागपूर-पुणे हायवेवरून रात्रीची ट्रकची रहदारी सुरू झाली होती. भयानक वेगात आणि आवाजात समोरचे ट्रक अंगावर चाल करून येत होते. डिप्पर देत होते. सन् सन् करीत जात होते. दूरवरून समोरून येणाऱ्या वाहनांचा प्रकाशझोत आगीचा दोरखंड होऊन झेपावत हेलकावत इकडे यायचा...थोडा वेळ डोळे चमकवायचा आणि सन् सन् करीत मागे दिसेनासा व्हायचा.

उत्तम शेळकेही आपली चारशे-सात कोणाकोणावरचा राग गाडीवर काढल्यासारखा भन्नाट चालवत होता. ही खेप मार्केटात नेवून रिचवायची होती. शेतकऱ्यांची उडदा-मुंगाची खरिपाची पिकं निघाली होती. खरिपाच्या हंगामातला शेतमाल जो तो शेतकरी विकायची घाई करत होता. त्याच्यानं एकावर एक ट्रीप मिळतच राहायची. एक ट्रीप टाकून आली तरी मालक पुन्हा दुसरी ट्रीप पाहूनच ठेवायचा. त्याच्यानं या सिझनच्या दिवसाला उत्तम शेळके मनापासून कंटाळला होता. बायकोशी बोलायला, बसायला सवडच सापडत नव्हती. या पळापळीत दोन दिवसांपासून अंघोळही केली नव्हती. त्याच्यानं अंगावर घामाची चिकचिक जाणवत होती. त्याच्याच अंगाचा घामाचा वास बगलेतल्या केसांतून, कुठून कुठून घमकारे मारताना त्याला जाणवत होता.

खामगावची ट्रीप करून दुसऱ्या दिवशी सकाळी उत्तम आपल्या दाराशी आला. तेव्हा त्याने मनगटावरच्या घड्याळात पाहिलं, सकाळचे सात वाजले होते. घराचं दार बंदच होतं...रोज पाह्यटी त शारदा घरापुढी सडी टाकत असती. रांगोळी घालत असती, पण आज कावून घराचं दार बंद आसंल म्हणावं? त्याच्या मनात विचार आला.

त्यानं दाराची कडी वाजवली, पण आतून आवाज नाही. बांगड्याची किण-किण मात्र टाळसर कानावर आली. त्याने पुन्हा कडी वाजवली.

"कोण हाये?" आतून भेदरल्यासारखा आवाज आला.

"मीच हाये."

"मी कोण?"

"तुपला नवरा...आवाज वळखू येत नाई का तुले? दार उघड न झुडपे लवकर!"

बांगड्याची भिन्नी किणकिण पलीकडून दाराशी आली. कडी उघडण्याच्या आवाजातला भेद्रटपणा त्याला बाहेरूनही जाणवला. काळजात थोडी अनामिक कोरकार झाली. त्याने बाहेरून दार आत लोटलं. आत गेला की नाही, की ती एकदम त्याच्या गळ्यात लोंबकळली. डोईवरच्या गवताच्या भाऱ्याचा आवळ तुटून तो एकदम गळ्यात उतरावा, तशी त्याच्या अंगावर रिचवली. वासणीच्या वेलीसारखे त्याच्या खांद्यावरून मानेभोवती तिचे नाजूक कोवळे हात घट्ट घट्ट झाले. वासनवेलीने कडब्याच्या उभ्या धांड्याला गुंडाळून घ्यावं, तसं तिने त्याच्याभोवती स्वत:ला गुंडाळून घेतलं.

"आपल्याले इथी रहायचं नाई. दुसरी खोली पहा भाड्याची...पण मी इथी राहत नाही आता...नाईत पुन्ना आपल्या घरी चला. आपून एकात राहू...कितीबी शिव्या देल्या सासूबाईनं त मी कानाचे दगड करून घेईन माह्या..."

टायर भ्रष्ट झालेली गाडी रोड सोडून सुलूपावरच्या दगडावरून हेलपाटत उडत जावी, तसा तिचा तोल सुटल्यासारखा त्याला वाटला.

तो धास्तावून गेला. उभ्या उभ्याच त्याने उजव्या पायाची लाथ मागलबेट्या दारावर झाडली. दाराच्या फळ्या लोटून घेतल्या. मग तिचा चेहरा आपल्या ओंजळीत घेतला.

"काय झालं तुले? कावून रडा लागली तू? सांगचीन त सही."

त्याने पाहलं, तिचे टपोरे डोळे रडून-रडून टापुसल्यासारखे वाटत होते. मध्येच दचक भरून कुठेतरी तिचं अंग लचकत होतं. कंबरेत, गुडघ्यात पाठीत, मानेत? कुठे? त्याला निश्चित कळत नव्हतं.

"रातभर कोणीतरी खतेश्यावाणाचं कडी वाजवत होतं. उत्तम हाये का घरात? असं इचारत होतं! कोण हये इचारलं की फक्त मी हाये असं म्हणत होतं, पण नाव सांगत नवतं...रातभर माह्या डोळ्यांस डोळा लागला नाई. सम्दं काळीज कसं घ्रशात येऊन अडकल्यावाणी झालं होतं माहं..."

"पण तुवा दार त उघडलं नवतं नं?"

"नाई. रातभर मी तशीच लपून राह्यले घरात. दार उघडलं आसतं त आता सापल्डी असती का मी तुमाले? पानदान वाजलं आसतं माहं..." म्हणताना ती पुन्हा रडायला लागली.

"बरं, बरं! मी आलो न आता. तू काई फिकीर नको करू अन् आता दिवसा उजेडी काईच भियाचं काम नाई. लागलं त आपून मायले बलावू धाडू. अशी खमकी हाये आपली म्हातारी. नल्ड्याचा घोटचं घेईल ती दार वाजवणाऱ्याच्या..."

"पण कोण आसंल हो त्यो बारबोड्या."

"तीचं असलं साली पहाटची वढ्या-खड्यातली पैदास...त्योच आसंल,

ज्यानं तुले न्हाणीत न्हाताना पाह्यलं. त्योच मोहीत झाला. तुपल्या नवट्या रंगरूपावर. त्योच कडी वाजवत आसंल चोखळा काढून. अन् मी घरी नाई म्हणल्यावर अन् तू एकटीच घरात हाये म्हणल्यावर चांगलाच चळी पल्डा मंग त्यो! अन् हे समदं मोतीराम पाटलाच्या त्या नंबर दोनच्या धंद्यापायी व्हाय लागलं. समदे भामटे फिरा लागले पाचा खदानीतले गावात येऊन...''

असं म्हणून तो थोडा थांबला. छातीत दम भरून घेतला. मग एकदम ॲक्सेरिलिटर वाढवल्यासारखा म्हणाला- ''नाई...आता नाई दम निंगत.. आता घोडे लावाच लागतात...''

असं म्हणून तो तणतणत, नाचल्यासारखं करत बाहेर जायला लागला.

''पण तुमी कुठी चाल्ले? मारझोड नका करू बाई कालच्यावाणी...''

''नाई. आता तसं काई करत नाई. आता कायदेशीर कारवाई करतो. समद्यायच्या नावाचा रिपोट देतो ठेसणात जाऊन. इथी गांजा इकल्या जाते म्हणून सांगतो. त्याची जमानतबी होणार नाई. बरं, मले उशीर झाला त तू हिवरकर मावशीच्या घरी जाजो. नाईत मतारीले बलावजो. बुलढाण्यालेच जावून रिपोट करतो आता.''

तो तणतणत दारात आला. चपलेला पाय दिले तर बोळातून सुनील तिवाले त्याच्याच घराकडे येताना दिसला. त्याच्या मागे पलीकडच्या मोठ्या रस्त्यावर मेटॅडोर उभी होती. गाडीत ड्रायव्हरच्या जागेवर मालक बसलेला दिसत होता. त्यानेच गाडी इथपर्यंत चालवत आणली होती.

''चला लवकर, तुमाले मालकानं बलावलं.''

''जाय रे बावाच्या नाना.'' आज नाई येत मी कामावर. मी आता बुलढाण्याले चाललो. रिपोर्ट द्यायले.''

''अरे बावाच्या नाना. तुह्यावर लय आफत येल हाय. मालक म्हणत आत्ताच्या आत्ता त्याले गाव सोडून पळून जायचं सांग. इकडच्या इकडंच. तिकडं खामगाव रोडवरच्या वैरागडच्या ट्रिपा हायेत मुंगाच्या पोत्याच्या. आत्ताच्या आत्ता गाडीत बसा अन् पळी लागा सांगून रह्यले मालक! पह्यले वैरागड...मंग खामगाव. तदलोक मी पोलीसायच्या खिशात तीन-चार हजार रुपये घालून अटकपूर्व जमानत घेता म्हणत. एकदा का तू पोलसायच्या हाती सापल्डा अन् तुले रिमांडमंधी टाकलं की मंग काई खैर नाही. चरकात ऊस कोंबल्यावर जसा सम्दा रस वरपून घेतल्या जाते, तसं तुले वरपून घेतीन पोलीस ठाण्यात...चाल लाग पळी!''

असं म्हणून त्याने उत्तम शेळकेचा हात धरून त्याला ओढलं, पण तो हलायलाच तयार नाही. दर करून पहारीने शेंदारून ठूनी भुईच्या पोटात तडसून बसावी, तसा उभ्या जागीच तडसल्यासारखा झाला.

तर तेवढ्यात मेटॅडोरच्या खिडकीतून मालकानेच हात दिला.

"ते पाह्य. मालक हात द्यायले लागले. चाल पळ!" असं म्हणून तिवालेने त्याचा हात धरला. त्याला पुढे ओढलं. पळू लागला.

"अरे पण मले हातकड्या लागायले महा गुन्हा तरी काय हाये?" उत्तम शेळके पळता पळता कर्कश केकाटला.

"तुवा काल सरपंचाले मारलं नाई का सवण्याच्या..." सुनील तिवाले पळता पळताच सांगायला लागला. "...त्यानं अन् मोतीराम पाटलानं रिपोट देला ठेसनात. रातभर पोलीस तुह्या घराची कडी वाजवत होते म्हणतात. त्याह्यले वाटे तू घरातच लपेल हाये, पण बरं झालं आपून रोडवर होतो. त्याच्यानं बचावला तू. नाईत आता अशी मोकळी हवा नसती भेटली तुले. बसावं लागलं आसतं कुबट हवा खात. थंड्या फरशीवर" ते ऐकून उत्तम शेळकेच्या काळजाचा भाता झाला.

"घेऽऽ लेका! तू मोतीराम पाटलाले पकडून द्यायसाठी उड्या मारत होता का? त्यानंच लंबं केलं तुले!" असं तिवाले बोलला, की आपणच आपल्याला बोललो? उत्तम शेळकेला काहीच समजेनासं झालं. दाण-दाण पळता-पळता खालून भुईच आपल्याला उचलून फेकत आहे, असं वाटायला लागलं.

तो मॅटेडोरच्या थोबाडाजवळ आला. तशी घाई करत मालकाने खाली उडी मारली.

"जाय बरं उत्तमा तू पळून. गाव सोडून: आता ताबडतोब वैरागडाची ट्रीप मारा. आजुकबी ट्रीप पाहा तिकडीच. चिचपूर, हरणी, ढूमं, आवढळी, टाकरखेड हेल्गा, गणेशपूर...बदाड पोते भेटतात. एक-दोन दिवस गावात येऊच नका अन् कामबी बुडवू नका. मी घेतो अटक-पूर्व जमानत. टाकतो सम्द निपटून. वकीलसायेब आपल्या सोयऱ्यातलेच हायेत चिखलीचे...हावं; पण एक कल्पना आधीच देऊन ठेवतो. एवढ्या निपटा-निपटीत चार-पाच हजाराले चंदन लागणार हाये. उचल होईल तुह्या बोकांडी. नाईत उद्या कोकलायचा माह्या नावानं. पह्यले तीन हजार उचल हाये तुह्याकडी अन् आता ज्यो होईल त्यो न्यारा. पोलिसी खाक्या महा बुर्राट. पैशाचं तासंच पेरा लागते एकदा ठेसण-कोर्ट अन् दवाखाना मागं लागला की."

"होऊ द्या आता उचल...त्याच्यानं याच्यापुढी तरी करणार नाई हा कुचला-कुचल. पुन्ना म्हणगुतच हाये ती, सर सिलामत तो पगड्या पचास" असं सुनील तिवाले म्हणाला. त्याने उत्तम शेळकेचा हात धरून ठेवला होता. तो हातातल्या हातात आणखी गच्च रगडून कवळून धरला.

"जा बसा आता. टैम पास नका करू." मालकाने त्याला वर लोटलं.

तो स्टेअरिंगवर बसला. खाड् करून दार लावलं. गाडी स्टार्ट केली. घसा खरवडून बेडका टाकावा, तसा गिअर बदलला. कंडक्टर साईटने तिवालेही

चढला. खाड् करून बसला. ॲक्सेरिलिटरवर पाय दाबण्यापूर्वी उत्तम शेळकेने एकदा आपल्या दाराकडे पाहिलं. बोळातल्या घराच्या दारात त्याची बायको उभी होती. गरीब डोळ्यांनी त्याच्याकडे पाहत होती.

केविलवाणी दिसत होती.

"जाय पळ! सगुण नको पहात बसू. तुले पकडून नेलं त माह्या ट्रिपा कोण मारलं? साला सिझनचा टैम है. एकदा वळणमोडी झाली अन् दुसरा मेटॅडोरवाला घुसला आपल्या राष्ट्रानात त पुढी भारी जाईल. जा पळ. मी येतोच. आडत्याकडी. सम्दा हिशेब करून ठेव म्हणा आमच्या पोत्यायचा. त्या पोलिसायचा खिसा गरम करायचा त मले आडत्याकून उचल आणाव लागलं. माह्याजवळ तरी कुठे पैसे हैत...जा पळ...सगुण नका पाहू..."

"जा पळा!"

असं पुन्हा तो जोरात, ऑर्डर दिल्यासारखा ओरडला.

तशी आपोआप उत्तम शेळकेच्या पायांनी हालचाल केली. गावातल्या ओबडधोबड रस्त्यावरून मेटॅडोर आचक-उचक दारू प्याल्या माणसासारखी पळायला लागली.

"हे त काई झालं गड्या. उलटंच झालं हे तिवाले. काय घोर लागला हा मपल्या जिवाले?"

"हावं न सालं!" सुनील तिवालेने चिंता दाखवली.

"मले त्याच्या नावाचा रिपोट द्यायचा होता. गांजा पकडून द्यायचा होता त त्यानंच माह्या नावाचा रिपोट देला. काई उलटी शाळा भरवतात गड्या हे राजकारणी."

"ऐरीच मंग गावोगावी त्याह्यच्या शाळा अन् कॉलेज व्हाय लागले का? त्यो आपला देशमाने आमदार नाई? महा मावसभाऊ लावला त्यानं शाळेवर. लावायच्या आधीबी पैसे घेतले पाच लाख अन् आता दर पगारातूनबी द्यावं लागतात. त्याले एक हजार. लय खराब शाळा हैत भाऊ या लोकायच्या. समद्या उलट्या शाळा भरवतात हे..."

"..............................."

असा तसा वेळ गेला. उत्तम शेळकेची वाचाच गेल्यासारखी झाली होती. सुनील तिवालेला ते फारच धोकादायक वाटू लागलं. त्याला बोलतं करण्यासाठी म्हणून तो म्हणाला-

"तू बी बरोबर आरचट्यात सापल्डा त्याच्या. कशाले खुंदळलं त्या सवण्याच्या सरपंचाले?"

उत्तम शेळकेच्या डोळ्यांपुढे शारदाचा चेहरा फिरत होता. हळुवार दचकता

कोवळा देह अंगावर झुलत होता. पोटऱ्यात आलेल्या गव्हाची हिरवी थोंब मध्येच डोळ्यापुढे हेलकावून जात होती.

"यानं त आता घर आसून बेघर केलं मले. घरी जायाची, बायकोले भेटायची बी चोरी झाली मले."

असं बोलताना पुन्हा त्याच्या डोळ्यांपुढे शारदा. गळ्यात लोंबकळून रडणारी. निघताना दारात उभं राहून व्याकुळपणे पाहाणारी.

त्याच्या मस्तकात भडका उठला. मस्तक भारी झालं. मध्येच आतल्या आत वावटळीने गिरकी मारल्यासारखी झाली. कसंतरीच व्हायला लागलं.

नकळत गिअर बदलत होता. त्याचा खाट् खाट् आवाज येत होता. गाडी भन्नाट वेगाने पळत होती. रिकामीच होती. त्यामुळे गती सहन होत नव्हती. कुठल्या-कुठल्या फाळक्याचा धडाल् धडाल्, खडाल्-खडाल् आवाज येत होता.

"आरे आरामानं चालव रे बावाच्या नाना. कावून आस बाव भरल्यावाणी करायले लागला? का काढा लावतू मालकाले दलिंदर रेषेचं कार्ड?"

गाडीच्या हेलकाव्याने तिरपा-तारपा होत सुनील तिवाले असं तीन-चार वेळा ओरडला, पण उत्तम शेळके बेभान झाला होता. मोतीराम पाटलाचा राग दातओठ खात, वेग वाढवत गाडीवर काढत होता.

तेवढ्यात लाल मातीच्या टेकडावरच्या वळणावर पुढ्यात एकदम एक ट्रक आला. ट्रक चालवणारा दारू पिलेला बेभान सरदारजी सुनील तिवालेला इकडून दिसला आणि त्याच्या पोटात एकदम खड्डा पडला. ट्रक गाडीवर की गाडी ट्रकवर धडकणार होती. पण उत्तम शेळकेने घाई करत स्टेरिंग व्हील गरगर फिरवलं. तशी मेटॅडोर एकारली. गर्रकन गिरकी मारून डांबरी रोड सोडला आणि कडेनं पळाली. खुणेच्या दगडावर आदळली. आपटली आणि पुढे हातभर रुंदीच्या बाभळीच्या खोडावर धडकली. काड् काड् असा भयानक आवाज झाला अन् बाभळीचं उभं झाड मुळातून उखडून पुढच्या बाजूने भुईसपाट झालं. आभाळाकडे पाहाणारा बाभळीचा शेंडा भुईत जाऊन फसला आणि भुईतून मुळाचं जुंबाड उखडून एकदम वर आलं. उखडल्या झाडाच्या मुळ्या मेटॅडोरच्या दाभाडात घुसल्या. कट् कट् वाजायला लागल्या.

■

घसवट

त्याला जाग आली. तो धडपडून पलंगावर उठून बसला. तर अंगावर ओल जाणवली. चिकट ओलावा सुकटल्यासारखा झाला होता. कडकी आल्यासारखी जाणवत होती. डोळे उघडून त्याने मिचमिच डोळ्यांनी भिंतीवरच्या घड्याळात पाहण्याचा प्रयत्न केला. अंधुक अंधुक रेषाळपणातून घड्याळात लहान काटा चारवर आणि मोठा बारावर गेल्याचं जाणवलं आणि रात्रीचं ते स्वप्न पुन्हा जागत्या डोळ्यांपुढे सगुण साकार झालं. दोन झाडं जवळ येतात. उभ्या जागा सोडून देतात. आधी फांद्यांचे विळखे फांद्यांना. मग पानांची घुसमट आणि मग खोडाला खोड भिडून दोन पिळे एकमेकांत. आटे घातल्यासारखे एकजीव म्हातारा आबा तागाचं सुम घेऊन त्याची काठीवर गुंडाळी करतो आणि सुम एकावर एक आटे घालून त्याचे दोर बनवतो. लोक त्याला हसतात.

"आता नायलनच्या किलोच्या दोराचा जमाना आला अन् मतारं अजून तसेच कुटाणे करत बसते...आता का तागाच्या बटीचा अन् आटवून वळेल दोर-दोरखंडाचा जमाना राह्यला का?"

"माहे हात काचतात रे भौ त्या नायलनच्या दोरानं. मले आपल्या तागबटाच आवडतात..."

म्हातारा म्हणतो आणि थरथरत्या हाताने सुम वळू लागलो.

आट्यावर आटे चढतात. पिळावर पीळ बसतात आणि दोन दोर एकजीव होतात. दिसायले किती नादर दिसतात. कामाले किती मजबूत टिकतात.

तशीच ही झाडं. विपरीतच. एक तिथे उभं. एक इथे उभं, पण उभ्याउभ्याच ते याच्याजवळ येतं. आधी पानांशी पानं बोलतात. मग फांद्यांची बोटं एकमेकांत

जुळतात. मग खोडं जवळ जवळ येतात आणि पिळे देतात. एकमेकांना घट्ट विळखून सापाच्या वेढ्यासारखी दोन झाडं एकजीव. एका झाडाला योनी. दुसऱ्याला लिंग...झाडं एकजीव होतात. एका झाडाची मादी होते. दुसऱ्याचा नर. झाडं गुतफळतात.

तो भेदरतो. घायाळ होतो.

मग मनाची समजूत घालतो. स्वप्न काहीही पडू शकतात. स्वप्नात काहीही शक्य होऊ शकतं.

पण ही झाडं असतात कोणती? त्याला आठवलं. एक असतं सकवार गाभुळ्या खोडाचं लिंबाचं आणि दुसरं काटशेवरीचं. काटशेवरीच्या खोडाला काटेरी फोडांचे उठाव. आपल्या छातीवर जसे चिंचोक्याएवढे उभट उभर स्तनकाटे, तसेच काटशेवरीच्या खोडावर. सर्वदूर. त्यामुळे खरबुड-खरबुड असं काटशेवरीचं अंग...ओढ्याचं पाणी खालच्या अंगाने विशिष्ट आवाज करत खळखळत असतं. मध्ये आलेले टोळदगड. कुणीतरी मासे पकडण्यासाठी ओढ्याच्या प्रवाहात आडवी टाकलेली दगडांची रांग. तिथेच पाणी अडतं आणि त्याचा विशिष्ट प्रकारचा आवाज येतो. अव्याहत. खळखळखळ...

खालच्या अंगाने खळखळत पाणी वाहतं आणि वरच्या झाडांना धुंदी चढते. दोन्ही झाडं एकदम नवतीची. अनमान धपक्या येतात जवळ. गच्च विळखा मारतात. तेव्हा वेळ कोणती असते? ऊन नसतं. चांदणवेळ असते. त्यामुळे एक बरं होतं, घाम येत नाही. कुणाला कुणाच्या कपाळावरचा घाम पदराने पुसावा लागत नाही, पण या झाडांत एकही झाड पिंपरणीचं नसतं याचं कारण काय? त्याला प्रश्न पडतो.

घड्याळात पाहिलं, बापरे! चार दहा. तिने तर यावेळी आपल्याला शेतात बोलावलं होतं. आपल्याला घरीच चार दहा वाजले. त्याच्या मनात पिंपरण तोरंबून आली.

गेली तर नसेल ती वापस? वाट पाहून, कंटाळून. जवळच्या गडव्यातलं पाणी त्याने हातावर घेऊन सपासप सपके तोंडावर मारले. पाण्याच्या थंडगार स्पर्शाने त्याच्या अंगभर थंडीची लहर उठली. डोळ्यांतली झोप उडून गेली. तोंड लाळीस झालं.

खुंटीवरचा पँट-शर्ट त्याने गडबडीने घातला. मनगटावर आवडीचं घड्याळ अडकवलं आणि धाड् धाड् जिना उतरून तो खाली आला. त्या आवाजाने झोपलेल्या मायला जाग आली. ती खाटेवर उठून बसली.

किलकिल्या डोळ्यांनी पाहात तिने विचारलं. "कुठी चाल्ला इतक्या रामपाह्यटी?"

"वावरात जातो मां. गव्हाले पाणी द्यायचं. आता लाईन येईल. बारा वाजेलोक राहील. पुन्ना बारा वाजेपासून लोडशेडिंग हाये. भिजवणं झालं पाह्यजे नं!" तो शर्टाची बटणं लावत बोलला.

"किती काळजी हये व बाई. माह्या पोराले...काय माय या लाईनचंबी भणकं राह्यते. सवच येती अन् सवच जाती...बरं, जातू त जाय...पण चहा त घेवून जाय. घरी यायले एक-दोन वाजतीन तुले आता. तदलोक काई आधार त पाह्यजे पोटात. अनशान पोटानं राह्यला त दिवसभर उरळ-उरळ करीन पोटात."

"राहू दे मा. आता चहा न गिहा...टाईम होईल. दहा वाजता न्याह्यरीच देजो पाठवून कोणाजवळ." तो तक-तक करत म्हणाला.

"ती त देईलच मंगसन्या. आता चहा घेऊनच जाय. लयच हुलहुल चालती तूही. चहाची नाट लागत आस्ती. जिवाच्या वर एवढं काम करतू तू कुणाबिकित. एवढं कमावतू घरासाठी. ते सवता खाण्यापिण्यासाठी नाई त मंग काय चोरासाठी हाये का?"

असं म्हणून ती उठली. धुंकारल्या प्रकाशात किंवा घसपटत्या अंधारात चुलीपुढे लुडबुड करायला लागली. गोवरीवर चिमणीतलं रॉकेल टाकून तिने माचिसची काडी उगाळली. गोवरी धडधडून पेटली. काड्याकुड्या चुलीत कोंबल्या. तसा धूर निघू लागला. सारं घर धुराने भरून गेलं. काहीच दिसेनासं झालं.

अंदाजाने रोजच्या सवयीचं भांडं हाताळत तिने चुलीवर चहा ठेवला. धुराने भरलेले डोळे चोळत तो मनात जळफळू लागला...पह्यलेच त सालं टैम झाला. आता मंधात मतारीनं हे चहाचं भणकं आणलं. नाई त नाई इचाबी मयेचा झेंडू लयेच दाटून येते लगी...

मायने कपबशीत चहा ओतला. मग म्हणाली, "घे बाबू, चहा पिवून जाय..."

तसा तो चुलीपुढे बसला. चहा घेण्यासाठी गडबड-घाई करू लागला. तर पहिल्याच घोटाने त्याची जीभ होरपळली. चटक्याने त्याच्या डोळ्यांत टचकन पाणीच आलं. "निस्ताईन घेणं. लयेच हुलहुल चालती तूही." असं माय म्हणाली.

पण त्याला धीर नव्हता. बशीतला चहा लवकर थंड व्हावा म्हणून त्याने जोरात बशीत फुंकर मारली. त्यामुळे अर्धा अधिक चहा खाली सांडला. कपबशी खाली आदळून तो उठला. पायात चपला अडकवून लगबगीने बाहेर पडला.

रस्त्याने चालताना त्याला जाणवलं, चहाच्या चटक्याने जीभ चांगलीच पोळली होती. नकळत त्याने तोंडात आतल्या आत इकडून तिकडे जीभ फिरवली. आग कमी झाल्यासारखं वाटू लागलं. म्हणून तो पुन्हा पुन्हा तशीच जीभ फिरवत पाय उचलू लागला.

कालच तिने त्याला सांगितलं होतं, "उद्या सुक्राची चांदणी निंगती तवा, रामपाह्यटीच घराजवळ या. मीबी रोजच्यासारखी गवऱ्या येचायले जायाचं निमित करून बाहीर पडील. मग महादेवाच्या देवळाकडच्या गाडीवाटेचे पांदीतून संगमंगच तुमच्या वावरात जावू. पुढचं..."

त्यामुळे त्याच्या मनातली अधीरता शीगावर झाली होती. अंगातून झेंडू फुटल्यासारखं झालं होतं. तो मनात विचार करत होता. नेमकं तिला कोणत्या जागेवर न्यावं? तुरीच्या ओळीत? पण सोयाबीन काढल्यावर त्या शेतात हरबरा पेरला होता. त्याची आंब अंगाला लागली असती. पुन्हा तुरीच्या शेंगाही मळकट वास मारतात. कपडे घासले तर कपड्यावर किटण चढते. मग पऱ्हाटीच्या आऊडात? पण तिथल्या नख्या ओरबडतात. त्याच्यापेक्षा आंब्याच्या झाडाखालून गेलेला गव्हाचा दांडच बरा. दांडातली जागा नरम राह्यती. पाणी खंगाळू-खंगाळू वाळूसारखा थर जमिनीवर येते. भुईले पाठ देली तर टोचाटाची होत नाई. तसा बांधावरचा पारिजातक सगळ्यात बेस्ट...आता टिक्की लागली की एकदा श्रावणात पारिजातकाच्या झाडाखाली तिच्यासोबत सुरतसोला करायचाच. खाली मऊसूत गवत अन् रामपाह्यटीच फांद्यातून पडणारे पारिजातकाचं फूलं अंगावर झेलत झेलत फुलाचा वास हुंगत, हुंगत, मस्त दोघंजण बांधावर पडायचं, पण सपनात सालं पारिजातकाचं झाड कावून येत नाई? लिंबाचं अन् काटशेवरीचंच कावून येतं? याचं कारण काय?

तो तिच्या घरापुढे ओढत नेल्यासारखा पोचला आणि विचारात पडला. आता कसं करावं? ती गेली की अजून घरीच हाये, आपणास कसं कळावं? गेली आसंल का नसंल? पण कशी जाईल एकटी? एवढ्या मांजरझापीत? पुन्ना तिने सांगतलं होतं, संगमंगच जाऊ म्हणून.

त्याच्यापेक्षा ह्या पुढच्या मारोतीच्या पारावर बसू. ती घरातून निघाली की, आपल्याले दिसेलच, असा विचार करून तो पारावर येऊन बसला. आजूबाजूची घरं अजून सामसूम होती. तेवढ्यात पांढरवाटेने दिडोळ्याची बायको टमरेल घेऊन आली. ती ओळखीची. नेहमीच कामावर यायची. कापूस वेचायला. गहू निंदायला.

"काय भावजी...इकडं कसं काय येऊन बसले? एवढ्या रामपाह्यटीच?"

"वावरात जायाचं वह्यनी. कामावरचा पांडू येणार हाये. त्याची वाट पाहात बसलो."

"एवढ्या झापडीत?"

"आता झापड न् गिपड कशाची आली वह्यनी. बारा-बारा तासाचं लोडशेडिंग राह्यते. जवा लाईन आली तवा दाबून धरा लागती. चानस मारून घ्यावं लागते.

हेंगाडेंगी केली त भवते मंग...पण तुमी कुठी गेल्या होत्या?''

''कुठं म्हंजी? टमरेल दिसत नाई का? अंधारातच झाकल्यापाठी झाडा फिरून यावं लागते. एकदा फटाफट झालं की मान्सं सुरू होतात पांदीतून...लयेच ऊठबस करावं लागती...''

''संडास बांधून घ्या लावानं आमच्या सुरेभान भाऊले.''

''द्यानं मंग तुम्हीच पैसे...''

असं ते बोलतच होते. तर तेवढ्यात पाच-सहा कुत्र्यांची लवकांड भिरभिरत-गुरमळत येऊन त्यांच्यासमोरच उभी राहिली. एक हलकान झालेली कुत्री कुई कुई आवाज करत पुढे वळवळत होती आणि मागे चार कुत्रे. दोन-दोनचे गट पाडून एकमेकांवर गुरकावत होते. मध्येच त्यांचं दोन गटांत युद्ध झाल्यासारखं युद्ध सुरू झालं. समोरच्या पायांनी एकमेकांना ओरबाडत कुत्रे एकमेकांच्या माना जबड्यात धरू पाहात होते. तोंड वासलेले, त्यांचे दात भलतेच भयानक दिसत होते. विचित्र, कर्कश आवाज करत कुत्र्यांची घोळसाघोळशी सुरू होती. त्यांच्या भयानक आवाजात यांचे आवाज एकमेकांना ऐकू येईनासे झाले तशी खांद्यावरचा पदर डोक्यावर येऊन व्याकुळलेल्या, बसल्या कुत्रीकडे पाहात पाहात सुरेभान दिडोळ्याची बायको कमरेतून हेलकावत आपल्या घराकडे निघून गेली. झाडाचा फोक चालता जावा तशी.

त्याने पुन्हा तिच्या घराकडे पाहिलं. घराचं दार अजून बंदच होतं. घरापुढच्या छपरात बकरी बांधलेली होती. ती गुमसूम डोळे मिटून रवंथ करत होती.

तो कासावीस झाला होता. त्याच्या पायाशी ती व्याकुळ कुत्री. त्याचा आधार घेऊन दोन पायांवर बूड टेकवून बसली होती. शेपटीखालचा भोगांगाचा भाग घट्ट भुईवर दाबून धरला होता.

तिकडे कुत्र्यात सुरू असणारी लढाई संपली होती. दोन कुत्र्यांनी हार पत्करली होती आणि ते दूर तिकडे नारायण कुंभाराच्या दाराशी जाऊन उभे राहिले होते. तिथे उभं राहून पाराजवळच्या कुत्रीकडे आणि दोन कुत्र्यांकडे तोंड वासून, लहाकत लाळ गाळत पाहात होते.

इकडे पाराजवळ आलेल्या दोन कुत्र्यांनी जणू आपसांत तह केला होता. समोर असणाऱ्या देहधनात बटाई करायची असा जणू त्यांच्यात समझोता झाला होता. म्हणताना ते दोघंही कुत्रीच्या मागे येऊन तिला चाटत होते. हुंगत होते. लांब लांब जिभा बाहेर काढून लाळ गाळत लहाकत होते. तिला उठवण्यासाठी मध्येच एक बळकट कुत्रा तिच्या कानाला चावला. एकाने शेपटी ओढली. पण ती उभी झालीच नाही. मागचं बूड घट्ट जमिनीत रुतवून बसली. पुढच्या दोन पायांवर

बसून त्याच्याकडे वर पाहात कुई कुई आवाज करू लागली.

त्याने पुन्हा ओसरीत बकरी बांधलेल्या तिच्या घराकडे पाहिलं. दार तसंच बंद होतं. आता बकरी मात्र समोरच्या ठुणीला बांधलेली हिरव्या पाल्याची मूठ चाबलताना दिसली. समोरच्या डहाळीतलं एकेक पान तोडून गुबूर-गुबूर खात होती.

बकरीपुढचा पाला टाळसर ओळखू येत होता. आपल्याच वावरातल्या बांधावरच्या पिंपरणीचा! पहिल्या वेळी दिसली तवा उड्या मारू मारू तोडत होती. आपण बारीत उभे राहून पाहत होतो. पिंपरणीची फांदी उंच. त्यामुळे वर हात पोहोचवण्यासाठी तिला आपलं पूर्ण शरीर उडी मारताना वर हवेत झोकून द्यावं लागत होतं आणि तिच्या छातीवरचे दोन उंचवटे अधिकच टाळसर होत होते. खालच्या बाजूने निलगिरीच्या झाडाच्या फोकाच्या खोडासारख्या नितळकंच भरीव पोटऱ्या उघड्या पडायच्या. पाहतच राहिलो. बारी फोडायचं भुलून गेलो आणि मग वरम फोडून पाणी कुठंच्या कुठे बोंगाळत गेलं होतं.

अशा बऱ्याच उड्या पाहात राहिलो. मग बांधावर गेलो. थोडं खोडावर चढून तिला पाला तोडून दिला. पाल्याचं भेलकं वासणीच्या वेलात बांधून दिलं. बराच वेळ मधागळ बोलत राहिलो. ती तिचं मादीपण देहभर पांघरून इतरत होती.

मग असं दररोज घडत राहिलं. तो मळ्यात गव्हाला पाणी द्यायला जायचा. तीही गोवऱ्या जमा करायला म्हणून रानात यायची. जवळच्या उलंगल्या पऱ्हाटीच्या शेतात ढोरं चरायची. पटापट शेण पडायचं. त्याच्या दोनच दिवसांत सुकटून शेण्या व्हायच्या. त्या रानशेण्या वेचता वेचता ती त्याच्या नजरेत राहू अशा बेताने सभोवतालच्या शेतातून फिरत राहायची.

ती अशी भोवतालच्या उलंगल्या पिकाच्या आऊडातून भिरभिरत राहायची. त्याची नजर पुन्हा पुन्हा तिच्यावर खिळून राहायची. दांडातल्या पाण्याची बारी फोडली, धार वाफ्याच्या वरमात घुसवली की गडी पुन्हा ताठ उभा राहायचा. नजरेने तिचा वेध घेत राहायचा. तिच्या मनातही आपल्यासारखंच आभाळ तरंगत आहे हे त्याने ओळखलं होतं.

पण तरीही त्याची तिच्याशी बोलण्याची हिंमत होत नव्हती. आपण बोललो अन् तिच्या मनात नसलं तर? नसतीच आफत व्हायची, पण हळुहळू पायटाच पडत गेला. काल पाला तोडून झाल्यानंतर दोघं बांधावर बसले. तेव्हा त्याने घसवट वाढवली. अंगलटी आला आणि बोलता बोलता ती राजी झाली. मग त्याला वाटलं, किती चांगल्या लायनीची पोरगी आहे. निप्पक वाणाची, देखणी. हिच्याशीच लग्न करायचं. मायबाप नाही म्हणतील, पण हट्ट धरायचा. गरीब आहे

म्हणून काय झालं? फरक काय त्यांच्यात अन् आपल्यात? फक्त आपल्याजवळ दहा-बारा एकर शेती आहे आणि ती शेतमजूर. पण दोघांची कामं एकच ना? आपणही शेतात राबतो. ती अन् तिचे मायबापही शेतातच राबतात. फरक एवढाच, की ते मजुरीने राबतात अन् आपले मायबाप स्वतःच्या शेतात राबतात. अन् जातीचे पदर थोडे हलकेभारी. न जुळणारे, पण काय फरक पडतो? त्यांचे अन् आपले, सगळ्यांचेच पाय मातीचे.

उलट वावरात राबणारी पोरगी भेटली तर आम्ही दोघं मिळून वावरात मरणाचं काम करू अन् दहा-बारा एकराची वीस-पंचवीस एकर जमीन करू. आता आपलं कॉलेज सुटलं. आता नशीब या मातीशी जोडलं अन् मातीतून सोनं उगवायचं म्हणजे औताचे दोन्ही बैल एक दमाचे पाहिजे. एका पांडावर चालणारा अन् दुसरा बश्या बैल असला तर मग काही वईत होत नाही मनाजोगं. सगळी खसपटा खसपटीच होते औताफाट्याची. आपण मायबापाला पटवून देऊ...दुसरी मोठ्या घरची श्रीमंताची केली अन् तिला शेतकामाची सवय नसली, तर मंग काय फायदा? सगळं ऐठणं माह्याच एकट्याच्या खांद्यावर येईल अन् संसाराचा भार ओढता ओढता मी फेसरी येईल. पुन्हा गावातच सोयरा. परगावी जायचं काम नाही. भाड्यातोड्याचं काम नाही...

तेवढ्यात पुन्हा कुत्र्यांची किळवंड इकडच्या तिकडे हेलकावत जाताना दिसली, पण आता दृश्य बदललं होतं. घायाळ, व्याकुळ कुत्री दोनपैकी एकाच्या देही उतरली होती. दोन देहांची तगमगती फरफट सुरू होती. दामटचाड कुत्रा तिकडे ओढत होता अन् व्याकुळ कुत्री इकडे. सभोवती लहाकणाऱ्या कुत्र्यांचा गराडा. मागच्या पायाशी एकजीव झालेल्या नरमादीभोवती सगळे नर भुकेल्या जिभांनी लाळ गाळत लहाकत होते. लखलख-लखलख शेपट्या हालत होत्या.

त्याला रागच आला. त्याने दगड उचलले. धपाधप आवाज झाले आणि ज्यांना वाचवायचं तेही लवकांडीत सामील होऊन धावत, धापाळत, फरफटत डांबरी सडकेकडे पळत गेले.

जाऊ द्या तिकडी होंबळीत. आपून आपलं पाहावं.

की गेली असेल निघून? आपली वाट पाहून? तो त्याच्याच नकळत शेतावर जाणाऱ्या पांदणवाटेला लागला, पण मनाचा निश्चय होत नव्हता.

आता आपला विचार झालाच आहे. तर मग भय कसलं? लग्नच करायचं. तिच्याशीच. नुसतीच कोरडी माया नाही आपली. तिचे मायबाप तसे आपल्याला काही अनोळखी नाहीतच. चांगलेच घसवटीतले. सरळच सांगू वेळ येईल तेव्हा आपल्या मनाचा निश्चय. असं सांगितलं नाही तर मग आपल्या शिक्षणाचा काय

उपयोग? गावातले एगंरठे अन् आपण सारखेच. एकाच माळेचे मणी होऊन जाऊ.

तसं नाहीच करायचं. हिंमतीने घ्यायचं.

सरळ दारात जाऊन तिला बोलावू.

'चाल वावरात. नुसत्या गवऱ्या काय नेती. सरपणाचा भाराच देतो बांधून. चाल...'

तो पांदणवाटेतून पुन्हा माघारी वळला.

आता हळूहळू गावाला जाग येऊ लागली होती. तुटक तुटक माणसं टमरेल घेऊन डांबरी सडकेवरून पुलाच्या दिशेने जात होती. तिकडे मारोतीच्या देवळाजवळून बायकाही पंढरीत जाताना दिसत होत्या. घराघरातून बोलण्याचे आवाज येत होते. कुठेतरी रेडिओवर राधा आणि कृष्णाचं प्रेमगीत लागलेलं ऐकू येत होतं. अंगाला झोंबणारा गार वारा चेकाळल्यासारखा झाला होता. शेजारच्या ओढ्याकाठच्या बाभुळबनात पाखरांचे वेगवेगळे आवाज येत होते.

तो तिच्या ओसरीत गेला. तशी दारात बांधलेली बकरी गळ्यातल्या दोराला ताण देऊन थोडा वेळ ताठरल्यासारखी. होटाळीतला पाला चावायचा सोडून त्याच्याकडे तिने थोडा वेळ पाहिलं आणि मग ठुणीचा पाला पुन्हा दोन्ही होटाळ्या हलवत लुचत-लुचत खायला लागली.

काय करावं? दारावर थाप मारावी की तिच्या नावाने सरळच आवाज द्यावा?

पण यापैकी त्याने काहीच केलं नाही. त्या दोन्ही कृती करण्याआधी आतला चहाळ घ्यावं, म्हणून त्याने दाराच्या फटीला कान दिले. कुणीतरी आत बोलत होतं, कोण आणि कशाबद्दल बोलतं आहे? त्याच्याच नकळत त्याने फटीला एक डोळा दिला. त्याला दिसलं, तिचा चुलता, बाप, आई अन् ती समोरच बसलेले होते. कंदिलाच्या उजेडात बसून ते बोलत होते. तो तसाच कानोसा घेत थांबला. आपण कुणाला दिसत तर नाही ना, याची खात्री करून घेतली. ओसरीला थातूर मातूर तुरकाट्याचा कूड घातलेला होता. डांबरी सडकेवरून जाणाऱ्या एखाद्या टमरेलधाऱ्याने जर इकडे पाहिलं असतं तरच तो दिसू शकला असता, पण टमरेलधारी सगळे आपापल्या घाईत होते.

"मांगल दिसा जसं त्या मोतीराम पोटभऱ्याच्या पोराले पाच हजारानं घाडलं तसंच यालेबी घाडायचं."

"त्याचा बाप म्हणजे निरा गांडपादरा माणूस हाये...तुह्या पोरानं माह्या पोरीवर जोर जबरदस्ती केली. आता कैफत देऊन त्याले जेलात घालतो, असा हाग्या दम केला की पंग, लेंड्या टाकते त्यो. सहा-सात हजार मुकाट्या काढून देते."

"पुन्ना सम्दं चुपचाप...या कानाची खबर त्या कानाले लागत नाई. सम्दा गुपीतघाला आतल्या आत. मुक्की धरली हाक ना बोंब..."

"आमच्या लेकीबाळीच्या उरावर बसायले पाह्यतात नाई का झवाडीचे...त्याह्यच्याच उरावर बसू आपून. आमच्या मजूरदारायच्या पोरी म्हन्जे जशा काई रांडा वाटतात नाई का याह्यले."

"आपल्या घरी जमीन-जुमला नाई म्हणून त्याह्यच्या धुन्यावर लावावं लागते आमाले गवतकाडी अणायले, तर याह्यच्या माजावर येल पोरायच्या नजरा आमच्या पदरावरच..."

"त्यानं नुसता अंगाले हातच लावला की बोंबलत पळी लागायचं. आमी दोघंबी पांदीकडून झुडपातूनच लपेल राहू. तू बोंबलली की आमी पळत तिथी येवू अन् तसेच त्याच्या बापाकडी जावू."

"अन् तिची साडी फाडावं लागलं न. जबरदस्ती केल्यासारखी दिसली पाह्यजे नं ती?" तिची माय मध्येच असं बोलली.

"ही साडी कशाले फाडायची? फाटकीच नेसून जाय एखांदी. जुनी-पुराणी. घडाईपेक्षा मडाई कुठं जास्त करत बसती? पण काम सांभाळून करायचं. उसातून त जायाचं पण आंगाले पान लावून चिरून नाई घ्यायचं."

"हाव व बाई, आपल्यालेबी इज्जत हाये. दोन घराबिगर गावात बोभाटा नाई झाला पाह्यजे. तुमीबी त्याह्यले तशी जतावणी देजा हो तोडी करताना. गावात समजलं त पोरीले उजवायले आडकाठी यायची या भानगडीची."

"ते मी बरोबर करते सम्दं! त्या मुरल्याच्या वक्ती केलं होतं, सम्दं तसंच करते."

"बरं चंपे, जाय तू आता. ते पोट्ट तूही वाट पाहात अशीन नं!"

तशी ती उठली आणि दोर्णिवरची फाटकी साडी घेऊन बाजूला गेली. साडी सोडून दुसरी गुंडाळताना म्हणाली, "पण लवकर येजा बरं तुमी दोघंजण."

"त्याच्याबद्दल तू बिनघोर राहय." तिच्या चुलत्याचा आवाज आला.

पुन्हा बरंच काही चुलत्याला बोलायचं होतं, पण त्याला काहीच बोलायची संधी न देता याने बाहेरून जोरजोरात दाराची कडी वाजवली.

"कोण हाये?"

याने पुन्हा कडी वाजवली.

"कोण हाये? नाव कावून नाई सांगत?"

आतून एक बाईचा आणि एक माणसाचा, असे दोन दोन आवाज आले. एकदमच. एकात एक गुंतून. पिळा होऊन.

तरी हा काहीच बोलला नाही. नावच सांगितलं नाही.

पुन्हा जोरजोरात सलग साखळी वाजवू लागला. बाहेरच्या ओसरीत ठुणीला बांधलेली बकरी गळ्यातल्या दाव्याला ताण देऊन जोरजोरात बॅ...बॅ...म्यॅ... अशी ओरडू लागली.

कडीच्या आवाजात आणि बकरीच्या ओरडण्याचा असे दोन-दोन आवाज एकात एक पिळा झाले आणि गदारोळ झाला.

तसं आतून पटकन दार उघडलं गेलं. तसा तो एकदम धुडासारखं घरात घुसला. पायातली चप्पलही दारात काढून ठेवली नाही.

त्याला तसं एकदम घरात आलेलं पाहून सगळेच्या सगळे तोंडाचा 'आ' वासून त्याच्याकडे पाहात राहिले.

"काय प्लॅन चालू होता तुमचा रुस्तुमबुवा? सगळं आयकलं मी दारात उभं राहून? कावून आसा केसानं गळा कापत होते महा?"

त्याने विचारलं आणि एकेकाचा चेहरा पाहू लागला. सगळे भेदरून गेले होते. तिचा बाप, चुलता, माय, सगळेच आणि ती तर अर्धवट नेसल्या साडीनिशी भिंतीकडे तोंड करून सगळ्यांना पाठ देऊन कोपऱ्यातल्या उभ्या जागी, तिथल्या तिथे थिजून बसली होती.

"तुम्ही तुमचा प्लॅन केला... आता महा प्लॅन आयकून घ्या.. मले तुमच्या पोरीशी लगन करायचं; आजच मी घरी सांगतो... तुमची तयारी करून ठेवा... म्हणजे पुन्हा आसे जहरी प्लॅन करायची गरज पडणार नाई... रुस्तुममामा, ज्यो गुळानं मरते त्याले जहर द्यायचं काम नस्ते..."

असं म्हणून तो वेगाने घराच्या बाहेर पडला आणि सगळेच्या सगळे तो गेलेल्या दाराकडे तोंडाचा 'आ' वासून पाहात राहिले. कुणाला काय बोलावं, काहीच कळत नव्हतं.

■

बळकटी

थरथरत्या हातातली वाकडी काठी टेकवत म्हातारा बाहेर आला. कधीकाळी गुळवेलीचा टाळसर फोक तोडून त्याने घरी आणला होता. सरळसोट फोक शेवटच्या टोकाला बाक देऊन वाकवला होता. तिथे वासनवेलीच्या वेलीचे विळखे मारून ही काठी तयार केली होती. छत्रीसारखा आकोडा हाती धरून ती टेकवत आपल्याला चालता येईल असा अंदाज; मात्र त्याने तेव्हा केलेला नव्हता. ही काठी खरं म्हणजे त्याने तयार केली होती आपल्या बायकोसाठी. मोठ्या वठमाने. कारण तिची कायम तक्रार असायची, कंबर दुखती, टोंगळे दुखतात, हाताले आधार म्हणून काडी करून द्या... खरंच लेकाचं म्हातारपणात काय होते या हातापायाले, कंबरीले, टोंगळ्याले? उठून उभं रहावं तर कुठं कुठं ठणका लागतात. खरं म्हन्जे सम्दं आंग म्हन्जेच दुखण्याचं वारूळ होते. जवानीत आपल्याले वाटायचं, म्हातारे माणसं कसं काय देवाजवळ म्हणतात... आटप रे बाप्पा! उचल रे बाप्पा... आता समजलं, खरंच नको– नकोस्स आसते बाप्पा हे आयुष्य... अन् बरोबर लागतात वेध या थडीवून त्या थडीवर जायाचे. खरंच, लेकाची काही जिंदगानी आसती, एवढा संसाराचा डोलारा उभा करा अन् त्याच्याखालीच चेंदून मरा. त्यात पुन्ना हे आसे वचवांग्यावाणाचे दिवस. पावसाळ्यात पाऊस नाही... म्हन्जे नवरा आसून बायको नाही. तशी उदासी. आपून तर भोगतो ती उदासी दुहेरी... मनात उदासी, अन् अंगात ठणका. सांधेदुखी, कंबरदुखी, टोंगळदुखी. दुखादुखी.

कधी कधी असे विचार डोक्यात येऊ लागले की त्याला मग विचाराचं ओझं व्हायचं भारीभक्कम. आणि जीव घाबरा व्हायचा.

----- विचाराने तो दबून गेला आणि गुळवेलीच्या फोकाची त्याच्यासारखीच अंगभूत वाकडा बाक असणारी काठी टेकवत बाहेर आला. अंगणात बखाडीचं रोगट ऊन वेगळ्याच रूपात भगभगत होतं. तो डोळ्यावर झापड धरून पाहू लागला. लय उन्हाळे पाह्यले आयुष्यात. वैशाखाचं ऊन, हत्तीचं ऊन. पण कधी अशी उदासी नव्हती येत. वावरात काम करतानी तं उन्हात रक्ताचा घाम व्हाजाय. तरी मोकळी हवा लागली की त्या कामातबी हुरूप वाटाजाय. आता तं काम ना धंदा; हरी गोईंदा आसं जगणं झालं, तरी भयानक उदासी येते लेकाची. ही उदासीबी आता आपल्यासंगंच मरणार. तदलोक इलेबी मरण नाही.

बाहेर आल्यावर त्याच्या थकल्या डोळ्यांना जे दृष्य दिसलं, ते पाहून तो आणखीच कासावीस झाला. बगळ्या नावाच्या त्याच्या म्हाताऱ्या बैलाच्या पाठीवर दोन-तीन कावळे चोचीने टोचत होते. जखमेत खुपसल्या जाणाऱ्या चोचींच्या घावाच्या वेदना असह्य होऊन बगळ्या आपलं खंगर झालेलं डोकं हलवीत होता. जीवाच्या आकांताने जड झालेले पाय झाडण्याचा प्रयत्न करीत होता; पण यातले कोणतेच अवयव त्याला नीट साथ देत नव्हते. मस्तकाला त्याच्या शिंगाचंही ओझं जड झालं होतं. म्हणून आपली ओठाळी जमिनीवर ठेवून तो मानेचा ताण हलका करण्याचा प्रयत्न करीत होता... जनावर आसो का माणूस आसो, त्याच्या जोड-सांध्यात कळा येतच आस्तीन. झाडाचं कसं काय आशीन? झाडबी मोठं मोठं होत जाते तसंतसं खोडात चिरक्या मारत पोकळ-पोकळ होते. त्यातल्या त्यात वडाचं झाड महाचतुर... मूळच्या खोडात पोकळ व्हाय लागलं, की आपले फांद्याचे हात ते जमिनीवर टेकवते. त्याच्या शेंड्यालेच मुळ्या फुटतात. पारंब्या होऊन त्या जमिनीकडी झेपावतात. दहा-पंधरा पारंब्यातल्या दोन-तीन तरी सगळ्याच्या नकळत जमिनीत बूड टेकवतात. तिथं खोल खोल घुसून मंग पारंबीचं खोड होते. अन् वडाच्या झाडाचं दुसरं खोड होते. आसं जागोजागी पायाचे खांब करून वरच्या बाजूस वडाचा मांडव वाढतच जाते चारी अंगानं, वाढतच जाते. म्हणूनच वडाच्या झाडाले ऋषी म्हणतात.

"अरे हाड्या...हाड्या!"

डोक्यातले विचार डोक्यात होतं, तरी म्हाताऱ्याच्या तोंडून आवाज बाहेर निघालाच. पण त्या आवाजातही पूर्वीचा शाबूतपणा नव्हता. वाळल्या खोडाच्या झिलप्या चिरकाव्यात तसा आपला आवाज चिरकतो याची जाणीव त्याला झाली... चिरकणार नाही तं काय आवाज? मुखात दात नाहीत... जीभ पातळ झाली... का ठोकर झाली? आपला आपल्याले मेळ लागत नाही.

गुळवेलीची आंगीच वाक असणारी काठी टेकवत म्हातारा बगळ्याजवळ

आला. हवेत काठी उंच करून त्याने पाठीवर चोची खुपसणाऱ्या कावळ्यांना उडवून लावलं. कावळे समोरच्या भिंतीच्या खांडोळ्यावर बसून म्हाताऱ्याला शिव्या द्यायला लागले... कावऽऽ कावऽऽ त्यांच्या आवाजात भयानक चीड होती. यदा कदाचित ते आपल्यावरबी हमला करू शकतात. आपल्याबी टाळक्यात चोच खुपसून तिथी मोठ्ठं भोक पाडू शकतात. टापरं बांधलं पाह्यजे लेकाचं टाळक्याले. बुर्राट जमाना आला. ह्या दुष्काळी दिवसात काही न करता सवरता, काही न बोलता-चालताबी कोणी कोणावर भडकू शकते. कोणी कोणाले कुचलू शकते. दुष्काळी दिवसाचा महिमाच आस्ते हा. बुद्धीचाबी दुष्काळ पडते. माणुसकीचाबी दुष्काळ पडते. चांगल्या गोष्टीचा दुष्काळ पल्डा, की वागल्या गोष्टीले महामूर ऊत येते.

कावकाव करणारे कावळे ज्या भिंतीच्या खांडोळ्यावर बसलेले होते त्या गोठ्याच्या भिंतीलाही खालून लोण्या लागला होता. त्यामुळे तिथे भिंतीचीही कंबर बारीक झाली होती. खरं म्हणजे भिंतीजवळच्या गव्हाणीच्या अलीकडेच बगळ्याची जागा; पण तिथे आता नवीन बैल बांधले जायचे. रोज कुणबिकीत कामाला येणारे. बगळ्या हद्दपार. गोठ्याच्या बाहेर. उघड्या पटांगणात... घरात माणसाची दाटी झाली, पाव्हणे-राव्हणे आले, की आपूनबी आसेच हद्दपार केले जातो. बाहीरच्या आंगणात... आबा, तुम्ही आजच्या रोज भाहीर बसा बरं. बदामीच्या झाडाखाली खाटलं टाकून देते तुम्हाले. मंग बुढ्याचं खाटलं बाहीर. पाय वर घेऊनच बसावं लागते लेकाचं खाटल्यावर. खाली पाय करून बसावं तं सरसर मुंगळे चढतात पायावर. अन् हाडकाले डसतात. एवढे मुंगळे कसेच काय जन्माले येतात या झाडाशी. खोडावर सम्दे तरतर, तरतर, फिरत राह्यतात. वरच्या फांद्यावरबी मुंगळे खाटल्यावर बसेल असतो तव्हा अंगावर पडतात. लगेच सावध बसाव लागते. आंगावरचे मुंगळे झटकूझटकू लेकाचे हात दुखणी येतात खवाट्यातून.

बगळ्याने जवळ आलेल्या म्हाताऱ्याकडे आशाळभूतपणे पाहिलं. खोल गेलेल्या आवाजात त्याने हंबरण्याचा प्रयत्न केला; पण ते साधलं नाही. त्याच्या अंगावरून घसरून पडलेलं पोत्याचं चवाळं म्हाताऱ्याने त्याच्या पाठीवर टाकलं. तेव्हा दिसलं; लालभडक रक्त त्याच्या पाठीतून वघळ होऊन खाली उतरत आहे. ओचाकारल्यासारखी नवी-नवी... जुनी व्हायचं कामच नाही ही जखम!

चवाळं नीट करून तो बगळ्याच्या जवळ बसला. हिरव्या-निळ्या शिरा तरकटलेल्या वाळक्या हाताने बगळ्याची मान गोंजारू लागला. थोड्याच वेळात त्याचा संपूर्ण हात गळून आला. मग त्याने बगळ्याच्या हाडं हाडं झालेल्या पाठीवरच तो हात टेकवून आधार दिला. तिथंच बसून राहिला. बगळ्याने आपली खरखरीत जीभ बाहेर वळवळवली. तसा त्याने आपला शिरशिरलेला हात बगळ्याच्या

जिभेपुढे नेला. त्याच्या जिभेच्या खरखरीत स्पर्शाने म्हाताऱ्याचं अंग शहारून आलं. अंगावरचे पिकले, पांढुरके केस क्षणभर ताठ होत आहेत, असा त्याला भास झाला.

जिभेने म्हाताऱ्याचा हात चाटताना बगळ्याच्या मिचमिच्या डोळ्यांतून आसवं घळघळली आणि एक ओली रेषा त्याच्या तोंडावर चमकू लागली. म्हाताऱ्याच्या डोळ्यातही पाणी दाटलं. चार आसवाचे थेंब त्याच्याही जाड काचेचा चष्मा लावलेल्या डोळ्यातून ओघळले आणि अंधुक दिसायला लागलं.

...घेतला तव्हा केवढुसा होता हा बगळ्या. ती याले मायेनं वागवायची. थोड्याच दिवसात हा वहायले आला. म्हणून बैल बाजारातून याच्याच सरीचा एक गोऱ्हा आणून याले जोड लावली. गोऱ्हे लहानाचे मोठे झाले. बाळसं जाऊन त्याह्यले बैल आंग आलं. मंग आपून जवळची मोठ्या बैलाची जोडी इकली. अन् कुणबिकीची, नांगरा-वखराची, मोटेची जड कामं यायच्याच आंगावर वढली...

बगळ्याच्या कुणबिकीतल्या काही जुन्या आठवणी म्हाताऱ्याच्या मनात घर करून होत्या. असा बगळ्याच्या जवळ बसला, की म्हातारा त्या घरात शिरायचा. तेवढाच वर्तमानाचा वणवा कमी होऊन त्याचं मन सुखद गारव्यात झंकारून उठायचं.

... ते पावसाळ्याचे दिवस होते. शेतावर डवरे धरायचे होते. म्हणून सकाळीच बांधावरच्या राखीव हिरव्या गवतात बैल चरायला सोडले होते. या गवतात वरकड ढोरं म्हणजे गाय, म्हैस कधीच चरायला सोडले जायचे नाहीत. कारण त्यांना दिवसभर चरायचंच काम. म्हणून वरकड ढोरं माळाच्या बगाऱ्याने खुरट्या गवतात चरायचे आणि दिवसभर औताला चालणारे बैल इथं बांधावरच्या गवतात चरायचे. असा या पावसाळी दिवसाचा रिवाजच होता. बैलांनाही कळायचं आपल्याला दिवसभर ज्वारीच्या डवऱ्याच्या जाळ्याला मान द्यायची आहे. पऱ्हाटीच्या शेतात ताश्या ओढायचा आहे, म्हणून अर्ध्या तासातच गवताचे मोठे मोठे घास खुरपत ते आपलं पोट गच्च गच्च भरून घ्यायचे. संध्याकाळीही औत सुटायला बराच वेळ व्हायचा. पुन्हा औताचे बैल अंधार पडेपर्यंत याच बांधावरच्या राखीव गवतात चरायचे. अशावेळी साप किरडाची भीती असायची. गवतात बसलेला नागुबा अनमान धपक्या दणका द्यायची भीती असायची. म्हणून म्हाताऱ्याने काश्याच्या धातूच्या खणाखण आवाज देणाऱ्या घागरमाळा बैलांसाठी बनवून घेतल्या होत्या. बैल पुढ्यातलं गवत ओठाळीने खुरपत खायचे. तेव्हा आपसूकच त्यांचं तोंड मागेपुढे व्हायचं. आणि बैलांच्या गळ्यातल्या या घागरमाळा तालासुरात खुळुंगखुळुंग, खणाण्-खणाण् असा आवाज करायच्या. निर्माण होणाऱ्या त्या संगीताच्या तालावर तल्लीन होऊन बैल बांधावरचं गवत खायचे. गवतातले धोकादायक साप विंचू दूर पळून जायचे.

अशीच डवरे सोडल्यानंतरची एक संध्याकाळ. डवऱ्यावर असणारा रोजंदारी माणूस जुंपण्याचे वेटोळे घेऊन गावात परतून गेला होता. बांधावरचं गवत बैल मन लावून खुरपून खात होते. त्यांच्या गळ्यातल्या माळा मंजुळ वाजत होत्या. संगीताचा एक मनभावी नाद सगळ्या शेतात घुमत होता. पलीकडच्या शेतपिकात आडसातल्या बख्खळ जागेत बसलेला म्हातारा हातातल्या इळद लावलेल्या तुत्याच्या काडीने उगीच जमीन शेकारत बसला होता. तुत्याच्या काडीने काळ्या मातीत सुरुंग पडल्यासारखं छिद्र पाडण्यात त्याचं मन रमलं होतं. रिकामपणाचं काम. अशावेळी मोठ्या माणसाकडूनही असे पोरखेळ खेळले जातात. कधी आडतासातली मऊ ओलसर माती पायावर घेऊन वरतून हाताने थापटून तिचा खोपा केला जातो. पाय बाहेर काढून आपण तयार केलेल्या या मातीच्या अविष्काराला पाहण्यात मन चांगलं रमते. कधीकधी जमिनीवर मऊ मातीचा आधार घेऊन मातीकिड्यांनी घर केलेलं असतं. स्वत:भोवती गोल फिरत हे किडे, जमिनीत खोलवर जात राहतात. वर एक रुपयाच्या नाण्याएवढा निमुळता भोवरा तयार होतो. भुसभुशीत मऊ मातीचा भोवरा. या भोवऱ्यात थुंकी टाकली किंवा पाण्याचा थेंब सोडला तर लगेच ढेकणाएवढा हा किडा धडपडत वर येतो. त्याची ती तारांबळ पाहण्यातही जीव चांगला रमतो.

कधीकधी बांधाच्या कडेने किंवा पिकातल्या तासात अनेक पाय असलेले, पण वरचे अंग रेल्वेच्या डब्यासारखे तुकड्या-तुकड्यांनी सांधले गेलेले लाल-तांबडे वाणू जमिनीवर चालताना दिसतात. लहानपणापासून तो या जीवांशी परिचित. लहानपणी तो वाणूला रेल्वाई म्हणायचा. रेल्वाईला मागून बोटाचा थोडा जरी स्पर्श केला तरी ताबडतोब वाणू स्वत:भोवती गुंडाळून घ्यायचा. त्यामुळे त्याचा मस्तपैकी गोल अधला व्हायचा. लहानपणी असेच तांब्याचे अधले चलनात होते. मग तो रेल्वाईला आधला म्हणून टाळ्या पिटत हसायचा.

कधीकधी माळउतरणीला मोठ्या प्रमाणात लुसलुशीत रेशमी अंगाचे गर्द गुलाबी रंगाचे सहा लांब पायांचे किडे दिसायचे. त्यांना देवगायी असं म्हटलं जायचं. आभाळातला देवच ह्या देवगायी माळाच्या बगाऱ्याने चरायला सोडतो असं माय त्याला लहानपणी सांगायची. ह्या देवगायी तळहातावर घेतल्या तर त्यांचा मऊसूत स्पर्श भलताच सुखावून जायचा. त्याला लहानपणी आणखी एक छंद होता. माळाच्या बगाऱ्याने हिवराच्या, खैराच्या, किंवा बाभळीच्या झुडूपावर मोठे भिंगकिडे दिसायचे. बरोबर जांभूळ फळाच्या आकाराचे. हे भिंग पकडायचे आणि माचीसच्या डबीत ठेवायचे. त्यांच्या खाण्यासाठी डबीतच खैराचा किंवा हिवराचा बारीक पाला तोडून टाकायचा. डबीतले भिंग आपल्या भोवतीचा चारा

खात आतल्या आत गुरमळ-गुरमळ करायचे. विशिष्ट प्रकारचं संगीत निर्माण होईल असा आवाज काढायचे. डबी कानाशी घेऊन लावली की, हे संगीत स्पष्टपणे ऐकायला यायचं. कानाला गुदगुल्या व्हायच्या. कधीकधी तो भिंगाच्या पायांना दोरा बांधायचा. भिंग आपले टणक पंख पसरून उठायचा. ते पाहून मजा वाटायची.

त्याचे हे सगळे खेळ खूप लहानपणचे. जेव्हा तो औतफाटे हाकणारा शेतकरी झाला नव्हता तेव्हाचे. तरीही त्याला स्पष्ट आठवते. एक दिवस माय म्हणाली होती–

''बाळा, या निष्पाप जिवाले आसं छळू नाही. त्याह्यचा छळ करून आपून खेळू नाही... कावून की उभ्या आभाळाच्या खाली जन्माले येणारे ते अन् आपण तसे येगळे नाही. समजा मी सांगते त्या गोष्टीतला मोठा राक्षस आला अन् त्यानंबी तुह्या पायाले दोरी बांधून तुलेबी असंच खेळवलं तर तुले कसं वाटील...आरे बाबू, तुहा खेळ होते; पण या निष्पाप-अश्राप पराण्याचा जीव जाते.

मायचं म्हणणं त्याला पटलं होतं. त्यामुळे नंतर त्याने तो खेळ सोडला होता. पुन्हा नंतरची कुणबिक सांभाळताना रोजच्या कामाचाच असा खेळ व्हायचा की अशा गोष्टींसाठी वेळच मिळायचा नाही.

तरीही बैल चारताना असा रिकामा वेळ मिळाला तर तो बंधाऱ्याशी फिरत फिरत तासातलं आढावू तण म्हणजे झिंजोल्डा; तरोटा, गाजरगवत उपटून काढायचा. धुऱ्याशी एकाजागी त्याचे पुंजे घालायचा. आज तो कामाने जरा जास्तच टणकला होता. म्हणून हातातल्या तुत्याने भुईत छिद्र पाडत बसला होता. समोर चरणाऱ्या बैलांच्या गळ्यातील घुंगरमाळांचा आवाज स्थिर झाला म्हणून सहज नजर पुढे केली. तेव्हा त्याला दिसलं, पुढ्यात बांधावर चरणारा बगळ्या एकाएकी कान टवकारून, डोळे विस्फारून त्याच्या पाठीमागे पाहत होता. त्याची शेपटी उंचावली होती आणि नाकपुड्यातून दीर्घ असे श्वास बाहेर पडत होते. म्हातारा त्याच्याकडे पाहतच राहिला. बगळ्या आपल्या हावभावातून काहीतरी सांगत होता. काहीतरी बोलत होता.

त्याची उभारलेली शेपटी; डोळ्यातील बुजाडलेपण; त्याच्या अंगावरच्या तेजदार सोनेरी कातडीची लागोपाठ होणारी थरथर पाहून त्याच्या डोक्यात वीज चमकली. काय झालं असावं याचा त्याने अंदाज बांधला आणि बसल्या-बसल्याच तो पुढे सरकला. दहा हात पुढे सरकून मागच्या बसल्या जागेकडं पाहिलं, तर त्याजागी दोन्ही हाताच्या ओंजळीएवढा फणा काढून दोन हात उंच उभा राहिलेला काळाडोम नाग दिसला. त्याच्या रुंद फण्यावर दहाचा आकडा! चमचमणारं काळपट-चंदेरी चपळ अंग! हातातल्या तुत्याच्या काठीने नाग एकाच रपक्यात

पालथा केला. तेव्हा बगळ्याही मग लगबगीने चालत हंबरत त्याच्याजवळ आला. त्याच्या अंगाला अंग घासत उभा राहिला. आणि हाताने बगळ्याच्या मानेला विळखा मारून तो बगळ्याच्या तोंडाचे पटापट मुके घेऊ लागला.

अशीच एक काळीजतोडी गर्द गहिरी आठवण. उन्हाळ्याचे दिवस– मळ्यात मोट सुरू होती. तेव्हा मोटेवर तोच होता, पण त्याच्या अंगी तेव्हा परिपक्व शेतकऱ्याचं बळ होतं. मोटेला जाडीत एका बाजूने बगळ्या आणि दुसऱ्या बाजूला दुसरा बैल होता.

त्या दिवशी बगळ्या सारखा आतून ओढत होता. त्याचं सगळं अंग मोटेच्या नाड्याला आणि सौंदरला घासत होता. त्यामुळे नाड्यावर बसून मोट पुढे चालवायला अडचण निर्माण होत होती. धावेच्या उतारावरून शेवटच्या टोकाला जाऊन नाडा खाली दाबून मोटेचं पाणी थारोळ्यात उलटून टाकण्यात अडचण येत होती. बगळ्याने थोडे बाहेरून चालावं आणि आपल्याला नाड्यावर ढुंगण टेकवायला जागा मिळावी म्हणून म्हातारा हातातल्या पुराण्याने त्याला सारखा बडवत होता.

नेहमी मोटेच्या जोडीला धावेवरून सुतासारखा सरळ चालणारा आणि येसणीचे दोर मागे ओढले की तसाच सुतासारखा सरळ रेषेत मागे येणारा बगळ्या. आज बाव भरल्यासारखंच करत होता. म्हणून तो मनातून कातावला होता, पण बगळ्या काही आतली बाजू सोडायला तयार नव्हता. हेकमोड्यासारखाच करत होता.

शेवटी कंटाळून त्याने मोट सोडून द्यायचं ठरवलं. आणि शिवळा काढायला म्हणून गळ्याच्या जाडीला हात घातला, तर बगळ्याच्या बाजूने जाडीत शिवळ घातलेलीच नाही, हे लक्षात आलं. कामाच्या गडबडीत किंवा डोक्यातल्या दुसऱ्या विचारांच्या भोवऱ्यात त्याने एका बैलाच्या बाजूने शिवळ घालून तशीच मोट सुरू केली होती. बगळ्या सारखा आतून ओपरी का ओढत होता, त्याचं खरं कारण लक्षात आलं. बगळ्या पुराण्याच्या माराच्या दणक्याने रागावून जर पलीकडल्या बाजूला झुकला असता तर त्याच्या गळ्यातली जाडी एका झटक्यात बाहेर सटकली असती आणि आपण अतिशय वेगात थारोळ्यावर आपटून विहिरीत पडलो असतो; आणि वर मोडतोड होऊन, मोटेचं चाक, कणा, ठेवणीचे लाकडं! असं सगळं लटांबरच आपल्या बोकांडी पडलं असतं, वेगाच्या धपक्याने दुसरा बैलही आपल्यावरच विहिरीत कोसळला असता, पण बगळ्याने स्वत: मार खाऊन आपल्याला वाचवलं; नाहीतर आज आपण मेलोच होतो. भावबंदांना, गावलोकांना आज आपलं मढंच उचलून न्यावं लागलं असतं. या जाणिवेने तो उभा थरकापून गेला आणि बगळ्याच्या गळ्यात पडून गळा काढून रडायला लागला.

तेव्हापासून बगळ्यातून त्याचा जीव निघत नव्हता. तो त्याचा जीव की प्राण झाला होता. पोटच्या पोरापेक्षाही त्याला जवळचा, जिवाचा जिवलग वाटत होता.

विचाराने आणि आठवणीने म्हातारा गलबलून आला. हाताची बोटं वळवळली आणि वाळक्या हाताच्या वाळक्या बोटात सैल होणारी अंगठी खाली ओघळून पडली. अंगठी खूप दिवसांपासून बोटात घळाघळ सैल होत होती. ती आवळून घट्ट करून आणायचं खूप दिवसापासून ठरवलं होतं, पण ते होत नव्हतं. मरणाच्या काही दिवस अगोदर म्हातारीने आपल्या हातातील बिल्लोर त्याच्याजवळ दिले होते. त्यातील काही सोनं वितळवून मुलीसाठी दागिने तयार केले होते आणि ही सोन्याची अंगठी करून आणायला सांगितली होती. बायको असं का करते हे त्याला कळत नव्हतं. तिचं मनही मोडवत नव्हतं. म्हणून त्याने तिच्या सांगण्याप्रमाणे अंगठी तयार केली. तिच्या जवळ दिली. ती तिने म्हाताऱ्याच्या बोटात घातली.

"माह्या यादीखातीर एवढी जवळ असू द्या."

मरण्याच्या आधी काही दिवस ती सारखं हेच बोलत होती.

बायकोची ही आठवण होती, म्हणून तो अंगठीच्या बाबतीत हळवा होता. अंगठीची घडामोड, म्हणजे बायकोच्या आठवणीचीही मोडतोड, असं त्याला वाटायचं. बोटातली अंगठी घट्ट करून तो आवळून घेत नव्हता त्याचं खरं कारण असं होतं.

एक ही अंगठी! आणि दुसरा बगळ्या... एवढंच धन त्याच्या जीवनात उरलं होतं. पोटचा पोरही आता कर्तासवरता कारभारी होऊन सांगण्या-सवरण्याच्या बाहेर गेला होता. कुणबिक करताना बऱ्याच वेळा तो बापाच्या विरोधी निर्णय घेऊन त्याचं मन दुखवायचा. त्यातल्या त्यात गीता नावाची सून मात्र त्याला कधीच दुखवायची नाही. सासऱ्याचं तर ती सगळं निमूट करायचीच; पण बगळ्यात आपल्या सासऱ्याचा किती जीव आहे हे तिला ऐकून माहीत झालं होतं. कधी निवांतपणा असला तर तो तिला बगळ्याच्या त्या मनभावी आठवणी सांगायचा. तीसुद्धा मन देऊन ऐकायची. कारण तिचाही बाप असाच शेतकरी होता. तीही गुरावासरांच्या सहवासातच लहानाची मोठी झाली होती. त्यामुळे बगळ्या असा उठवणी येऊन एकाच जागेला खिळून बसला तेव्हापासून तीच त्याला चारा टाकते. तीच त्याच्या पुढ्यात पाणी ठेवते. तीच त्याच्या अंगावर असे पोत्याचे चवाळे आणून टाकते.

खरं म्हणजे बगळ्याला काही कुठला रोग झालेला नाही. त्याची गळण आहे ती म्हातारपणाची. वय झाल्यामुळे त्याचे गात्र ढिले झाले. पायात उठून उभं राहण्याचंही बळ राहिलं नाही. कधीकधी पोटाखाली आडवे लाकडं घालून ते

उभ्या चार लाकडांना बांधून त्याला उभं केलं जायचं, पण त्या लाकडाच्या जिकण्याचा आधार घेऊनही उभं राहणं त्याला जड झालं होतं. चारा खाता खाता, पाणी पिता पिता मागचा पुढचा एखादा पाय ढिला पडायचा आणि त्याच आंडोगावर तो घसरून पडायचा. पुन्हा उठवताना खूपच धडपड व्हायची. अशाच एक धडपडीत त्याच्या पुढच्या डाव्या पायाचं हाड उखळलं होतं. त्यामुळे गेल्या काही दिवसांपासून त्याने भुई धरली होती. ती सोडायला तो तयार नव्हता. ह्या चार दिवसात असंच घडत होतं. गीता किंवा तिचा सासरा शेजारच्या चार माणसांना बोलावून आणायचे. त्याच्या पायाखाली जिकण्या लावून बगळ्याला उभं करायला सांगायचे तेव्हा बगळ्या लाकडं घालून उठवण्यासाठी आलेल्या माणसांकडे गरीब नजरेने पाहायचा. जणूकाही डोळ्यातून म्हणायचा की, नका गड्याहो आता मले उचलू! आता माहे दिवस सरले... म्हाताऱ्याला त्याच्या डोळ्यांची भाषा कळायची.

त्याच्या डोळ्यांची ही भाषा म्हाताऱ्याशिवाय दुसऱ्यांना समजायचीही नाही. म्हातारा मात्र व्याकुळ व्हायचा. म्हणूनच त्यानंही गेल्या काही दिवसात खाणं-पिणं कमी केलं होतं. बगळ्याच्या जोडीचा बैल मातीत पुरून आला तेव्हा एवढं काही वाटलं नव्हतं, पण आता कशात म्हणून जीव लागत नव्हता. भरीत भर म्हणजे दिवस हे असे दुष्काळी. चांगल्या माणसाच्या मेंदूला मुंग्या आणून बधिर करणारे. म्हाताऱ्याच्या मेंदूला तर आधीच मुंग्या लागलेल्या.

अंगणात माणसांची पावलं वाजली. त्या चाहुलीने भिंतीच्या खांडोळ्यावर बसलेले कावळे मोठ्याने कावऽऽकावऽऽ करत ओरडले आणि पंख फडकवत इथले-तिथे बसले. कावळ्यांच्या एकाएकी उठलेल्या लवकांडीने आणि एकदम उठलेल्या गदारोळाने म्हातारा दचकला. डोळे बारीक करीत इकडे-तिकडे पाहू लागला.

मागच्या दारातून अंगणात बाबूराव आला होता. म्हाताऱ्याचा पोरगा. त्याच्यासोबत आणखी कळकटल्या कपड्याची दोन माणसं होती. ते पाठीमागे हात देऊन, बगळ्याकडे निरखून पाहत त्याच्याजवळ जाऊन उभे राहिले.

थोडावेळ थांबून एकाने बगळ्याच्या अंगाला चोहोबाजूंनी हाताने दाबून पाहिलं आणि मग तो दुसऱ्या– लाल रुमाल खांद्यावर असलेल्या माणसाला म्हणाला,

''समद्या हाड्‌ड्याच हायेत मेहबूबभाई... मासकांड काही पडणार नाही लय...''

माणसांच्या बोलण्यावरून, दिसण्यावरून हे कसाई आहेत, हे म्हाताऱ्याने ओळखलं.

''जे हाये ते तुमच्या पुढी हाये. म्हणूनच जास्त दाम सांगतलं नाही म्या...

फक्त अडीच हजार रुपे मांगतले... माल तसा दाम... तसे ढोरं न्हायलेच कुठी आता कोणाच्या कुणबिकीत! लय अप्रुप झालं पशुधनाचं... बैलजोडी घ्यायले आता बाजारात गेलो तं पन्नास हजाराच्या खाली चांगली बैलजोडी भेटत नाही... काही दिवसानं तं बैलच दिसतात का नाही कान्नू डोळ्यानं... लय अप्रुप हाये दिवसेंदिवस. चारा नाही. आलप नाही. बैल पाळणं म्हन्जे हात्ती पाळल्यासारखं झालं या महागाईच्या अन् दुष्काळाच्या जमान्यात... जे होते ते ढोरं, गायी-गुरं कोणते कोणते रोग होऊन मरणी मरा लागले. आमच्याच घरी किती वरकड ढोरं राहत कुणबिकीत... आता दिसतात दोन बैलाबगर वरकड ढोरं?''

"बरोबर हाये बाबूराव भाऊचं. चाराच नाही होत न खावटीसाठी. हाब्रीटाचा जमाना आला. पुन्हा आपल्याकडच्या कुणबिकीतले पिकंबी बदलले आता. चारा देणारी गावरान जवारी गेली. कुटार देणारं तुरीचं अन् भुईमुगाचं पीक गेलं. जवारीचं तं कुटारच नाही निघत आता. आपलं मुख्य पीक झालं सोयाबीन. सोयाबीन काल्ढ्यावर सूर्यफूल... सोयाबीनीचा अन् सूर्यफुलाचा कुठी चारा होते ढोरायसाठी.''

बाबूराव सोबत आलेला शेजारचा बंडू म्हणाला,

"अन् भरीत भर पावसाळे झाले हे असे गांडू... आसा बुळ्बुळ् पाऊस पडते. आडजीभ वल्ली होते, अन् पडजीभ कोल्डी राह्यते. पोळ्याच्या सणालेबी बैलाले हिरवा चारा भेटत नाही. बारा मह्यण्याच्या काळासाठी चार मह्यण्याचा पावसाळा आस्ते, तं बंद्या पावसाळ्यात झुकूड-पुकूड दोनदा पाऊस पडते. अन् पावसाळा सरून जाते. त्याच्यानं दसरा दिवाळीलेच बांध-बंधाऱ्यावरचं गवत वाळून कोळ होते अन् जमीन धरून बसते... मले आठवते बंडूभाऊ; आमचा कुणबिकीचा भरीचा काळ, तव्हा शिमग्यालोक हिरवं गवत खाऊ घाले महा हा बुढा ढोरायले. अन् त्याच्यापुढी राखीव बांधाचं डोस्क्या इतकालं गवत कापून भरीभर गंज्या घालो गवताच्या. कडब्याचेबी ह्ये गूड लागत टोलेजंग... आता ही भुईच पनपत नाही त काय करता? माणसाले धान्य देत नाही. अन् ढोरायलेबी चारा देत नाही. पुन्हा भरीत भर मटणं खाणारे वाल्ढे... त्याह्यनं कमी केले जान-जवान ढोरं कापून...''

"त्या बांड्या पंचायची जाऊ द्या भाऊ... द्या घ्याचं सांगा काही!'' लाल रुमालवाला माणूस म्हणाला.

"बांड्या पंचायती कशाच्यारे भौ. एक सांगी सांगून राह्यलो मी जगरहाटीची. तुह्या कावून नाकाले एवढ्या मिरच्या झोंबल्या. अन् घ्याय द्याचं काय सांगायचं, मले पैशाचं काम हाये म्हणून. पऱ्हाटीवर एंडोसल्फान शिपडायचं म्हणून... घ्यायचा आसंल त घे... नाही तं हाण तिकडी तुही खंगळी घणगडी... मोकळा खेळ पांढरीच्या पडितात जाऊन...'' बाबूराव वैतागून म्हणाला.

"अडीच हजाराले काही महाग नाही म्हणा तसा. देऊन टाक बिट्या पैसे... चाल, आपून जाऊन लोटगाडी घेऊन येऊ. तिच्यात टाकून नेऊ डंगऱ्याले..."

"काय मजगण-मजगण लावली रे बाबूरावा ही. काय हाये रे बंडू?"

म्हाताऱ्याला सगळा अंदाज आला होता. तरी त्याने विचारलं.

"घ्या रे बाप्पा! आता तुमच्या कानात का बोळे घालेल हायेत का? का बह्यरे झाले तुम्ही? सौदा चालू हाये या डंगऱ्याचा. इकून राह्यलो त्याले मी..."

"इकून राह्यला ते समजलं मले. मी काही बोळ्यानं दूध पिणारा नेन्ता बाळ नाही. का मनगटानं शेंबूड पुसणारा आवलियाबी नाही, पण कोणाशी सौदा करून राह्यला तू. माह्या काळजाच्या तुकड्याचा? खाटकाशी? खाटकाले इकतू का काय सरणफुक्या महा बैल..."

"घ्या रे बाप्पा! मंग आता या डंगऱ्याले कोणता सखीचा लाल घेणार हाये. कोणाचा जीव वरी आला आसा बैल कुणबिकीसाठी घ्यायले; जसं म्हन्लं उठवणी येल हाये हा डंगऱ्या. त्यो का आता गाडीले पल्ला धरणार हाये, का औताफाट्याले चालणार हाये? सांग रे बंडूभाऊ; तूच आता आमच्या ह्या म्हताऱ्याले."

"काही सांगू नका अन् काही सवरू नका मले. खाटकाले काय कोणालेच नाही इकू देणार मी माह्या बगळ्याले. आरे भल्या माणसा; जरा माणुसकी जित्ती ठेवून सुद्या मतीनं इच्चार कर; त्यानं एवढी कमाई केली; रातन् दिवस त्याच्यावर काम वल्ढी. मी त्याच्याशी आशी बेमानी नाही करणार. त्याची आशी दैना नाही होऊ देणार... आरे त्याचं उरलंच किती आयुष्य? दोन दिवसाचा तं सोबती हाये आता त्यो. त्याच्या मानीवर का खाटकाची सुरी फिरवून मस्तकी पाप घ्यायचं का; मस्तकी पाप देऊन मले नरकात पाठवतू का भल्या माणसा? आसं नको करू; देवाघरच्या मरणानं मरू दे रे त्याले... त्यो मेला की त्याची आपून माणसावाणी मौत करू. वावरातल्या बांधावरच्या चंदनाच्या झाडाजवळ त्याले पुरू... आसं काय करतू वेड्यावाणी?"

बोलण्याने म्हाताऱ्याला धाप लागली. मेंदूतल्या मुंग्या दाट होऊन तरतरू लागल्या. वारूळच उठलं तिथं. लोहाराच्या भात्यासारखी छाती धपापू लागली. अंग थरथरू लागलं.

बगळ्या खोल आवाजात हुंबरला. जणू त्यालाही हे कळत होतं.

"आहो बा! पण ऐरी तरी या डंगऱ्याले मातीत गाडून आपल्याले काय मिळणार हाये? त्याची का चंदनाच्या झाडाखाली गाडून तिथं समाधी बांधायची हाये? हे आडीच तीन हजार आले त वसूल तरी होतील... पुन्हा पऱ्हाटीवर रोग पल्डा, एन्डोसल्फान फवारा लागते. एक फवारणी तरी होईल या पैशात..."

"ते तुहं झडगं; अन् रडगाणं हमेशाचंच राह्यते लेकाचं. तुहं तू काही कर! पण मी खाटकाले नाही इकू देणार बगळ्याले. त्याचे लय उपकार हायेत बाबू आपल्या घराण्यावर. त्याच्याच्यानंच तुहा हा बाप दोनदा वाचला. म्हणून तरी तुले आता डोळ्यानं दिसून राह्यला... आरे, येडा झाला का काय तू पोरा! जनमभर जे जनावर आपल्या दावणीले होतं; माणसासंग माणसाची बुद्धी घेऊन ते राबलं, त्याचा आत्मा काय म्हणंल आपून त्याची आशी हेळणा केल्यावर; तुम्हाले काय सांगू लेकायहो आता, आरे माणसापेक्षाबी बुद्धिमान हाये महा हा बैल. सम्धा गोष्टी कळतात त्याले. फक्त बोलता येत नाही एवढाच काय त्यो त्याच्यात अन् आपल्यात फरक! बाकी काही नाही..."

म्हातारा एकदम गदगद झाला. त्याला ती कल्पनाच सहन होत नव्हती. बोलता-बोलताच त्याचा कंठ दाटून आला. डोळ्यातून आसवं ओघळू लागली. आणि समोरचे माणूस अंधूक दिसू लागले.

डोईचं टापरं सोडून त्याने डोळे पुसले. नाक पुसलं. काही वेळ जीव घाबरल्यासारखा झाला. घबराट सुटली तशी त्याने हात ठेवून छाती वरखाली केली. छातीवर दाटून आलेला घुसमटीचा पिळा मोकळा केला. छातीत श्वास भरून घेतला आणि पुन्हा तो कातर आवाजात बोलू लागला,

"खुट्याचं, घरच्या गायीनं देल जनावर खाटकाले इकलं त भंग येते बाब्या घराले. घरची लक्ष्मी उबगून घराच्या बाहीर निंगुन जाते. उतरती कळा लागती बाबू... आता तुले कितीक डोक्स पटकू-पटकू सांगू बाप्पा..."

म्हातारा आता असंच रड-गाऱ्हाणं लावणार, हे बाबूरावने ओळखलं. मग निग्रहपूर्वक म्हाताऱ्याकडे दुर्लक्ष करीत तो माणसांना म्हणाला,

"म्हाताऱ्याले बाव भरली आमच्या. आसाच कोन्त्याबी कामाले मोडता घालते ते माह्या... बाप नाही महा हा... स्पीड ब्रेकर हाये माह्या मंधातला, स्पीड ब्रेकर. हे पेरू नको, ते पेरू नको... हे करू नको, ते करू नको... हे इकू नको, ते टिकू नको... चालूच राह्यती त्याची बुणगाळ. जाऊ द्या तिकडी होंबळीत. द्या; काढा पैसे... अन् आणा लोटगाडी... घेऊन जा त्याले. माय मी याच्या; याच्यापायी बायकोलेबी लय टोले घ्या लागतात माह्या. तिच्या मागंबी बुढ्याची भुणभुण सुरूच राह्यती... गीताबाई चारा टाक... सूनबाई पाणी दाखव... पाठीवर कावळे बसले... पाठीवर चवाळं टाक... आपूनबी सुखानं बसत नाही अन् गीतालेबी सुखानं बसू देत नाही."

तेवढ्यात कुठून तरी फडफड करीत खांडोळ्यावर कावळे येऊन बसले आणि माना वाकड्या करत, इकडचे तिकडे पाहत जोरजोरात कावऽऽकावऽऽ करू लागले.

तसा बोलणारा बाबूराव पिसाळल्यासारखा झाला.

"अन् माय मी झो यायच्या... भरीत भर या कावळ्यायचा दांगडो... दिवसभर येऊन कावऽऽकावऽऽ करत राह्यतात."

असं म्हणून तो कावळ्यांना दगड भिरकावून मारू लागला. त्याची अवस्था पाहून खरकटं पाणी फेकायला म्हणून मागच्या वाड्यात आलेली गीताही हबचक होऊन त्याच्याकडे पाहू लागली. खरकटं पाणी भिंतीजवळ फेकून मग तीही स्वयंपाक खोलीच्या दारात रवाटल्यासारखी उभी राहिली.

"घ्या बाबूरावजी... पैसे घ्या... सोडा पिच्छा त्या कावळ्यायचा. कावळ्याची काय महान हरामी जात राह्यली. मरतं ढोर दिसलं, की त्याह्यच्या सुरूच होतात चकरा... त्याह्यले काही आवतण द्यायची गरज पडत नाही."

असं म्हणून लाल रुमालावाल्या माणसाने खिशातून नोटा काढल्या आणि हात पुढे केला.

तसा म्हातारा धडपडत उभा राहिला. आपल्या हातातल्या गुळवेलीच्या आधार काठीचा आकोडा त्याने चपळाई करून लाल रुमालवाल्याच्या हातात अडकवला आणि दुसऱ्या हाताने बाबूरावला थांबवून धरत तो केकाटला,

"थांब बाब्या, दाडासाडासारखा हात पुढी करू नको... तुले माही शप्पथ हाये... तुह्या बायको-पोराची शप्पथ हाये... तुले पैशेच पाह्यजेन? मी देतो पैसे.. पण तू माह्या बगळ्याच्या मानीवर अशी सुरी चालवू नको रे.. महा जीव अन् बगळ्याचा जीव काही वायला नाही. त्याच्या मानीवर सुरी चालली म्हन्जे ती माह्या मानीवर चालल्यासारखी होईल. तुले मी हात जोडतो. बाप आसून तुह्या पाया पडतो... पण तू बगळ्याले इकू नको. माणसायले खाऊ घालू नको..."

"नाही म्हन्ते बुढा त कशाले इकता बैल? मरू द्यानं बाबूरावजी त्याले म्हताऱ्याच्या मनासारखं, देवाघरच्या मरणानं..."

असं लाल रुमालवाला माणूस म्हणाला.

"पाह्य आईक... कानाचे भोकं मोकळे करून आईक... खाटीक आसून त्याह्यच्याजवळ दयामाया हाये. अन् तू त लेका खाटकापेक्षाबी निष्ठुर निगरट झाला..."

"राहू द्या बाप्पा! आपून नाही घेत आता हा बैल..."

असं म्हणून लाल रुमालवाल्या माणसाने हातातले पैसे आपल्या पायजम्याच्या खिशात ठेवले आणि लाल रुमालाने तो तोंडावरचा घाम रगडून-रगडून पुसायला लागला.

"आरे पण मले पैशाचं काम हाये नं?"

बाबूराव केवढ्यांदा तरी ओरडला.

"मंग बूढा देतो म्हन्ते नं पैसे!"

"बुढ्याजवळ काय हाये खण्ण्या... बाता मारते नुस्त्या. इकडी वावराची लाव-लागवड करता करता माही किती ताणाताणी होती, माहं मले माहीत... आता का बुढ्याच्या वक्तीचा जमाना राह्यला का? उचलले जुपणे, की चाल्ले लारेऽऽलारेऽऽ करत वावरात... आता वावरात जायच्या आधी कृषी केंद्रात पैशाचं तास पेरा लागते. मग वावरात जा लागते. खतं महाग, बी महाग, फवारणी करायचे आवषिधं महाग... अन् वर पुन्हा पावसानं झटका देला की बसा आभाळाकडी पाहून बोंबलत... दोन्ही दोन्ही हात तोंडाले लावून बोंबललो तरी आपलं दुःख निथरत नाही..."

बाबूराव आपल्या मनातील सगळा राग ओठाबाहेर टाकत होता आणि तो आपल्याला हे का सांगतो हे त्या दोन माणसांना कळत नव्हतं.

"अरे, हमको कायकू बोलले बाबूराव ये बाते? हमको कुछ मालूम नही खेतीबाडीका... मले तं इळद कशाले म्हन्तात अन् येठण कशाले म्हन्तात, काहीच माहीत नाही. शबूद कानावर येतात मातूर कधी कधी..."

असं लाल रुमालवाला म्हणाला, तसा बाबूराव आता बापाकडे पाहून तावातावात बोलू लागला.

"याह्यची पोरगी उजवली तव्हा घरात होतं नव्हतं सम्द सोनं इक-टिक केलं. घरात एक म्हणून सोन्याचा डाग ठेवला नाही मोठा... फक्त माह्या बायकोच्या गळ्यात तेवढं मणी-मंगळसूत्र हाये... अन् आपून मारे सोन्याची मुंदी घालून मिरवते बुढा... या हातातली त्या हातानं खेळवते... त्या हातातली या बोटानं खेळवते..."

"हे त्या माणसायं देखत कशाले सांगतू बाबूराव तू? मले माहीत हाये तुह्या मनात काय काट्यासारखं सलते ते... पण काही काही वस्तुलाभ हा वस्तुलाभ नसते.. आत्मा उतरेल आस्ते तिच्यात देणाराचा."

"हाव बाबूराव. बरोबर सांगते बुढा.. आन् आडीअडचनी तर काय, परतेकाच्याच घरी आस्ते... तुमच्यात म्हणतात नं ते, घरोघरी मातीच्या चुली का काय ते..."

बैल विकत घेण्यासाठी आलेल्या खाटकाने आपल्याला असा उपदेश करावा हे काही बाबूरावला आवडलं नाही. बोलणाऱ्या माणसाचं बोलणं मध्येच तोडून टाकत तो म्हणाला–

"ते तुम्ही मले शिकवत नका बसू. तुम्ही काही मास्तर नाही. अन् मी बी काही शाळेतलं पोर्ग नाही. घाला खिशात हात अन् काढा पैसे बाहीर... घेऊन जा हा डंगऱ्या..."

"बाबूराव, तू एवढा आकातला नं पैशासाठी! एवढा काती आला नं... पैसे देल्यावर मंग तं इकणार नाही नं तू बगळ्याले... सांग, मंग त मरू देशील नं तू त्याले देवाघरच्या मरणानं..." "हं. हे घे ही मुंदी. नेवून सोनाराले इक.. अन् इचे पैसे घे... पण माह्या बगळ्याच्या मानीले सुरी नको रे लावू दुस्माना. त्याले देवाघरचं मरण येऊ दे रे सरणफुक्या..."

असं म्हणून म्हाताऱ्याने बोटातली अंगठी बाबूरावच्या अंगावर फेकली. ती त्याच्या अंगाला कतरती लागून खाली घरंगळत गेली. बाबूराव खाली वाकून अंगठी उचलणारच होता तर तेवढ्यात त्याच्या डोळ्याची पापणी लवायच्या आत ती दुसऱ्याच हाताने उचलून घेतली. उचलून घेताना हातातल्या बांगड्या त्याच्या डोळ्यापुढे झळकून उठल्या. किण-किण् किणकिणल्या. इतका वेळ त्यांचं बोलणं ऐकत दारात उभी असणारी गीता शेवटच्या क्षणी इकडे झेपावली होती. तिने ती अंगठी उचलून घाई करत परत म्हाताऱ्याच्या हाती दिली.

"काही देऊ नका मामंजी... सासूबाईंची अखेरची आठवण हाये ती. अंगठी नाही, सासूबाईचा जीवच हाये दुसरा. ती का जशीच्या तशी येणार हाये का पुन्हा एकदा मोल्ड्यावर.. थकती पराई हाये मामांजीची... थांबा, तुम्हाले पैसेच पाह्यजे नं... हे घ्या; माह्या गळ्यातले मणी तोडा सोन्याचे... चार-पाच हजार रुपये सहज येतीन तुमच्या कामापुरते..."

असं म्हणून तिने आपल्या गळ्यातली पोत मोकळी करण्यासाठी हात पुढे केला. गळ्याजवळ नेला.

तसा चपळाई करत बाबूराव पुढे पळाला. "आवं बाई एवढी आब नको गमावू माही... राहू द्या तुम्ही सगळं जिथोलच्या तिथं..." तो हात झटकत म्हणाला.

"मंग तुम्ही कसे काय बिथरले मामांजीवर एवढे? किती कुजकं बोलले त्याह्यले. पण मी मन्ते, काय चुकलं त्याह्यचं. तुम्ही जे एवढं तानामानानं चालता, पंधरा एकराचे मालक म्हणवता; त्याले कारण कोण हाये? बगळ्या... अन् हे मामांजी. त्याह्यनं तुमच्यासारखाच मतलबी इच्यार करून इकून टाकलं आसतं वावर, त घरच्या वावरात नाही, लोकाच्या मजुरीनं गेले आस्ते जसं म्हन्ते मी... हा इच्यार येते तुमच्या टाळक्यात? का नुस्तंच तणफण-तणफण करता येते... अन् खऊट, कुजकं बोलता येते..."

बोलक्या मधागळ अश्राप डोळ्यांची, गोबऱ्या गालाची गीता नेहमीच हसतमुख असणारी. शेतकरी कुटुंबातले सारे भाव-अभाव पचवणारी. गुरावासरांना जीव लावण्याची सवय माहेरातूनच खोल अंतरंगी मुरलेली. आज बाबूरावला पहिल्यांदा ती इतकी वैतागलेली दिसत होती. नेहमी नवऱ्याचं बोलणं ऐकून घेणारी आज

ताडताड चुलीच्या आहारावर मीठ फेकल्यासारखी तडकली होती.

"जाणं तुम्ही आता... काय सगुण पाहायचा का इथी..." असं ती बैल घेण्यासाठी आलेल्या दोन माणसांना म्हणाली. ते तोंडाचा 'आ' वासून तिच्याकडे एकटक नजरेने दुहेरी उद्देशाने पाहत होते, हे तिच्या लक्षात आलं होतं.

ती अशी भडकल्याबरोबर ते दोघेही दचकले. आणि काही न बोलता मागे-पुढे पाहत लाल रुमाल झटकत वाड्याच्या मागच्या दारातून बाहेर निघून गेले.

"न्यानं ही पोथ... भागवा न तुमचा खर्च... करा न एन्डोसल्फानची फवारणी..."

ती नवऱ्याला म्हणाली. तसा हबचक झालेला तो म्हणाला,

"आरे तुम्ही मले काय खरंच खाटीक समजता का रे घरातले सम्दे... महा का जीव नाही का ढोरावासरात, पण वाईट येळपरसंगच आसं करून घेते माह्याकून... मी बी जसं कास्तकाराचा..." पुढं त्याच्याकडून बोलवेना झालं. डोळ्यात त्याच्या टळटळ आसवं दाटाळून आले. म्हातारा थरथरत सुनेजवळ गेला. तिच्या डोक्यावर हात ठेवून म्हणाला,

"खरंच गीता, तुहं बोलणं, अन् तूही करतुत पाहून मी आज धन्य झालो. तुपल्या सासूची जागा घेतली बाई तुवा... खरी भूमिकन्या शोभली बाई तू. ही कुणबिक तुह्या... लक्षुमीच्या हाती आशीच शाबूत राहो. त्याच्यासाठी तोंड भरून आशीर्वाद देतो मी तुले... खरं म्हन्जे, शेतकऱ्याच्या घरातल्याले त्याचं पशुधन आलकंच करता येत नाही त्याच्या काळजातून. हे सरलं तं कुणबिक सरली... पण आजकाल दिवस किती वकटे आले, जाऊ दे... पण मी तुह्यावर बाकी लय खुष हाये. मले लय हारिक झाला. खरोखर मी धन्य झालो. तुहा सासरा आसून मी तुले हात जोडतो भूमिकन्या समजून..."

असं म्हणून म्हाताऱ्याने खरोखर तिच्यापुढे हात जोडले, तशी गीता झेपावत पुढे आली. म्हाताऱ्याचे सुरकुतलेले दोन्ही हात तिने आपल्या हाती घेतले... तिच्या हाताचा स्पर्श अंगावर झेलताना त्याला देळपच्या महादेवाच्या ठाण्यावरचा विराट वटवृक्ष आठवला. आपल्या फांद्याच्या देठातून पारंब्याच्या मुळ्या भुईवर सोडणारा वटवृक्ष. पारंब्याचेच खोडखांब बनवून आपली आपल्यालाच बळकटी देणारा वटवृक्ष. गीता नावाच्या या पारंबीनं आता माह्या कुणबिकीच्या वडालेबी आशीच बळकटी येणार हाये... आता मी बिनघोर झालो... कधीबी देवाघरचं बलावणं आलं त मी आता जायाले मोकळा झालो... निचिंत मनानं.. खोडाले खालून ढोली पल्डी तरी माही लसलसती पारंबी आता शाबूत हाये...

■

हिकमत

बऱ्याच दिवसांनी रिकामा रविवार हाती आला होता. कुठं परगावी जायचं नव्हतं. त्यामुळे तुंबलेली कामं हाती घेतली होती. आलेल्या पत्रांना उत्तरं देणं. कुठे कुठे घाईत सुचलेल्या कवितेच्या ओळी पक्क्या डायरीत टिपून ठेवणं, उधाऱ्यांचे हिशेब जुळवणं, असं सटरफटर काम करीत बसलो होतो. तर गावाकडून म्हणजे सावरगाववरून अशोक केळवदे, रमेश सूर्यवंशी, गजूनाना आणि लहान भाऊ रामराव असे चौघेजण मोटरसायकलवरून उतरून आत आले. इकडे लिंग्याला पाव्हण्याकडे गेले होते. सहज जाता जाता भेटून जावं, म्हणून आलो असं सांगत होते.

म्हटलं, "बरंच झालं, आले. आता आपल्या भेटीही कमीच झाल्या. मी असा नोकरीत अडकून पडलो. कधी गावाकडे येतो. भेटावं, बोलावं म्हटलं तर तुम्ही घरी नसता. संध्याकाळी मला पुन्हा घाईनं जावं लागतं. काही बैठकच होत नाही पहिल्यासारखी रगडून. गप्पाही मारता येत नाही मन भरून.. कसं काय चाललंय गावाकडे. काही नवीन विशेष."

"तेच सांगायसाठी आलो आमी मुद्दाम वाकडी वाट करून... तुमी एवढ्या कथा लिहिता... गेल्या महिन्याभरापासून आपल्या गावात एक कथा सुरू हाये. तिच्यावर लिहा नं काइ?"

"कोणाची कथा?"

"आपला सुरेभान जाधव... संन्यास घेतला त्यानं..."

"आरे नाई हो अशोकराव... संन्यास कसा म्हन्ता त्याले. संन्यास म्हणजे बायको-पोरं, घरदार सोडून जंगलात निघून जाणं... याचे त सम्दे बरोबर हायेत नं. त्यानं कपडे बदलले फक्त... पांढऱ्याचे भगवे केले..."

गजूनानाने अशोक केळवदेच्या वाक्यावर दुरुस्ती सुचवली.

"अरे हाव गड्या... संन्यास न्हाई म्हन्ता येणार त्याले... पण भाऊ, त्यानं गावातलं घर सोल्डं... वावरात राबणं सोल्डं... न् महादेवाच्या देवळातच आपलं ठाण मांडलं. अन् सगळ्या गावाले पेचात टाकलं... तळं खोदून काढा म्हन्ते, आपलं कमळाईच्या देवळाजवळचं..."

"पण गावातले लोक कोणीच साथ देऊन नाई राह्यलं त दोघं नवराबायको अन् दोन पोरं असे चौघेजणंच भिल्डे कामाले. आता कधीचं खोदून होईल त्याह्याकडून?"

"पण तळं कशासाठी खोदायचं म्हणतात?"

"हां. त्याह्यले तळ्यात मुर्त्या दिसतात म्हणे. दोन पुरुष खंदलं की खाली सोन्याच्या लक्ष्मीच्या दोन मुर्त्या हाये म्हन्तात. बाईच्या सपनात त्या धांदाईत सगुण साकार रूप घेऊन येतात. अन् बाई आमाले वर काढ म्हन्तात आसंती म्हन्ती."

"आता लोकं हायेत आपापल्या घोरात. कोणीच मनावर घेत नाई त्याह्यची गोष्ट... गावातून सगळे पहायले जातात. अन् पाहू पाहू येतात. सुरेभान जाधवानं भगवा सदरा, भगवी टोपी, भगवी लुंगी अशी वेषभूषा घेतली. कपाळाले मोठा टिळा. गळ्यात रुद्राक्षाच्या माळा... अन् मह्यनाभरात दाढीबी चांगली दाटगरगट झाली त्याची... तुम्ही पाह्यसान त वळखू येणार नाई, की हा पहिलाच सुरेभान हाये म्हणून..."

"अन् बाईबी तशीच. केस मोकळे सोडून कपाळाले मळवट भरून... गळ्यात माळा घालून महाराजीनच झाली तीबी. पोर्गं फक्त पोरावाणी दिसते."

"पण एवढा आटापिटा कशासाठी त्यांचा?"

"ते तुमी एकदा पाहूनच घ्या. तुमच्या डोळ्यानं."

मग इकडच्या तिकडच्या गप्पा झाल्या. पिकावर पडलेल्या रोगराईच्या; ऐन मोक्याच्या वेळी उघडून गेलेल्या पावसाच्या. पॅकेजमधून दिल्या जाणाऱ्या जवाहर रोजगार योचनेच्या विहिरींच्या... सगळे शेतीकाम करणारे. कायम कुठल्या-कुठल्या विवंचना खांद्यावर घेऊन जगणारे.

"तुम्ही बरं झालं भाऊ... ऐरवाळी सुटका करून घेतली त्या नामुष्कीच्या धंद्यातून..."

असं काहीबाही बोलून, चहापाणी झाल्यावर सगळे निघून गेले आणि माझ्यापुढे सुरेभान जाधवाचं रूप सगुण साकार झालं.

सुरेभान जाधव : बारा एकर शेती असणारा शेतकरी. आपलं काम भलं की

आपण भलं, असा माणूस. गावाकडे गेलो की मी शेतावर जाताना मध्ये कोळसीच्या नाल्याच्या वर त्याचं शेत लागायचं– सुलेमानी नावाचं. गावातल्या माणसांना जशी नावं आहेत, तशीच शिवारातल्या शेतांनासुद्धा. ही नावं कशी पडली असावीत काही सांगता येत नाहीत. पण शेताच्या गुणवैशिष्ट्यावरून आणि पूर्वीच्या शेतमालकावरून ती पडली असावीत असं जाणवतं. ज्या माळावर गारा जास्त आहेत तो गारमाळ... ज्या माळावर दगड जास्त आहेत, तो दगडीचा माळ. तसाच खुंटळीचा माळ... पुरणीचा माळ... काळीचा माळ... कामठा... कोळसी, गुऱ्हाळी, पाचवा, सोनखाशी, नेमणी, डुकरी, आणि अशी कितीतरी नावं. गावात जेवढी शेतकरी कुटुंबं तेवढे त्यांच्या शेताची वेगवेगळे नावं... एका शेताचं नावच तर अप्सरा होतं. त्याचं पुढे अपभ्रंशाने अपसरी झालं.

"कुठं चालला आज? कोणत्या वावरात?"

विचारणारा विचारायचा.

"अपसरीत चाललो." सांगणारा सांगायचा.

आमच्या जांभुळखोरा नावाच्या शेतात जाताना सुरेभान जाधव त्याच्या बायकोपोरांसह सुलेमानातील महामूर कष्ट करताना, राबताना दिसायचा. धुऱ्यावरच्या पाऊलसगरेनं जाताना मला आवाज द्यायचा. त्याची बायको कावेरीही जवळ येऊन बसायची. कमरेची पिशवी काढून पानसुपारी द्यायची. पोरगं त्याचं कधी शेतात असायचं. कधी नसायचं. एक पोरगं लहान होतं. ते शाळेत जाणारं. चड्डी घालणारं. दुसरं पोरगं मात्र कुणबिकीत त्याच्यासोबत राबायचं. कधी कधी शेतमालाचा सिझन असायचा, तेव्हा गावातल्या सुरेश अप्पाच्या मेटॅडोरवर हमाली करायला जायचं. म्हणजे मेटॅडोरमध्ये शेतकऱ्यांच्या घरातले सोयाबीनचे, मुगाचे पोते टाकायचे. खामगावच्या मार्केटात न्यायचे असं काम ते करायचं. या पोराचे तीन लग्न झाले होते. पण त्याला एकही बायको टिकवून ठेवता आली नव्हती. लग्न झालं की वर्षभर सून घरात रहायची. अन् माहेरी गेली की परत यायचीच नाही. मग दुसऱ्या वर्षी सुरेभान जाधवाच्या वावरात दुसरी सून दिसली... आणि तिसऱ्या वर्षी तिसरी... अशा तीन पोरी त्याची सून म्हणून या वावरात राबून गेल्या. आता सुरेभान पुन्हा चौथी पोरगी भेटते का म्हणून भटकत होता.

गावातले लोक म्हणायचे,

"याले दरवर्षी सून भेटतेच कशी काय?"

"अन् याच्या घरी एकबी सून टिकावच कावून नाई धरत?"

"हा आणते दुसरपरण्या... दुसऱ्यांदा लग्न होयेल. अशा बायकायले चटक लागेल राह्यती. खुंदळाखुंदळीची..."

"पण पह्यली तर दुसरपरणी नवती नं?"

"आलकंच गुपीतघाला हाये भौ त्यो!"

कोणी काही, कोणी काही बोलत रहायचे. पण या लग्नापायी मात्र सुरेभान जाधव बराच कर्जबाजारी झाला होता. प्रत्येक भेटीत त्याचं ते गाऱ्हाणं सुरू रहायचं.

"काय करावं भौ. एकबी सून लाठी नाई लागून राह्यली. आमाले... बोकांडी कर्ज झालं... बँकेचे वीस हजार होते ते तीस हजार झाले. अन् गावातल्या धोंडू सावकाराचे वीस हजार... दरवर्षी कितीबी लावतोड करा. पंधरा हजाराच्या वर माल व्हत नाई... काय कमवावं अन् काय फेडावं?"

"लोकायले कशा नादर सुना भेटतात. एकदा लगन करून आणल्या की नवऱ्याचा संसार शेल्यावरच नेऊन घालतात... पण तिच्यात आमच्या पोराचाबी दोष हाये. लगन करून आणलं अन् नऊ मह्यण्यात दिवस ठेवले बायकोले. तिच्या झोळीत पोर्ग आडकवलं, तर काय टाप हाये बाईची संसार सोडून जायाची..." कावेरी म्हणायची.

"आता कोणा-कोणाचं पाणी असते दमाचं..."

सुरेमान जाधव समर्थन करायचा.

"कोणी कशानं लंबे होतात. कोणी कशानं. पण आमच्या घराले तं या लगनापायीच आट लागला. बर्कतच येऊन नाही राह्यली..."

सुरेभान जाधव उबगलेला दिसायचा.

"आमची काई लय मोठी मनोकामना नाई... पोराचा संसार सुखाचा व्हावं. आमचं घर नांदतं रहावं हीच आमची लहानचुकली इच्छा... पण तीबी देवीमाय पूरी नाई करून राह्यली... आमचं लढं मेरीलोक आलं. पण पोराच्या संसाराचा गाडा मोडू-मोडूच पडा लागला... आर्ध्या मंधात... आर्ध्या वाटेत."

प्रत्येक भेटीत कावेरी कासावीस होऊन हेच बोलायची. दरवर्षीच्या उन्हाळ्यात.

नवी सून आली की तिला घेऊन ते शेतावर राबायचे. उन्हाळ्याच्या सुटीत मी कायम गावात शेतात असायचो. शेतात जाताना पाऊलसगरेवर दिसले की, सुरेभान आवाज द्यायचा. कावेरी कमरेची पिशवी काढून पानसुपारी द्यायची. नव्या लग्नाचं नवंपण अंगावर, अंगावरच्या कपड्यावर मिरवणारी त्यांची सून जवळपासच काहीतरी सुटूरबुटूर शेतकाम करत असायची.

"ये व सूनबाई... पाया पड सासऱ्याच्या... आशीर्वाद घे भल्या माणसाचा."

नवी सून अंगभर पदर घेऊन यायची. पायावर डोकं टेकवायची.

"चांगला घवघव आशीर्वाद द्या सुधाकरभावजी. संसाराचा येल शेल्यावर जाऊ दे म्हणा... येलाच्या येलदांड्यावर चांगले घव-घव फळं-फुलं येऊ द्या बाप्पा तुमच्या आशीर्वादानं..."

"सुखी रहा. सुखानं नांदा..."

मी काहीतरी पुटपुटायचो. खिशातून दहा-वीसची नोट काढून नव्या सुनेच्या हाती द्यायचो."

"नव्या सुनीच्या संगं, नवरा कमी–अन् सासराच जास्त राह्यते. नवरा करते गावात–खामगावात हमाल्या. अन् सासरा जाते सुनीले घेवून वावरात..."

"याचीच बायको कशी नांदायले येत नाई म्हन्ती. आमच्या त दोन दिवस माह्येरी गेल्या की तिसऱ्या दिवशी बिनबलावता वापस येतात."

"ते काई नाई सुधाकर भाऊ, आऊत हाणणारा खमक्या पाह्यजे. मनगटनेटा, उभाट्या, पावटी देऊन होईल तसं खप-खप-खप... आऊत घुसलं पाह्यजे. तव्हाच भुईतासातलं तणकट मुंडके मोडून पडते. अन् गप-गप-गप... आगाईत वाढीले लागते पहा..."

वावरात येताना रस्त्याकडेच्या पुलावरच्या कोंडाळ्यात; वावरात आल्यावर बांधावरच्या शिळाणीच्या गप्पात कोणी काही, कोणी काही बोललेलं असायचं. ते मला सुरेभान-कावेरीच्या सुनेला आशीर्वाद देताना आठवत रहायचं.

आता गावाकडचे दोस्त–मित्र निघून गेल्यावर माझ्या मनात सुरेभान-कावेरी ठाण मांडून बसले. देवध्यानी लागलेले कसं दिसत असतील. भगव्या कपड्यात? संसारी माणूस अन् देवध्यानी लागलेल्या माणूस यांच्यात खूप फरक असतो. राहणीमान... आचार विचार... आहारविहार, सगळाच फरक पडतो. देवध्यानीचे नाना प्रकार... संतमहंतांनी ते वेळोवेळी आपल्या ओवी-अभंगातून व्यक्त केलेले. कोणाची भक्ती सगुण-साकार, तर कुणाची निर्गुण निराकार... कोणी संसार करून परमार्थ करणारे तर कोणी संसाराचा त्याग करून कायमचे परमार्थी झालेले. पुन्हा तिकडे मागे वळूनही न पाहणारे. काही पुन्हा मागे वळून अर्ध्या जाळीत घुसणारे. काही अशा लोकांना झुलवणारे. त्यांच्या कष्टातला पैसा, बसल्या-बसल्या शब्दांच्या बळावर, कपड्यांच्या घळावर आपल्या कनवटीला बांधणारे. कोणी हे सगळं टाकून केवळ आपल्या कामातच देव पाहणारे. आपल्याकडच्या भक्तीतही सगळा गोंधळ घाला. कामाची ऊर्जा कर्मकांडात नष्ट होताना पाहून तीळ तीळ जीव तुटतो. अध्यात्मातून व्यक्तिविकास होण्यापेक्षा व्यक्ती भकास होण्याचंच अघोरी तंत्र या भूमीत अधिक पिकलं, फोफावलं, वाढलं. त्याच्यानं जास्तीचं अंधारून आलं. मळभ दाट झालं...

माणूस रिकामा असला की असा काही ना काही जमाखर्च सुरूच असतो. त्याच्या डोक्यात. विचारांचा जमाखर्च. म्हणूनच म्हणतात, रिकामं डोकं, भुताचा

कारखाना. पण ते भुताचा कारखाना होण्यापेक्षा देवाचा कारखाना होणं काहीच वाईट नाही. आणि माणूस जेव्हा संकटाच्या, विवंचनांच्या खाईत हेलपाटत असतो, त्यावेळी त्यातून बाहेर पडण्यासाठी असा देवध्यानी लागत असतो. देवाच्या ध्यानाने चिंता, संकटाचे डोंगर दूर पळतात. खरं म्हणजे माणसाच्या मनातून ते दूर पळत असतात. माणसामाणसातील मतभेद हे त्यांच्या विघटनाला कारणीभूत असतात. सुरेभानच्या एका सुनेचं मतभेद व्हावेत हे ठीक... पण तीन-तीन मुली सून आणल्यावर लागोपाठ त्या तिघींचेही त्या घरातील माणसांशी मतभेद व्हावेत याचं कारण काय? शेवटी आपण व्यक्ती तेवढ्या वृत्ती-प्रवृत्ती म्हणतो ते उगीच नाही. व्यक्तीचं दूर जाणं म्हणजे एका मूल्यापासून दुसऱ्या मूल्याचं दूर जाणं, एका मतापासून दुसऱ्या मताचं दूर जाणं, हेच खरं. म्हणजे खरं असतं शेवटी. समाजात, कुटुंबात जगायचं, म्हणजे असं मतं जुळवत चालावं लागतं. मताचे पाय चुकले म्हणजे भेदाच्या वाटा अटळपणे भाळी येतात. आणि दोन व्यक्ती म्हणजे दोन मेंदू... दोन मेंदू म्हणजे दोन सिस्टिम!

सुरेभानने वास्तवातल्या माणसांशी नातं तोडून मनातल्या देवाशी लीन होणं म्हणजे काय? मनातल्या वाढू लागलेल्या काटेरी बनाची काटछाट की एक सामाजिक चतुराई.

मागच्या भेटीत सुरेभान सांगत होता. "गावातला चलवाद्यावाणाचा धोंडू सावकार त्याला सुळा-सावत्याला यायचा आग्रह धरतोय. कोऱ्या स्टँप पेपरवर सही घेऊन तो वावर आपल्या नावी करून मागत होता. व्याजावर व्याज महामूर झालं... तीन वर्षात काहीच फेड केली नाही. आता कर्ज फेडायची हमी एकच. कर्जाच्या वर्तुळातून बाहेर पडायचं असेल तर मार्ग एकच. कोर्टात जाऊन विक्री चिठ्ठी करून देणे. करार खरेदी तर झालेलीच आहे. अन् वावर गेलं तर मग आपलं बाकी राहिलंच काय? जीव द्यायला पुरते... पायाखालची भूमी गेल्यावर पाय कुठे टेकवावं? त्याच्यापेक्षा मरणवाटेतून सरणवाट जवळ करावं... का दुसरा रस्ता निघू शकते सुधाकरभाऊ काई.. देव वाचवू शकेल का नाई आमाले या कचाट्यातून..."

"देवच वाचवणार हाये न हो... तुमी काई फिकीर नका करू..."

कावेरीच्या बोलण्यात, बोलण्यातल्या शब्दात आणि भक्कमपणे आभाळात पाहणाऱ्या डोळ्यात आत्मविश्वास दिसून यायचा

"का जणू आता काय होते त?"

सुरेभान व्याकुळल्या डोळ्यातून बाहेर पडणाऱ्या नजरेने भुई कोंभाळत आहे असा भास होत होता.

महालक्ष्मीपूजन उत्सव घरी असते. तीन दिवस... पहिल्या दिवशी महालक्ष्म्या बसतात... दुसऱ्या दिवशी जेवतात आणि तिसऱ्या दिवशी गावातल्या, गल्लीतल्या, भावकीतल्या बायका गौरीपूजनाच्या निमित्ताने हळदीकुंकवासाठी एकमेकींच्या घरी जातात. नवे कोरे लुगडे, साड्या असतील ते अलंकार घालून सौभाग्यलेण्याचा पेहेराव करून नटण्या-मुरडण्याचा हाच एक दिवस. वटसावित्री, नागपंचमी आणि गौरीपूजन... म्हणून सहकुटुंब गावी जावं लागतंच. ज्या घरात आम्ही चार भावंडं लहानाचे मोठे झालो, तिथे आता एकाचे चार घरं झालेले. मोठ्या भावाच्या घरी परंपरेने चालत आलेला कुळदेवतेचा सोपस्कार...

माझ्या मनात घरी आल्यापासून सारखा सुरेभान घुमत होता. अशाच एका दुपारी आम्ही चर्चित तळ्याकडे निघालो. दुपारचे बारा वाजले होते. मोठे भाऊ गणेशराव, शेजारचे गजूनाना, राजू सपकाळ, वसंतराव ढोणे, सुरेश माळोरे असे टोळक्याने गावातून, रस्त्यावरून जाताना 'का हो भाऊ कुठं चाल्ले? तर देवठाण्याकडे... सुरेभान जाधवाच्या देवठाण्याकडे' असं काहीतरी उत्तर दिल्यामुळे बाकीचेही एकाने एक येऊन मिसळत होते. मोठी मिरवणूकच गावातून तळ्याकडे कलकलत आली होती.

गावाच्या दक्षिणेला जांभूळ खोऱ्याच्या आणि काळीच्या माळाच्या शिवाराकडे जी पांदणवाटवजा गाडीवाट जाते, ज्या रस्त्याने तिकडच्या शिवारात, शेतारानात जाणारे सगळे जातात, त्या रस्त्याने वळण घेतलेल्या ठिकाणी उजव्या बाजूला कमलदेवीचे तळे आहे आणि समोरच्या बाजूला महादेवाचे हेमाडपंथी मोठे मंदिर. याच रस्त्याने थोडं पुढे गेलं की, वाघनदी लागते. तिथं काही काळ चक्रधर स्वामीचं वास्तव्य होते. आणि त्यांनी वाघ नमवले होते. असं वाघजाळीच्या देवळातले भगत सांगतात. ही नदी पुढे ज्या सातपुड्याच्या डोंगरात जाते त्या डोंगरात नदीच्या काठाने दाट झाडीत वाघ राहतात. म्हणून त्या डोंगरझाडीला 'वाघजाळी' असं म्हटलं जातं. आणि त्या डोंगरझाडीतून ही नदी पुढे जाते म्हणून या नदीचं नाव वाघनदी. त्या नदीच्या काठावरच आमचा पाचवा नावाचा शेतनंबर आहे. त्याला लागून पुढे पिराचा माळ.

हा रस्ता तसा तोंडपाठ म्हटल्यापेक्षा डोळेपाठ आणि पायपाठ झालेला. पांदीच्या कडेने कुठं कवठाचं झाड आहे. बोरीचं झाड आहे. जांभळीचं झाड आहे. याची माहिती अगदी ढोराकडे जायचो तेव्हापासून. तिकडेच पुढे सुरेभान जाधवाचं बारा एकराचं शेत आहे. कमळदेवीच्या तळ्यात पूर्वी खूप पाणी असायचं. आणि त्या पाण्यात कमळाची लाल-पांढरी फुले पण तळ्याच्या मधल्या भागात जो

चिरेबंदी मोठा ओटा होता, त्या ओट्याची आता बरीच तोडफोड झाली. मोठे मोठे चिरे फोडून त्याच्या फाड्या करून ज्याच्या सर्वेनंबरमध्ये हे तळं येत होतं त्या शेतकऱ्याने नेले. तळ्याच्या पूर्वीच्या ऐतिहासिक दगडी पायऱ्याही लांबवल्या. आणि आता पूर्वीच्या त्या बांधीव तळ्याचा केवळ एक मोठा खड्डा झाला. तळ्यात कमळाच्या फुलाच्या ऐवजी बेशरमीचं दाट बन तयार झालं. फोडलेल्या दगडी चिऱ्याच्या ढिगात, साप-घोरपडी दिसू लागल्या. आणि तळ्याजवळून जातानासुद्धा भीती वाटावी अशी अवकळा तळ्याला आली.

या वर्षी पर्जन्यछायेच्या या प्रदेशात पुरेसा पाऊस पडला नाही. वाघनदीला पूर गेला नाही. त्यामुळे तळ्यात पाणी नाही. खोलवटीत, आणि तळ्यात उतरणाऱ्या उतार जागेवर बेरशरमीच्या जोडीने गाजरगवत भरपूर वाढलेलं दिसत होतं.

आम्ही तळ्याशी आलो तेव्हा भगवा घातलेला सुरेभान जाधव आणि कपाळाला कुंकवाचा भक्कम मळवट भरलेली कावेरी तळ्यातल्या खोदलेल्या मातीच्या ढिगाऱ्यावर बसलेले दिसले. त्यांचा तरणाताठा पोरगा एकदोघांच्या मदतीने तळ्यातली माती तळ्यातच खोदून एका बाजूला टाकण्याचे काम करत होता. पाच फुटापर्यंत खोदलेल्या जागेत गुडघ्याइतकं पाणी होतं आणि वरच्या बाजूला खोदकामात निघालेले नक्षीदार खांबुरे, नक्षीदार दगडी चिरे आणि एक ओंजळभर आकाराचा दगडी दिवा ठेवलेला होता. त्या दगडी दिव्यात आता तेलवात लावलेली होती. फुटभर उंचीच्या दगडांचा तिन्ही बाजूंनी आडोसा करून त्या जळणाऱ्या दिव्याला वाऱ्यापासून संरक्षण दिलं होतं. फडफडत दिवा जळत होता.

तळ्याच्या या भागात बरीच माणसं आणि बायका उभ्या होत्या. सगळे तळ्यातल्या खोदकामात निघालेल्या त्या वस्तूंकडे आश्चर्याने पाहत होते. पाऊलसगरेने तळ्यात खड्ड्याजवळ आलेल्या बायकांना सखाराम सपकाळ तळ्यातून वर जाण्याचा आग्रह करीत होता.

“बाया... बाया... ज्या हायेत त्या इथं थांबू नका... वरती जा. वरतून पहा. बाईले इटाळा-चांडाळाचा तरास होते.”

त्याचं ते बोलणं ऐकून कावेरीबाई खरोखर आपल्याला त्रास होतो आहे असं त्रासिक चेहरा करून दाखवून देत होती.

सायंकाळची वेळ असल्यामुळे आता गावातून लोंढेच्या लोंढे येताना दिसत होते. त्यातच एक चार-सहा लोकांच्या टोळक्यात धोंडूबा सावकार येताना दिसला. त्याला पाहिल्यावर मी गजूनानाला खुणावलं. तळ्याच्या चढावर उभा राहून

धोंडूबा सावकार व्याकुळ नजरेने पाहत होता. आम्ही त्याच्याजवळ जाऊन उभे राहिलो.

"काहो सावकार... तुम्ही कसे काय इकडे? तुमच्या व्याजाचा देव सोडून हा देव पहायला आले की काय?" गजूनानाने धोंडू सावकाराच्या खांद्यावर हात ठेवून विचारलं.

"आरे बावाच्या नानायहो. माहे ह्या सुरेभान जाधवाकडी दरमहा दर शेकडा पाच टक्के व्याजाने पन्नास हजार रुपये झाले आता... पैसा तुंबून पल्डा महा... तेवढा वसूल झाला. अन दुसऱ्याले देला त या वर्षी लाखावर रुपये कमाई करू शकतो मी. पण माह्या व्याजाचं फिरतं चाक थोपवून धरलं यानं..."

धोंडू जाधव हाताचे तळवे चोळत, बोटं मोडत खाऊ का गिळू अशा नजरेने सुरेभानला अन् कावेरीला पाहात होता.

"हे त देव झाले आता... माणसं व्हते तवर समदं खरं होतं. देवाकून कसं काय वसूल करशील पैसे?" गजाननाने विचारले.

"आरे कशाचा फतराचा देव झाला बे हा! बोकांडी कर्ज झालं म्हणून डरामा करून राह्यला."

"तसं नको म्हणू रे... देवाची चेंडाळणी नको करू... मरशील नं पटकन... चल दर्शन घे..."

कोणीतरी त्याला म्हणालं.

"आरे हॅट मी घेतो दर्शन का फर्शन... पैसे वसूल केल्याबगर नाई राह्यणार मी..."

असं म्हणून धोंडू सावकार तरातरा चालत, आणि मग खोदलेल्या मातीच्या ढिगावरून पडत-झडत सुरेभानजवळ गेला. पण सुरेभान जाधवने आणि त्याच्या बायकोने त्याला दुरून जवळ येताना आधीच पाहून घेतलं असावं. कारण ते दोघेही गच्च डोळे मिटून बसले होते.

"योगी पावन मनाचा... साही अपराध जनाचा..."

सुरेभान जाधव घसा खरवडून म्हणत होता. आणि त्याची बायको कावेरी हातातला तंबोरा वाजवत त्याला साथ देत होती. तिच्या बाजूने मातीच्या ढिगाऱ्यावरच आता पाच-दहा बायका बसलेल्या होत्या आणि त्याच्या बाजूने आठ-दहा लोक... तालासुरात योगी पावन मनाचा झाल्यावर आता सगळे.

"रामकृष्ण हारी... जय जय रामकृष्ण हारीऽऽ"

असं म्हणत होते. गाण्याचं अंग असणाऱ्या गावातल्या भजनी मंडळीला या निमित्तानं चांगलंच व्यासपीठ मिळालं होतं. घसा खरवडून भजनं म्हणत होते.

धोंडू सावकार त्या वातावरणात बराच वेळ थांबला आणि मग निघून गेला. हातावर हात चोळत... तोंडाने शिव्या पुटपुटत.

भजनाचा आणि म्हणणारांचा कल्लोळ बराच वेळ सुरू होता. घसे कोरडे झाले, तसं काहींनी साथ देण्याचं थांबवलं. एकान्-एक आवाज वाढत गेला होता. तसा आता एकान्-एक आवाज हळूहळू थांबत गेला. वातावरणात शांती पसरली. तसं गजूनाना डोळे उघडून शून्य नजरेने खोदलेल्या खड्ड्याकडे पाहणाऱ्या कावेरीला म्हणाले,

"कावेरीबाई, सांगा बरं तुमाले काय काय होते ते? हे सुधाकरभाऊ मुद्दाम तुमाले भेटायला आले. तुमचे फोटोबी काढून घेतले त्याह्यनं."

"हावं हावं! सांगा बरं सुरेभान भाऊ... हे पेपरात बातमी देणार हायेत. तुमच्या जोडदैवताची..."

"त्यानं काय होईल मंग? पैसे भेटतीन का आमाले?"

"पैसे कशाले?"

"हे खोदकाम करायले. भुईत लक्ष्मीमाता तळमळून राह्यली. मले वर काढा म्हणून राह्यली. एकदा लक्ष्मीमाता वर आली की सगळ्या गावाले बर्कत येईल... दलिंदरी दूर होऊन जाईल पुऱ्याच्या पुऱ्या गावाची..."

"हावं हावं? पैसेच भेटतील तुमाले... एकदा बातमी आली की समद्या जिल्ह्यातले लोक इथं दर्शनाले येतील. त्या तुमच्या दानपेटीचा आकार वाढवावं लागंल मग तुम्हाले. ही एक फुटाची दानपेटी काढून तिथं मोठा संदुकच ठेवा लागंल."

"हाव! बरोबर बोलले गजूनाना... आता नवरात्र जवळ येऊन राह्यलं. नवरात्रीच्या नऊ दिवस त जत्राच भरवू आपून इथं देवीची... कावून की लक्ष्मीमाता म्हन्जे देवमाताच."

"कल्याण होईल... कल्याण होईल..."

आपली नुक्तीच वाढी लागलेली दाढी कुरवाळत सुरेभान जाधव जोरात ओरडला. आता त्याच्या चेहऱ्यावर तेजाची नवी झळाळी दिसू लागली होती. जमा झालेले लोक भक्तीभावाने आधी सुरेभानच्या आणि मग कावेरीच्या पाया पडत होते.

"पडा पाया. दर्शन घ्या. देवाले खूष करा. त्याह्याच्या अंगात शंकरानं संचार केला. अन् माह्या पारबतीनं. एकाच दर्शन घेतलं त पावन होणार नाई... कावून की या तळ्यात आता जोडदैवत तयार झालं. पाया पडायचं झालं तर दोघाच्याबी पडा. नाईत पडू नका."

सुरेभान जाधव आणि कावेरी आलटून पालटून बोलत होते. खोदकामात

निघालेल्या खांबुऱ्यावर बायका-माणसं श्रद्धेने हळदकुंकू वाहत होते. खोदकामात निघालेल्या दिव्याची आणि घाटदार दगडी गुळगुळीत चिऱ्याचीसुद्धा पूजा केली जात होती. तिकडच्या दगडाची पूजा करून झाल्यावर बायका पायावर कपाळ देऊन या जोडदैवताच्या पाया पडत होते.

"आसंच चालू हाये सुधाकर भाऊ. आठ दिवसापासून. म्हणून त तुम्हाले म्हणत होतो. एकदा पाहून जा म्हणून... हाये का नाई मजा? टाका...दानपेटीत काई दक्षिणा-बिक्षिणा टाका... एकदा देवठाण्यावर आल्यावर रिकाम्या हातानं जावू नाई... ज्याह्यनं ज्याह्यनं जोडदैवताच्या दानपेटीत पैसे टाकले त्याह्यले बर्कत येऊन राह्यली म्हणतात गावात अन् आसपासच्या गावातबी..."

"संबाळून रहा रे भौ... नाईत आपून टाकायचो दानपेटीत पैसे.. अन् रातोरात पेटी खोलून लांबवायचा धोंडू सावकार... घ्यायचा आपल्या पैशाची परतफेड करून..."

कोणीतरी दबक्या आवाजात म्हणालं... पण ते सुरेभान जाधवाला ऐकायला गेलंच... तसा तो जोरात ओरडला–

"चेंडाळणी... चेंडाळणी करत राह्यतात आपल्या गावातले लोकं. निऱ्हा बदवकऱ्या वाणाचे लोक हायेत गावात... देवधर्माले नावं ठेवतात. त्यायानच गाव खोरी येऊन राह्यलं. शिवार पिकून नाई राह्यलं. आशानं पुरंच खोरी येईल एक दिवस. वसाणवाडी होईल गावाची... मनात भाव ठेवा. भक्ती ठेवा. तव्हाच सम्द कल्याण होईल... कल्याण होईल..."

सुरेभान जाधवाची भाषा आता एकदम बदलली होती. अध्यात्मिक झाली होती. कधीकाळी शेतीच्या कुचंब्यात रगडा झालेला सुरेभान, येवढं चांगलं आध्यात्मिक बोलू शकतो, हे खरंच वाटत नव्हतं.

"बरं सांगा बरं सुरेभानकाका आता... काय काय न कसं कसं झालं ते? हे पेपरात बातमी देणार हायेत. तुमच्या फोटोसहीत... गावोगावी बातमी गेली त इथं पैशाचा पाऊस पडील तुमच्या जोडदैवतावर..."

"ते सध्याच नाही सांगता येणार. सध्या देवाचा संचार हाये अंगात. दोन घटका थांबा... आरती करून घ्या. मग देव इश्राम करायले गेले की आमी सांगू काय झालं ते..."

रामकृष्ण हरी... जय जय रामकृष्ण हरी....

विठ्ठलऽऽविठ्ठलऽऽ...

ज्ञानोबा... तुकाराम... ज्ञानोबा... तुकाराम..."

पुन्हा सगळ्यांनी टाळ्या वाजवून हरीनामाचा गजर केला. मग आरती झाली.

आधी शंकराची मग देवीची. 'दुर्गे दुर्गट भारी'. तेवढ्यातल्या तेवढ्यात गावातून आलेल्या फोटोग्राफरने जोडदैवताचे फोटो काढून घेतले. त्यांनी झकास पोझ दिली काढण्यासाठी. आरती झाल्यावर मग सुरेभान पाच मिनिटं डोळे मिटून ध्यानस्थ बसला. कावेरी ध्यानस्थ बसली. नंतर जवळच्या मडक्यातलं पाणी कोणीतरी ग्लासात ओतून ग्लास सुरेभानच्या हाती दिला. त्याने पाणी हातावर घेऊन तोंड आभाळाकडे करून पाणी तोंडावर मारलं. डोळे मिच मिच करून आजूबाजूला कोण कोण उभे आहेत ते पाहून घेतलं आणि वाकूनच ग्लास कावेरीच्या हाती दिली. तिनेही हुबेहूब हातावर पाणी चाळवत, झेलत नवऱ्यासारखी कृती केली. त्याने खाकरा काढला. तसा तिनेही खाकरा काढला.

"हं बोला! कोणाले काय सांगायचं?"

"हे सुधाकर भाऊ आलेत नं... याह्यले वळखत नाई का?"

"वळखतो नं! आता वळखतो... इतक्या वाढूळ आमच्यात जोडदैवत संचारेल हतं. त्याच्यानं वळखलं नवतं. आता वळखलं."

"ते पेपरात देणार हायेत तुमची टोरी... बातमीदार हायेत नं ते, अन् पेपरात बातमी आल्यावर काय सांगता येते, टीवीवालेबी येऊ शकतात. अन् तुमचं शूटिंग करून नेवू शकतात. समद्या दुनियेत झळकसाल मंग तुमी... सांगा यायले घडंघडं काय घल्डं ते..."

कावेरीबाई नीट सावरून बसल्या. आणि महिन्याभरापासून प्रत्येकच येत्या-जात्याला सांगत राहिल्यामुळे, सांगण्याची शैली अवगत झाली होती. उत्कृष्टकथन शैलीत त्या सांगू लागल्या... "त्या दिवशी मांजरझापाटीत मले चेव आला. चेव आला त मले दिसलं देवघराच्या जवळ नागोबा फुस-फुस करू राह्यला. आवाजानं मी गोधडीत उठून बसले. त डोळ्यापुढी साक्षात शंकर भगवान... त्याह्यच्या गळ्यातला नाग फुसऽफुस करत होता. म्या ताबडतोब बसल्याजागी हात जोडले. तवरोक सकवार पारबतीबी शंकराच्या नेटी येऊन उभी राह्यली... शंकर भगवान म्हणत, सकवार तुह्या नवऱ्याले उठव. मंग म्या छपरात जाऊन नवऱ्याले उठवून आणलं. याह्यलेबी देवायनं धांदाईत दर्शन देलं. आम्ही इचारलं, "देवा कसं काय येणं केलं गरिबाच्या घरी..." देव म्हणलं, 'येड्यायहो... मी गरिबाचाच देव हाये. आपल्या गावच्या तळ्याजवळच्या मंदिरात मी राह्यतो... पण गावाले माही भूल पल्डी. म्हणून सांगायले आलो. तुम्ही दोघं माह्या देवळाजवळच घर बांधा... तिथंच रहा... अन् कमळाईच्या तळ्यात चौखंब्याजवळ खंदा. तिथं लक्ष्मीच्या दोन मूर्ती हायेत. त्या वर काढा. तुमच्या घरात बर्कत येईल. तुमच्या गावात बर्कत येईल...."

आता सुरेभान सांगू लागला, "आमी म्हणालो देवा, आमच्याजवळ त धेलाबी नाई. एवढं मोठं तळं आमी कसं काय खंदावं? आमी त कर्जानं खोरी आलो. घरात सून नांदत नाई. त्याच्यानं बदवकर व्हते. समद्या गावात आमाले काईच पत राह्यली नाई. आमाले काईच प्रतिष्ठा राह्यली नाई. आमी त वाळल्या झाडासारखे खंगर झालो..." सम्दं घडघड बोलून दाखवलं... तसं शंकर भगवान म्हन्ले, 'टाकीचे घाव सोसल्याबगर देवपण येत नाई. आतालोक तुमाले टाकीचे घाव बसले... आता देवपण भोगा... चिंता करू नका. तुमाले दैवत प्रसन्न झालं. तेबी साधसुध नाई. जोडदैवत... आमचा संचार तुमच्या अंगात व्हत जाईल. तव्हा तुमी गावाचं कोडं सोडवत जा. तुमचं कोड आपलमत्त्या सुटून जाईल... घ्या डोळे लावून... करा नामस्मरण."

"अन् तुमाले काय सांगावं भाऊ..." असं म्हणून कावेरीबाईने अंगावर पदर होता तो पुन्हा डोक्यावरून अंगभर लपेटून घेतला. डोळे लावून घेतले आणि सांगू लागली...

"आमी नामस्मरण करण्यासाठी काय जास्त नाई, फक्त मिनिटभर डोळे लावले असतील नसतील... त देव-देवता दोन्ही सुक्षम झाल्या..."

"म्हन्जे काय झालं?" जवळ कोंडाळे करून उभे असणाऱ्या माणसांपैकी कोणीतरी विचारलं आणि तो हसला.

"थांबा रे! खोडू नका देवाले मंधात..." गजूनानाने धमकावलं.

"हासू नका रे असे फिदी फिदी..." कोणीतरी म्हणालं.

"हासू द्या... हासू द्या... आपल्या गावात चेंडाळणी करणारायचाच लय ऊत आला. हे पोट्टे पाट्टे देवध्यान इसरले. त्याच्यानंच गावावर आशी उतरती कळा याय लागली... पण देवानंच मले सांगेल हाये... एक ना एक दिवस हे गावच काय, हा तालुका, हा जिल्हा... हा सम्दा देश... ही सम्दी दुनिवा तुह्या पाठीशी उभी राहील... देव आसबी म्हन्ले व्हते की, घाबरू नको. मी तुपल्या मागं उभा हाये."

"मंग हे आधी कावून नाई सांगतलं?" कोणीतरी खोडलंच.

"जसं आठवून राह्यलं तसं सांगून राह्यले ते. समद्या घटना, सम्द...बोलणं कुठं एका झापीत, एका ओळीत सांगता येते का?"

कोणीतरी त्याची बाजू घेतली.

"सांगता येते रे येड्यायहो. सांगता येते... एक वळीत काय एकाच शबुदात सांगता येते... त्यो शबुद हाये... ओमऽऽओमऽऽओमऽऽ"

"बरं देव सुक्षम झाल्यावर पुढं काय झालं ते सांगा नं?" मी म्हणालो.

"हां! त एका मिनिटात देव गायप झाले. म्हण्जे सुक्षम झाले. तसे आमी दोघं

बाहीर पळालो. पाह्यतो त कोणीच नाई. रस्त्यावर पाह्यलं त एकदम भुईतून उगवल्यासारखे देव तिथं, म्हन्जे दाजीबा सुताराच्या घरापुढी त्या रिठ्ठ्याच्या झाडाजवळ प्रगट झाले... एका पोरीच्या अन् पोराच्या रूपात... आमी पळालो पाय धरायसाठी. पण झप् झप् चालत ते कुठोलच्या कुठी निघून गेले. पुढी पुलाजवळून गावाबाहीरच्या आरामिशनी जवळून बहुत करून इथं देवळातच आले असतील. तव्हापासून आमी इथी येवून बसलो. ते महादेवाच्या देवळापुढीच झोपडं बांधलं. आता आमचा सम्दा जलम इथंच चरणसेवेसी लीन न्हनार हाये... देवीच्या मूर्ती तळ्याच्या चौखंड्यातून काल्ढ्याबगर आमाले आता चैन नाई... आग्रेव झाला आमाले. हामेशा आग्रेव व्हत राह्यते...''

"त्याच्या उप्पर कधीच नाही दिसले का मंग देव?''

"कसे दिसतील? देवानं बंधनात टाकेल हाये. म्हणत तळ्यातून मुर्त्या निघतील तव्हाच दर्शन...''

"पण मले दिसतात नं देव...रोज पाह्यटीच मले हाका आयकू येतात... अंधारात तेजाच्या धारा दिसतात. या पांदणवाटेतूनच त्या तेजाच्या धारा पुढं जांभुळखोऱ्याकडं जातात...''

"आता तळं खंदल्याबगर आग्रेव नाई... आमीच खंदलं आस्तं. पण आतल्या खांदी आलो. जवळ पैसा नाई... धोंडू सावकार येते. त्याच्या पैश्यासाठी डोळे वटारून पाह्यते.. त्याले कोणी चोप देत नाई... वावरात आमच्या पीकपाणी नाई. गावातले लोकंबी साथ देत नाईत... ती दानपेटी ठेवली. तिच्यात घव-घव पैसे टाकले त जे.सी.पी. पंजा आणून खंदू शकतो. मजूर कामाले लावू शकतो. ईस हातावर खोल मूर्ती हायेत. त्या मले ढळढळ दिसतात. मातीतली लक्ष्मीमाता वर आणली पाह्यजे... साक्षेत हाका मारते मले ती. हे आपून बसेल हाये त्याच्यापुढी खालीच एक मंदिर निघंल. रामायनाच्या काळातलं. भुयारी तळमंदिर हाये ते. मुर्त्या वर काल्ढ्यावर इथं आसं पाणी लागलं की पाचाच्या चार मोटारीलेबी ते पाणी आटपणार नाई. एकदा मुर्त्या वर आल्या की आमच्या आंगात मंग कायमचा दोन जोड दैवताचा संचार व्हनार हाय. मंग आमी माणूस रूपात राह्यनार नाई. आमाले माणूसरूपात नावं देऊ नका... आमाले देव म्हणा... जोडदैवत हाये आमी दोघं नवरा-बायको. जोडदैवत!''

कावेरीबाई असं बोलतच होती. तर तेवढ्यात समोर बसून भक्तिभावाने ऐकणाऱ्या बायका पटापट उठल्या. आणि पुढं होऊन कावेरीचं दर्शन घेऊ लागल्या. काहींनी आपल्या कुयरीतलं कुंकू कावेरीच्या कपाळी लावलं. कपाळाखाली हळदीचा टिळा लावला. काहींनी सुरेभानच्या कपाळावर कुंकवाचं उभं बोट

ओढलं. दोघं आपले पाय जोडून बसले. तसे सगळे ओळीत उभं राहून क्रमाक्रमाने भक्तिभावाने त्यांच्या कपाळावर डोकं टेकवायला लागले.

"आता आला का रे बाबू सुदीत... बरं झालं... दे बरं बाबू आता माहे पैसे... बाप्पाचं कर्ज ढुंगणाखाली घेऊन बसला... हारी हारी करतू... कशाचा महाराज झाला बे तू? देव का एवढा सस्ता झाला का तुह्या आंगात यायले? बस्स झालं च्युत्या बनवणं... चाल उद्या कोर्टात अन् वावराची खरेदी करून दे माह्या नावानं... मंग खुशीनाम देव-देव करत बैस..."

तिकडच्या महादेवाच्या मंदिराकडच्या रस्त्यावरून तळ्याची भर उतरत–असं बडबडत धोंडू सावकार आला. तो सुरेभान जाधवाकडे झेपावत जात होता. आता हा आपल्याला मारणार. निदान गंचाडा-गंचाडी तरी करणार, हे सुरेभानच्या लक्षात आलं. तसा तो समोरच्या लोकांना धोंडू सावकाराकडे बोट दाखवून म्हणाला,

"त्यो पाहा आया-बायायहो. हा कलियुगातला राक्षस येऊन राह्यला. ह्या जोडदैवताची चेंडाळणी करून राह्यला. अशा पापी लोकाच्यानंच ह्या पृथ्वीवर भ्रष्टाचार येऊन राह्यला... आता तुमीच मले वाचवा... ह्या राक्षसाले चांगलं चपलीनं झोडपा... तवाच म्हणील तुमी खरे भक्त हाये..."

सुरेभान जाधवाने अशी दैवताच्या रूपात आज्ञा केली. आणि पाहता-पाहता सगळ्या बायका धोंडू सावकाराकडे झेपावल्या. त्याला चपलेखाली बडवून काढायला लागल्या. धोंडू सावकार बेहाल होऊन ओरडू लागला,

"आरे वाचवा रे बाप्पा! मेलो रे बाप्पा... आता काई मी वाचत नाई. आरे मारू नको रे सुरेभान्या... मी कर्ज माफ करतो तुले... पण वाचव मले..."

तर सुरेभान जाधवाने गच्च डोळे मिटून घेतले. आणि टाळ्या वाजवीत तो रामकृष्ण हारीऽऽजय जय रामकृष्ण हारीऽ असं स्वत:भवती झुलत तालासुरात म्हणायला लागला. त्याची बायकोही त्याला साथ द्यायला लागली.

बायकांच्या गराड्यातून कसाबसा फाटक्या कपड्याने धोंडू सावकार बाहेर पडला. तर आता माणसांनी त्याला आपल्यामध्ये घेतलं. आणि त्याला फुटबॉलसारखं ठोकरायला सुरुवात केली. गावातल्या प्रत्येकाचा त्याच्यावर राग होताच. तळ्यात जमलेल्या अनेक माणसांच्या बोकांडी त्याचं कर्ज होतं. त्यामुळे आलेल्या संधीचा फायदा घेण्यास प्रत्येकजण आतुर होता.

आम्ही धावत-पळत पुढे गेलो. मार खाणाऱ्या धोंडू सावकाराला कोणीच सोडायला तयार नव्हते. झोंबाझोंबी करून त्याला माणसाच्या गराड्यातून फरफटत बाहेर आणलं. त्याचा अवतार सगळा बदलला होता. कपडे फाटून चिंध्या झाले होते. अंगावर जागोजागी जखमा झाल्या होत्या. त्यातून रक्त येत होतं. धापत-

धापाळत तोंड वासाडत होता. आमच्यासोबत हेलपाटत तळ्यातून वर येण्यासाठी धडपडत होता. तर पुन्हा मागून आवाज आले,

"हाणा साल्याले... आपल्या बोकांडी लय कर्ज हाये याचं. सम्द्या गावाले पिळून भडव्यानं व्याज कमावलं. टाका मारून. आपलं कर्ज फेडायचं काय राह्यणार नाई... अकोल्याकडी गावलोकानं असाच एक सावकार मारला मंगलादिसा... हाणा... मारा... सुस्ती करू नका...."

एक दोघांनी त्याला मागून पाठीत गुद्दे मारलेच. कोणी कान ओढले, कोणी हेलपाटा-हेलपाटी केली. धोंडू सावकार भयाकूल ओरडू लागला.

"बस्स झालं आता... आरे लेकायहो, हा तर मरेल... पण तुमचे का कमी हाल होतील का? सगळ्यांना हातकड्या लागतील. जेलात जाल... अन् तुमचे बायका-पोरं भाकरीच्या तुकड्यासाठी तडफडतील.... चला व्हा मागं. बस झाला, झाला तेवढा तमाशा..."

माझं हे बोलणं लोकांना पटलं.

"बरोबर सांगून राह्यले रे सुधाकर भाऊ... चला व्हा. मागं व्हा. सोडा पिच्छा आता... बस्स झाली सजा. नाईत जावा लागलं जेलात?"

असं गर्दीतील कोणीतरी बोललं. त्यानेच आडवे हात करून गर्दीला मागं लोटलं. एक न एक लोक मागे सरकत गेले. पुन्हा जोडदैवताजवळ जाऊन बसले.

तळ्याच्या भरावातून वर येऊन आम्ही धोंडू सावकारला त्याच्या मोटरसायकलवर मागे बसवलं. गावाकडे पाठवून दिलं आणि आम्ही जोडदैवताजवळ येऊन बसलो. समोर बायका बसलेल्या. त्यांच्यामागून माणसं उभे. आणि कीर्तन केल्यासारखी कावेरीबाई बडबडत होती,

"आशे लोक हायेत आपल्या गावातले. देवाले देवपण देत नाईत... कसा भंग येणार नाई गावाले?... पण माही गत काय हाये ती मले माईत हाये... मुर्ती मले म्हन्तात, बाई, तू आमच्या भक्तीत आली. ज्ञानी झाली. तुले आता संसाराची माया आजेबात लागू देणार नाई. रामपाह्यटीचं माझ्या भेटीले देहू-आळंदीहून ज्ञानेश्वर-तुकाराम येतात. पंढरपुरातून इठोबा येते. जेजुरीहून खंडोबाराय येतात. सूर्यनारायण घुंगुराच्या गाडीत बसून येतात. तेबी सांगतात, मूर्ती वर निंगाल्या की लय जयजयकार होईल. इथोल्या पाण्याचा झपका जरी अंगावर घेतला तरी सम्दे रोग, दलिंदरी दूर होईल. म्या लय पुण्य केलं. त्याच्यानं मह्यात देव अवतरले. जेजुरीचे खंडोबाराय अन् शंकर-पारबती समदे आता या तळ्यात अवतीर्ण होतील..."

बाई बोलत होती. समोर बसलेले सगळे अमाप भक्तिभाव डोळ्यात साठवून

ऐकत होते. गावातून येणाऱ्या लोकांच्या गर्दीत वाढ झाली होती. येणारे सगळे आधी खोदकामात निघालेल्या खांबोऱ्याच्या, दगडी चिऱ्याच्या आणि जळणाऱ्या दिव्याच्या जवळ दर्शन घेत होते. हळदकुंकू वाहत होते आणि मग जोडदैवताच्या पाया पडत होते. जोडदैवतानं तर दर्शन घेणाऱ्या लोकांना आशीर्वाद देण्यासाठी हात वर उंचावूनच ठेवलेले होते.

गर्दीत बुडून गेलेल्या सुरेभान जाधवाचं आता आमच्याकडे लक्ष नव्हतं.

"चला भाऊ आता. घरी जाऊ..." गजूनाना म्हणाले.

तसं आमचं टोळकं तळ्यातल्या चढणीचा चढ चढून वर आलं. तिघे-चौघे गाववाटेने जात होतो. पण कोणीच कोणाशी बोलत नव्हतं. सगळे आपापल्या विचारात गढून गेले होते.

माझ्या मनात विचार येत होता... सुरेभान जाधव हा एक अभावग्रस्त शेतकरी. कायम कडकडीत असणारा. संसाराच्या व्यापातापात बुडून गेलेला. डोक्यावर केसं कमी एवढं कर्ज झालेलं. अशा कर्जबाजारी अवस्थेत कितीतरी शेतकरी उद्याच्या चिंतेनं भेदरून गेलेत. कर्ज फिटत नाही. म्हणून अनेकांनी आत्महत्या केल्या. सुरेभान जाधवही त्याच अवस्थेला आला होता. पण त्याने आत्महत्या केली नाही. कर्जातून सुटण्यासाठी हा मार्ग अवलंबिला... नवरा बायको जोडदैवत झाले. चांगलीच हिकमत शोधून काढली त्यांनी. जगताना खरोखर अशी युक्ती शोधून संघर्षात टिकलं पाहिजे. टिकता आलं पाहिजे...

"भाऊ, मले तुमाले एक इचार बोलून दाखवा वाटते." गजूनाना मध्येच बोलल्यामुळे माझी विचाराची साखळी तुटली.

"काय ते? सांगा नं?"

"मीबी आता या संसारतापाले उबगलो. माह्याबी बोकांडी लय कर्ज झालं. जीव द्यायचा इचार करत होतो. पण आता मी हा इचार बदलला. उद्यापासून मीबी आता सुरेभान जाधवाच्या टोळक्यात सामील होतो. भगवे कपडे घालतो. गळ्यात तंबोरा आडकवतो अन् 'इठ्ठल इठ्ठल' करत बसतो. जीव देल्यापेक्षा हे कधीबी परवडते. आपिमानबी होत नाही. अन् इज्जतबी वाढती. मंघापासून हाच इच्चार घोळून राह्यला माह्या मनात. तुमचं काय मत हाये?"

असं म्हणून गजूनाना माझ्याकडे पाहू लागले आणि मीही अवाक होऊन त्यांचं तोंड न्याहाळत राहिलो.

■

आपेशी

पंचमंडळींशी बोलून झाल्यावर मी मावशीचं कोराडी गाव सोडलं. डांबरी सडकेला लागल्यावर शंभर-दीडशे फुटावरचं ते ओळखीचं मंदिर दिसलं. मंदिरात कोणती मूर्ती आहे, मंदिर कशाचं आहे, हे मला अजूनही माहीत नाही. कोणीतरी गावठी शामगीर बाबा की मानगीर बाबा इथं उगवला होता. गावातल्या लोकांचं श्रद्धेचं खत-पाणी शोषून चांगला वाढला होता. पनपला होता. लठ्ठ सांडासारखा मांसाळ, दाढीला केसाळ आणि डोळ्यांनी मधाळ होता तो. कोराडीला आलो की, सायंकाळच्या वेळी मी त्या आवारात जायचो, कारण तिथल्या मोठ्या पिंजऱ्यात बरेच मोर, ससे, कबुतरं असे वन्यजीव त्या बाबाने कोंडून ठेवले होते. त्यांना सोडून द्या, जंगलात मुक्त वावरू द्या असं मी त्याला सांगायचो. तर तो म्हणायचा, “आता सोडलं तरी त्यानला कुठं जाता येणार नाय. देवाचे भक्त जाला ते...”

हा महाराज उत्तर प्रदेश किंवा बिहार असा कुठून तरी आला होता फिरत फिरत. मंदिराच्या आसऱ्यानं राहू लागला. तर गावातल्या काही टग्या आणि रिकामटवळ्या लोकांनी त्याला महाराज बनवलं आणि आपली गांजाकस टोळी तयार केली. पण कशाकशाने भेदरलेल्या बायका आणि पुरुष माणसं देवाच्या दर्शनाला जायच्या. तर मग धुनी लावून बसलेला हाही पाय पुढे करायचा आणि लोकांना असा जबरदस्ती पाया पडवून घ्यायचा. दर्शनाला येणाऱ्या ह्या मोठ्या गावातील श्रीमंत घरातल्या बायकांना तो डोळे भरून पहायचा. पाया पडल्या की, आशीर्वादाच्या निमित्ताने त्यांच्या डोक्याला, खांद्याला, पाठीला, कधीकधी छातीला धरायचा आणि मनसोक्त स्पर्शसुख लुटून धन्य धन्य, सुखासीन व्हायचा. ते सुख त्याच्या चेहऱ्यावर श्रावण मासातल्या मोहोरगच्च सागरवानासारखं उतू उतू जायचं.

तुरुंबून यायचं. लोकांच्या पैशातून त्याने स्वत:साठी हे स्थान बरंच रमणीय बनवल होतं. फुलझाडं, पशुपक्षी, भित्तीचित्र, देखावे, कारंजे असे लहानलहान मुलं पहात रहायची, खेळत बसायची आणि हा महाराज त्यांच्या आयांशी बोलत बसायचा. त्यांना पाहत रहायचा आणि मी त्याचे कारनामे शोधत रहायचो. त्याच्या छद्‌मी डोळ्यांच्या आतला भोगासक्त, विकृत माणूस मला कळायचा. पण सगळ्या लोकांनी त्याला लायसन्स दिलं होतं. त्यामुळे आपला काही इलाज नसायचा किंवा साधूने अजून काही आगळीक केली नसावी. कारण, त्याला खरेदीपेक्षा सौद्यातच भरपूर सुख मिळत असावं.

किंवा तसंही नाही. जवळच्या डोंगरात आणखी एक भैरवाचं का खैरबाचं मंदिर होतं. तिथं एक उंचीपुरी वजन अंदाजे ऐंशी किलोची भरगच्च साध्वी रहायची. ती याला भेटायला यायची किंवा हा तिला भेटायला जायचा. भारी, शुभ्र पातळ नेसलेली. अंगावर हजारो रामनाम लिहिलेली केशरी किंवा भगवी शाल घेतलेली. मोठ्या जबड्याची ती बाई अनेकदा स्वत: मोटारसायकल चालवत इकडे यायची किंवा तिकडे जायची. असा सगळा हा तितंबा गाव कसं काय पचवतो? हे एक कोडं होतं.

कधी कधी मी तिथल्या एखाद्या माणसाला म्हणायचो, ''साधू कसा विरक्त पाहिजे. हा भोगासक्त वाटतो. टी.व्ही., गाडी, दिवाण, सोफा हे साधूला शोभत नाही.''

तर एकदा एक माणूस, तो कदाचित त्याचा भक्त असावा. नव्हे होताच, म्हणाला–

''हे महाराज त काईच नाई भौ! काई काई महाराज त लाखो रुपये घेतात परवचन करायचे. मागं एकदा मी अमरावतीले गेलो व्हतो त तिथोल्ल्या महाराजांचं सिंव्हासन टरकात आणलं व्हतं अन् महाराज पेशल इमानानं कीर्तन करायसाठी आले व्हते.''

तिथंच धोंडराव सुद्धा कायम लाल डोळे घेऊन बसलेला असायचा. एकदा तो म्हणाला, ''होता म्हणजे त्याच्या कंपूतल्या त्या मित्राला म्हणाला होता.

''त्याच्याशी काय बोलत बसता बे? मॅड हे तै!''

हा धोंडराव म्हणजे धर्मसत्तेला खतपाणी घालणाऱ्या माणसांचा प्रतिनिधी होता. एकीकडे दुसऱ्याचं, म्हणजे माणसाचं शोषण करायचं. त्यांना छळायचं. अन् दगडाच्या देवापुढे डोळे मिटून बसायचं. कधी कधी मला या सगळ्यांच्या ढुंगणावर लाथा माराव्यात असं वाटायचं. पण माझे पाय खूप आखूड पडायचे. म्हणजे शारीरिक अर्थाने नव्हे तर लौकिक, भौतिक आणि सामाजिक अशा अर्थाने.

मी गाडीला स्टँडवर उभं केलं आणि आवारात आलो. आज माझी पावलं वळली ती नेहमीप्रमाणे पशुपक्षी पाहण्यासाठी नाही तर तिकडे दोनशे फुटांवर स्मशानात जाण्यासाठी मला तिथे जाणं भाग होतं. तिथं जळणाऱ्या सरणाचं शेवटचं दर्शन घेण्यासाठी मंदिरासमोरून आणि नव्याने बांधलेल्या सिमेंटच्या आलिशान मठासमोरून जाताना तक्तपोसावर बसलेला तो श्यारगीर बाबा दिसला. माझ्याकडे आपल्या मोठ्या-मोठ्या वाटीएवढ्या डोळ्यांनी टक लावून पाहत होता. मी त्याचं दर्शन घेणार नाही हे त्याला माहीत होतंच. त्याच्याजवळ एक हरीण झोपलेलं होतं. पुढचे पाय मुडपून, मान वळवून आपल्याच जांघेत त्याने व्हटाळी घेतली होती. आपलंच मायअंग व्हटाळीशी घेऊन झोपलेलं गरीब हरीण किंवा हरिणीसुद्धा असावी.

बाजूच्या मोठ्या पिंजऱ्यात प्राण्यांचा, पक्षांचा कलकलाट सुरू होता. पण ते सगळंच वातावरण मागे टाकून मी समोर चालत राहिलो. साधू माझ्याकडे पाहत राहिला. पण नंतर तिकडच्या गेटवरून बायकांचा एक कळप आत येताना दिसला. तेव्हा मला सोडून साधू त्यांना सामोरा गेला.

मावशीचा निष्प्राण देह जिथे जळला, मी तिथे गेलो. कालच तेरवीचा विधी केला. तेव्हा आणलेली नैवेद्याची पत्रावळी शेडजवळच्या दगडी चिऱ्यावर पडून होती. त्यावरचं अन्न मात्र पक्षांनी किंवा कुत्र्यांनी चाटून-पुसून खाऊन टाकलं होतं. शेजारच्या शेडमध्ये कोणाचं तरी प्रेत ढणाढणा जळत होतं. मी खाली वाकून मावशीच्या नावाने लावलेल्या अगरबत्तीचा बोटभर अंगारा घेतला आणि कपाळाला लावला. मावशीच्या राखेचा स्पर्श झाल्यावर थरार अंगभर दाटला. मनात भलतंच गलबलून आलं. टोकदार नाकाच्या, पाणीदार डोळ्यांच्या मावशीचा चेहरा डोळ्यापुढे आला.

मी उभं राहून पाहत होतो. सहज नजर गेली तर श्यामगीर बाबा पाया पडणाऱ्या बायकांच्या खांद्यांना धरून त्यांना उठवताना दिसला. त्या साधूची ती लालसा आणि ही सरणखुणावरची राख. ही जीवनाची दोन परस्पर विरोधी टोकं. माझ्या मनात आलं, शेवटी जीवनातल्या तमाम सुख, दुःखांचा, चैतन्याचा, भोगासक्तीचा अंत या लोखंडी कठड्याच्या जाळीतून खाली पडणाऱ्या थैलीभर राखेत होतो. हे माहीत असूनही माणसाची हावधाव, त्याचे ताणतणाव सुटता सुटत नाहीत. लोकांचं कशाला? आपलंही तसंच. आता इथे आहोत तोवर ही विरक्ती. अन् तिकडे गेलो की, पुन्हा सुरू पळापळी. घर संसारासाठी शेतीबाडी, कामं, धावपळ. दोन किनाऱ्याच्या मधून गतिमान वाहत जाणं.

मावशीच्या उभ्या आयुष्यात आपण शेकडो वेळा तिच्या घरी आलो. तिच्या

जन्मगांजी दुःखात, वैफल्याच्या झटक्यात कातर होताना तिला सावरलं. सुख-दुःखाच्या गोष्टी केल्या. तिच्या हातचं मटणापासून तर पुरणावरणापर्यंतचं रुचकर जेवण घेतलं. तिच्या त्या सोज्वळ, ममताळू, शालीन अस्तित्वामुळे हे कोराडी नावाचं गाव जाणिवेच्या पातळीवर भक्कम जाणवायचं. कोराडीला मावशीचा चेहरा होता आणि मावशीला कोराडीचा. काही स्थळं, गावं, अशी तिथे असणाऱ्या जिवाभावाच्या नात्यांमुळे आपलीशी होतात. माणसं सुटली की स्थळं सुटतात. ओंजळीतून सुटलेल्या पाण्यासारखी दूरवर वाहत जातात. 'माय मरो पण मावशी जगो' अशी म्हण का पडली असावी, ते मला माहीत नाही. पण मायच्या मरणानंतर मावशीचा किती आधार होता मला! आज त्या आधाराची राख झाली. कधी कधी काही गोष्टींनी मी कासावीस व्हायचो. तेव्हा मावशीच माय होऊन मला समजवायची.

"रेटायचं सुभाष सम्दं... माह्याकडी पाह्य बरं. मी कशी हिंमत धरून जगती ते."

समोर लक्ष गेलं तर श्यामगीर महाराजाच्या मागे-मागे फिरताना धोंडराव दिसला. दर्शनासाठी आलेल्या बायका दिसत नव्हत्या. कदाचित मंदिरात गेल्या असाव्यात. धोंडराव आणि श्यामगीर महाराज मठासमोरच्या स्लॅबखाली केलेल्या सिमेंटच्या बाकड्यावर बसले. धोंडराव चिलमीची तयारी करत असावा. साले गांजकस... हा मावशीचा पुतण्या. याच्या जीवघेण्या छळवादामुळेच माझी एकाकी मावशी हापकी खाऊन मेली. त्यामुळे धोंडरावला उचलावं आणि त्या स्मशानातल्या एका जळणाऱ्या सरणावर आणून फेकावं असा विचार माझ्या मनात येत होता. त्यामुळे माझा मीच मला धोकादायक वाटू लागलो. तो विचार अधिक शीगवर होऊ नये, असं मला वाटत होतं. कारण मलाही माझा संसार होता. बायको, पोरं होती.

मावसा जिवंत होता तोपर्यंत मावशी तग धरून होती. इतरांना तगवून होती. पण पाच वर्षापासून तिची अवस्था पाणी तोडलेल्या झाडासारखी झाली होती. मी तिला म्हणायचो, "तू माझ्याकडे चल..."

कधी बळजोरी करून तिला मोटरसायकलवर बसवून घेऊन आलो तर चार दिवसाच्या वर ती थांबायची नाही.

"नेऊन घाल बाबू आता. मले इठी करमत न्हाई."

असा तिचा धामा सुरू व्हायचा आणि मी तिला एस.टी.त बसवून द्यायचो. तिला एस.टी.त बसवून दिल्यावर मात्र सारखं अस्वस्थ वाटायचं. कारण आता तिचं होतं कोण तिथं? कोणीच नाही. मावसा मेलेला. घर मात्र मोठं होतं. चिरेबंदी

वाडाच. जुनाट खंगरी घराला जोडूनच नवीन दोन खोल्या काढलेल्या होत्या आणि दोघं नवराबायको त्या नवीन खोल्यात राहत होते. चार-सहा एकरांचा शेतीचा तुकडा बटाईनं दिलेला आणि आधी विकलेल्या दूरच्या शेताचे पाच लाख रुपये बँकेत टाकलेले. त्याचं येणारं व्याज आणि बटाईचं शेतीचं उत्पन्न त्यातून दोघांचा संसार निगुतीनं चालायचा. म्हणून मावशीकडे नातलगांचा सारखा राबता असायचा. यायचा नाही फक्त शेजारी राहणारा तिचा पुतण्या... हा धोंडराव.

नेमकं त्याचं नाव मनाशी आलं आणि माझी नजर त्याच्यावर गेली. पण तो आता श्यामगीर बाबाच्या पुढ्यात बसलेला नव्हता. कुठं गेला? मी आजूबाजूला पाहिलं तर डांबरी सडकेकडे जाताना दिसला. भलताच थकलेला वाटत होता. हात खांद्यातून तुटल्यासारखे खांद्याला लोंबकळलेले वाटत होते. पायात पाय अडकत होते. म्हणजे आज करंटमध्ये नाही का? ज्यावेळी त्याच्या पोटात दारू रिचवलेली असते त्यावेळी दोन-तीन पोरांनी आपटत नाही. आज मात्र एकदम गलितगात्र झालेला. खुरडत खुरडत वळणाआड झाला.

मावशीच्या नवऱ्याचे म्हणजे त्याच्या चुलत्याचे आणि त्याचे पैसे देण्या-घेण्याच्या कारणावरून वाद झाले होते. त्या भांडणात तो चुलत्याच्या अंगावर धावून गेला होता आणि नंतरच्या काळात दोघांमधून विस्तव जात नव्हता. नुस्ती दुस्मनी सुरू झाली होती. अस्सल भावबंदकी.

पिऊन डुल्ल झालेला धोंडराव भिंतीआडून म्हणायचा, "आरं डांगऱ्यायहो! काई फिकीर करू नका. तुमी मेले की हायेच कोण तुमच्या इस्टेटीले वारसदार? वांझोट्याय हो... महाच माल हाय सम्दा."

इकडून वाड्यातल्या मधल्या भिंतीवरून काकाचं म्हणजे मावश्याचे शब्द जायचे.

"माह्या इस्टेटीतला एक खडकूबी तुह्या हाती लागू द्यायचा नाही भडव्या..."

भिंतीपलीकडून धोंडरावचा आवाज यायचा. "तुमाले गंज वाटत आसंल. मी ह्या बायकोच्या बहिणीच्या पोराले देईल सम्दं. पण मी पचू देणार हाय का त्याले? धोंडराव म्हन्तात जसे मले. धोंडरावऽऽ"

असे त्याचे संवाद मी तिथे पाहुणा म्हणून गेलो की, हमखास चालायचे, मग मीही भिंतीला ओरडून सांगायचो,

"मला काही कमी नाही रेऽऽ... माझीच शेतजमीन मला भरपूर देते."

"माईत है बे तुहं पिरेम... दुनियेचं राज हाती आलं तरी कमीच वाटते माणसाले. मावशीच्या इस्टेटीसाठीच खेट्या घाल तू कोराडीत. पण तुह्या वाट्यावर खडकूबी नाई येऊ देणार..."

तसा तणतणत मावसा करवादायचा–

"कावंशी आलो मी ह्या बटकुऱ्यावाणाच्या धोंड्यापायी... बापाच्या वाट्याले जे आलं त्या सम्ध्याचं मुत पिवू पिवू वाटूळं केलं. अन् आता आमच्या मागं लागलं आपेशी झवण्याचं..."

पण मावसा रागाने म्हणायचा ते अजिबात खोटं नव्हतं. खरंच अपेशीच होता धोंडराव. त्याची जमीन विकल्यावर त्याने वीस-पंचवीस धंदे केले होते. दुकानदारी, चक्की, जीप, मेटॅडोर, पानटपरी, गोळ्या-बिस्किटांची लोटगाडी... आणि कायनू-बायनू. पण कुठंच स्थिर होत नव्हता. कुठंच यश येत नव्हतं. हे पुरत नाई ते करून पाहू... इच्यात काई बर्कत नाई... त्यो धंदा करून पाहू. पण कुठंच काही भार लागत नव्हता. अन् आता त्याला ध्यास होता तो मावशीच्या घराचा– चार एकर जमिनीच्या तुकड्याचा. हे कधी मरतात. अन् या डंगऱ्यायची शेतीवाडी अन् वाडा कधी विकतो असं त्याला झालं होतं.

मग हे दोघे म्हणायचे, "जित्यापणी कावळा वरडायले लागला आमच्याभवती..."

काही दिवसांनी मावसा मेल्यावर आणि मावशी जिवंत असतानाच त्याने तिचं घर विक्रीला काढलं होतं. तिच्या वाड्याच्या समोरच्या बाजूने–

"हा वाडा विकणे आहे... सौद्यासाठी भेटा... धोंडरावला..."

अशी पाटी लावली होती. ती पाटी लागली की मावशी मला निरोप पाठवायची. मग मी जाऊन ती पाटी काढून मोडून-तोडून फेकून द्यायचो. तरी आठ-पंधरा दिवसात तो पुन्हा नवीन पाटी तयार करून भिंतीवर ठोकायचा. असं कायम सुरू रहायचं.

जसा त्याचा स्वभाव विचित्र तसाच त्याचा पेहरावसुद्धा विचित्रसाच. त्याचं ते ध्यान पाहिलं की हा माणूस विचित्र आहे हे पाहणाराच्या ताबडतोब लक्षात यायचं. पँट घातली नाही तरी चालू शकेल असा लांब ओपन शर्ट. निमुळती पँट. नेहमी जन्मजात तेवढेच असावेत असं वाटणारे कायम अर्धा इंच लांबीचे डोईचे केस. डोळ्यात कमालीची उग्रता आणि चुलत्याची इस्टेट हडप करणं हे एकमेव ध्येय कायम चेहऱ्यावर पसरलेलं.

अशा विचित्र व्यक्तिमत्त्वाच्या माणसाची बायको मात्र चांगली होती. तो पलीकडून शिव्या द्यायला लागला की, कधी कधी मधे पडून ती त्याला थांबवायचा प्रयत्न करायची. तर मग तो तिलाच दणके द्यायचा आणि भिंतीपलीकडून आरडाओरड, रडारडी कायम ऐकायला यायची. कधीकधी त्याच्या या चुकीच्या जीवन पद्धतीबद्दल त्याला समजावून सांगावं असं वाटायचं. पण तो माझ्याशी कधीच काही बोलायचा

नाही. आपण रामराम करून त्याच्याजवळ गेलो तर खाकरा काढून बेडका थुंकायचा आणि दूर निघून जायचा. संवादच काही करायचा नाही तर मग बोलायचं तरी काय? सांगायचं तरी काय? पण त्याचं हे असं दुसऱ्याच्या मरणाची वाट पाहत जगणं हे म्हणजे मला खूपच अस्वस्थ करणारं, भयानक वाटायचं आणि हीच गोष्ट मावशीलाही किती बोचत असावी ही जाणीवही नकोशी व्हायची. काय काय माणसं असतात. काही काटे होऊन जगणारी, स्वत:ला राखून दुसऱ्याला बोचणारी.

पंधरा दिवसांपूर्वी मावशी मेली. खरं म्हणजे धोंडरावनेच तिला काही धमकी दिली असावी. कारण ती मंदिरात नेहमीसारखी सकाळी नऊ वाजता पूजेचं साहित्य घेऊन आली होती. दर्शन घेतलं. पायरीवर टेकली आणि तिथेच देवाच्या दारी देह ठेवला.

मंदिराच्या पंचांनी, गावकऱ्यांनी तिचं प्रेत घरी नेलं. मला निरोप आला तसा धावत आलो. इस्टेटीचे वारसदार आपण ठरलो पाहिजे म्हणून, तिरडी उचलण्यासाठी, खांदा देण्यासाठी धोंडराव धावाधाव करू लागला. उत्साहाने उड्या माराय लागला. तेव्हा पंचांनी त्याला अटकाव केला. तसा तो धाय धाय धिंगाणा घालायला लागला. पण पंचापाठी गाव उभा राहिला.

“जित्यापणी यानं नवरा-बायकोची हेळणा केली. त्याह्यले सतावलं. पण मेल्यावरबी आमी तुले तसं करू देणार नाई.”

“आरं पण मी तिच्या भावकीतला हाये न... तिचा सख्खा पुतण्या हाये जसं मी...”

“माईत हाये सम्दं गावाले. आताच मोठा भावकीचा पुळका आला तुले त. पण संपतरावनं आमाले साक्षीदार ठेवून मृत्युपत्र करेल हाये. त्यात स्पष्टच सांगेल हाये की आमी नवरा-बायको मेल्यावर आमचे सम्दे पैसे, घर-जमीन सम्दं देवाच्या संस्थानले दान द्यावी. अन् आमच्या मढ्याले हात लावणं दूरच, पण आमच्या मढ्यावर धोंडरावची सावलीबी पडू द्याची नाई. चाल व्हाय दूर... सावली... नको पडू देऊ...”

पंचांचा हा निर्णय ऐकला आणि वाड्याच्या भिंतीच्या सावलीत तो सावली होऊन थिजून बसला. स्वत:च बसतं करून ठेवलेल्या प्रेतासारखा दिसाय लागला.

नंतरचे सगळे विधी गाव लोकांनी पार पाडले. मावशीच्या अस्थी काशीला पाठवल्या. तिच्या नावाने मंदिराच्या आवारात बांधल्या जाणाऱ्या सभागृहाचे भूमीपूजन तेरवीच्या दिवशी आमदाराच्या हाताने करून घेतलं. लाखो रुपयांची

संपत्ती आता संस्थानला भेटणार होती. त्यामुळं सगळं गाव दोघांच्या नावाचा उदो-उदो करायला लागलं. त्या काळात विचित्र दिसणारा धोंडराव आपल्या भरदार आवाजासह कुठं गुडूप झाला, काही कळलंच नाही.

स्मशानात एक प्रेतयात्रा आली. लोकांची गर्दी झाली. त्या प्रेतयात्रेत आलेले लोक उगीचच माझ्याकडे पहायला लागले. तसा मी उठलो. मावशीच्या सगळ्या आठवणी तिच्या गावासकट तिथेच ठेवून गाडीला किक मारली आणि भरधाव सुटलो. आता पुन्हा या गावात येणे नाही. ह्या जाणिवेत आतल्या आत मी कमालीचा उदास झालो होतो. मावळता सूर्य पाठीशी घेऊन, गावाला पाठमोरा होऊन, मी निघालो होतो. पुन्हा कधीच या गावात परतून येणार नव्हतो.

तेवढ्यात रस्त्याच्या कडेनं असणारं ते ओळखीचं शेत लागलं. आता संस्थानच्या मालकीचं, पण पंधरा दिवसांपूर्वी मावशीचं असणारं. कोणत्या तरी कष्टाळू शेतकऱ्याला बटाईने वहायला दिलेलं. कोरडवाहूच होतं, पण जमीन काळी कसदार होती. नांगरून टाकलेली आणि मधल्या भागात आंब्याची ती विस्तीर्ण झाडे. लहानपणी याच आंब्याच्या झाडाचे आंबे खाण्यासाठी म्हणून मी मावशीच्या गावी उन्हाळ्याच्या सुटीत मुक्काम ठोकून बसायचो. धारदार नाकाची अन् टपोऱ्या डोळ्यांची मावशी तेव्हा खूपच रूपवान अशी दिसायची. स्वत: पोटी पिकली नाही तरी मलाच मुलगा समजून माझं सगळं कोडकौतुक करायची. शांत, हसतमुख मावशीसोबत लहान असताना मी कितीतरी वेळा या शेतावर आलो होतो. पेरणीत, हंगामात, उन्हाळ्यात, पावसाळ्यात इथल्या प्रत्येक इंचावरच्या माती-मातीवर माझ्या पायखुणा उमटल्या होत्या. कितीतरी आठवणी...

मला अचानक त्या आठवणींनी ओथंबून आलं. मी थांबलो. गाडी रस्त्याच्या कडेला लावून बांधावरून शेतात उतरलो. पायाखालची ढेकळं ओळखीच्या स्पर्शाने पायांशी झोंबत होती. तसाच तो स्पर्श काळजाशी रुतवून घेत आंब्याच्या सावलीत आलो. खाली वाकलो. तिथली माती हाती घेतली. कपाळाला लावली. मावशीचाच स्पर्श. सगळ्या रक्तवाहिन्यातून खेळतो आहे, अशी जाणीव झाली आणि मी गच्च डोळे लावून घेतले. बंद पापण्यात डबडबून आलं. मनात कल्लोळ... आता पुन्हा हे गाव नाही. हा रस्ता नाही. हे शेत नाही. ही माती नाही.

कुणाची तरी चाहूल लागली. आंब्याच्या वाकल्या पानावर चर्रल्... चर्रल्... पावलं वाजली तसा मी दचकलो. डोळे उघडले तर दुपटीने दचकलो. कारण समोर धोंडराव उभा होता. तो एकदम भुईतून उगवल्यासारखा कसा काय आला?

पलीकडून आंब्याच्या खोडाशी बसलेला होता की आपल्या मागे आला? स्मशानातून येताना दिसला. तो तडक इकडेच आला की काय? आणि कशासाठी? असे अनेक प्रश्न मनाशी घेऊन मी त्याच्याकडे पाहत होतो आणि निर्जीव नजरेने तो माझ्याकडे! त्याच्या चेहऱ्यावर आता त्या जन्मजात उग्रतेचा लवलेशही दिसत नव्हता. त्याचं ते ओळखीचं विचित्र व्यक्तिमत्त्व पार चिरगुळलेलं. विरलेल्या ढेकळासारखं!

"रामराम सुभाषराव..." त्याने मला इतक्या वर्षांच्या आयुष्यात पहिल्यांदा रामराम केला.

मी त्याच्याकडे नुस्ता पाहत होतो.

"आपल्याकून लय मोठी चूक झाली... आपून खेळीमेळीनं, एका इचारानं राह्यलो आस्तो त आपल्यावर ही येळ आली नस्ती... पण महा काट करणं मले भवलं. सम्दं आपल्या हातातून गेलं. मी सुदा राह्यलो आस्तो, हामरी-तुमरीवर आलो नस्तो त काकानं ही आठ-दहा लाखाची इस्टेट देवस्थानाच्या नावी केली नस्ती... तुमी मह्याशी बोलायले पाहत व्हते. पण तव्हा माझ्या अंगात लय तिरणदास घुसला व्हता. मले रामराम करत व्हते. पण मी माह्याच मस्तीत डुलत व्हतो. नाई मले पण तुमी तुमच्या मावशीचं एवढं केलं, तुमाले तरी त्याचं फळ मिळायले पाह्यजे व्हतं. आपल्या दोघाले ती इस्टेट भेटली आस्ती... आपून दोघं हेळीमेळीनं रहायले पायजे व्हतं. लय नुकसान झालं. आपल्या दोघांचं. लय नुकसान झालं."

तो कपाळावर हात मारून घ्यायला लागला. तसा मी घाई करत म्हणालो –

"असं तुम्हाला वाटत असेल धोंडराव. पण मी ह्या मावशीच्या काळ्या मायची शपथ घेऊन सांगतो. मला काहीच पाहिजे नव्हतं. पाहिजे असतं तर मी आधीच तसं करून घेऊ शकलो असतो... खरं नुकसान झालं ते तुमचंच. कारण मी थोडाच काही भावकीतला होतो? मी तर जाणूनबुजून सोयरा माणूस. पण तुम्हाला कळायला नको होतं का? तुम्ही तर एकाच वंशाचे होते ना? एकाच झाडाच्या फांद्या... मग का त्रास दिला काकाला? का छळलं तुमच्या काकूला?"

"माफी करा मले... माफी करा मले..."

माझं बोलणं मध्येच छाटत तो माझ्या पायात कोसळला आणि त्याने हंबरडा फोडला. त्यामुळे तो अधिकच भेसूर, अधिकच विचित्र दिसायला लागला.

"मी लय अपेशी हाये. जे चिततो त्याच्या उलटंच व्हते. मी लय गुन्हेगार हाये. काकाचा... काकूचा... तुमचा... मले माफी करा..."

पश्चातापाच्या आगीत होरपळणारा धोंडराव आता काळाठिक्कर झाला होता.

गदगदून रडत होता आणि माझ्या डोळ्यापुढे एकदम, धारदार नाकाच्या, टपोऱ्या डोळ्यांच्या माझ्या मावशीचा फार-फार पूर्वीचा चेहरा आला. हसतमुख... हळूहळू त्या शेताची सगळी मातीच मावशीचं रूप झाली... हसतमुख चेहऱ्यानं माझ्याकडे पहायला लागली.

मेल्यावर माणसाच्या आत्म्याला शांती मिळाली पाहिजे. असं आपलं अध्यात्म सांगतं. मावशीच्या आत्म्याला ह्या क्षणी निश्चितच शांती मिळत असेल आणि हसतमुख चेहऱ्याने तिचा आत्मा हे दृश्य पाहत असेल असा एक विचार माझ्या मनात येऊन गेला. त्यामुळे एक झालं. मावशीच्या जन्माचं माझ्या भोवती वेढून असणारं दुःख माझ्यातून दूर दूर जाताना मलाच दिसायला लागलं.

■

* 9 7 8 8 1 7 1 8 5 6 1 8 3 *
FCW - #0118 - 061026 - C0 - 216/140/16 - PB - 9788171856183 - Matt Lamination